சகுணா

(1898ஆம் ஆண்டு வெளிவந்த தமிழ்
மொழிபெயர்ப்பின் செவ்வியல் மறுபதிப்பு)

கிருபாபாய் சத்தியநாதன்

பதிப்பாசிரியர்:

ஆர்.ராஜகோபாலன்

MALAR BOOKS

சகுணா
கிருபாபாய் சத்தியநாதன்

மலர் புக்ஸ் முதல் பதிப்பு : டிசம்பர் 2022
வெளியீடு: மலர் புக்ஸ்
விற்பனை உரிமை: பரிசல் புத்தக நிலையம்
எண். 235, P.பிளாக், MGR முதல் தெரு,
MMDA காலனி, அரும்பாக்கம், சென்னை-600 106.
பேச:9382853646, 8825767500
மின்னஞ்சல்: parisalbooks2021@gmail.com
அச்சுக்கோப்பு: கதிரேசன்
அச்சாக்கம்: எ எஸ் எக்ஸ் பிரிண்டர்ஸ், சென்னை-5
பக்கம்:280
விலை ரூ:300

Saguna
Krupabai Satthianadhan

Malar Books First Edition: Dec 2022
Published by: Malar Books
Rights to Sell: Parisal Putthaga Nilayam
No.235, 'P' Block,MGR First street,
MMDA Colony, Arumbakkam, Chennai-600 106.
Mobile: 9382853646, 8825767500
Email: parisalbooks2021@gmail.com
DTP: Kathiresan
Printed at: ASX Printers,Chennai-5.
ISBN:978-93-91947-10-1
Pages:280
Price Rs.300

நா. ஆதிமூலம், இ.ஆ.ப.,
சிறப்பு ஆணையர்,

தமிழ்நாடு ஆவணக்காப்பகம்,
எழும்பூர், சென்னை-600 008.

கடித எண் 14112/ஆநா/2000 நாள் 14.01.2003

அனுமதிக் கடிதம்

பொருள்: தமிழ்நாடு ஆவணக்காப்பக நூலகம்- கிருபாபாய் சத்தியநாதன் அவர்கள் இயற்றிய "சகுணா" என்ற நூல்- மறுபதிப்பு செய்தல்- அனுமதி வழங்கப்படுதல் - தொடர்பாக.

...

பழைய அரிய தமிழ் நூல்களைக் காப்பாற்றி மக்கள் படிக்க வகை செய்யும் வண்ணம், அரிய தமிழ் நூல்கள் மறுபதிப்பு செய்யும் திட்டம் ஒன்றினைக் தமிழக அரசு கல்வித்துறை (நிலை) எண் 372 (கல்வி), நாள் 20.4.1992ல் வெளியிட்டுள்ளது. அத்திட்டத்தின்படி கிருபாபாய் சத்தியநாதன் அவர்கள் இயற்றிய "சகுணா" என்னும் நூலினை மறுபதிப்பு செய்வதற்காக தாங்கள் செய்துகொண்ட முறை ஏற்றுக்கொள்ளப்பட்டு அனுமதி வழங்கப்படுகிறது.

தங்கள் நம்பிக்கையுள்ள,

சிறப்பு ஆணையர்,
.1.2003

பெறுநர்
திரு. ஆர். ராஜகோபாலன்,
தேர்வுநிலை விரிவுரையாளர் (ஆங்கிலம்),
மாநிலக் கல்லூரி,
சென்னை-600 005.

முதல் பதிப்பின் முன்னுரை

சகுணா என்னும் இப்புதினம் ஒருவகையில் சுயசரிதைக் கதையாக வெளிப்பட்டிருக்கிறது. இக்கதையின் இரண்டு பகுதி களாக சகுணாவின் தாயார் மதமாற்றத்திற்கு முன் இந்துப் பெண்ணாக வாழ்ந்ததும், பின் மதம் மாறிய கிறித்துவப் பெண் ணாக சகுணாவின் கதையும் பேசப்படுகின்றன. சகுணா தனியான வாழ்வை அமைத்துக்கொள்ள முயற்சித்தும், உடல் நலக் குறைவு காரணமாக மருத்துவப் படிப்பை பாதியிலேயே நிறுத்த வேண்டி வருகிறது பின் தனக்கு மிகவும் பிரியமான மதப்பிரசாரகர் பணியையும் ஏற்காமல் திருமணத்திற்குச் சம்மதிப்பதாகக் கதை முடிகிறது.

இப்புதினத்தில் தக்காணத்தின் மலைப்பகுதிகளும் காடுகளும் ஆறுகளும் இயற்கைச் சக்திகளும் ஒரு பாத்திரம் போல தன்னுடைய ஆளுமையைப் பின்னணியாகக் கொண் டுள்ளது. சகுணா இயற்கை என்னும் பிரமாண்டத்தின் முன் தன்னை இழந்து போவதை பல இடங்களில் காணமுடிகிறது.

தண்ணீர்களின் இரைச்சலை எங்கள் காதுகள் கேட்கிறது. பிரமாண்டமான விருட்சங்கள் தங்களது கிளைகளை எத்திக்கிலும் பரப்பி, எங்கள் தலைக்குமேல் நிழலாக நிற்கின்றன. அதன் கிளைகளிலிருந்து வெளிச்சம் பீரிடுகிறது. குரங்குகளின் கொப்பளிப்பும், குருவிகளின் கூவுதலும் அவ்விடத்து ஆகாயத்தை இன்பத் தொனியில் முழங்குகிறது. இன்னும் கொஞ்சம் தூரத்துக்கப்பால் காடு கடந்து விடுகிறது. சூரியன் பிரகாசிக்கிறது. நாங்கள் விட்டு வந்த மலைத்திசை இருண்டு பயங்கரத் தோற்றத்தைக் கொடுக்கிறது. எங்களுக் கெதிரில் மரங்களுக்கூடே பாறையில் குடைந்து வெட்டப்பட்ட கோயில்களும், மூலஸ்தானங்களும், பீடங்களும், பயபக்தியை உண்டாக்கும் வண்ணமாகத் தெரிகிறது. வரவர வழியோர மிருக்கும் கல்லுகளும், பாறைகளும் அதிகப்படுகிறதால் உலகிலுள்ள கற்களையெல்லாம் இவ்விடத்தில் அழகுக்கென்று சகலருடைய பார்வைக்கும் அடுக்கி வைத்திருக்கின்றது, என்று சொல்லத்தக்க வகையாய்த் தோன்றுகிறது. சூரியன் அஸ்தமிக்கிறது. அதின் செங்கதிர்கள் பாறைகள் மேலும் பூர்வ மரங்களின் மேலும் விழுந்து அவைகளை செம்பு நிறமாயும் பொன் நிறமாயும் காட்டுகிறது. அப்பால் இருட்டாகிறது. நாங்கள்

தனிமையாய் நக்ஷத்திர மண்டலங்களின் மேல் நித்திரை போகிறோம். (ப.81)

முக்கியமாகக் கடவுளுடைய தன்மைகளை வலிமையாக வெளிப்படுத்த மனிதர்களைவிட இயற்கைச் சக்திகளே அதிக மாய் ஆங்காங்கே சுட்டப்படுகின்றன. தக்காணத்தின் மலைப் பகுதிகளிலும் அடர்ந்த காடுகளும் சலசலக்கும் ஆறுகளும், பறவைகளும், மிருகங்களும் கதையில் முக்கிய முடிவுகள் எடுக்கப்படும் நேரத்தில் சாட்சியங்களாகவும் வெளிப் படுகின்றன. இதேபோன்று நகரங்களும் நூறாண்டுகளுக்கு முன்பு எத்தன்மையாய் இருந்தன என்பதையும் நாவலின் பல பகுதிகள் காட்டுகின்றன.

இந்து தேசத்து ஆற்றங்கரைக் காட்சியைப் போல, நாட்டு வளப்பத்தைக் காட்டும் ஸ்தானம் வேறில்லை என்று சொல்ல வேண்டியது. சிவகங்கையைச் சேர்ந்த ஆற்றின் இருகரையிலும் எந்த நேரத்திலும் புருஷாளும் ஸ்திரிகளும் போக்குவரத்தாயிருக்கிறதுண்டு. அங்கே ஜடைமுடி கட்டி. சாம்பற் புனைந்து, ருத்திராட்ச மாலையணிந்து பூதம் போன்ற பைராகிகளையும் அவர்கள் பக்கத்தில் மெலிந்து, வயது சென்ற சன்யாசிகள் செம்பும் கையுமாய் கூனிப் போவதையும் காணலாம். கல்வி கற்கும் அந்நகரத்து வாலிபர் கம்பீரக் கோஷத்தோடு தங்கள் கூட்டத்தோடு சேர்ந்து புஸ்தகமும் கையுமாய் ஆற்றோரத்தில் உலாவி, ஸ்திரிகள் மெச்ச வேண்டுமென்ற நோக்கமாய் வாலிப டம்பம் காட்டி கண்ட காட்சிகளையும் கொண்ட கோலங்களையும் பற்றிப் பேசி அலப்புவார்கள். மொட்டை யடித்து கந்தை கட்டிய முண்டைச்சிகள் அதிக வயதுசென்ற கைம்பெண்களோடும், பட்டு பட்டாவளிக் கட்டி தாமரை மலர் போலும், மான் இடை போலுள்ள பெண்களோடும் கலந்து நின்று துணி தோய்க்கிறதும், செப்புக் குடத்தை விளக்குகிறதும், ஜலம் மொண்டு வருகிறதுமாயிருப்பார்கள். அத்தோடு நல நஷ்டம் ஒன்றுமறியாத கன்னிப் பெண்கள் கபடமின்றி கை வீசி, மலர்ந்த முகத்தோடும், சிரித்த குரலோடும் சலங்கைகள் குலுங்கி சலீர் சலீரென்று ஓசையிடச் சல்லாபமாய்ப் பேசி உல்லாசமாய் நடந்து தங்களுடைய வெற்றுக் குடங்களை மாற்றி மாலைகளை வீசிப் போகிறதுமுண்டு (ப.19)

இடங்கள் தவிர பாத்திரங்கள் பற்றிய விவரணைகளும், குறிப்புரைகளும் கதையின் கட்டமைப்பிற்கு வலிமை சேர்க்கின்றன.

இந்துப் பெண்களாயினும் சரி மதம் மாறிய கிறிஸ்துவர்களாயினும் சரி, முக்கியமாக ஆங்கிலேய அமெரிக்க மிஷினரிகள், அவர்களுடைய மனைவிமார்கள், மற்றைய மிசினரிகள் அனைவரும் ரத்தமும் சதையுமாகக் படைக்கப் பட்டிருக்கிறார்கள்.

> அவ்விருவரும் பிராமணப் பெண்களாயிருந்தார்கள். அவர்களில் ஒருத்தி வளர்ந்து, மெலிந்து, எண்ணெய்க் கருப்பு நிறத்தில் முட்டை வடிவு போன்ற முக வசீகரமுள்ளவனா யிருந்தாள், அவளுடைய உடலின் வளைவு தைரியத்தையும், முகக்குறி தீர்க்கச்சிந்தையையும் நன்றாக விளக்கிற்று இன்னொருத்தியின் பார்வை அவ்வளவு விஷேஷமாய் விளங்கவில்லை. லட்சணமாயிருந்தாள். வேளாவேளை அவளது கன்னம் சற்று சிவந்து காணும்; அவள் கண்கள் பெரிதும் நரம்பு தெரிகிறதும். முகம் எப்போதும் சிரிப்புமாயிருக்கும். (ப.15)

சகுணாவின் தாயார் ராதா சிறுமியாயிருக்கிறபோது அவளது தோழிகளுடன் இருப்பது பற்றிய குறிப்பு இது எல்லா ஐரோப்பிய மிஷினரிகளுக்கும் தாங்கள் பல மடங்கு இந்தியர்களைவிட உயர்ந்தவர்கள் என்ற எண்ணம் மேலோங்கியிருக்கிறது. இந்தியர்களை தங்களுக்குச் சமமாக நடத்துவதில் தயக்கம் காட்டுகிறார்கள். இவர்களுக்கு நடுவில் மிஸ்தர் ‘அ’ என்னும் மிஷினரி வித்தியாசப்படுகிறார். அவர் வளர்ந்து அழகேந்திரனாக இருக்கிறார். நாகரிகமும் உயர்ந்த ஒழுக்கமும் மரியாதையும், சகஜமுமாயிருக்கிறதாகத் தெரிகிறது. சகுணாவின் வீட்டிற்கு வருகிறபோது தன் வீட்டைப் போல படியேறி வருகிறார். அம்மாவிற்கு இங்கிலிஷ் தெரியாததையிட்டு, குறைவாய் எண்ணாமல் மராத்தியில் ‘தாயார்’ என்று அழைக்கிறார். வீட்டுக்கு விருந்துண்ணக் கூப்பிடும் போது உடனே அழைப்பை ஏற்றுக் கொள்கிறார். உங்களை என் தாயாராக எப்போதும் நினைக்கிறேன். பாஷ்கரையும் மற்றவர்களையும் என் சகோதரன் என்று கூப்பிட நீங்கள் இடம் கொடுக்க வேண்டும். ‘இவர்தான் அ என்னும் மிஷனரி’ என்று பாஷ்கார் சொல்லும்போது சகுணா ‘இவரை ஒரு பிரபு என்றல்லவா

நினைத்தேன்' என்கிறார். "அவர் உள்ளபடி பிரபுதான், எல்லாப் பிரபுக்களையும் திரட்டினாலும், இவர் அவர்கள் எல்லோரையும் விடப் பிரபுதான்" (ப.132) என்கிறார் பாஷ்கார்.

குணாவின் தோழிகள் பெரிமா, அர்ணி ஆகியோரும் சகுணாவின் மூத்த அண்ணாட்சி பாஷ்காரும் நுண்ணிய இழைகளால் உருவாக்கப்பட்ட படைப்புகள் சகுணாவின் அப்பா அரிச்சந்திரனும், அவருடைய தாயாரும் மதமாற்ற நேரங்களில் போராட்டங்களில் சிக்கித் துவள்வதைக் காண்கிறோம். முடிவாக மருத்துவப் படிப்புக்காக சகுணாவை தன்னிடம் தங்கவைத்தி ருக்கும் இன்னொரு பெரியவர் மிகவும் அமைதியாகவும், அவருடைய மகள் - சகுணா மணக்கப் போகிறவர் - வெளிநாடு சென்று வந்தவர் - தெளிவான சிந்தனையுடன் எந்தவித படாடோ பமில்லாமல் இருக்கப் பார்க்கிறோம். இதுதவிர சிறிய சிறிய பாத்திரங்களும் அவர்களுக்கே உரித்தான சிறப்பான இயல்பு களுடன் படைக்கப் பட்டிருக்கிறார்கள்.

நூறாண்டுகளுக்கு முற்பட்ட சமூக வாழ்க்கையை கிட்டத்தட்ட நான்கு வேறுவேறு நகரங்களில் நடைபெறும் கதையின் வாயிலாக ஆசிரியர் வெளிப்படுத்துகிறார். இது கலப்புமிக்க பல்வேறு மட்டங்களில் வாழும். நாட்டுப்புற நகரத்தார், ஐரோப்பியர் வாழும் சமூகமாகும். பயணத்தின்போது வண்டிக்காரர் வெத்திலை பாக்கு போடுவதும், ஹீக்கா குடிப் பதும் வருகிறது. எல்லாப் பணிகளிலும் இருப்பவர்கள் பற்றிய விவரங்கள் தரப்பட்டுள்ளன. ஒரு ஒட்டுமொத்த மக்கள் சமூகத் தின் குறுக்கு வெட்டுத் தோற்றமாக இப்புதினம் விளங்குகிறது எனலாம்.

மதச் சடங்குகளும் தேவாலய உற்சவங்களும் ஆங்காங்கு விவரிக்கப் படுகின்றன. பேய்கள் பற்றிய நம்பிக்கை அதிகமாக இருக்கின்றன.

> பழைய காலங்களில் இந்த மலங்காடு மராட்டா ஜாதி கள்ளரின் கெடிஸ்தலம், புலிகளின் கெபிஸ்தல முமாயிருந்தது. இந்தப் பாகத்து மலையில் பிசாசு குடியிருக்கிறதென்று சகஜமாய் சொல்லுகிற பரம்பரைகளுண்டு. இந்தியாவிலே பிசாசு இராத பொருள் எதுதான் உண்டு? அந்தந்த தோப்பை ஆளும் பூதமும், ஆற்றை ஆளும் பேயும், காட்டை ஆளும் கானியும், ஆளை ஆளும் மூதேவியுமுண்டு. இருண்டதெல்லாம் பேயும்,

பருத்ததிலெல்லாம் பூதமும், உயர்ந்ததிலெல்லாம் சனியனும் இருக்கிறதாக எண்ணப்படுகிறது. (ப.8-9)

பல நம்பிக்கைகளை எதிர்காலத்தைப் பற்றிய நிச்சய மின்மை தோற்றுவிக்கிறது. பூமாலையை ஆற்றில் எறிந்து ஏதோ மந்திரம் சொல்லி அதுகழியில் அகப்பட்டு ஆற்றோடு போகாமல் ஆழ்ந்து போனால் நினைத்தது நிறைவேறும் என்னும் நம்பிக்கை இருக்கிறது. (ப.20-21)

ஆனால், இந்துக்களிலேயுள்ள நெருக்கமான உறவு முறை சிலாகித்துப் பேசப்படுகிறது. இந்தச் சிநேகம் பலமானது பலவித உபத்திரவங்ளில் இதொன்றினால் மனதுக்கு ஆறுதல் உண்டாகிறது.

உபத்திரவ காலங்களில் இந்திய சிநேகிதர் உருக்கைப் போல் ஒருவரோடொருவர் பொருந்திக் கொள்வார்கள். அவதி வேளையில் ஆட்களைப் பற்றிய வெறுப்பும், சுயநயமும் அகன்று, மற்றவர்களுக்குச் சகாயம் செய்வதில் அதிகப் பிரகாசமாய் விளங்கும். அவர்கள், தங்கள் மனம் முழுவதையும் தர்ம சிந்தையில் திருப்பி, உபத்திரவத் தாலுண்டான நஷ்டங்களை நிவர்த்தியாக்கி விடுகிறார்கள். (ப.33)

இரயில் பயணங்கள் அதிகமாயிருந்த போதிலும், வண்டிப் பயணமே மேலானதாகத் தெரிகிறது. இரைந்து புகைத்து விரைந்தோடும் இருப்புப்பாதைப் பயணமும் அப்போ தைக்கப்போது பறந்தாற்போல்காணும் விருட்சங்களின் கடரு தலும்... சக்கரங்கள் சுழலும் சந்தடியும், அந்தந்தக் கெபிஸ் தலங்களில் ஜனங்கள் கூச்சலிட்டு ஒருவரையொருவர் நெருக் கிக் கொண்டு அவஸ்தைப்பட்டு தறி இறங்குவதும் எனக்குப் பிடிக்கிறதேயில்லை." (ப.80)

இதைப் பார்க்கும்போது பூர்வகாலத்து வண்டிப் பயணத் தில் பல அனுகூலங்கள் உள்ளன. காற்று வீசுகிறது. சுயா தீனத்துடன் பயணம் செய்யலாம் முக்கியமாக எல்லோரும் நமது இனத்தார் என எண்ணத் தோன்றுகிறது

களைத்த பிரயாணியும், காட்டில் கஷ்டப்படும் குடியானவனும், பண்டைக் கதைகளை பலத்த குரலோடு சொல்லிக் கொண்டு நடக்கும் பழங்கிழவியும், தானியம் உதிரும் தன் அரிக் கட்டைச் சுமந்து கழுத்துக் கன்னிப் போகும் சமுசாரியும் எல்லாம் சமம் என்று உணருகிறோம். அவர்களுடைய மலர்ந்த முகமானது நமக்கு நல்ல

பாடங்களைக் கற்பிக்கின்றன. எல்லோரும் தம்முடன் ஐக்கியப்பட்டிருப்பதாகத் தோன்றுகின்றன. (ப.80)

ஐரோப்பிய மிஷினரிகள் உள்ள 'ஜெனனாஸ்' எனப் படும் படிப்புச் சொல்லிக் கொடுக்கப்படும் மடங்கள் பற்றியும் நிறைய குறிப்புகள் வருகின்றன. இந்தியப் பெண்களுக்கு எல்லாவித சாஸ்திரங்களும் மத போதனைகளும் இங்கு கண்டிப் புடன் சொல்லிக் கொடுக்கப்படுகின்றன.

மேல் நாட்டில் படித்துவிட்டு மேல்நாட்டு மோகம் கொண்டு இந்தியாவை கீழ்த்தரமாக நோக்கும் இளைஞர் களையும், இக்கதையில் பார்க்கிறோம். நாகரிகத்தில் மயங்கி ஆண்களிடம் ஏமாந்து போகும் பெண்களையும் காண்கிறோம்.

இக்கதையில் இரண்டு முக்கியக் கூறுகளில் ஒன்றாக பெண்களின் அவலமும் அவர்களின் முன்னேற்றத்திற்கான சிந்தனையும் முன்நிற்கிறது. கிருபாபாய் இது தொடர்பான தனது எண்ணங்களையும் வேறு கட்டுரைகளில் சொல்லி யுள்ளார். நூறாண்டுகளுக்கு முன் உயர்சாதி, மத்தியதரப் பெண் களின் நிலை மிகவும் மோசமானதொன்றாகவே தோன்றுகிறது.

சகுணாவிற்கு சிறு வயதிலேயே படிப்பில் நாட்டம் உள்ளது. ஆனால், அதை அவளது சொந்த சகோதரிகளே விரும்பவில்லை. அவளுடைய தாயாரே, "என்ன பிள்ளை நீ? புஸ்தகம், புஸ்தகமென்று மண்டையைக் கெடுக்கிறாயே பெண்களுக்குப் படிப்பென்னத்திற்கு? பெண்டுகள் பள்ளிக் கூடம் அடுப்பங்கரைதானே; எத்தனை படித்தும் கடைசியில் பெண்கள் அடுப்பாங்கட்டியைத் தானே மூட்ட வேண்டும்?" (ப.4). என்று சொல்கிறார். அதேபோல் வேறொரு பகுதியில் கல்வியில் ஏதோ மோசமிருக்கிறது. ஒரு பெண்ணுக்குப் படிப்பின் பேரில் ஆசையிருந்தால் அந்த ஆசையானது அவளுக்குள் தங்கியிருக்கும் ஒரு மூதேவியால்தான் உண்டா யிருக்க வேண்டுமென்றும், அவளிடத்தில் பூர்வத்தில் மலை களிலும், கேபிகளிலும் புதைக்கப் பட்டிருக்கிற புதையல்களைக் காட்டிக் கொடுக்கும் துஷ்ட தேவதைகளின் கூட்டுறவும் நேசமும் இருக்கிறதென்று சொல்லிக் கொள்வதுண்டு. (ப.9)

படிப்பில் ருசியையும், அதன் சரியான வாழ்க்கையின் பால் கொண்டுவரும் பார்வையையும் அண்ணாட்சி பாஷ்காரே சகுணாவிற்கு காட்டித் தருகிறார். வாழ்வின் முக்கிய கரிசனைகள் பற்றியும் அவளுக்குத் தெரிய கல்வி காரண மாகிறது.

கட்டுக் கதைகள் வாழ்வின் ஒழுக்கத்திற்கு எதிரானவை. அவைகளைப் பெண்கள் வாசிக்கவே கூடாது என்னும் கருத்து நிலவியது. (ப.91). தகப்பனாருக்குத் தெரியாமல் இதைப் பெண்கள் படிக்கிறார்கள் என்றும் அறிகிறோம்.

மணமான பெண்கள்படும் துன்பம் அதிகமாக உள்ளது. மாமியார், நாத்தனார், ஓரகத்தி என அனைவரும் புதியதாக வரும் பெண்ணை மிருகம்போல் அடித்து நடத்துகிறார்கள். இதில் ஆண்கள் எந்தவித குறுக்கீடும் செய்ய இயலாமல் இருப் பது இன்னும் அவலம். சகுணாவின் தாயார் ராதாவின் புக்க கத்தில் சிறிய சிறிய விஷயங்களுக்கு பலவாறாகத் துன்புறுத் தப்படுகிறார். கொடுத்து வைத்திருந்த எண்ணெயில் ஓரகத்தி வடை செய்து விட்டாள் என்பதற்காக, மாமியார் வீட்டுக்குள் அழிம்பு நடக்கிறது, அப்படி நடக்கும் என்பது எனக்குத் தெரியும் என்று சொல்லி, அடிதண்டமாய் அவளை அடித்து, மற்றவர் களும், இவளை அடிக்கும்படி சொல்லி, ''அவள் பலவந்தமாக உன்னிடத்தில் பிடுங்கினதுண்டானால் ஏன் என்னிடத்தில் சொல்லவில்லை" என்று வழக்கிட்டாள். அடிக்க அடிக்கப் புதுப் புதுத் திட்டும் அதிகரித்தது. (ப.39)

எந்தவித உதவியும் இன்றி துயரம் தாங்கவியலாமல் போகும்போது ராதா கிணற்றில் குதித்து உயிர்விடத் துணியும் போது கணவன் அரிச்சந்திரன் வந்து காப்பாற்றுகிறான்.

திருமணமான பெண்ணின் துயரத்தைப் போல, கணவனை இழந்த இந்துப் பெண்களின் நிலை அதைவிடக் கொடூரமாக இருக்கிறது. இக்கதையில் ஒரு சதி விவரிக்கப் படுகிறது. இது இன்னும் நூறு வருடங்களுக்கு முந்திய கதை. ஐந்து வயது பெண்ணுக்கும், நாற்பது வயது பணக்காரனுக்கும் திருமணம் நடக்கிறது. இவள் கல்வியில் சிறந்தவளாயிருந்தாள். அதனால் இவள் பேரில் எல்லோருக்கும் வெறுப்பு இருந்தது. அவர்கள் இவளுடைய விதவை ஸ்திதியைக் கண்டு மகிழ்ந்து தங்கள் மனங்கொண்ட மட்டும் திட்டி அவமதித்தார்கள். எல்லோரும் மோசமான வார்த்தைகளால் இவளை அவமானப் படுத்தி மூளிப்பட்டம் கட்டினார்கள். இனி இருந்தால் இன்னும் எதிர் கால வாழ்க்கை சகிக்க முடியாமல் போகும் என்று இவள் முக்காடிட்டுக் கொண்டாள். பிராமணர், உடன்கட்டை ஏற வேண்டும் என்று காதிலோதினதின் பலனோ என்னமோ இது இந்த அளவிற்கு இவளைக் கொண்டு போனது. இவள் கணவனுடன் கைலாசம் போகிறாள் என்ற சந்தோஷத்துடன்

அவளுக்கு மறுபடி நகையெல்லாம் பூட்டி கல்யாணப் பெண்ணைப்போல் ஜோடித்து உடன்கட்டை ஏற ஆற்றங்கரைக்கு நடத்திக் கொண்டு போனார்கள். இதற்கிடையில் ஆற்றங்கரையில் மேடை போட்டு பட்டுத்துணியால் அலங்கரித்த செட்டியார் உடலைக் கிடத்தி சத்தியாய் போகின்ற அவளுக்கு மஞ்சளும் மஞ்சணையும் பூசிக் பட்டுக்கட்டி பிணத்தண்டை கிடத்தினார்கள். முணுமுணுவென மந்திரங்களுக்கிடையில் மேளவாத்தியங்களின் சத்தமும் கேட்டது. உடனே பந்தல் கொளுத்தப்பட்டது. திடீரென்று ஜூவாலைக் குள்ளிருந்து கூச்சலோடு ஒரு ஆள் புறப்பட்டு மலைக்குள் ஓடிவிட்டது. அந்த சத்தத்தின் வலிமையும் கோபமும் பிரசித்தமானது. (ப 10-11).

பெண்களுக்குக் கல்வியும், தங்களுக்கென ஆண்களைச் சார்ந்திராத தனி அடையாளமும் தேவை என சகுணா நினைத்துச் செயல்படுகிறாள். இதையே கதையின் முக்கியச் சொல்லாடலாகக் கருதவேண்டும். அவள் படிப்பு முடித்தவுடன் கூட திருமணம்தான் பெண்ணுக்குத் தேவை. கல்வியின் முடிவு அதுதான் என பல இளைஞர்கள் கூறுகிறார்கள். திருமணம் செய்ய முடியாத பெண்தான் மேலே படிக்க வேண்டும் என்று நன்கு வெளிநாட்டில் படித்த இளைஞர்களிடையேகூட ஒரு கருத்து நிலவுகிறது. பெண்கள் ஆண்களுக்கு எப்போதும் கீழானவர்கள் ஆண்களின் நலனிற்குத்தான் அவர்கள் வாழ வேண்டும் என்பது போலத்தான் இந்திய இளைஞர்கள் வைத் தியப் படிப்பிற்கு வெளிநாடு செல்லத் தயாராக இருக்கும் சகுணாவிடம் வாதிடுகிறார்கள். தனக்கு நல்ல படித்த விஷய ஞானம் உள்ள சகுணா போன்ற பெண் வேண்டும். ஆனால், திருமணப் பந்தத்தில் கட்டுப்பட்டு தனக்குக் கீழாய் சொல்லிலும், செயலிலும் இருக்க வேண்டும் என்று கருதும் பல இளைஞர் களைக் காண்கிறோம்.

கிறித்துவம் மற்றொரு முக்கிய சொல்லாடலின் ஆணி வேறாக விளங்குகிறது. ஒரு இந்துப் பெண்ணின் அவலமும் அவமானகரமான வாழ்க்கையும் மதம் மாறிய கிறித்துவப் பெண்ணின் சுதந்திரத்திடனும், தனியான அடையாளங்களுடன் எதிர்நிலையில் வைக்கப்படுகிறது. ராதாவின் இளமைக் காலத் துன்பங்கள் பல இந்துப் பெண்களின் நிலைமைக்குச் சான்றாய் விளங்குகின்றது.

மதமாற்றம் அவ்வளவு எளிதான செயலல்ல. ராதாவின் கணவன் அரிச்சந்திரன் ஐயர். நல்ல வைதீகமான சாஸ்திர ஞானமுள்ள குடும்பத்தைச் சேர்ந்தவன். அவனுடைய தந்தையும் முக்கியமான பாட்டனார் ஏகநாத சுவாமிக்கு கோயில்கட்டி வழிபட்டவர். அவர்களுடைய குடும்பம் தேவகிரியிலேயே "யதார்த்தமும் மதாபிமானமும் உள்ள குடும்பமாக மதிக்கப் படுகிறது. அரிச்சந்திரனுடைய படிப்பு ஐரோப்பிய மதக் கலாச் சாரத்தை நோக்கி அவனை நகர்த்துகிறது. இந்தச் செய்தி, ஒரு உயர்சாதி இளைஞர் கிறித்துவத்தை தோக்கி வருவது ஐரோப் பிய மிஷினரிகளுக்கு அளப்பில்லாத உவகையைத் தருகிறது. அவன் மேலும் பல பிரபந்தங்களை வாசிக்க ஆவலுள்ளவளா யிருக்கிறான் என்ற செய்தி கேட்டதும், ''எல்லோருடைய மனதுக்கும் புது உயிர் வந்தது. தூக்கம் பிடித்தவர்கள் போலி ருந்த எல்லோரும் உசார் அடைந்தார்கள். தேவகிரியில் ஒரு பிராமணன் வேதத்தை வாசிக்கிறான் என்ற சமாச்சாரம் இதற்கு முன் அவர்கள் காதில் தொனிக்கவில்லை." (ப.45)

கொஞ்சம் கொஞ்சமாக அரிச்சந்திரன் கிறித்துவ மதத் தின்பால் ஈர்க்கப்படும் போது அவனுடைய அண்ணன் வாமன் ராவும் சேருகிறார். வாமன்ராவ் ஒரு திட்டம் தீட்டி பிறந்தகம் போயிருக்கும் ராதாவை ரகசியமாக வண்டியில் கொண்டு வந்து அரிச்சந்திரனிடம் ஒப்படைக்கிறான். ராதா இரவோடு இரவாக ஒரு பாதிரியார் வீட்டிற்குள் என்னவென்று தெரியாமல் செலுத்தப்படுகிறார். விஷயம் அறிந்த அவள் மாமியார் ராதா விடம் கொடுமையாக இருந்தாலும் இதை வலிமையாக எதிர்க் கிறாள். கூட்டம் கூட்டி கலெக்டரிடம் முறையிடுகிறாள். கலெக்டர் எல்லோர் முன்னிலையிலும் ராதாவிடம் "நீ என்ன சொல்கிறாய்? எங்கு போகப்போகிறாய்" என்று கேட்கிறாள். ராதா மாமியாரிடம் போக - இந்து மதத்தை எப்படியும் விடக் கூடாது என்கிற கருத்திலே ஆசைப்பட்டாலும் கணவனே கண் கண்ட தெய்வம் என்பது போல கணவரிடம் இருக்க விருப்பம் தெரிவிக்கிறாள். கச்சேரி கலைகிறது. ராதா உள்ளே இழுத்துப் போகப்படுகிறாள்.

பின்னர் தன்னால் முடிந்தவரை ராதா இதை எதிர்க் கிறாள். தன்னுடைய விக்கிரகங்களை வைத்துப் பூசை செய் கிறாள். கணவனை வெளியில் வைத்து சாப்பாடு போடுகிறாள். ஐரோப்பிய மாதர்களைத் தவிர்க்கிறாள். ஆனால் போகப்போக அவளுக்கு கிடைத்த அன்பும் அனுசரனையும், அவளைக் கணவனிடமும் கிறித்துவத்திடமும் மெல்ல மெல்ல சேர்க்கிறது.

அரிச்சந்திரன் மதப் போதகராக வாழ்நாள் முழுவதும் நிறைய குழந்தைகளுடன் நிறைவான வாழ்க்கையை வாழ்கிறான். தனக்குப் பின்னால் தன் பெரிய பெண்ணையும், பையனான பாஷ்காரையும் தான் ஏற்றுக் கொண்ட பாதையில் நடக்க வைத்துவிட்டுப் போகிறார். அவர் இறந்து போகும்போது, ராதா "இத்தனை பிள்ளைகளையும் வைத்துக் கொண்டு நான் இனி என்ன செய்வேன். இவர்களை போஷிப்பதார்? பாதுகாக் கிறது யார்? நாம் காசு பணம் சம்பாதித்து வைக்கவில்லையே?" என்று புலம்பினாள். அந்த நேரத்தில் சாகப்போகிற அரிச்சந்திர னுடைய குரல் உரத்துப் பேசுகிறது.

"ராதாபாய் கர்த்தருடைய கரம் குறுகி இருக்கிறதா? கர்த்தரை நம்பியிரு. அவருடைய வார்த்தை நிச்சயமானது" என்று சொன்னவுடன், "நான் இளைஞனாயிருந்தேன், முதிர் வயதுள்ளவனுமானேன். ஆனால் நீதிமான் கைவிடப் பட்டதையும், அவன் சந்ததி அப்பத்துக்கு இரந்து திரிகிறதையும் நான் காணவில்லை" என்ற வாசகத்தையும் சொன்னார். (ப 76)

அரிச்சந்திரனுடைய மூத்த மகள் மற்ற குழந்தைகளைக் கட்டுப்கோப்புடன் வளர்க்கிறாள். அவள் திருமணமாகிச் சென்றவுடன் பாஷ்கார், கல்லூரிப் படித்தவர் வாழ்க்கைப் பற்றியும், கிறித்துவ மதத்தைப் பற்றியும், சகுணாவிற்கு போதிக் கிறார். அவர்கள் இருவரும் தனியாக இருந்த சமயங்களில் கொஞ்சம் கொஞ்சமாக அவளுக்கு வாழ்வின் பல வெளிச் சங்களைக் காட்டுகிறார். காட்டில் மரங்களில் ஆழமாக பெயர் களை வெட்டுவது எதற்காக? அதன் உள்ளாசை என்ன? நித்தியம்தான் தொடர்ந்து முடிந்தவரை பணிகளை இடை விடாது செய்ய வேண்டியது கடமை என அழுத்தமாகக் கூறு கிறார். (ப.105)

பல நல்ல நூல்களை சருணாவிற்குக் காட்டிக் கொடுக்கிறார். அவர் இறந்தபின் - இந்தக் கதைகளின் சோகம் எல்லோரும் திடீர் திடீரென்று நோய்வாய்ப்பட்டு அல்லது பேதி கண்டு சிறுவயதில் இறந்து விடுகிறார்கள். மருத்துவப்படிப்பும், உதவியும் சரியாகவே இல்லை. பாஷ்கார் தன்னை ஒரு தேர்ந்த பிராமணனாகவும், தேசியவாதியாகவும் இந்தியாவின் முன்னேற்றத்திற்காக பாடுபடுவருபவருமாகவே கருதி வந்தார் என்பதும் இங்கு மிக முக்கியமான செய்தியாகும்.

பாஷ்காரின் உடல்நிலை மோசமாகும் போது தேக சௌக்கியத்திற்காக இடம் மாறுவது உசிதம் என நினைக்கிறார். விஷ்ராம்பூர் என்னும் கிறித்துவர்களின் குடியிருப்பிற்குப் போகிறார்கள். அங்கு முழுவதுமான கிறித்துவ மணம் வீசுகிறது. எங்கும் எல்லோரும் கிறித்துவத்துடன் தொடர்புடையவர்கள். அவர்களுடைய அப்பா, பாஷ்கார் இவர்கள் மேலுள்ள மரியாதை நிமித்தம் காரணமாக, நல்ல மரியாதை இவர்களுக்குக் கிடைக்கிறது.

முதலில் கிறித்துவ ஆலயம். முதலில் சிரித்த முகத்தினுடனிருந்த நாட்டுப் பாதிரியார், அவர் சற்று விலகி இடங்கொடுத்தார்.

உடனே வெள்ளைக்கார பாதிரியும், அவர் மனைவியும் வந்து சேர்ந்தார்கள். ஜனங்கள் பக்தி விநயமாயும், பெருந்தன்மையாயும் இருந்தார்கள். "ஆராதனை முடிந்து எல்லா ஜனமும் ஒன்றுபோல் எழுந்து நின்று 'சலாம் அப்பா! சலாம் மம்மா!' என்று ஏகமாகக் கூவினார்கள். காலைதோறும் வெள்ளைக்கார பாதிரியாரையும் அவர் மனைவியையும் இப்படி சலாம் பண்ணுவது வழக்கமாயிருந்தது" (ப.116) ஊரிலே எல் லோரும் கிறித்துவர்களாயிருக்கிறார்கள்.

அந்த ஊரே கண்ணுக்கு எவ்வளவு சந்தோஷத்தைக் கொடுத்தது! அது எக்காலத்திலும் அதிசயமான இடந்தான், பால் தேவையானால் பால்காரன் மத்தேயுவின் வீட்டுக்கோட வேண்டியது. உடனே மத்தேயு தன் பசுவுடன் வந்து, பல்லைக் கட்டி ஒரு சலாம் பண்ணுவான். வண்டி வேண்டுமா, பவுல் இருக்கிறான். லூக்காவும் யோவானும் உங்களுக்கு வேலை யாளாகக்கூடும். காட்டு வேலைக்குப் போகும் மோசேயும் ஆபிரகாமும் உங்களுக்கு வழிகாட்டுவார்கள். சாராளும் நகா மியும் தங்கள் நக்கலையில் பிள்ளைகளை இடுக்கிக் கொண்டு உங்களை சலாம் பண்ணுவார்கள். எப்பக்கத்திலும் வேதப் பேருள்ளவர்களால் சூழப்பட்டிருக்கிறதைக் காணலாம். இனி நாம் சந்திக்கும் முற்பிதா யார்? தீர்க்கதரிசி எவர்? தீர்க்கதரிசியின் புத்திரி எவன் என்று அதிசயப்பட்டுக் கொண்டுதான் போவாய்". (ப.116-117) குழந்தைகள் கூடி "கர்த்தா என் காவலாளரே குறைச்சல் எனக்கில்லையே" எனப்பாடும் சத்தம் கேட்கிறது.

பொதுவாக ஐரோப்பியர்கள் கனிவுடனும் மரியாதை யுடனும் நடத்து கொண்டாலும், சிலர் இந்தியர்கள் உதவிக் காகவே தங்களிடம் வருவதாக எண்ணிக் கொள்கிறார்கள். அப்படி ஒரு துரை தங்களைச் சரியாக நடத்தாத போது சகுணா மனம் வெதும்பிப் போகிறாள். ராதாபாய் அதற்குப் பதிலாக,

"அவர்கள் உன்னை சிநேகிதியைப் போல நடத்தும்படி நீ எப்படி எதிர்பார்க்கலாம் உனக்கு வித்தியாசம் தெரிகிறதில்லையா? அவர்கள் வெள்ளையாயிருக்கிறார்கள். நீ கறுப் பல்லவா? அவர்கள் எவ்வளவு பட்சம் காட்டினதற்கே நாம் நன்றியுள்ளவர் களாய் இருக்க வேண்டும்" என்றாள். (ப. 120)

மதப்பிரச்சாரம் செய்யப்போகும் மிஷனரிகளுடனும் சகுணா செல்ல நேரிடுகிறது. அவர்களிடமிருந்து பல செய்திகள் தெரிய வருகின்றன. இப்போதெல்லாம் துரைசாணிகள் சீமையிலிருந்து வரும் உடுப்புகளைத் தருகிறதில்லை. முன்பெல் லாம் பிள்ளைக்கு வியாதி வந்தால் துரைசாணி வீட்டிலிருந்து ரொட்டி, கஞ்சி, காப்பு எல்லாம் அனுப்புவார்கள். இந்தக் காலத்தில் உன் பிள்ளை சாகட்டுமேன், துரைசாணிக்குக் கவலையில்லை; மூச்சுப் பேச்சுக்கூட இராது. (ப.128)

பாஷ்காரின் மரணத்திற்குப் பின் சகுணா மேல்படிப் பிற்காக ஐரோப்பிய மிஷிகளிடம் விடப்படுகிறாள். அங்கும் தன்மையும் வைராக்கியமும் உடையவர்களும், இந்தியர்களைத் தாழ்வாக நினைப்பவர்களும் இருக்கிறார்கள். அவர்களில் ஒருவரிடம் சகுணா கடும் கோபம் கொண்டு ஏன் இவ்வாறு இருக்கிறீர்கள்? "நாங்கள் மதப்பிரசாரம் செய்தாலும் பிராம ணர்கள். நீங்கள் உங்கள் நாட்டில் சாதாரண சூத்திரர்கள்தானே" (ப.143) என்கிறாள்.

கிறித்துவ சமய ஈடுபாடு என்பது அதன் சடங்களுக்கு மேலும் உள்ளது என்பதை சகுணா அவர்களுக்குப் புரிய வைக்கிறாள். வைத்தியப்படிப்பு இங்கிலாந்தில் இல்லையென் றான பிறகு இங்கேயே ஒரு நகரத்தில் (சென்னை என்று குறிப்பிடப்பட வில்லை.) படிக்க ரயில் வண்டியில் தனியாக விரைகிறாள். அவளைக் கூட்டிக் கொண்டு போய் ஒரு வருடத் திற்கு மேல் கரிசனையுடன் தந்தைபோலக் காப்பாற்றும் பெரிய வரும், போல கடுமையான எதிர்ப்புக்கிடையில் மதம் மாறியவர். மிகவும் அன்புடன் அவளை வழிநடத்துகிறார். ஆனால் கடுமை யான முதலாண்டு படிப்பு, அவளுக்கு தீராத நோயைக் கொடுத்து படிப்பை நிறுத்த முடிவாகிறது.

தனக்கு மிகவும் நேசமான மருத்துவப் படிப்பும், கிறித்துவ மதப் பிரசாரமும், கிட்டாமல் போகும்போது சகுணா நிலை குலைகிறாள். தான் வாழ்வில் எடுத்துக்கொண்ட இரண்டு முக்கியக் குறிக்கோள்களும் நிறைவேறாமல் போக, முக்கிய முடிவாக தான் தங்கியிருந்த பெரியவரின் மகனைத் திருமணம் செய்து கொள்ள விழைகிறாள். பாஷ்கார் இதற்கு ஆசி செய்வதைப்போல காட்சியும் காண்கிறாள்.

கதை முழுக்க சகுணா சொல்வதாய் அமைவதால் சகுணாவின் வலிமையான விவாதங்கள் ஆசிரியரின் விவாதங்களாக அமைகின்றன. தொடர்ந்து கிறித்துவ இந்து மதவாத பிரதிவாதங்கள் முன்வைக்கப்படுகின்றன. முடிவில் தனக்கு வரப்போகிறவர் கிறித்துவ மதத்தை நாடாத ஒருவரை மிகவும் சிலாகித்துப் பேசுவதை சகுணாவால் ஏற்றுக் கொள்ள முடியவில்லை. கிறித்துவர் இல்லாதவரை ஏற்றுக் கொள்வது எப்படி சாத்தியம்? இதுதான் சகுணாவின் கடைசிச் சோதனையாக இருக்கிறது. முதலிலிருந்து இன்றுவரை தன் வாழ்க்கையில் நடந்து வந்த பாதையை கூர்ந்து பார்க்கிறாள். கடைசியில் விவாதத்திற்கான தீர்வு மனத்தேடலுக்குப் பின் வருகிறது அவளிடமிருந்து நீண்ட மனத்தேடலுக்குப் அவனிடமிருந்தே இதற்கான பதில் வருகிறது.

"கிறிஸ்துவின் சொற்சக்தியும், போதனையும் அவருடைய தெய்வீகத்தைப் பற்றி சந்தேகிக்கிறவர்களையும், அவருடைய போதனைகளை அசட்டை செய்கிறவர்களையும் தொடமாட்டாதா? ஆம் ஜீவனை அளிக்கும் அவருடைய சத்துவமானது தன்னை வெறுத்து. தேவகரத்தின் ஆதரவைத் தேடும் ஒவ்வொரு ஆத்துமாவாலும் உணர்ந்து கொள்ளப்படுகிறது. அப்படிப்பட்ட ஆட்கள் மற்றவர்களை விட தாழ்ந்தவர்களல்லவே" (ப.216)

இந்தப் பதில் சகுணாவிற்கு ஏற்புடையதால்தான் கிறித்துவம் என்னும் உன்னதத்திற்குப் போக இவர் துணையிருப்பார் என்ற எண்ணத்துடன், "இப்போதும் இனிமேல் எப்பொழுதும் நான் உம்முடையவன்" என்று கூற கதை முடிகிறது.

பலமொழிகள் பேசும் மக்கள் கூட்டத்திற்கு மொழி பெயர்ப்பு புதிதல்ல, தொல்காப்பியத்திலேயே மொழிபெயர்ப்பு பற்றிய குறிப்பு உள்ளது. தமிழ்நாட்டில் கடந்த ஆயிரம் ஆண்டுகளில் மட்டும் பல்வேறு பிறமொழி ஆளுமைகள் ஏற்பட்

டிருக்கின்றன. சமஸ்கிருதம், தெலுங்கு, கன்னடம், மராத்தி, உருது தவிர பிறநாட்டு மொழிகளும் இதில் அடக்கம். இம் மொழி ஊடாடங்களின் விளைவாக பண்பாட்டுக் கூறுகளிலும், வாழ்க்கை முறைமைகளிலும் கலப்பும் அதனாலேயே ஒரு பொதுத்தன்மையும் ஏற்பட வாய்ப்புண்டு எனலாம்.

இந்நூலின் ஆசிரியர் கிருபாபாய் சத்தியநாதன் மராத்தியைத் தாய் மொழியாய் கொண்டிருந்தும், பல்வேறு பிரதேசங்களில் வாழ்ந்து வந்ததாலும், முக்கியமாக ஆங்கிலத்தில் நல்ல தேர்ச்சியும் செவ்விலக்கியங்களில் ஞானமும் உடையவராயிருந்ததாலும் இந்தியர்களைப் பற்றிய ஆங்கில நாவல்களை எழுத முடிந்தது. இந்நாவல்கள் சென்னை கிறித்துவக் கல்லூரி இதழ்களில் தொடர்களாக வெளிவந்ததும், பின் சென்னையிலேயே நூல்களாக வெளியிடப்பட்டதும் இந்நூல்களுக்கு தமிழ் நாட்டில் நல்ல வரவேற்பு இருந்ததும் முக்கியச் செய்திகளாகும். மகாராஷ்டிரத்தில் மேற்குத் தக்காணத்தில் இக்கதைகள் நடைபெறுவதாகக் காட்டப்பட்டிருந்தாலும், முக்கியமானவைகளாக சிவகங்கை என்னும் கற்பனை நகரம் எடுத்தாளப்பட்டிருக்கிறது. அது புராதனமாகவும், அதிகமான மேற்கத்திய நாகரிகத்தை ஏற்றுக் கொள்ளாத நகரமாகவும் உருவாக்கப்பட்டிருக்கிறது. மேற்குத் தக்காணத்தில் கதை மாந்தர்கள் வாழ்வதாகக் காட்டப்படுகிறார்கள். அவர்கள் மராத்தியில் பேசும் வழக்கு, கதையில் ஓரிரு இடங்களில் வெளிப்படுகிறது. இருந்தும், இதில் ஒரு பொதுவான தென்னிந்திய வாழ்க்கை முறையைத் தெளிவாகப் படம் பிடித்துக் காட்டப்படுவதினால், வாசிப்புக்கு ஆங்கில மூலங்களே தமிழர்களுக்கு மிகவும் ஏற்றதாயும் புரிதலில் எந்தவிதப் பிரச்சினை இல்லாமலும் போகிறது. இத்தகைய காரணங்களே, இந்நூல்கள் வெளிவந்த இரண்டு ஆண்டுகளுக்குள்ளேயே தமிழில் மொழியாக்கம் செய்யப்படுவதற்கான உடனடிக் காரணங்களாக இருந்திருக்க வேண்டும்.

1577இல் தமிழில் முதல் அச்சுநூல் வெளிவந்தது. தம்பிரான் வணக்கம் என்னும் இந்நூல் ஒரு மொழிபெயர்ப்பு நூலே. தொடர்ந்து மொழிபெயர்ப்பு நூல்கள் ஆயிரக்கணக்கில் எல்லாத் துறைகளிலும் வெளிவந்துள்ளன. தமிழிலிருந்து பண்டைய தமிழ் இலக்கியங்களும், மதக் கோட்பாடுகளும் ஆங்கிலத்திற்கு மாற்றம் செய்யப்பட்டது போல, ஆங்கிலத்திலிருந்து மதக் கோட்பாடுகளும், முக்கியமான விவிலியமும், எல்லா

செவ் விலக்கியங்களும் தமிழுக்கு வந்திருக்கின்றன. இந்த அளவில் 1896இல் கிருபாபாயின் நூல்கள் கமலா, சகுணா புதினங்களின் மொழிபெயர்ப்புகள் திருநெல்வேலியிலிருந்து வெளியாகி உள்ளன.

கிறித்துவ இலக்கிய கழகத்தினரால் திரு பால் என்பவர் மொழி பெயர்த்து வெளியிடப்பட்டுள்ள இந்நூல்கள் நல்ல சரளமான நடையில் எழுதப்பட்டுள்ளன. நூறாண்டுகளுக்கு முன் வழக்கத்திலிருந்த சமஸ்கிருதம் கலந்த நெல்லைத் தமிழ்நடையில் மொழியாக்கம் செய்யப்பட்டிருப்பதைக் காணமுடிகிறது. இந்நூல்களில் சொற்பிரயோகங்களும், பயன் பாடுகளும், பெரும்பான்மை இன்று பேசப்படும் நெல்லைத் தமிழ் வழக்கு மொழியைச் சார்ந்திருப்பதாகக் கூறலாம். இருந் தும், ஒரு பழமைத்தன்மை இந்நூல்களுக்கு வேறொரு பரிமா ணத்தை வழங்குவதையும் பார்க்க முடிகிறது.

அநேகமாக மொழிபெயர்ப்பு ஆங்கில நூலை அடியொற் றியே இருக்கிறது. என்றாலும், தமிழுக்கே உரிய சில சொல் லாக்கங்கள் பொருள் கருதி அப்படியே கையாளப் பட்டிருக் கின்றன.

உதாரணங்களாக: செலவாளி (Spend thrift) என்பது ஓட்டைக்கையன் என்றும், பேசாமல் (quietly) என்பது வாய்ப்பூட்டு என்றும், கருப்பு எலிக்குஞ்சே (dark-coloured mouse) என்பது யானைச் சிவப்பியே என்று அவள் (She) என்பது ஓரகத்தி என்றும், பூக்களைப் பறிக்க ஆனால் மற்ற வேலைகளைச் செய்யாமல் (only gather flowers and not to do any work) என்பது புஷ்பம் கொய்யும்படி அவள் கை நீட்டுவாளே தவிர புல்புடுங்க கை நீட்டமாட்டாள் (ப.95) என்றும், நல்ல வேளை வெளியேறினாள் (A good riddance) என்பது தம்பிரான் புண்ணியம் என்றும், எல்லாவகையான தாளங்களும் (Bass, tenar and treble) என்பது ஆதிதாளம், ஏகதாளம், ரூபகதாளம், சாப்புத்தாளம் என்றும் Talents என்னும் ஆங்கில வார்த்தை தாலந்துகளும் எனவும் சுதந்திரமாக மாற்றப் பட்டிருக்கின்றன.

இவை தவிர மற்றபடி கதைப் போக்கிலும், உரையாடல் களிலும் அப்படியே தமிழில் எடுத்தாளப் பட்டிருக்கின்றன.

ஒரு மொழிபெயர்ப்புப் புதினம் படிப்பதைப் போலவே இல்லாமல், நீரோடை ஒழுக்கு போல சரளமாக மொழிபெயர்ப்பு அமைந்துள்ளதைப் பாராட்ட வேண்டும்.

இந்நூல்களைப் பற்றிய விவரங்களை தெரிவித்தவர்கள் அனைவரும் நன்றிக்குரியவர்கள். நூல்கள் வெளியிட அனுமதி வழங்கிய தமிழ்நாடு ஆவணக் காப்பகம், சிறப்பான நன்றிக் குரியது. நூல்களை நல்ல முறையில் வெளியிட்ட மதி நிலையத் தாருக்கும். கிருபாபாய் சத்தியநாதன் அவர்களின் ஓவியம் வரைந்து அற்புதமாக அட்டை வடிவாக்கம் செய்து தந்த திருமருது அவர்களுக்கும், நூல்களைச் சரிபார்த்துக் கொடுத்த திரு ஆர்.வெங்கடேஷ் அவர்களுக்கும் நன்றி பாராட்டக் கடமைப் பட்டிருக்கிறேன்.

-ஆர்.ராஜகோபாலன்

திருவல்லிக்கேணி
சென்னை
10.08.2002

முகவுரை

இந்த நூலை எழுதின கிருபை சத்தியநாதன் அம்மாள் சகுணா என்னும் செல்லப்பேரைத் தனக்குச் சூட்டிக்கொண்டு, தன் குடும்ப வரலாற்றையும், தன் சுய சரித்திரத்தையும் இதில் எழுதிப் பிரசித்தப் படுத்தியிருப்பதால், இவளுடைய ஜீவிய சரித்திரத்தைப் பற்றிய சுருக்கம் அவசரமில்லை.

கிருபை அம்மாள் முப்பத்துமூன்று வயதுடையவளாய் 1894 ஆகஸ்டு மீ 8-ஆம் தேதியில் கிறிஸ்துவுக்குள் நித்திரை யடைந்தாள். அவள் மரிப்பதற்குச் சிலகாலத்துக்கு முன் "என் மரணத்துக்குப் பின்பு என்னை அன்போடு நினைத்துக்கொள்ள வேண்டும்" என்று தன் சிநேகிதி ஒருத்திக்கு எழுதினாள். அவளுடைய ஜீவியமும் மரணமும். இப்போது அவளை நினைவு கூரும்படி எழுதிய பிரபந்தத்தால் நமக்கு முன்வைக்கப்படுகிறது.

கிருபையம்மாள் சுதேச ஸ்திரீகளுக்குப் பொதுவாகவும், கிறிஸ்தவ ஸ்திரீகளுக்கு விசேஷமாகவும், நல்ல மாதிரியை வைத்துப் போயிருக்கிறாள். இவளிடத்தில் விளங்கிய நியாய மான தைரியம், நேர்மை, பாசாங்கின்மை, கல்விவாஞ்சை, சுறு சுறுப்பு முதலியவை புகழப்படத்தக்கவைதான். அதுவன்றி கிறிஸ்துவின் தெய்விகத்தைப் பற்றிய நிலவரமும், அவர் பேரிலிருந்த தொந்தமும், ஸ்திரீ ஜாதிகள் பேரிலிருந்த அவளது அபிமானமும், ஆச்சரியமாயிருக்கிறது.

இவள் ஜீவியம் முழுவதும், பிரபஞ்சத்தைக் கவனிப்பதும், அதன் மூலமாய் மனதைப் பரவசப்படுத்தி ஆனந்திப்பதுமாக விளங்குகிறது. மெல்லிய முகிலும், அந்திநேரத்து அழகிய வெயி லும், மேகமந்தாரமும், சூரியபிரகாசமும் எல்லாம் ஓரோர் தியானத்துக்கு அவளை ஏவினது என்று அறிகிறோம். ஒரு கிறிஸ்தவளின் ஜீவியத்துக்கு இது இன்பமான மாதிரி என்பதை யார்தான் ஆட்சேபிக்கலாம்.

எழுத்துச் சிறப்பில் கிருபையம்மாள் அரிய வரம் பெற்றி ருந்தாள். சகுணா என்ற இந்தப் பிரபந்தத்தை நமது மாட்சிமை தங்கிய காருண்ணிய சக்கரவர்த்தினியாகிய விக்டோரியா ராணியார் ஆவலுடன் வாசித்து, அகமகிழ்ந்து, கிருபையம்மாள் எழுதும் வேறு பிரபந்தங்களையும், தமக்கு அனுப்புவிக்க வேண்டுமென்று கிருபை கூர்ந்து கட்டளையிட்டனர்.

கிறிஸ்துவின் தெய்விகத்தையும் அவசியத்தையும் குறித்து கிருபையம்மாள் ஒருநாள் தன் உணர்ச்சியில் சொன்ன வாசகம் கவனிக்கப்படத்தக்கது. "சந்மார்க்கமான நடக்கை விஷயத்தில் நீ அவருடைய நடத்துதலை ஒப்புக்கொண்டால், அவர் தமக்குப் பாத்தியப்படுத்திப் பேசுகிற சத்தியத்தையும் நீ ஒப்புக்கொள்ளக் கடமைப்பட்டவனாயிருக்கிறாய்; அதாவது அவர் தெய்விகப் போதகரும் லோக இரட்சகருமாயிருக்கிறார் என்பதை" என்று எழுதுகிறாள். இந்தச் சத்தியத்தை ஒவ்வொரு இருதயமும் கவர்ந்து கொள்ளவேண்டியது.

கிருபையம்மாள் இப்பிரபந்தத்தின் கடைசியில், 'அந் நியன்' என்று சொல்லும் ஒரு வித்வ சிரோமணியை சென்னை யில் மணம் புரிந்து, சிலகாலம் அவருடன் வாழ்ந்து, தன் புத்ரி யைத் தனக்கு முன் மோட்சலோகத்துகனுப்பிவிட்டு, இந்திய ஸ்திரீகளுக்கென்று சில பிரபந்தங்களை எழுதி முடித்து, அகால மரண நதிவழியாய் நித்தியத்துக்குள் பிரவேசித்தாள்.

கிருபையம்மாள் 'கமலம்' என்ற நூலால் இந்துக்களின் குடும்ப ஜீவியத்தை விளக்கிக் காட்டினதுபோல, இந்த நூலால் தன் குடும்ப சரிதையைக் கொண்டு, கிறிஸ்தவ குடும்ப ஜீவியத்தை வெளியிடுகிறாள். இக்காலத்தில் இப்படிப்பட்ட ஜீவிய முள்ள கிறிஸ்தவ குடும்பம் அதிகமில்லாவிடினும், இம்மாதிரி ஜீவியத்தை நாடும்படி இந்த நூல் உதவி செய்யுமென்று நம்புகிறோம்.

இதில் நாம் இங்கிலிஷிலுள்ள வாசகங்களையும் கருத்துகளையும் அழிக்காமலும் மாற்றாமலுமிருக்கவும், நூலாசிரியரின் வசன ஆழங்களையும், போதனா சூட்சங் களையும், சொற்சுவைகளையும் கூடியவரையில் அப்படியே தமிழில் ஒப்புவிக்கவும் நம்மாலியன்ற மட்டும் பிரயாசப்பட் டோம்.

கிருபையம்மாள் இந்த நூலின் கடைசியில் சொல்லும் ஒரு உணர்ச்சியுள்ள வாசகம் நமது விசேஷித்த கவனத்திலிருக்க வேண்டியது. "அந்தகாரம் வரட்டும்; இவ்வையகமே என் கண்ணை விட்டு மறைந்துபோகட்டும்; அந்தகாரமும் இரவும் நம்மைப் பயப்படுத்த மாட்டாது. கிறிஸ்து நம்முடையவர். தேவனும் நம்முடையவர். மோட்சமும் நம்முடையது. நம்முடைய ஜீவியமானது நிறைவும் சந்தோஷமுமான ஒரே கீதம் போலிருக்கும்," என்கிறாள். ஒவ்வொரு கிறிஸ்தவர்களின் குடும்ப ஜீவியமும் இப்படியிருந்தால் எவ்வளவு பாக்கியமாயிருக்கும்!

S. PAUL

Sachiapuram
North Tinnevelly
September 1898

பொருள் அட்டவணை

அதி	பக்கம்
1. பால்ய வரலாறுகள்	01
2. பெற்றோரின் பூர்வோத்தாம்	16
3. தகப்பனாரின் மார்க்க ஆராய்ச்சி	41
4. தகப்பனார் கிறிஸ்தவரானது, ஊழியம், மரணம்	63
5. மலையிலிருந்த வீடு, சகோதரர், சிநேகிதர், பாஷ்காரின் வியாதி	89
6. வியாதிக்காக இடம் மாறுதல்	119
7. பாஷ்கார் மரணம், துரைசானிகளுடன் சஞ்சரித்தல், காட்டில் விருந்துக்குப் போது	156
8. கல்விச்சாலை சேருதல். வைத்திய துரைசானி	184
9. முடிவுரை - சென்னை வைத்தியசாலையில் கல்வி கற்றது, கலியாண உறுதிப்பாடு	218

சகுணா
(ஒரு சுதேச கிறிஸ்தவ வீட்டு ஜீவியம்]

1. அதிகாரம்
பால்ய வரலாறுகள்

பின்வரும் பக்கங்களில், நான் என் மனோதோற்றத்தின்படி, ஒரு இந்திய பெண்ணின் உத்தம சரித்திரத்தையும் அவளுடைய கருத்துகள் அநுபோகங்களையும், அவளுக்குக் கிடைத்த நூதன முயற்சிகளாலுண்டான புதிய சீர்நிருவாகங்களையும் சொல்லப் போகிறேன். இந்த நூதன ஏதுக்கள் இக்காலத்தில் ஏற்றத்தாழ்வாக இத்தேசத்தின் எல்லா ஸ்தானங்களிலும் பரப்பிவருகின்றன.

நான் பதினான்கு பிள்ளைகளுள்ள ஒரு குடும்பத்தைச் சேர்ந்தவள்; என் தாய், தந்தையர் பிராமண குலத்திலிருந்து கிறிஸ்து சமயத்தை அநுசரித்தவர்கள். எனது தந்தை நான் சிறு பிராயமாயிருக்கும்போதே ஜீவித்துப் போனதால், நாங்கள் மார்க்க விஷயத்தில் மகா பிடிவாதமுள்ள எங்கள் தாயாரின் சம்ரட்சணைக்குள்ளிருந்தோம். அவளுடைய பிடிவாதமானது, தான் ஏற்றுக்கொண்ட நூதன சமயத்தில் உறுதியாயிருந்தாலும், பழைய இந்துமத எண்ணங்கள், முற்றிலுமாய் அவளைவிட்டு அகன்றுவிடவில்லை.

என் மூத்த சகோதரிகள் மூவருக்கும் நான் பிறக்கு முன்னமே விவாகமாகிவிட்டதால், அவரவர் தம் தம் வீட்டு வாழ்வில் நிலைத்திருந்தார்கள். நான் எங்கள் குடும்பத்தில் கடைக்குட்டியானதால், வேறு நான்கு அண்ணன்மாரோடு ஒற்றைப் பெண்ணாயிருந்தேன். என் அக்காள்மாரைப் பற்றி எனக்கு நன்றாய்த் தெரியாது; அவர்கள் சமையா சமையங்களில் வந்துபோயிருப்பார்கள். அவர்கள்முன் நான் சற்று நாணிக் கோணித் தானிருப்பேன்; அவர்களுடைய பிள்ளைகளில் சிலருங்கூட எனக்கு மூத்திருந்தார்கள்.

எப்படியும் அவர்களில் ஒரு சகோதரி அதிகக்காலம் வீட்டிலிருந்து எங்களுடைய பாலிய படிப்பைக் கவனித்து வந்தாள். அவள் எங்களை அடக்கி ஆண்டுவந்தாள்; எங்கள் குணங்களைத் திருத்திச் சீர்ப்படுத்தும்படி அவள் செய்த பிரயத்தனம் கொஞ்சமல்ல. அவளுக்கு நாங்கள் எவ்வளவு

கடன்பட்டவர்கள் என்பதை மதித்து முடியாது. அவளுடன் நன்றாகப் பழகினவர்கள், அவளுடைய நல்நடக்கையின் அழகையும், கல்வித் திறமையையும் இன்ப சுபாவத்தையும், பக்தி விநயத்தையும், சொற்சக்தியின் வலிமையையும் குறித்து நற்சாட்சி கொடுக்கிறார்கள். அமர்ந்த குணமும், பெருந் தன்மையும், பாசமுமுள்ள ஒரு பிரபு ஸ்திரீ போல அவள் எங்கள் மத்தியில் உட்கார்ந்திருக்கிற பாவனை அடிக்கடி என் மனதில் சொப்பனம்போல கடந்துபோகிறது.

அவள் அருகில் உட்கார்ந்து கொள்ளவும், கூடுமானால் அவளுடைய தாவணியின் நுனியைப் பிடித்துக்கொண்டிருக்கவும் இடங்கிடைக்குமானால், அதைப்போல பெருமையும் சந்தோஷமும் வேறில்லை என்கிற எண்ணம் எங்களுக்கிருந்தது. அவள் தன் குயில் குரலோடும், கபடமற்ற கனிவோடும், பெத்லகேமின் நட்சத்திரத்தையும், கீழ்திசை சாஸ்திரிகளையும், இன்னும் வேதத்திலுள்ள பல இன்பமான வரலாறுகளையும் எங்களுக்குச் சொல்லி வருவாள். அவள் இந்தச் சரிதைகளைச் சிறப்பித்து, இளைஞருடைய மனதுக்கேற்ற இன்ப அலங்காரமான வார்த்தைகளால் போதித்துச் சொல்லும்போது, அந்தந்தக் காரியங்கள் அப்போதுதான் நடக்கிறது போல் எங்கள் மனதில் விளங்கி, நாங்கள் மெய்மறந்து, அவள் வாயை, கண்தட்டி விழியாமல் பார்த்துக் கொண்டிருப்போம்.

ஒவ்வொரு சரித்திரமும் எங்கள் மனதில் பதிந்து, இருதயம் மகிழ்ச்சியால் பூரிக்கும்போது. அந்தி மயங்கி ஒருவர் முகம் ஒருவருக்குத் தெரியாமல் இருட்டிப் போகும். என்னுடைய குழந்தைப்பிராயத்தை அடுத்த பல சங்கதிகளில் இது ஒன்று, மற்றைய விஷயங்களெல்லாம், சொப்பனங்கண்டு மறந்தாற் போல என் மனதைவிட்டுப்போயிற்று; அவைகளை இப்போது நினைத்துப் பார்த்தாலும், என் குழந்தைப் பிராயத்துச் சங்கதிகள் எவ்வளவு கலவரப்பட்டது போலிருந்தாலும், இந்த வயதில் நடக்கும் நிச்சயமான சம்பவங்களின் மத்தியில் அப்பூர்வ சம்பவங்கள் சந்திர இரவின் நிழல்போல் மனதில் மங்கலாய்க் கடந்து போகிறதுமுண்டு; அநேக ஆண்டுகள் சென்று போனபோதிலும், ஒரு சகோதரியின் முழங்காலண்டை நாங்கள் உட்கார்ந்திருந்ததும், அவளுடைய மலர்ந்த முகமும், புன்ன கைப்பும், கரிசனையுள்ள கண்களும், மெல்லிய குரலுக்கூடே விளங்கின, அவளுடைய மௌன ஸ்திதியும், வேளா வேளை களில் தொனித்த அவளுடைய தீர்க்க வாசகங்களும், எங்கள்

வீட்டு ஜன்னல் பக்கத்திலிருந்த பூச்செடிகளுக்கும், மர இலைக ளுக்கும் இடையில்கேட்ட காற்றின் இரைச்சலும், வெட்டி வெட்டி வீசின நட்சத்திரங்களின் வெளிச்சமும் என் மனதில் இன்னும் அழிந்துபோகவில்லை.

அப்பாலுள்ள என் பிந்திய காலத்தில், நான் வயசிலும் வளர்த்தியிலும் எனக்கு ஏறக்குறைய சமம்போல விளங்கின சகோதரரோடு சஞ்சரித்ததும், அவர்களுடன் கூவிக் குதித்து விளையாடினதும், அவர்கள் பள்ளிப்பாடங்களை நானும் படித்து வந்ததும், அவர்கள் ஏதேதை கைதொட்டுச் செய்து வந்தார்களோ அதிலெல்லாம் நானும் அவர்களுடன் கூடிச் செய்து வந்ததுமான சங்கதிகள் என் ஞாபகத்தில் வருகின்றன. என் விஷயத்தில் இவையெல்லாம் வருத்தமாயிருந்தது; ஏனெ னில் அவர்கள் செய்கிற பிரகாரம் எனக்கு ஏதாவதொன்று செய்யத் தெரியாதே போனால், அவர்கள் என்னை அவ் வேலைக்கு உதவாதவள் என்று குறை சொல்லி, தங்களை விட்டுத் துரத்திவிடுவார்கள்.

எப்படியும் எங்களுடைய மூத்த சகோதரரில் ஒருவன், சமர்த்தன் என்று எங்களெல்லாராலும் மதிக்கப்பட்டு எங்களி டத்தில் அதிக மரியாதை பெற்றுவந்தார். அவர் திறமஸ்தனும், தம்மட்டில் அறிவாளியுமாயிருந்து, எங்கள் வீட்டுக்கு வந்து போயிருப்பவர்களை உபசரித்து, சம்பாஷித்து, குடும்பத் துக்குரிய கடிதப்போக்குகளை நடத்த, ஓய்வுநாள் பாடங்களை எங்களுக்குப் படிப்பித்து, எங்கள் ஒழுக்கங்களைக் கவனித்து, எங்களை நடத்திவந்தார்.

அவரைப்பற்றிய பயம் எங்கள் மனதிலிருந்தது; அவர் எப்போதாவது எங்களிலொருவரைத் தம்முடன் உலாவ வரும் படிக் கூப்பிட நேரிட்டால், அதை ஒரு பெருமைபோல எண்ணி வந்தோம். அவர், தாம் உட்கார்ந்து வாசிக்கும் அறைக்குள் வர எனக்கு இடங்கொடுப்பார்; சிலதரம், வெளியே போ. இங்கு வராதே என்று தடுப்பார்; என் சகோதரரில் யாராவது என்னை இம்சையாய்ப் பேசி நடத்துகிறதைக் கண்டால், அவர்களை உடனே அதட்டி, அது சரியல்ல. அப்படிச் செய்வது யோக் கிதையல்ல என்று எச்சரிப்பார்.

நாள் ஆக, ஆக என் இளைய அண்ணன்மாருடைய சங்காத்தம் எனக்கு அவ்வளவு பிடியாததால், என்னால் கூடிய மட்டும். மூத்த அண்ணாட்சியின் அறையிலிருந்து காலத்தைக் கழிக்கும்படியாகத்தான் ஆசைப்பட்டு வந்தேன். கூச்சலிட்டு,

குதித்து விளையாடுவதில் எனக்குப் பிரியம் குறைந்துவிட்டது, நான் என் மூத்த அண்ணாட்சிக்குப் பல வகையில் உதவிசெய்து, அவருக்கு ஒரு ஏவல் தோழி போலிருந்தேன்.

அவர் கல்வி விஷயத்தில் என் மனதை ஏவி, இன்னின்ன புஸ்தகங்களை நீ வாசிக்கவேண்டும் என்று காண்பித்து, பேர்ப் பிரஸ்தாபமான பலருடைய சரித்திரங்களையும், வீரசூரரான பலருடைய வரலாறுகளையும், தேசாபிமானிகளும், தத்துவ ஞானிகளுமான பலருடைய சங்கதிகளையும், கிரேக்கை, ரோமை தேசத்து சரித்திரக் குறிப்புகளையும் சொல்லிவைத்து, என் மனதிலே அநேக நூதன கருத்துளை நிரப்பினார்.

அவர் எப்போதும் வாசித்துக்கொண்டேயிருப்பார்; நான் அவர் பக்கத்தில். என் மடியில் ஒரு புஸ்தகத்தை வைத்து வாசித்துக் கொண்டிருப்பேன்; அப்போதவர் இடைக்கிடையே தாம் வாசித்த விநோத சரிதைகளின் குறிப்புகளைச் சொல்லி அதன் மூலமாய்ச் சன்மார்க்கத்துக் கேதுவான நல்ல போதனைகளையும் புத்திகளையும் எடுத்துச் சொல்லி உணர்த்துவார். என் அண்ணாட்சி அளவில் வளர்ந்து அழகில் சிறந்து, பூரண அனலும் ஊக்கமுமுடையவராயிருப்பார், தான் வளர வளர அவருடைய பெருந்தன்மையையும் ஆழ்ந்த பக்தியையும் அறிந்துகொண் டேன்.

என்னுடைய மற்ற அண்ணன்மார் என்பேரில் அதிகப் பொறாமைப் பட்டார்கள்; ஆனால், அப்போது நான் ஒற்றைப் பெண்ணாயிருந்ததால், அவர்கள் பொறாமையால் எனக்கு யாதொரு நஷ்டமும் உண்டாகவில்லை. அவர்கள் ஒளிந்துவந்து என்னை எட்டிப்பார்த்து, என் கையில் ஒரு பெரிய புஸ்தகமிருப்பதையும், நான் ஏதோ கவனமாய் யோசிக்கிறதையும் கவனித்துக் கொல்லென்று நகைத்து, தங்கச்சியம்மாள் இப் போது அகராதியைப் பார்த்து வாசிக்கப் படிக்கிறாள் என்று சொல்லுவார்கள்.

என் தாயார் தன் போங்கின்படி நல்லவளானாலும், நான் பெண்டுகளுக்கு உதவாத படிப்பைப் படித்துச் சுயாதீனமாய் வளர்ந்தால் முற்றிலும் கெட்டுப் போவேன் என்று நினைத்து வந்தாள். நான் ஒருக்காலும் விரும்பாத சமையல் வேலைகளில் தனக்கு உதவிசெய்ய வரும்படிக் கூப்பிட்டு, "என்ன பிள்ளை நீ புஸ்தகம், புஸ்தகமென்று மண்டையைக் கொடுக்கிறாயே. பெண்ணுக்குப் படிப்பென்னத்துக்கு? பெண்டுகள் பள்ளிக்கூடம் அடுப்பாங்கரைதானே; எத்தனை படித்தும், கடைசியாகப்

பெண்டுகள் அடுப்பாங்கட்டியைத்தானே முட்ட வேண்டும்" என்று சொன்னாள்.

நான் எப்போதாவது தீட்டிப் புடைத்து, தூர்த்து மெழுகி, அரைத்துக் கலக்கி, அடுப்பண்டை அம்மாளோடு அற்ப சொற்ப வேலைகளைச் செய்து கொண்டிருக்கும்போது என் சின்ன அண்ணன்மார் கண்டால், என்னை மேற்கொண்டவர் களைப்போல அகமகிழ்ந்து, சமையற் கட்டண்டை வந்து கொக் கரித்துச் சிரித்து, என்னைச் சாட்டி "அம்மா, அதுதான் சரியான மாதிரி; அவளை அடுப்பண்டை உட்காரப் பண்ணுங்கள்; பெண்ணாகப் பிறந்தால் ஆக்கப் பொரிக்கத்தான் தெரிய வேண்டும். தங்கச்சியம்மாளே! சாப்பாடெல்லாம் தயாராகட்டும்; எல்லாம் தயாரானவுடனே நம்மை வந்து கூப்பிடு" என்பார்கள்.

நான் அவர்களைக் கோபித்து. அவர்கள்மேல் வன்மம் வைத்துக் கொண்டுதானிருந்தேன். பொழுது அஸ்தமித் தவுடனே, என் மூத்த அண்ணாட்சியின் வாசிப்பு அறையில் ஒரு பெரிய குத்துவிளக்கு கொளுத்தி வைத்திருக்கும். மற்றச் சகோதரர் எல்லாரும் அதைச் சுற்றிலும் உட்கார்ந்து கொண்டு, தாங்கள் படிக்க வேண்டிய இலக்கணம், கணக்கு, லத்தீன், பீஜகணிதம் முதலிய பாடங்களைப் படிப்பார்கள். நான் பெரும்பாலும் ஒரு சிலேட்டும் பென்சிலும் வைத்துக்கொண்டு, அவர்கள் பக்கத்தில் உட்கார்ந்து, என்மட்டில் அமைதலாய் ஏதாவதொரு படிப்பைப் படிக்கிறதுபோல பாராட்டிக் கொள்ளுவேன்,

அவர்களுடன் நான் உட்கார்ந்திருப்பது, அவர்களுக்குக் கண்ணுறாவியாயிருக்கும்; நான் பெண்ணானதால், படிப்புக்கும் பெண்ணுக்கும் என்ன சம்பந்தமிருக்கிறதென்று அவர்கள் எப் போதும் வழக்குப் பேசுவதுண்டு; இப்படிப் பலநாள் வழக்குப் பண்ணினபின்பு ஒருநாள் என் தாயாரும் மூத்த சகோதரன் பாஷ்காரும் வந்து, அவள் சும்மா இருந்தால் உங்களுக்கென்ன வருத்தம்? என்று சொன்னதால் அவர்கள் வழக்கு நின்று விட்டது. நான் அங்குமிங்கும் சில சில காரியங்களைப் படித்துக்கொண்டு, என் அண்ணன்மார் செய்யும் கணக்குகளைச் சிலேற்றுப் பலகையில் எழுதி, நானும் அதை என்மட்டில் செய்து வந்ததுடன்; அவர்கள் அன்றாடம் படிக்கும் பாடங்களையும் படித்து வருவேன்.

அவர்களைவிட எப்போதும் நான் அதிகமாய்த்தான் படித்திருப்பேன்; அவர்களுக்கு ஏதாவது பாடத்திலுள்ள வார்த்தைகள் தெரியாமல், அல்லது ஒரு கணக்கு விளங் காமலிருந்தால், நான் உடனே அதை அவர்களுக்குச் சொல்லிக் கொடுப்பேன்; அது அவர்கள் மனதுக்கு அவ்வளவு இன்பமா யிருக்க மாட்டாது. எப்படியும் இந்தவகையாக நான் அவர்கள் பேரிலிருந்த வன்மத்தைத் தீர்த்துக்கொண்டேன்; என்றாலும் அதையெல்லாம் அவர்கள் சட்டை பண்ணவில்லை; நான் அப்படிச் சொல்லிக் கொடுத்தவுடனே, என்னை அவர்கள் அப்பாலே போ என்று பிடித்துத் தள்ளி, "அம்மா! இவள் தொல்லை பொறுக்கக்கூடலையே!" என்று சத்தமிடுவார்கள்.

எங்கள் கோடைகால விடுதலை நாட்களை, நாங்கள் சில தடவை கண்காட்சிக்கேற்ற மலைகளுள்ள டெக்கான் நாட்டில் கழித்ததுண்டு; அவ்விடத்தில் எங்களுக்குச் சொந் தமான ஒரு சின்ன வீடு இருந்தது. இவ்விடத்துக்கு, என் பாலியத்தில் ஒருதடவை போன வரலாறு என் மனதில் நேற்று நடந்ததுபோல அவ்வளவு பரிஷ்காரமாயிருக்கிறது. அந்தப் பயணத்தைப்பற்றி நாங்கள் புறப்படுகிறதற்கு அநேக நாட் களுக்கு முன்னமே பேசிக் கொண்டோம்; இரண்டு மாசத்துக் கப்பால் நடக்கப் போகிறதாயிருந்த அந்தப் பயணம், எங்களுக்கு அதிக தூரமான காலம் போலத் தோன்றிற்று; எங்கள் மனதின் எண்ணமெல்லாம், அந்தப் பயணத்தில் சம்பவிக்கப் போகிற தென்னவென்று கண்டபடி எண்ணுவதிலும் பேசுவதிலும் சென்றது.

இதுதான் எனக்குப் புத்தி தெரிந்தபின் போகும் முதலாம் பயணமாயிருந்தபடியால், என் அண்ணன்மார் அந்த இடத்திலுள்ள மகத்துவங்களையெல்லாம் எனக்குச் சொல்ல ஆத்திரப்பட்டார்கள். அங்கே திராட்சைக்குலைகள் வாய் எட்டும் உயரத்தில் குலைகுலையாய்த் தொங்குமென்றும், கனிகளெல்லாம் மகத்துவ நிறத்துடன் கனிந்து கையெட்டும் தூரத்தில் ஆடும் என்றும், மா, கிச்சிலி, கொய்யா, மாதுளை இவைகள் என்னைப் பறி, என்னைத் தின்னு என்று கூப்பிடுகிறது போலிருக்குமென்றும் பலாப்பழங்கள் பாலகனைப் போல பாதங்களின் கீழ்க் கிடக்குமென்றும் சொல்லி வர்ணிப்பார்கள்; இவ்வளவும் சொல்லி அப்பால் சேட்டைத்தனமாக "ஆனால், உன்னை யாராவது உலாவக் கூட்டிக்கொண்டு போவார் களாக்கும்? அதேது - நீ அம்மாளோடு வீட்டிலிருக்க வேண்டி யதுதான்" என்பார்கள்.

இது என் மனதுக்குச் சொல்ல முடியாத சஞ்சலத்தை உண்டாக்கி, ஏமாந்துபோகச் செய்யும்; என்றாலும் வேண்டாவெறுப்புடன் உன்னையும் கூட்டிக் கொண்டு போகி றோம் என்ற வாக்கையும் அவர்களிடத்தில் பெற்றுக் கொண்டேன். நான் கேள்விப்பட்ட வரலாறுகளனைத்தும், இம்மட்டும் பாராத காட்சிகளுக்கு என்னை ஆயத்தப்படுத்து கிறதாயிருந்தன; ஆனால், தான் அந்த நாட்டுப்புற வீட்டுக்குப் போனபோது உண்டான முதலாம் எண்ணத்தையும் ஆச்சரியத் தையும் என் ஜீவகாலத்தில் மறக்கவே மாட்டேன்.

நான் கண்ட விஸ்தாரமான வனமும், வானமும், தன் தன் மகத்துவத்துடன் தோன்றி எனக்குப் பிரமிப்பை உண்டாக்கவே, நான் அசந்து போவேன். இயற்கைப் பிரமாணத்தின் தாராளம், அத்திசையில் தெளிவாக விளங்கினது; இங்கிருந்து செய்து நிறைவேற்றக் கூடாத அரியவேலை ஒன்றுமில்லை என்று மனதில் பட்டது; எல்லாம் மகிமைபொருந்தியதாகக் காணப் பட்டது; அதிதூரத்திலுள்ள மலைச்சிகரங்கள் ஆகாயமட்டும் வளர்ந்து நின்றன; அம்மலைகளிலேறி ஆகாயத்தைக் கையால் பிடிக்கலாமென்ற நினைவும் எனக்குண்டானது நிசந்தான்.

கண்ட இடங்களிலெல்லாம் நான் திரிந்தலைந்து, புது உயிரும், புதுப்பலனுமடைந்து வந்தேன். சிலநாட்கள் கழிந்த பின், நான் சற்று சொஸ்த புத்தியடைந்தேன்; என் மூத்த அண் ணாட்சி பாஷ்கார் என்னைக் காட்டுக்குள்ளிருந்த ஒரு மலைக்குக் கூட்டிக்கொண்டு போவதாக வாக்களித்தார். நாங்கள் எதிர்பார்த்த இந்தக் காட்சியைப் பார்க்கப் புறப்பட்ட அதிகாலையில் அதிகப் பனி பெய்தது. அப்போதான் எழும்புகிற சூரியன், மேகத்தாலும், முகிலின் மந்தாரத்தாலும் தன் பிரகாசத்தை மூடிக் கொள்ளுகிறதுபோல காணப்பட்டது. மலைச் சிகரங்களைக் கவிந்திருந்த முகில்களில் விளங்கின சூரிய கதிர்கள் மகா அலங்காரமான செந்தாமரைக் கோர்வை போலக் காணப்பட்டு மனதை மகிழப்பண்ணிற்று.

அதிகாலையில் எரித்த சூரிய பிரகாசமானது அம்மலை யிலுள்ள கெபிகளிலும், காடுகளிலும் தன் வல்லமையை இன்னும் காட்டச் சக்தியற்றது போலிருந்தது. பனியின் மப்பும் மந்தாரமும் அத்திசைகளை மூடியிருந்தபடியால் உயர்ந்த பாறைகளும் விருட்சங்களும் தவிர மற்றவையெல்லாம் மங்க லாகவே இருந்தது. ஆகவே, அத்திசையனைத்தும் மனச் சோர்வுண்டாகத்தக்க ஓர் இருள் திரள்போல தானிருந்தது.

அன்று காலையில் விழித்த பட்சி ஜாதிகளனைத்தும் பூரண சந்தோஷத்தோடிருப்பதாக விளங்கிற்று; எத்திசையிலுமிருந்து அவைகள் மகிழ்ச்சியுடன் கீச்சிடும் சத்தம் வெகுதூரத்தில் கேட்டது. ஒரு மரத்திலுள்ள சிட்டுகள் பாடி முடித்தவுடன் அடுத்த மரத்துச் சிட்டுகள் பாடிக் கொக்கரித்த சத்தமானது, அவை யனைத்தும் சிருஷ்டிகர்த்தாவை மாற்றி மாற்றிப் புகழ்வது போலிருந்தது. அன்று காலையில் விளங்கின அருணோதயத்தின் மெல்லிய பிரகாசமும், அடித்த இன்பமான காற்றும், அவ் வனத்து விருட்சங்களையும், பாறைகளையும் கடந்து எங்க ளுடன் கைகோத்து வழிநடப்பது போலிருந்தன; நானும் என் அண்ணாட்சியும் இந்த இன்பகாட்சிக் கூடே கைகோத்து நடந்து, கடந்து மலை மேடுகளிலும் ஏறி இறங்கினோம்.

நான் கண்ட புதிய காட்சிகள் என்னைப் பிரமிக்கப் பண்ணினதால், நான் பேச்சுமூச்சற்று பொம்மைபோல மௌனமானேன். நான் பல இடங்களிலும் பார்த்த மலைப் பாதைக ளும், உருளைக் கற்களும், பாசி பிடித்துக் கறுத்திருந்த பாறைகளும், கற்களுக்கிடையில் மாலைபோல் வளைந்து கிடந்த மரத்தின் வேர்களும், தலைக்குமேல் சரங்களாகத் தொங்கின விழுதுகளும், படர்செடிகளின் கொடிகளும், அவைகளுக் கூடே விளங்கின சூரிய கதிர்களும், ஆக எல்லாங்கூடி அதன் தன் சுய அழகையும், சிருஷ்டிப்பின் இயற்கை அலங்காரத்தையும் நன் றாய் வெளிப்படுத்தினது.

அன்று நான் கண்ட அழகை ஒருநாளும் மறக்க முடியாது. நாங்கள் அங்கிருந்த ஒரு பாறையின் மேல் ஏறி நின்று, அக்கம் பக்கமிருந்த அற்புத காட்சிகளையும், முகில்கள் நிழல்களின் தன்மைகளையும், அவை எல்லாவற்றுக்கும்மேல் பிரகாசித்த சூரிய பிரகாசத்தையும், கண்ணுற்றுக் களிகூரவே, எங்களுக்குப் பின்னாலிருந்த மலைக்குமேல் சூரியன் எழும்பினது. அந் நிமிஷத்தில் அப்பள்ளங்களனைத்தும் ஜலத்தால் கழுவப் பட்டதுபோல ஜோதியால் பிரகாசித்தது. அப்போது குருவிக ளெல்லாம் கூடி முன்னிலும் பலமாகக் கூச்சலிட்டதோ, அல்லது அவற்றினுடைய கொக்கரிப்பின் எதிரொலிதானோ, சூரிய வெளிச்சம் தோன்றவே பட்சிஜாதிகளின் குதிப்பும், கூச்சலின் குரலும் பதின்மடங்கு அதிகப்படுகிறதோ? என்று நினைத்துக் கொண்டேன்.

அப்போது என் தமயனார், இப்படித்தான் சுவிசேச வெளிச்சம் பிரவேசியாத இடங்களிலும் மூலைகளிலும் இருளும் மந்தாரமும் மப்பும் மனச்சோர்வும் அறிவின அந்தகாரமும் நிறைந்திருக்கின்றன. சூரியன் உதித்தவுடனே மரங்களின் மகத் துவங்களும், மலைகளின் அலங்காரங்களும் வெளியாகின்றன; ஒவ்வொன்றின் இயற்கையான பருமனும், நிறமும் தெரிய வருகிறதால் அதன் தன் பூரண ஸ்திதி வெளியாகிறது. அதுபோலவே கிறிஸ்துமார்க்கத்தின் ஜோதி ஒரு தேசத்தில் பிரகாசிக்கும்போது சம்பவிக்கிறது. அப்போது அறிவீன அந்தகாரம் அகன்று அவபக்தி அத்தேசத்திலிருந்து அற்றுப் போகிறது. என்று சொன்னார்.

பின்னும் அவர் பிரபஞ்சத்தை வர்ணித்துப் பாடியிருக்கிற பல புலவரின் வரலாறுகளை எனக்குச் சொல்லி, மில்ற்றன் என்னும் புலவன் எழுதிய பின்வரும் வரிகளையும் பிரஸ் தாபித்தார்:

“சர்வ வல்ல பர்த்தாவே,
இதுமது க்ரியையாம்
லோகக் கூடுமதே
மாஅந்தமாம்.
உம் மேன்மை எவ்வளவோ!”

இந்த வரிகளை அவர் சொன்னபோது, அவருடைய முகம் சந்திரபிம்பம்போல பிரகாசித்து, செந்தாமரைபோல மலர்ந்து ஆனந்த பூரிப்பாய்க் காணப்பட்டது. அப்போது தேவமகத்துவமும், மகிமையும் எங்களைச் சுற்றியிருக்கிறதாக நான் உணர்ந்துகொண்டேன். என் தமயனார் அப்புலவரின் சிறந்த கவிகளில் சிலவற்றைப் பிரஸ்தாபித்து, ''பரதீசு நாசம்'' என்னும் பாகத்திலுள்ள சில கவிகளைச் சொல்லும்போது, சொற்சாதுரியத்திலும் வசன வல்லபத்திலும் வைரங்கொண்ட வர்போல் பொங்கினார். அவர் சொன்னவைகளின் கருத் தெல்லாம் அப்போது என் கிரகிப்புக்கு எட்டாதே போனாலும், என் அற்ப புத்திக்குத் தக்கதாக, பரலோகத்துக்கு விரோதமாக நித்திய யுத்தத்தை நடத்தின அந்தச் சாத்தான் மகா பராக் கிரமமான ஒரு இராட்சதன் என்று உணர்ந்து கொண்டேன்,

எங்களுடைய கோடைகாலத்து வீடானது, தக்கணத்து மலைக்குள்ளிருந்தது. எங்கள் வீட்டிலிருந்து பார்த்தால் கண்காட்சிக் கின்பமான உச்சிமலைகளும், மொட்டை மேடு களும் செடிகளும் புதர்களும் கனைகளும் தடாகங்களும் அருவி களும் வெள்ளித் தாரைகள் போன்ற நீரோடைகளும் நன்றாகத் தெரியும்: மெல்லிய குளுங்காற்றாலும், முகிலாலும் மனம் மகிழும். இருண்ட நிழலுள்ள சோலைகளும், ஓங்கி வளர்ந்த விருட்சங்களும், கும்பல் கும்பலாகத் தெரியும்.

அநேக மகத்துவமான நதிகள் அங்கிருந்து உற்பத் தியாயின; கோதாவரி நதி இந்த மலையைத் தன் ஜனனஸ்தல மாக மேன்மை பாராட்டிச் சொல்லிக் கொள்ளும். பழைய காலங்களில் இந்த மலங்காடு மராட்டா ஜாதி கள்ளரின் கெடிஸ்தலமும், புலிகளின் கெபிஸ் தலமுமாயிருந்தது. இந்தப் பாசத்து மலையில் பிசாசு குடியிருக்கிறதென்று சகஜமாய்ச் சொல்லுகிற பரம்பரைகளுமுண்டு, இந்தியாவிலே பிசாசு இராதபொருள் எதுதான் உண்டு? அந்தந்தத் தோப்பை ஆளும் பூதமும், ஆற்றை ஆளும் பேயும், காட்டை ஆளும் காளியும், ஆளை ஆளும் மூதேவியுமுண்டு.

இருண்டதிலெல்லாம் பேயும். பருத்ததிலெல்லாம் பூதமும், உயர்ந்ததிலெல்லாம் சனியனும் இருக்கிறதாக எண்ணப்படுகிறது. ஆனால் இந்தப் பாகத்திலோ, ஒருகாலத்தில் உயிரோடிருந்து, தன் கணவனுடன் உடன்கட்டை ஏறி, சத்தியாகிவிட்ட ஒரு பூதமிருக்கிறதாக எண்ணிக் கொள்ளப் பட்டது. இந்தப் பாரம்பரை நூறு வருஷத்துக்கு முன்னுள்ளது, அதென்னவென்று அறிவது அநேகருக்குப் பிரியமாயிருக்கலாம்.

இந்தச் சத்தியின் கதை என்னவென்றால், இவன் உயர்த்த அந்தஸ்தான குடும்பத்திலுள்ள ஒரு ஸ்திரீயாம். ஐசுவரியமும், அழகும் வாய்க்கப் பெற்ற இவள் ஒரு பெரிய காசுக்கடைச் செட்டிக்கு வாழ்க்கைப் பட்டிருந்தாள். இவள் சிறுபெண்ணாயிருக்கும்போது தகப்பனார் இவளுக்கு எழுத வாசிக்கப் படிப்பித்தபடியால், இவள் கல்வியில் வல்லப முடையவள் என்று பேரெடுத்திருந்தாள். பிந்தினகாலத்தில் அவளுக்கு நேரிட்ட நிர்ப்பந்தங்களுக்கெல்லாம் இந்தக் கல்வித் தேர்ச்சிதான் காரணமாயிருந்தது. முன்காலத்தில் கல்வியில் ஏதோ மோசமிருக்கிறதென்ற தப்பான எண்ணத்தால், ஸ்திரீகள் எவ்வித கல்வியையாவது படிப்பது சரியல்ல என்று தீர்மானித் திருந்தார்கள். ஒரு பெண்ணுக்குப் படிப்பின் பேரில் ஆசை

யிருந்தால், அந்த ஆசையானது அவளுக்குள் தங்கியிருக்கும் ஒரு மூதேவியால்தான் உண்டாகியிருக்க வேண்டுமென்றும், அவளிடத்தில் பூர்வத்தில் மலைகளிலும், கெபிகளிலும் புதைக் கப்பட்டிருக்கிற புதையல்களைக் காட்டிக் கொடுக்கும் துஷ்ட தேவதைகளின் கூட்டுறவும், நேசமும் இருக்கிறதென்றும் சொல்லிக் கொள்ளுவதுண்டு.

இவள் புருஷன் இறந்து போனான். அந்தத் தாலுக்காவில் இவள் புருஷனைவிட பணக்காரன் இருந்ததில்லை. அவன் இவளைக் கல்யாணம் செய்யும்போது இவளுக்கு ஐந்துவயதும், அவனுக்கு நாற்பது வயதுமிருந்தது; இவ்வளவு மகராசனுக்கு வாழ்க்கைப்பட்டதால், இவளைப் பாக்கியவாட்டி என்று எல்லாரும் சொல்லி வந்தார்கள். இப்போது அவன் இறந்து போனதால் எல்லாப் பெண்டுகளிலும் சபிக்கப் பட்டவளாகி விட்டாள். இவளுடைய படிப்பினிமித்தம் இவளைப் பகைத்து வந்த பிராமணாட்கள், இவளுடைய விதவை ஸ்திதியைக் கண்டுமகிழ்ந்து, தங்கள் மனங்கொண்டமட்டும் திட்டி அவமதித் தார்கள்.

இவள் பிசாசுகளுடன் கூடி தன் கணவனைக் கொல் லும்படி சூனியம் வைத்துவிட்டாளென்று அவள்பேரில் பழிசாட்டினார்கள். இதைக் கேட்டு, அவள்பேரில் உள்ளுக்குள் காய்மகாரங்கொண்டிருந்த அவளுடைய பந்துக்களெல்லாரும் கூடி அவளை நிந்திக்கவும். புருஷனைக் கொல்ல சூனியம் வைத்த பாதகி என்று திட்டி அவதூறு செய்யவும் இடமாயிற்று. இதுதான் அக்காலத்தில் விதவைகளுக்குக் கிடைக்கிற பங்காயிருந்தது. அவளை அவளுடைய புருஷனுடைய பிணத் தண்டை உட்கார்ந்து அழவிடாதபடி இழுத்துத் தூரவிட்டார்கள்; பந்துக்கள் அவள் காதண்டை வந்து அடி, நாசகாலி! என்று சொல்லிச் சபித்துத் திட்டி, நாசகாலி வந்து நல்ல குடித்தனத்தைக் குட்டிச்சுவராக்கி விட்டாள் என்று ஓலமிட்டுச் சொல்லி, அவள் நகைகளையெல்லாம் கழற்றி மூளிப்பட்டம் கட்டினார்கள்.

இப்படிப்பட்ட ஜீவன் இனி ஏன்தானிருக்க வேண்டு மென்றோ, இனி உயிரோடிருந்தால் நேரிடும் உபத்திரவங்களை நினைத்தோ, இவளும் தன் கணவனுடன் உடன்கட்டை ஏற வேண்டும் என்று பிராமணர் இவள் காதிலோதின போதனை யின் பலமோ, என்னவோ தெரியவில்லை; அவள் உடனே தன் தலையில் முக்காடிட்டுக் கொண்டாள். இந்த முக்காடானது, அவள் தன் கணவனுடன் உடன்கட்டை ஏறி, சத்தியாகி

விடத்தானே மனோற்சாகமாகத் தன்னை ஒப்புக் கொடுக்கிறதற்கு அடையாளமாயிருந்தது. அதைக் கண்டவுடனே, இவள் தன் கணவருடன் கைலாசம் சேரப் போகிறாள் என்று எல்லாரும் சந்தோஷப்பட்டு அவளுடைய நகைகளையெல்லாம் மறுபடியும் பூட்டினார்கள். அவளை ஒரு கல்யாணப் பெண்ணைப்போல ஜோடித்து உடன்கட்டை ஏற ஆற்றங்கரைக்கு நடத்திக்கொண்டு போனார்கள். ஆனால் அவள் மனம் தள்ளாடி விட்டது; வரப்போகிற மரணத்தை அனுபவிக்க அவளுக்கு தைரியமிருக்கவில்லை. அவள் தன் நகைகளைப் பிராமணாட்களுக்குப் பங்கிட்டுக் கொடுக்கவும். பணங்களை மாற்றி ஏழைகளுக்கு இறைக்கவும் ஒருவரும் அவளைக் கட்டாயம் செய்யவில்லை.

இதற்குள்ளாக ஆற்றங்கரையில் ஒரு மேடை போட்டுப் பாடை கட்டப்பட்டு, அதன்மேலும் அதைச் சுற்றிலும் அநேக விருதுகள் நாட்டப்பட்டு, காற்றால் அடிபட்டு அலங்காரமாகத் தோன்றினது; அங்கங்கே கற்பூரப் பொட்டணங்களும் தொங்கி நல்ல வாசனையை வீசின. அந்தப் பாடையின் மத்தியில் ஒரு சிவப்புத் துணிப் பந்தலுக்குக் கீழ் மரித்துப்போன செட்டியாரின் உடல்கிடத்தப்பட்டு, சரிகைகளாலும், பட்டு வஸ்திரங்களாலும் அலங்கரித்து மூடப்பட்டிருந்தது.

பல திசைகளிலுமிருந்து ஜனங்கள் வந்து ஏகமாய்க் கூடியிருந்தார்கள். சத்தியாகப் போகும் விதவை இளைத்து, சோர்ந்து சாகப் போகிறவள் போல் சுமந்து வரப்பட்டாள். அவளுக்கு மஞ்சளும், மஞ்சணையும் பூசி. பட்டுக்கட்டி, அவளுடைய புருஷனின் பிணத்தண்டை கிடத்தி வைக்கப்பட்டால். முணுமுணுவென்றும் மந்திரங்களுக்கூடே மேளவாத்தியங்களின் சத்தமும் கேட்டது. அச்சத்தத்தோடு சத்தமாய் வீரென்று ஒரு பயங்கரமான கூச்சல் கேட்டது. உடனே பந்தலில் கட்டியிருந்த கற்பூர மூட்டைகளிலும், திடீரென்று தீப்பிடிக்கும்படி அங்கே வைக்கப் பட்டிருந்த சாமான்களிலும் பூசாரியார் நெருப்புக் கொளுத்தினார்.

அந்நிமிஷமே பந்தல் முழுவதும் பற்றி எரிந்தது. அங்கிருந்த ஜனங்களெல்லாரும் தங்கள் காதுகளில் விரல்களை ஒட்டிக்கொண்டு ‘ஹரி ஹரி’ என்று இரைச்சலிட்டார்கள். அத்தோடு மேளவாத்தியங்களும் கோஷ்டமாய் முழங்கின. அப்போது அந்த ஜுவாலைக்குள்ளிருந்து கூச்சலோடு ஒரு ஆள் புறப்பட்டு வருகிறது தெரிந்தது. உடனே பக்கத்திலிருந்த

ஜனமெல்லாம் பதறி ஓடினார்கள். அந்த ஆள் ரூபமோ கூச்சலிட்டுக்கொண்டே மலைக்குள் ஓடிவிட்டது. அதைத் தொடர்ந்து போக ஒருவருக்கும் தைரியமில்லாமற் போயிற்று;

ஏனெனில் அது சத்தியாயிருந்தது. அந்தச் சத்தியின் சத்தம் காதில் விழுந்தாலும் ஆறுமாசம் பாயும் படுக்கையுமாகக் கிடக்கும் பலத்த நோய் பிடிக்கும். அவள் சுகமாய் மலை மேடு தாண்டி, காடுகளையும் புதர்களையும் கடந்து ஒரு குகைக்குள் புகுந்துகொண்டாள். அங்கிருந்து அவள் செய்கிறதின்னதென்பதை, ஒருவரும் இன்னும் அறியார்கள். அவள் காட்டு மிருகங்கள் பட்சிகளுடன் சஞ்சரித்து, தன் மனக் கோட்டையின்படிக் காலங் கழித்திருக்கலாம்; அவள் மலைக்குள்ளிருந்தாலும், அவளுடைய மந்திர தந்திரங்களும், சூனியங்களும் அநேக மைல் தூரமட்டும் பலிக்கிறதாக எண்ணிக்கொள்ளப்படுகிறது.

அருண்ட கனாக்கள், இடிவிழுந்து சாகுதல், அத்திசைகளில் நடமாடும் கொள்ளை நோய்கள் முதலிய ஆபத்துகளெல்லாம் அவளுடைய சத்தியின் சேஷ்டையால் என்பது அதின் அக்கம் பக்கத்தாரின் அசையாத அபிப்பிராயமாயிருக்கிறது. இக்காலத்திலுங்கூட அந்தக் காட்டில் மந்தை மடக்கி, விறகுபோட்டுக் கொளுத்தி, அதின் மத்தியில் படுத்திருக்கும் இடைப்பையன்கள், தாங்கள் இராக் காலங்களில் ஒரு ஆளின் சாயலைக் காண்கிறதாகவும், ஆள்தெரியாமல் சத்தங் கேட்கிறதாகவும் சொல்லும் கதைகளுக்கு ஒரு கணக்கில்லை. இந்தக் கட்டுக்கதைகளைப் பிள்ளைகளும் கிழவரும் நிஜம் என்று நம்பி, மனங்கூசாமல் எல்லாருக்கும் தாராளமாய்ச் சொல்லுவார்கள்.

இந்த இடங்களிலெல்லாம் பேய்கள் குடியிருக்கிறதென்று நாங்கள் எண்ணிக் கொள்வது அவ்வளவு வருத்தமாய்க் காணப்படவில்லை. அங்கங்கே இருந்த இருண்ட குகைகளுக்குள் மஞ்சணை பூசி, பெரிய கண்களை உருட்டிப் பார்க்கிறதுபோல செய்து வைக்கப்பட்டிருக்கும் சிலைகளுக்கு ஒரு கணக்கில்லை. அதின் பக்கத்தில் நிற்கும் மரக்கிளைகள் அசையும்போதுண்டாகும் காற்றும் அதன் தொனியும் எவருக்கும் அச்சத்தை உண்டாக்குமென்பது நிசம். நாங்கள் உலாவப்போனபோது அத்திசையிலிருந்த “கள்ளர் கெபி” என்னும் குகையை நான் எட்டிப் பார்த்தேன்.

இந்தக் கெபிக்குள் புதையல் இருக்கிறதென்றும், அப் புதையலை பிரமாண்டமான ஒரு நாகம் காத்துக் கொண்டிருக் கிறதென்றும் சொல்லுகிற அநேகக் கதைகளுமுண்டு. அவற்றை இங்கே சொல்லிக் காட்ட அவசரமில்லை. அச்சமயத்தில் நாங்கள் சம்பாஷித்த விஷயங்கள் அதிகப் பிரயோஜனமான வைகள்தான். என் தமயனார், நான் எந்தக் காரியத்தையும் கருத்தோடு கேட்கிற சுபாவமுடையவளென்பதை அறிந்திருந்த படியால், மற்றவர்களுடனிருக்கும்போது அவர் தமது பேச்சை நிறுத்தி கவுரதையா யிருப்பதுபோல என்னுடன் இருக்க மாட்டார். நான் ஒரு சின்னப்பெண் என்பதை மறந்து, தாம் செய்ய நினைத்திருக்கும் பெரிய பிரயத்தனங்களையும், தமது ஆவலின் நிறைவையும், இந்தியாவுக்குத் தாம் செய்ய அபேட் சிக்கும் காரியங்களையும், சொற்சாதுரியத்தோடும், ஆவியின் அனலோடும். வெளியிட்டார்.

நான் பிராமணன், பிராமணனிலும் நான் அப்படி இப்படி என்றல்ல உத்தமமான தேசாபிமானம் இன்னதென்றும், அப்படிப்பட்ட தேசாபிமானியாக ஜீவிப்பதும் மரிப்பதும் எவ் விதம் என்றும், என் தேசத்தாருக்குக் காட்டப்போகிறேன் என்றார். அந்த வாசகம் என்னைத் தூக்கிவிட்டது;

அவருடைய கருத்தை அறிந்து, அவர் சொல்வதை மனதில் பத்திரப்படுத்திக்கொள்ள வேண்டுமென்ற விருப் பத்தால் என் சிந்தை முழுவதையும் ஒப்புவித்தேன்; அவர் தமது பேச்சை நிறுத்தி, என்னைக் குனிந்து கூர்ந்து பார்த்து, “நீ எனக்கு உதவி செய்வாயல்லவா? - உதவி செய்யமாட்டாயா?- நீ தைரியத்துடன் உன் தேசத்துப் பெண்களுடன் பேசினாலும், உன் சகோதரியைப்போல மரியாதையும் அமைதலும் பட்சமும் சரியான ஸ்திரீ மகத்துவமும் பொருந்தியவளாக இருக்க வேண் டும்” என்றார். அதை நான் ஒரு பெருமைபோல நினைத்துச் சந்தோஷப்பட்டு, “அப்படிச் செய்ய என்னால் கூடுமென்று நீர் நினைத்தால், என்னால் கூடிய பலத்துடன் அவைகளைச் செய் வேன்'' என்று சொன்னேன்.

நாங்களிருவரும் கூடி உலாவப்போன சமையங்களில் பேசிக் கொண்ட பல சம்பாஷணைகளில் இது ஒரு நாள் பேச்சு. இந்தப்படி நாங்கள் அக்காலத்தில் உலாவினதும், சம்பாஷித் ததுமான காரியங்கள் இப்போது என் ஞாபகத்தில் வரும்போது, மற்றெல்லா எண்ணங்களையும் அடக்கிப்போடுகின்றன. இந்தக் காலங்களில்தான், நமது ஜீவியமானது. பொன்முலாம்

பூசினதுபோல காணப்படும் சொப்பனமல்ல என்ற சத்தியம் என் மனதுக்கு நன்றாகத் தெரிந்தது. அந்த நாட்கள் என் சந்தோஷ நாட்களாயிருந்தன. அக்காலத்து வாழ்வில் ஒரு பேதைமையும் இன்பமும் நூதனமும் இருந்தது.

அக்காலக் காட்சிகளால் மகத்துவ எண்ணங்களும், உயர்ந்த கருத்துகளும் இயல்பாயுண்டாகிறது போலக் காணப் பட்டது. இந்த ஜீவியத்துக்குரிய கவலைகளும், மனச் சோர்வுகளும் அக்காலத்தில் அநுபவத்துக்கு அந்நியமா யிருந்தது. இயற்கையாய் எழும்பும் சந்தோஷத்தைக் கலைக்க ஒன்றும் இடையூறாயிருக்கவில்லை. இன்னின்ன இடங் களுக்குப் போய்ச் சுற்றிப் பார்க்கவேண்டுமென்று நாங்கள் செய்துகொண்ட தீர்மானங்கள் யாதொரு மாறுதலின்றி நிறை வேற்றப்பட்டு மகிழ்ச்சியுடன் அநுபவிக்கப்பட்டன. நாங்கள் வேகமாய் ஓடும் ஆறுகளைக் கடந்தோம்; ஏறக்கூடாத மலை களில் ஏறினோம்.

இதுவரையும் ஒருவரும் கண்டுபிடியாத இடங்களையும் போய்ப் பார்த்துக்கொண்டோம் என்று மனமகிழ்ந்தோம். அடிக்கடி எங்கள் தாயார் எங்களுடன் வரும்படி ஆசைப்படு கிறதுண்டு; அவள் கூட வரும் போதெல்லாம் நாங்கள் நடந்து அலுத்து ஒரு திரட்டில் உட்கார்ந்து, அவளுடைய அன்பும் இன்பமுமான முகத்தைப் பார்த்துக் களைதீர்ந்து மனங் களிப்போம். நாங்கள் அங்குமிங்கும் திரிந்தலைந்து மலையில் காணும் விநோதமான வஸ்துக்களையெல்லாம் மடி நிறையச் சேர்த்து திரும்பி வந்து சிரிப்புடன் அவளுடைய மடியில் போடு வோம். அவளுமதை மலர்த்த முகத்துடன் வாங்கிக்கொண்டு, அததின் பேரை எங்களுக்குச் சொல்லி, அதின் சம்பந்தமான கதையாவது சரித்திரமாவதுண்டானால் அதையும் சொல்லி வருவாள். அப்போது எங்களுக்குப் பெருமையும், ஆனந்தமும் எழும்பும். எங்கள் தாயார்' இல்லாமல் எங்களுடைய மனச் சந்தோஷம் பூரணப்படமாட்டாது. நாங்கள் சாயரட்சைகளில் எங்களுடைய சின்ன வீட்டில், எங்கள் தாயார் பக்கத்தில் உட்கார்ந்திருக்கும்போது, எல்லா வாழ்வும் எங்களுக்கு இருக்கிறதென்று நினைத்துக் கொள்ளுவோம்,

☉ ☉ ☉

2. அதிகாரம்
பெற்றோரின் பூர்வோத்தரம்

நான் என் சரித்திரத்தைத் தொடர்ந்து சொல்லுமுன், என் பெற்றோர் தங்களுடைய முன்னோரின் மதாசாரக் கோட்பாடு களை விடுமுன்பு. அவர்கள் கடந்துபோக வேண்டியதாயிருந்த மார்க்கத்துக்கடுத்த பல சங்கடங்களைச் சுருக்கமாய்ச் சொல்லி வைப்பது அவசரமென்று நினைக்கிறேன். இத்தால் எங்கள் வீட்டு ஜீவியத்தில் அதற்கு ஏதுகரமாயிருந்த காரணங்களும், எங்கள் குணங்களும், ஒழுக்கங்களும் எப்படி வளர்ந்து விருத்தி யானதென்ற தோற்றங்களும் வெளியாகலாம். இவ்விடத்தில் நான் சொல்லிக்காட்டும் வரலாறுகள், என் தாயாராலும், மூத்த சகோதரியாலும் வேளாவேளைகளில் பேச்சோடு பேச்சாக எனக்கு உணர்த்தப்பட்ட விஷயங்களாயிருக்கின்றன என்று நினைத்துக்கொள்ள வேண்டியது. என் சகோதரி எப்போதும் என் தகப்பனாருடைய கருத்தை அறிந்து, அவர் போதனையை உணர்ந்து, ஒரு மகளாயிருந்தாலும், அவருடைய மனதுக்கேற்ற ஒரு தோழன்போல நடத்தப்பட்டு அவரால் அதிக நேசத்தோடு வளர்க்கப்பட்டாள்.

சிவகங்கையானது இந்த தேசத்தின் தன்மையைத் தெளிவாக விளக்கிக் காட்டும் ஒரு நகரமாயிருந்தது. அங்கிருந்த மகத்துவமான நதியும், அகன்ற கணவாய்களும், நதியின் இரு கரையிலுமிருந்த வீதிகளும், ஆலயங்களும், விநோத மாதிரி யாய்க் கட்டடப்பட்டிருந்த வீடுகளும், அதன் சமீபமாயிருந்த தோப்புகளும், பௌத்த மதஸ்தரின் குகைகளும், அதனுள்ளிருந்த ரிஷிகளைப் போலொத்த ஸ்தூலித்த ஆட்களும், பைராகிகளும் எல்லாங்கூடி அந்த நகரத்தை இத்தேசத்துக்கு ஒரு அடையாளம் போல வெளிப்படுத்தும். இப்பொழுதுங்கூட அவ்விடத்தில் மேல்தேசத்தாரின் சீர்திருத்தங்கள் அற்ப சொற்பமாயும், பூர்வ இந்துமதப் பிடிவாதப்போக்கு பூரணமாயும் ஆளுகை செய்கிற தென்று காணலாம்.

ஒருநாள் அந்த நதி பாயும் கணவாய்க்குச் சற்று தூரத்தில் ஆற்றோரமாய் இந்த நகரத்துப் பெண்கள் இருவர் நின்று கொண்டிருந்தார்கள். அது வருஷம்தோறும் மலைவெள்ளம் வந்து, கரைபுரண்டோடும் காலமாயிருந்ததால், கண்காட்சிக்குச் சற்று மகத்துவமாயிருந்தது. வரவர ஆற்றங்கரையெல்லாம் வெள்ளத்தால் மூடப்பட்டுப் போயிற்று. ஆற்றுப்பெருக்கு

வரவர உயர்ந்தது. நீரோட்டத்தின் விசையும் அதிகப்பட்டது; கடைசியாக, வேரோடு பிடுங்கப்பட்ட பிரமாண்டமான விருட் சங்களும், கனத்த உத்திரங்களும், குடிசைகளின் கூரைகளும், மாடாடுகளும் மிதத்துவந்தன. அவற்றால் எவ்விடத்திலோ பெருமழை பெய்து, இவ்வளவு நஷ்டத்தையு முண்டாக்கி, ஆற்றில் தள்ளிவிட்டதென்று எவர்க்கும் தெரியவந்தது. அந்தக் காட்சியானது விநோதமும், விரும்பப்படத் தக்கதுமாயிருந்தது.

அந்த நதியானது சூரியன் அஸ்தமிக்கும் இடத்திலிருந்து உற்பத்தியாகி வருகிறதுபோல காணப்பட்டது. பிரகாசமாய் விளங்கின அதின் ஜலத்திரள், மேல் திசையில் அந்திநேரத்தில் அடையும் சூரியனின் செங்கதிர் கலந்து, கண்ணைப் பகட்டும் கம்பீரக் காட்சியாயிருந்தது. அந்த நதியானது ஆகாய மாதாவின் பிள்ளைபோலவும், அது தன் தாயின் மடியிலிருந்து பூதலத்தில் குதித்து விழுந்து, அதிதூரத்திலிருந்து தலை நிமிர்த்திப் பார்க்கும் உன்னதச் சிகரங்களின் சீறலையும் அது மதியாமல் கர்வ கம்பீரத்துடன் கடந்தோடுகிறதுபோலும் காணப்பட்டது. அந்த நகரத்தோரத்திலிருந்த கல்லெருதுகளும், கோவில்களும் ஜலத் தால் மறைந்துவிட்டன. மரங்களின் பாதி உயரத்துக்குத் தண் ணீர் பெருகி விட்டது; அவற்றின் கிளைகள் ஜலத்தில்இழுபட்டுஅங்குமிங்கும்நீர்ச்சுழிகளைப்பிறப்பித்தன.

மரங்களாலும் கொப்புகளாலும் தடுக்கப்பட்ட ஜலத்தால் எதிர் அலைகளும், நீர்மோதுதலும் உண்டாகி, ஒருத்தியின் காலில் வந்து அடித்தது. அந்த வெள்ளத்தின் காட்சி அபூர்வமா யிருந்தபடியால், அதைப் பார்க்கும்படி அனந்தம்பேர் வந்தார்கள்; அப்போது சூரியன் மேல்திசையில் அஸ்தமிக்கிற சமையமாயிருந்தது. அதின் நீண்ட கதிர்கள் அத்திசை யனைத்தையும் இரத்தாம்பரச் சிவப்பும் பொன்மயமுமாக்கின. ஆற்றோரமாயிருந்த கோபுரங்களும், அவற்றின் சிகரங்களும், நாணலும், மரங்களுமெல்லாம் தங்கமயமாய் இலங்கின.

இந்தக் காட்சியுடன் இரண்டு பெண்கள் தங்கள் செப்புக் குடங்களைத் தங்கள் பாதத்தண்டை வைத்து, ஒரு மேட்டின் மேல் நின்று, கைகோத்து பொய்மயமாய்த் தோன்றும் மேல் திசை வானத்தைப் பார்த்துக் கொண்டிருந்தார்கள். அவ் விருவரும் பிராமணப் பெண்களாயிருந்தார்கள். அவர்களின் ஒருத்தி வளர்ந்து, மெலிந்து, எண்ணெய்க் கறுப்பு நிறத்தில், முட்டை வடிவுபோன்ற முகவசீகரமுள்ளவளாயிருந்தாள். அவளுடைய உடலின் வளைவு தைரியத்தையும், முகக்குறி தீர்க்க சிந்தையையும் நன்றாக விளக்கிற்று.

இன்னொருத்தியின் பார்வை அவ்வளவு விசேஷமாய் விளங்கவில்லை. அவள் மற்றவளைவிடச் சற்றுக் கட்டையும் சற்று லட்சணமுமாயிருந்தாள்; வேளாவேளை அவளுடைய கன்னம் சற்றுச் சிவந்து காணும்; அவள் கண்கள் பெரிதும் நரம்பு தெரிகிறதும், முகம் எப்போதும் சிரிப்பாயுமிருக்கும். அவர்கள் அந்த மேட்டின்மேல் நிற்கையில் முதலாவது அந்த லட்சணமுள்ள பெண் ஒரு பூமாலையை ஆற்றில் எறித்து ஏதோ மந்திரஞ்சொல்லிக் கொண்டிருந்தாள். இருவரும் மாலையைக் கருத்தாய்க் கவனித்தார்கள். * அது ஒரு சுழியில் அகப்பட்டு ஒரு மரக்கிளையில் மாட்டிக் கொள்ளப்படப் போகிறதுபோல தெரிந்தது; ஆனாலும் அதற்குத் தப்பி அப்படியே ஆழ்ந்து விட்டது.

உடனே அந்த வளர்ந்த பெண் தன் தோழியைப் பார்த்து “ராதாபாய், பார்த்தாயா? கடைசியாக நீ விரும்பின காரியம் வாய்த்துவிட்டது” என்று சொல்லி ஆனந்தத்தால் அவள் கன்னத்தில் முத்தமிட்டாள்.

ராதாபாய் தன் கண்ணைத் துடைத்துக்கொண்டு, இந்த நல்ல அடையாளம் கிடைக்கக் கடும்பாடுபட்டவளைப்போல ஏங்கி, ‘‘ஆனால், லட்சுமி, அந்தக் காலம் வரும்போது, எவ்வளவு அவமானமிருக்கும் என்பதைச் சற்று நினைத்துப்பார். உனக்குத் தெரிந்திருக்கிறபடி என் மாமியார். கல்யாணத்தன்று எனக்குப் பதினாயிரம் ரூபாய்க்கு நகைபோட்டாளே? அதற்கெல்லாம் இப்போது யார் சரியாய்க் கணக்கு ஒப்புவிப்பார்கள்? அவள் அவ்வளவு நகையும் இங்கே கொண்டுவா என்று கேட்பாளே. இப்போது என் தாயாரும் ஜீவித்துப் போனாளே. அதைப்பற்றி அவளுக்கு யார் உணர்த்திச் சொல்லக்கூடும்? என் அண்ணியார் என்னை இங்கேயே இரு என்கிறாள்; அவள் வேலையை எல்லாம் நான் செய்கிறேன், இப்படியே என் அண்ணாட்சி வீட்டிலிருந்தால் அவளுக்கென்ன கவலையிருக்கிறது? நான் அதிஷ்டம் கெட்டவள் என்றெண்ணப்படுவேன்; ஐயோ அதை விடச் சாக விரும்புகிறேன்'' என்று சொல்லி, அப்படியே குனிந்து அழ ஆரம்பித்தாள்.

லட்சுமி அவள் கிட்டவந்து, மகா தயாளம் காட்டி அழவேண்டாம் என்று தடுத்து, பின்பு சொல்வாள்: “உன் மாமியார் வரட்டும், நான் என் தாயாரிடத்தில் சொல்வேன்; இனாமாகக் கொடுத்ததற்கு அவள் கணக்குக் கேட்கலாமா?’ ‘இனாம் கொடுப்பதும், இனாம் வாங்குவதும் ஒரு முகம்

மதியனை அடுத்த வருஷத்தில் போகச் சொல்லுகிறதுபோல்" என்பது ஒரு பழமொழியல்லவா? ஏன், நீ தொட்டில் பிள்ளையா யிருந்தபோதுதானே, உனக்குக் கல்யாணம் நடந்தது. இத்தனை வருஷமும் உன்னை வளர்த்து ஆதரித்தது யார்? பார். இதோ உன் காலுக்குள் தண்ணீர் வந்துவிட்டது. கங்காதேவியின் அடையாளம் உனக்கு க்ஷேமம்தான். இப்போது நான் என்னுடைய மாலையைப் போடுகிறேன், எனக்கு நல்வாழ்வு கிடைக்கும்படி நீயும் கோரிக்கொள்" என்று சொன்னாள்.

(ஆற்றில் பூமாலையை எறிந்து, தான் நினைத்தகாரியம் வாய்க்குமா வாய்க்காதா என்று தீர்மானிப்பது தக்கண தேசத்தில் இப்போதும் வழக்கமாயிருக்கிறது. மாலை யாதொரு தடுக்கலில்லாமல் ஆழ்ந்துவிட்டால் அது வாழ்வுக்கு அடையாளமாம்,)

"ஏன் லட்சுமி அப்படிச் சொல்லுகிறாய்; உன் வாழ்வுக்கு ஒரு குறைவுமில்லையே; உனக்குத் தேவையானதெல் லாமிருக்கிறதே; பட்சமுள்ள மாமியார், நல்லவீடு, வேலை யில்லை, தாயார் சமீபம், நகை நட்டுகள் எல்லாமிருக்கிறதே. உன்னுடைய வாழ்வில் பாதி எனக்கிருந்தால் போதுமே" என்று ராதாபாய் ஆச்சரிய குரலோடும் பிரமித்த பார்வையோடும் சொன்னாள்,

உடனே லட்சுமி, ஆத்திரத்தோடு இடுப்பை வளைத்துக் கொண்டு, "நீ அறியமாட்டாய், உனக்கென்ன காரியம் தெரியும். இந்த வாழ்வையெல்லாம் கசப்பாக்கி விடுகிற ஒரு காரிய மிருக்கிறது" என்று சொல்லி. அப்பால் தன் சத்தத்தைத் தாழ்த்தி, அவள் காதுக்குள், "நிச்சயமாய் நேற்று நான் அந்தப் பெண் பிள்ளையைச் சந்தித்தேன், அவள் என்னைப் பார்த்துச் சிரித்தாள். அந்த வெள்ளை மூஞ்சி மூதேவி: அவளைக் கொன்று போட வேண்டுமென்று என் மனதில் வந்தது. அது மாத்திரமா, அவள் தன்னுடைய புதிய கம்மலையும் போட்டுக் கொண் டிருக்கிறாள். நீ நம்பினாலும் சரி நம்பாவிட்டாலும் சரி" என்றாள்.

அதற்கு ராதாபாய் 'இது அநியாயம்தான். ஆனால் நீ எதை விரும்புகிறாயோ அதையே நானும் விரும்புகிறேன்" என்றாள்.

"சாவுதான்! ராதா, சாவைத்தான் விரும்புகிறேன்" என்று சொல்லி மாலையைப் பலமாய் வீசி ஆற்று வெள்ளத்திலே எறிந்து அதற்கு தேரிடும் முடிவென்னவென்று பார்த்துக்

கொண்டிருந்தாள். அது ஒரு நீர்ச்சுழியில் அகப்பட்டுச் சுற்றிச் சுற்றி மிதந்தது. “விதி எனக்கு விரோதமாயிருக்கிறதே” என்று அழுதாள். சற்று நேரத்துக்கப்பால், அந்த மாலை, தண்ணீரில் மிதந்த ஒரு கட்டையால் தள்ளுண்டு, அதன்பின் ஆற்றுக்குள் ஆழ்ந்தது. உடனே அவள் “க்ஷேமம் தான்'' என்று கைதட்டி, வெற்றியடைந்தவளைப் போல உடலை வளைத்து, சந்தோஷத்துடன் ராதாபாயின் பெருங்கண்களையும் கண்ணீரோடின அவள் கன்னங்களையும் பார்த்தாள்.

ஐயோ, பெண்ணே, ஏன் அப்படி அழுமூஞ்சியாயிருக்கிறாய், நீ சிரிக்கமாட்டாயாக்கும். நீ சற்புத்திரியாயிருக்கிறபடியினாலேதான் விதி உன்னை மடக்கிப்போடுகிறது. நாம் இப்போது திரும்பிப்போக நேரமாச்சுது. உன்னுடைய செப்புக்குடம் எங்கே? அதில் தண்ணீர் மொண்டு நான் உனக்காகக் கொண்டு வருவேன்; நீ வேலைசெய்து உன் இடுப்பெல்லாம் உளையும். இந்த மூட்டை என்ன? இவ்வளவு துணிகளையும் நீதானா தோய்த்தாய்? என்று லட்சுமி கேட்டாள்.

அதற்கு ராதாபாய், “ஆம், அதற்காகத்தான் நான் சற்று முந்திவந்தேன்; நீ வருமுன் இவ்வளவு துணிகளையும் கசக்கி அலசிவிட்டால், உன்னோடு சாவதானமாய்ச் சம்பாஷிக்க நேரமிருக்கும் என்று நினைத்தேன். இப்போதோ நான் நேரம் பிந்திப்போனாலும், அண்ணியார் கோபிக்கமாட்டார்கள்” என்று சொன்னாள்.

''அடீ, உபாயக்காரக்குட்டி! சிவ! சிவா. உனக்கு எப்பேர்ப்பட்ட அண்ணி அகப்பட்டிருக்கிறாள். சற்றுப் பொறு, ஒரு காரியத்தை இதுவரையும் மறந்துபோனேன். என் கண் மணியே உனக்குத் தின்ன ஏதாவது கிடைத்ததா?'' என்று சொல்லிக்கொண்டே வாழையிலையில் பொதிந்திருந்த சில வடைகளை ராதாபாயின் கையில் வைத்து “தின்னு. தின்னு' என்றாள். ராதாபாயின் கண்ணிலிருந்து கண்ணீர் மாலை மாலையாய் ஓடினது, இவள் ஏன் இப்படி அழுகிறாள் என்று லட்சுமி கவனித்துக் கொண்டிருந்தாள்.

பின்பு லட்சுமி ''என் காதில் விழுந்த சமாசாரத்தை நான் உனக்குச் சொல்லமாட்டேன். இன்று உங்கள் வீட்டில் ஏகாதசி விரதமல்லவா, உன் அண்ணியின் குணம் இன்று சீராயில்லை, ஆனால் அவள் உன்னைப் பட்டினியாய் விடக்கூடாது. இந்த வடைகளைத் தின்னு, உட்கார்த்து இப்போதே என் கண் காணத் தின்னு” என்று சொல்லி, ராதாபாயை உட்காரவைத்து,

தானும் அவள் பக்கத்தில் குந்திக்கொண்டாள். அவள் அந்த வடைகளில் சிலவற்றைத் தின்றபின்பு, "இனி வேண்டுமானால் மீந்ததை வீட்டுக்குக் கொண்டுபோ. நீ இதை வீட்டுக்குக் கொண்டு போனது நிஜமானால் அவ்வளவையும் கோபாலுக்குக் கொடுத்து விடுவாய் என்பதையும் நான் அறிவேன், நீ வலுத்த குட்டியாச்சுதே" என்றாள்,

ராதாபாய் நாணும்போங்காகச் சிரித்து, சில வடைகளைத் தின்று தண்ணீர் குடித்தபின் வீட்டுக்குப்போக எழுந்தாள். ஒருத்தி தண்ணீர்க்குடத்தையும், இன்னொருத்தி துணி மூட்டை யையும் சுமந்து ஒய்யாரமாக நடந்து சந்தோஷமாய்ப் பேசிக் கொண்டுபோனார்கள். அந்த நகரத்தில் பல குடிகளிலிருந்தும் தாங்கள் இருவருமே அந்நகரத்துக் குடிகள்போல அவ்வளவு சாங்கோபாங்கமாய் நடந்தார்கள். அவர்கள் மனதின் எண்ணத் தையாவது, துக்கத்தையாவது, சந்தோஷத்தையாவது ஒருவரும் அறியார்கள். இத்தனை நேரம் மட்டும் அவ்விருவருக்கும் இடையில் மறைவாயிருந்த திரையானது சிநேகவாஞ்சையால் விலக்கப்பட்டுப்போனதால், அவர்கள் தம் தம் மனதைத் திறந்து விட்டார்கள். அவர்கள் சம்பாஷணையில் எவ்வளவு அன்பும் பாசமும், துக்கமும் சந்தோஷமும் வெளியாயின! இன்னும் சற்றுநேரத்துக்குப்பின் அவையனைத்தும் மாறிப் பழைய திரை அவ்விருவர் மத்தியிலும் விரிக்கப்பட்டது.

அவர்கள் போகும்பாதையில் இடுப்பில் செப்புக் குடத்துடன் எதிரேவரும் பெண்டுகளை மினவிக்கொண்டு, கடைசியாக ஒரு அரசமரத்தின் கீழே நின்றார்கள். அதின் கிளைகள் நீண்டு இலைகள் செழித்திருந்தன. அதினோரத் திலிருந்த வாய்க்காலில் தண்ணீர் ஓடினது. அந்த மரத்தினடி யிலிருந்த பீடத்தின்மேல், மஞ்சணை பூசின விக்கிரகச் சிலைக ளிருந்தன. அதின்கிட்ட அநேக புருஷாள் உட்கார்ந்து பலகாரியங்களைப்பற்றி அலப்பிக் கொண்டிருந்தார்கள். அவர் களைக் கண்டவுடன், இந்தப் பெண்கள் சற்று நின்று, முக்காடிட்டு, தங்கள் தாவணிகளை உதறிச் சீராய்ச் சொருகிக் கொண்டு, மறுபடியும் தண்ணீர்க்குடத்தை இடுப்பில் தூக்கி வைத்துக் கொண்டு, மரியாதையுள்ள மாதிரியாகத் தரையை நோக்கி விசையாய் நடந்தார்கள். அவர்கள் ஊரார்கூடும் சபாமண்டபப் படிக்கட்டைக் கடந்து, அங்குமிங்கும் சட்டென்று கண்வெட்டிப் பார்த்து நடத்து, ஊருக்குள் பிரவேசித்தார்கள்.

இந்துதேசத்து ஆற்றங்கரைக் காட்சியைப்போல, நாட்டு வளப்பத்தைக் காட்டும் ஸ்தானம் வேறில்லை என்று சொல்ல வேண்டியது. சிவகங்கையைச் சேர்ந்த ஆற்றின் இருகரையிலும் எந்தநேரத்திலும் புருஷாளும், ஸ்திரீகளும் போக்கு வரத்தாயிருக் கிறதுண்டு. அங்கே ஜடைமுடி கட்டி, சாம்பற் புனைந்து, ருத்திராட்சமாலை யணிந்து பூதம்போன்ற பைராகிகளையும், அவர்கள் பக்கத்தில், மெலிந்து, வயதுசென்ற சந்நியாசிகள் செம்பும் கையுமாய் கூனிப் போவதையும் காணலாம்.

கல்விகற்கும் அந்நகரத்து வாலிபர் கம்பீரகோஷ்டத் தோடு தங்கள் கூட்டாளிகளுடன் சேர்ந்து, புஸ்தகமும் கையுமாய் ஆற்றோரத்தில் உலாவி, ஸ்திரீகள் மெச்ச வேண்டுமென்ற நோக்கமாய் வாலிப டம்பம் காட்டி, கண்ட காட்சிகளையும் கொண்ட கொள்கைகளையும்பற்றிப் பேசி அலப்புவார்கள். மொட்டையடித்து, கந்தைகட்டிய முண்டைச் சிகள், அதிக வயதுசென்ற கைம்பெண்களோடும், பட்டு பட்டாவளி கட்டித் தாமரை மலர்போலும், மான் இடைபோலு முள்ளதைப் பெண்களோடும் கலந்து நின்று, துணிதோய்க் கிறதும், செப்புக்குடத்தை விளக்குகிறதும், ஜலம் மொண்டு வருகிறதுமாயிருப்பார்கள். அத்தோடு நலநஷ்டம் ஒன்று மறியாத கன்னிப்பெண்கள் கபடமின்றிக் கைவீசி, மலர்ந்த முகத்தோடும், சிரித்த குரலோடும், சலங்கைகள் குலுங்கி சலீர் சலீரென்று ஓசையிடச் சல்லாபமாய்ப் பேசி, உல்லாசமாய் நடந்து, தங்களுடைய வெற்றுக் குடங்களை மாற்றி, மாலை களை வீசிப்போகிறதுமுண்டு. இங்கே உயர்ந்த வஸ்திரங்கள் எல்லாம் தெரியவரும்.

புதிய நகைகளெல்லாம் காட்டப்படும்; மேலும் வேலைக்கென்று போகும் இந்நேரத்தில்தான் ஊரிலுள்ள புரணிகளெல்லாம் பேசி முடிவாகும். இவர்களுடைய செப்பக் குடங்களின் சப்தமும், தண்டை சலங்கைகளின் இரைச்சலும், குலுங்கச் சிரிக்கும் குரலும், ஜன சந்தடியின் தெளிவற்ற தொனியும், நதியின் நீரோட்ட இரைச்சலோடும், தூரத்திலிருந்த கோவிலுக்குள்ளிருந்துவரும் மணிநாதத்தோடும். சங்கூத லோடும் கலந்து விநோதமாய்க் கேட்கும். இச்சமயங் களிலெல்லாம் ஜலப்பெருக்கால் எழும்பி கோபதாபங் கொண்டதுபோல இரைந்து பாயும் நதியானது, தன் கரையி லிருக்கும் கூட்டத்தையாவது. அமளி குமளிகளையாவது

எவ்வளவேனும் சட்டை செய்யாமல் ஓடிக் கொண்டிருந்ததுடன், அதினோரத்திலிருந்து தபசு புரியும் தெப்பவனத்திலிருந்த பிரமாண்ட விருட்சஜாதி யனைத்தும் தம் தம் கர்வத்துடன் நிமிர்ந்து நின்று, கரையோரத்தில் நடக்கும் கோரணிகளை யெல்லாம். நோக்கிப் பார்த்துக்கொண்டிருந்தன.

சிவகங்கையில் அன்று இரவு மேலிட்டது. அத்துடன் அரவம் அடங்கி அமைதலுண்டாயிற்று. எப்போதாவது தூரத்தில் குலைக்கும் நாயின் சப்தமாவது, ஆந்தையின் அலறு தலாவது, நரியின் ஊளையிடுதலாவது கேட்டாலுங் கேட்கும். பகல் முழுவதிலும் ஜனசந்தடியாயிருந்த கோயிலும், ஆற்றங் கரையும், போவார் வருவார் அற்று, பாழ்வளம்போல இருக்கும். ஒவ்வொரு வீட்டாரும் தம் தம்மட்டில் அரவங்காட்டாமல் அடங்கிவிடுவார்கள். தெருவில் ஆட்களைக் காணக்கிடையாது. சாதாரணமான இராச் சாப்பாடு முடிந்தவுடன் அந்தந்த வீட்டுத் தகப்பன் தாய் பிள்ளைகளெல்லாரும், அவரவர் மட்டில் நித்திரையின் கரத்துக்குத் தங்களைக் கையளிப்பார்கள். ராதாபாயின் வீட்டின் முன்னிருந்த இடுக்கமான தெரு, அன்று, இளம்பிறையானதால் இருட்டாகவே இருந்தது. அமாவாசி கழிந்து, இளம்பபிறை வந்தால் நிலா வெளிச்சம் சற்று கலவர மாகத்தானிருக்கும். அந்தச் சின்ன வீட்டின் திண்ணையில், இரண்டு பிள்ளைகள் உட்கார்ந்து, யாரோ ஒருத்தர் வருவாரெ ன்று காத்திருக்கிறார்கள். ஒரு வேளாவேளை அவர்கள் அந்த இருண்ட தெருவின் முனையில் யாராவது வருகிறார்களா என்று எட்டிப் பார்க்கிறதுமுண்டு. அன்று குளிராயிருந்தபடியால் ஒரு பெண் தன் தம்பியைத் தன்னுடைய தாவணியின் முந்தாணியால் மூடிக்கொண்டு, மெதுவாக அவனுடன் பேசி "தம்பி, கோபாலு! இன்னும் கொஞ்சநேரத்துக்குள் அப்பா வந்துவிடுவார் அப்பா" என்று சொன்னாள். "ராதா, அப்பா ஏன் சீக்கிரம் வரவில்லை" என்று தம்பி குளிரால் நடுங்கிக்கொண்டு கேட்டான்,

"கோபாலையா, அவாளுக்குக் கோயிலில் வேலை யிருக்கும்; கடைசியாக வந்தவர்கள் பூசை பண்ணிப் போகு மட்டும் அவாள் இருக்கவேண்டியதாச்சே, அதற்குப் பின்பு அதிகத் தூரம் நடந்து வரவேண்டுமல்லவா; கொஞ்சத் தூரந்தானா, உனக்குத் தெரியாதா? அவாளும் பலவீனமுள்ளவர் களாச்சுதே" என்றாள்.

“எனக்குக் குளிர் நடுங்குது” என்று பையன் சொல்லிக் களைப்போடு, நீட்டியிருந்த தன் சகோதரியின் காலின்மேல் தலைவைத்துப் படுத்துக்கொண்டான்.

‘'இன்னும் சற்றுக் கிட்டவா, அப்பா, நான் உன் காலைத் தேய்த்துச் சூடுண்டாக்குகிறேன்'’ என்றாள்.

அப்போது பையன் தன் தமக்கையின் மடியில் படுத்த படியே தூங்கிவிட்டான். ஆகவே, அவள் தனித்திருந்து, தெருவை எட்டிப்பார்த்த கண்ணாய் விழித்திருந்தாள். இப்படி ஒண்டியாயிருக்கிறோமே என்ற பயம் அவள் மனதில் வந்தது. அவள் இறந்துபோன தன் தாயாரையும், க்ஷயரோகம் பிடித்து யாதொருவேலைவெட்டிசெய்யஇயலாததன்தகப்பனாரையும், யாதொரு ஆதரவுமற்று இவ்வுலகத்தில் விடப்பட்டிருக்கிற தன் தம்பியையும்பற்றி மனதில் கவலைகொண்டாள். அவளுடைய ஜீவியமானது வரவரக் கஷ்டமானதாயிருக்குமென்பது அவளுடைய மனதுக்குத் தெரிந்தது. தான் தப்ப யாதொரு வழியில்லை என்றும், தன் வேலை வரவரக் கஷ்டமாகிற தென்றும், அன்று கேட்ட சுடுசொல் சாமானியமானதல் லவென்றும், அவள் உணர்ந்து கொண்டதுடன். நமது ஜீவ காலத்தில் இனி என்ன வாழ்வு வரப்போகிறது, என்ன லாபத் தைக் கண்டடையப்போகிறோம். ஒரு நம்பிக்கையையும் காணோம் என்றெல்லாம் நினைத்தாள். அவள் தலை தாழ்ந்தது. கண்ணீர் சாடிற்று. உடனே, எப்படியும் நமது தம்பி நம்மோடு கூட விழித்திருந்தானே என்கிற எண்ணம் அவள் மனதில் மின்னல்போல் தோன்றவே, அவள் குனிந்து, கனிவுடன் தூங் கின தம் தம்பியின் முகத்தைக் கட்டி முத்தமிட்டுப் பின்னும் அழுதாள், அவள் முத்தமிட்டு, கண்ணீர் விட்டதால் தம்பி விழித்து, அங்குமிங்கும் எட்டிப் பார்த்தான்.

உடனேஅவள்,மறுபடியும்அவனைத்தூங்கவைக்கும்படி தட்டி. “கோபாலையா - என்னப்பா?” என்றாள்.

“ராதா! பாயி, என்னை என்னத்துக்குப் பகைக்கிறாள்? அவள் என்னை அடிக்கிறதுபோலும் ஆழமான கிணற்றுக்குள் போடுகிறது போலும் கனாக்கண்டு, திடுக்கென்று விழித்தேன்” என்றான்.

“பேசாதே! என்ன பயங்கரம்! அப்படிப் பேசாதே கண்ணே!” என்று ராதாபாய் சொல்லி அக்கம்பக்கம் பார்த்துப் பின்னும்சொல்லுவான்:“அது கனாத்தான் அப்பா, அண்ணாட்சி வந்தால், நம்முடைய வீட்டில் நடக்கிறதையெல்லாம் சொல்

லாதே கோபாலு; அதினாலேதான் அவள் உன்னைப் பகைக் கிறாள்."

"தான் அப்படிச் சொல்லவில்லையானால் உன்னை அடிப்பேன் என்று சொல்லுகிறாரே; நான் என்னமாய்ப் பொய் சொல்ல?" என்று தம்பி சொன்னான்.

இல்லை - நீ பொய் சொல்லக்கூடாது - விதி நமக்கு விரோதமாயிருக்கிறது பேசாது தூங்கையா?" என்றாள்.

"இதோ அப்பா வந்துவிட்டார்கள்" என்று அவ்விருவரும் கண்டு, உடனே எழுந்து தங்கள் தகப்பனாருக்கு எதிர்கொண்டு போனார்கள். திடீரென்று அவர்களுக்குண்டான ஆனந்தம் கொஞ்சமல்ல; அவர்கள் பலகாரியங்களையும்பற்றி அந்தப் பெரியவரிடத்தில் கேட்டார்கள். அவரோ சிரித்துக்கொண்டு, அதெல்லாம் சேமம்தான் என்று மறுமொழி கொடுத்தார்.

''ஆனால், நீங்கள் ஏன் இவ்வளவுநேரம் விழித்தி ருந்தீர்கள்? இத்தனை இருட்டிலும் குளிரிலுமா நீங்கள் விழித் திருந்தீர்கள்; இப்போது நீங்கள் நல்ல தூக்கத்திலிருக்க வேண்டுமே" என்று பெரியவர் கேட்டார்.

''நீங்கள் ஏதாவது, சாப்பிடவேண்டுமல்லவா? அதற்காக நாங்கள் விழித்திருக்க ஆசைப்பட்டோம்" என்று ராதாபாய் சொன்னாள்.

"நீங்கள் அலுத்து, படுத்து வருவீர்களென்று நான் நினைத்திருந்தேன் அப்பா!" என்று அவள் தம்பி சொன்னான்.

ராதா, சாப்பாடுபோடத் தயார்செய்தாள், அவள் தம்பி தகப் பனாரை அவருடைய அறைக்குக் கூட்டிக்கொண்டுபோய், மெத்தை விரித்து அவருக்குப் படுக்கையை ஆயத்தம் செய் கிறதில் அதிக கரிசனையாயிருந்தான். உடனே இலைபோட்டு கோதுமைத் தோசையும், கூட்டுக்குக் கீரைக்குழம்பும் படைக் கப்பட்டது. தகப்பனார் சாப்பிடப் பிள்ளைகள் பார்த்துக் கொண்டிருந்தார்கள்.

பெரியவர், பிள்ளைகள் முதுகில் தட்டிக்கொண்டு, "நீங்கள் போதுமானமட்டும் சாப்பிட்டீர்களா?" என்று கேட்டார். ''ஆம், அப்பா ஆம், நீங்கள் சாப்பிடுங்கள்'' என்று ராதா பாய் சொன்னாள்.

கோபாலு, அவள் பேச்சோடு பேச்சாக, 'ஆனால், காரியம் தெரியுமா, பாயிக்கு இன்று அதிகக் கோபம் வந்துவிட்டது, ராதாவுக்கு நல்ல அடிபட்டது"... என்று, தம்பி சொல்லும்போது, அப்புறம் அவனைப் பேசவிடாதபடி ராதா பாய் தன் கையால் அவன் வாயைப் பொத்திக்கொண்டாள்,

''இல்லைப்பா அதெல்லாம் சரிப்பட்டுப்போயிற்று; அதை நான் கவனிக்கவில்லை" என்று நடந்த காரியத்தைத் தன் தகப்பனாருக்குச் சொல்லப் பயந்து சிரித்துக்கொண்டு தனக்கு உண்டான காயத்தையும் ராதாபாய் மறைத்துக்கொண்டாள். சாப்பாடானபின், அம்மூவரும் தூங்கினார்கள்; விதி அவர் களுக்கு விரோதமாலிருந்தாலும், நட்சத்திரங்கள் தங்கள் வழக் கப்படி அன்புடன் அவர்களை அன்று சந்தோஷிப்பித்தது.

இந்தச் சந்தியில் நான் ராதாபாயின் இளவயசு வரலாறையும், அவளுடைய குழந்தைப்பிராய குணாதிசயங் களையும் சொல்லவேண்டிய அவசரமிருக்கிறது. அவள் கிரகஸ்தார் என்னும் பிராமணவகுப்பைச் சேர்ந்தவள்; அவளு டைய குடும்பத்தார் அத்திசையில் பூர்வகாலமாய்க் குடியிருந் தவர்கள். அவள் இளவயசில் தரித்திர ஸ்திதியிலிருந்தாள், அவளுடைய மூத்த சகோதரியை, கொடுக்கல் வாங்கல் பண்ணி, பணக்காரராயிருந்த ஒருவருக்குக் கட்டிக்கொடுத்திருந்தது வாஸ்தவந்தான்; ராதாதானும் தன் சிகப்பிராயத்தில் தேவகிரி யிலுள்ள ஒரு தனவான் மகனுக்கு வாழ்க்கைப்பட்டவள்தான்,

இப்படி எல்லாமிருந்தாலும், ராதாவின் தாயார், தங்கள் வீட்டு வரும்படியால் அன்றன்றாகிவரும் வீட்டுச் செலவை நடத்திக்கொள்ள இயலாதவளாயிருந்தாள். அவர்கள் தகப் பனார் பேதமையான மனதும், ஓட்டைக்கையனுமாயிருந்தார். அவர் சிலதரம், இரண்டு மூன்று மாசமாக வீட்டுச் செலவுக் காவது, பிள்ளை குட்டிகளின் சம்ரக்ஷணைக்காவது ஒருகாசும் கொடுத்திருக்கமாட்டார். என்றாலும், புறத்தியாருக்கு ஒரு குறைவு இருக்கிறதுபோலக் காணப்படாதபடி அவர்கள் தங்கள் வீட்டு நடவடிக்கைகளையெல்லாம் மெட்டும் செட்டுமாக நடத்திவர ஜாக்கிரதையாயிருந்தார்கள்; ஆகவே அவர்கள் வீட்டிலிருந்த சங்கடத்தை அயலில் ஒருவரும் அறியார்கள்.

ஒருநாள் ராதாவும், அவளுடைய தம்பிமார் இருவரும் வழக்கம் போல வீட்டில் தனிமையாய் விடப்பட்டிருந்தார்கள். அவர்கள் தாயார் தங்களுடைய அண்டாவை அடமானம் வைத்து, பணம் வாங்க நோக்கமாக எங்கேயோ வெளியே போயிருந்தாள். அன்று முழுவதும் அவர்களுக்கு யாதொரு ஆகாரமும் கிடைக்கவில்லை; ஆதலால் தங்கள் தாயாருடைய வருகைக்கு அவர்கள் ஆவலுடன் காத்திருந்தார்கள்; அப்போது தன் தம்பிமாரில் ஒருவனுக்கு பேதி எடுத்தது. அதற்கு என்ன செய்கிறதென்று அவர்களுக்குத் தெரியவில்லை. அவர்கள்

நாமிப்போது அழவுங்கூடாது, அயல் வீட்டில் போய்ச் சொல்லவுங்கூடாதென்று எண்ணிக்கொண்டார்கள். அப்போது ராதாபாய், தானிந்தச் செய்தியைச் சில நாளுக்குமுன் தன் புருஷனுடன் அந்த ஊருக்கு வந்திருக்கிற, தன்னைப்போலக் குழந்தைப்பிராயமான தன் சகோதரிக்குப் போய்ச் சொல்ல, முதலாவது நினைத்து, ஓடிப்போய்ச் சொன்னாள்.

அவளுடைய அத்தான் அதைக்காதில் கேட்டு, "என்ன? பிள்ளாய் – விஷபேதியா? - நான் வருகிறேன்" என்று சொல்லி, உடனே போய்ச் சில மருந்துகளைக் கொடுத்தான். நேரமும் இருட்டினது. சுற்றுக்கட்டுள்ள அந்தப் பெரிய வீடு, ஆள் அரவமில்லாமல் வெறுமையாகத் தெரிந்தது. அச்சமையத்தில் தான் ராதாபாயின் தாயார் திரும்பிவந்தாள். குழந்தையின் வியாதி அவள் மனதுக்குச் சஞ்சலத்தை வருவித்தது; என்றாலும் அவள் தன் மனதை அடக்கி தைரியத்தை விடாமல், ஆற்றுக்குப் போய்த் துணி தோய்த்துவரலாமென்று போனதில் இப்படிப் பிந்திவிட்டதென்று சாமர்த்தியம் பண்ணினாள். அப்பால், மனக்கவலையொன்றுமில்லாத வளைப்போலத் தன் மகள் ராதாபாயைக் கூப்பிட்டு: "தீபமேற்று, பிள்ளாய்! அத்தானை நீ இப்படித்தானா இருட்டில் வைக்கிறது?" என்று சொன்னாள்.

அந்தப் பெண் அதைக் கேட்டு ஆச்சரியப்பட்டாள், நாலு நாளாக வீட்டில் தீபம் பொருந்த ஒரு சொட்டு எண்ணெயுமில்லை என்பதை அவள் அறிந்திருந்ததால், தன் தாயாருக்குக் கேட்கத் தக்க மெல்லிய சத்தமாக "எண்ணெய் இல்லை என்பது உங்க ளுக்குத் தெரியுமே, அம்மா" என்றாள்.

தாய் அதைக் கேளாதவள்போல் பாவனைபண்ணி இருட்டுக்குள் வேறொரு வேலையில் கையிட்டுக்கொண்டி ருந்தாள். அவளுடைய இருதயமோ உடைந்தது. இந்த அவமா னத்தை என்னமாய் நிவிர்த்திக்கலாமென்று அவளுக்குத் தெரிய வில்லை. மருமகன், அந்த வீட்டு நிருவாகத்தை உத்தேசித்து அறிந்துகொண்டு, உடனே எழுந்து, எனக்கு அவசரமான ஒரு சோலியிருக்கிறது. நான் போய்த் திரும்பவும் இராத்திரி வருகிறேன் என்று சொல்லிவிட்டு நடந்தார். அவர் போய்ப் பத்து நிமிஷத்துக்குள், அவர்கள் வீட்டுக்கு ஆறுமாசத்துக்குப் போதுமான சாப்பாட்டுச் சாமான்களெல்லாம், கூலியாட்கள் மூலமாய் அவர்கள் வாசலண்டை கொண்டுவரப் பண்ணினார். அது எங்கிருந்து வந்திருகவேண்டுமென்று தாயார் உத்தேசித்து ஒன்றும் பேசாமல் சும்மாயிருந்துவிட்டாள். பிள்ளைக ளுக்கிருந்த சந்தோஷத்துக்கோ ஒரு எல்லையுமில்லை. பேதி

கண்ட பையன் அப்படியே அயர்ந்து நித்திரை செய்தான்; ஜன்னிக் குரிய சேஷ்டைகள் எல்லாம் நின்றுவிட்டன. மறுபடி அவர்கள் அத்தான் பார்க்க வந்தபோது, பையனுக்குச் சுடச்சுடக் கொஞ்சம் கஞ்சி கொடுக்கத் திட்டம் செய்தார்.

இப்படிச் சில நாட்கள் கழிந்தன. ஒருநாள் ராதாபாயின் தாயாருக்குப் பேதி கண்டு அவள் இறந்துபோனாள். அதன்பின் ராதாபாயும், அவள் தம்பியும் தங்கள் தகப்பனாருடன் சிவகங்கையில் சற்று நல்ல ஸ்திதியிலிருந்த தங்கள் தமையனார் வீட்டுக்குப் போனார்கள். இவ்விடத்தில் அவர்களெல்லாரும் தங்களுடைய அண்ணன், அண்ணியுடைய சவரட்சணைக் குள்ளிருந்தார்கள்; அவர்கள் அண்ணியாரோ அவ்வளவு பாசமுள்ள ஸ்திரீயாயிராதபடியால் அவர்கள் காரியங்களெல் லாம். அத்தனை விசேஷமாயிருக்கவில்லை.

அவள் பிடிவாதம் பிடித்தவளென்றும், கோபதாபங் கொண்டவளென்றும் ஊராருக்கெல்லாம் தெரிந்திருந்தது. அவளுக்கு என்னவோ பேய் பிடித்திருக்கிறதென்று அயல கத்தார் உத்தேசித்து. பலதடவை மந்திரவாதியை அழைப்பித்துப் பேயோட்டினதுமுண்டு, அவளுக்கு மிதமிஞ்சி எரிச்சல்வந்தால், அப்படியே வலிப்புண்டாகிக் கீழே விழுந்துவிடுவாள். அச் சமயத்தில் அவளுடன் சகவாசம் பண்ணுவது சங்கடமாயி ருக்கும். அவள் ஒன்றும் உண்ணாமலும், குடிக்காமலும், பேசாமலும் மூதேவி பிடித்தவள்போல முரண்டுத்தனம் பண்ணி, ஏதாவது பேசினால் எரிச்சலாகி புலிபோல் அவர்கள் மேல் சீறி விழுந்து, கிணற்றில் விழப்போகிறது போலவும், சாகப் போகிறது போலவுமெல்லாம் செய்வாள்.

அவளுடைய புருஷன் தன் உத்தியோக விஷயமாக, அநேக மாசங்களாய் அயலிடங்களுக்குப் போய்த் திரும்பிவந்து, வீட்டில் நடந்த வரலாறுகளெல்லாவற்றையும் அவள் மூலமாய்க் கேட்டறிந்து கொள்ளப் பிரயாசப்படுவான். உள்ளபடி யாதா மோர் அநியாயம் நடந்திருந்ததுண்டானால், எல்லா மருந்திலும் முதற்றரமான மருந்தாகிய பிரம்பைக் கையாடி அவளைப் பலமாய் அடிக்கிறதுண்டு. உதயமுதல் அஸ்தமனம்வரை அடிமைபோல் நடந்துவந்த ராதாபாய், வீட்டு வேலைகளையும், பிள்ளைகளைத் தூக்கிச் சுமக்கும் வேலைகளையும் மனங் கோணாமற்செய்து தன் அண்ணியிடம் ஏச்சும் பேச்சும் கேட்டு. உதையும் அடியும் பட்டு. இப்படிப் பட்டாலாவது, நமது தகப் பனாரையும் தம்பியையும் பட்சமாய்ப் பராமரிக்கமாட்டா

ளாவென்று, தன் உபத்திரவங்களை எவர்க்கும் சொல்லாமல் வாய்ப்பூட்டுப் போட்டுக்கொள்ளுவாள். இப்படி நாளும் மாதமும் மாறினாலும் அவள் குணம் மாறவில்லை. அவளுடைய சாடைத்திட்டும். குரூரக் குரலும் எந்நேரமும் ஒன்றுபோலவே இருந்தது. அந்தச் சின்னப்பையன் எல்லாச் சங்கதிகளையும் மறைக்காமல், உள்ளபடிச் சொல்லிப் போடுகிறதினிமித்தம், அவனை அண்ணியார் ஜன்மப் பகையாய்ப் பகைத்தாள்.

இப்படிப்பட்ட ஒரு பெண்ணின் ஜீவியம், ராதாபாயின் நல்லொழுக்கத்துக்கு எவ்வளவு உதவியாயிருக்கும் என்பதை எவர்களும் லேசில் அறிந்துகொள்ளக்கூடும். அவள் இயல்பிலே சுரணையும் மானமும் பாசமும் பிரியமுடையவளாயிருந்தாள். அவளுக்குச் சம்பவித்த உபத்திரவங்களால் அச்சிறந்த குணங்களில் சில வேளா வேளைகளில் வெளியாயின. அவள் தனக்கு நேரிடும் சங்கடங்களைப் பொறுத்துக் கொள்ளுகிறவளாயும், வர்மத்தையும் பகையையும் தன் மனதில் பேணிவைக்காமல் அவைகளை உடக்குடனே மறந்து, தனக்கெவ்வளவு கடுத்தமான வீட்டுவேலைகள் வந்தாலும் அவற்றையெல்லாம் நல் மனதுடன் அன்றாடம் செய்து முடிக்கிறவளாயுமிருந்தாள்.

ராதாபாய்க்கும், அவள் வயசுக்கொத்த பெண்களுக்கு மிருந்த சந்தோஷமெல்லாம். திருவிழாக்காலங்களில் கோயில் ஸ்தலங்களைத் தரிசிப்பதும், ஏதாவது சடங்கு முடிப்பதும்தான். ஒவ்வொரு வீட்டிலுமிருந்த ஆட்களின் தொந்தரவும். ஓயாமல் செய்ய வேண்டியதாயிருந்த வீட்டுவேலைகளும், இந்தப் பெண்களுக்குச் சங்கடமாயிருந்ததால், அங்குமிங்கும் சற்றுத் திரிந்தலைந்து காலத்தைப்போக்க எப்போது சமயம் வாய்க்குமென்று ஆவலோடு வாஞ்சிப்பார்கள். பெற்றோரும் பந்துக்களும் இப்படிப்பட்ட காலங்களில் தங்கள் பெண்களை நகை நட்டுகளால் சிங்காரிக்கவும், பட்டு பட்டாவளிகளால் அலங்கரிக்கவும் முயற்சிசெய்து அதே தங்களுக்குப் பெருமை என்றெண்ணிக் கொள்ளுவார்கள். இக்காலங்களில் நடக்கும் சடங்கு முறைமைகளிலொன்றை இவ்விடத்தில் சொல்லிக் காட்ட எனக்கு மனமுண்டாகிறது.

சிவகங்கை நகரத்து வீதிகள் இடுக்கமாயும் அதிக நீளமாயுமிருந்து கற்கள் பரவியிருந்தன. வீடுகளெல்லாம் பலமான காரைக் கட்டடங்களாய், சிப்பி அடுக்கினதுபோல ஒன்றோடொன்று நெருங்க, தெருவின் இருகரையிலும் கட்டப்பட்டிருந்தன. எந்த வீட்டிலாவது மேல்மெத்தையிருக்குமானால், அதின் முகடு தாழ்ந்ததும், ஜன்னல்கள் பாதி

அளிப்பாய்ச்சினதும், மேல்பாதி முழுவதும் திறப்புள்ளது மாயிருந்ததால், தூரத்துப் பார்வைக்குக் கைதிகள் அறையில் ஒரு சதுரமான துவாரமிருப்பதுபோலக் காணப்படும். முன்னுக்கு இருக்கும் பிராந்தாதான், அந்த வீட்டின் நல்ல பாகமாய்க் காணப்படும். இது அதிகத் திறப்பாகவிருந்தாலும், அதின் தாழ்வாரக்கூரை அதிகக் கட்டையாயிருந்ததால் காற்றோட்டமும், ஒளி வீச்சும் இல்லாமலிருக்கும்.

தெருக்கள் கம்மலாகக் காணப்பட்டாலும், அந்தந்தத் தெருக்களின் மூலைகளிலிருந்த கிணற்றுப் பக்கங்கள் வெளிச்சமும் காற்றோட்டமுமாயிருக்கும். கிணற்றைச் சுற்றி நாலுபக்கத்திலும், போதுமான சதுரநிலமிருந்ததால் அவ்விடத்தில் காற்றுக்கும் வெளிச்சத்துக்கும் யாதொரு குறைவுமிராது. அங்குள்ள வீடுகள் நாலு சுவருள்ள சிறிய வீடுகளாக மாத்திரமிருந்தாலும், மனமானது அதின் பேரில் வைக்கும் நாட்டமும் பிரியமும் இன்பமும் ஆச்சரியமாயிருக்கிறது. சிவகங்கையிலுள்ள எந்தப் பெண்ணிடத்திலாவது, உங்கள் ஊரிலுள்ள வீடுகளெல்லாம் சின்னதும் சுகத்துக்கு உதவாததுமாயிருக்கிறதே என்று சொன்னால், அவர்களுக்கு அதிக எரிச்சலுண்டாகுமென்பது நிச்சயம். என்றாலும், தினந்தோறும் ஒரேமாதிரியாக இருக்கும் அவர்களுடைய ஜீவியமானது, நான் சொல்லிக் காட்டப்போகும் சடங்கு முறைகளைப் போலொத்த காரியங்களால், சமயா சமயங்களில் மாறுதலடைகிறது, ஒருவகையில் நன்மைதான். இப்பொழுது நான் ஒரு பெண்ணின் மங்கல காலமாகிய பன்னிரண்டாம் வயசில் நடக்கும் சடங்கின்னதென்று உங்களுக்குச் சொல்லுகிறேன்.

இந்தச் சமையத்தில், சிறு பெண்கள் பலர் சடங்கு செய்யவேண்டிய பெண்ணின் வீட்டுக்குப் போவார்கள் அவர்கள் தங்கள் உள்ளங்கையில், சர்க்கரை, தாம்பூலம், மஞ்சணை, அரிசி, தேங்காய், ரவிக்கை, அல்லது சொக்கா இவைகள் வைத்த ஒரு தாம்பாளத்தட்டை ஏந்திக்கொண்டு போவார்கள். அவர்கள் கட்டிக்கொண்டிருக்கும் வஸ்திரங்களைக் கண் கொண்டு பார்த்து முடியாது. எல்லாருங்கூடி அந்த வீட்டின் வாசலண்டை போய் நிற்பார்கள். கதவு திறக்கிற வரையும் அவர்களுக்குள் நடக்கிற காரியங்களெல்லாம் ஒரு வேடிக்கை போலிருக்கும். அவர்களுக்குள்ளே ஒருவரைப்பற்றி ஒருவருக்கு வைராக்கியமும் சடுத்தமுமிருக்கிறதாகத் தெரிந்துவிடும். பழைய வழக்கம்போலவே எல்லாமிருக்கும்.

ஏழைப்பிள்ளைகள் மகராசன் வீட்டுப்பிள்ளைகளால் தாழ்வாக எண்ணப்படுவார்கள். ஆனால் உன்னைவிட நானென்ன தாழ்வு என்கிற வீம்பு அந்தக் கும்புக்குள் நடக்கும் கோரணிகளால் விளங்கும். தோழிமாருள்ள பிள்ளைக ளெல்லாரும் ஒன்றாகச் சேர்ந்துகொண்டு. ஒண்டி சண்டியான பிள்ளைகளைப்புறக்கணிப்பார்கள். தங்கள் ஆஸ்தி எவ்வளவோ அவ்வளவு அவர்கள் கர்வமாய்ப் பேசிப் பெருமிதமாய்ப் பார்ப்பார்கள். அவர்கள் ஒவ்வொருத்தியும் தன்னைத்தான் ஒரு குட்டிராணிபோல பாராட்டுவாள். ஆனால் தாழ்த்த நிலைமை யுள்ள பிள்ளைகள் பணக்காரப் பிள்ளைகளை முந்தவும், மிஞ்சவும் விடக்கூடாதென்று ஜாக்கிரதையாயிருந்து வைராக் கியம் சாதிப்பார்கள். அவர்கள் பக்கத்தில் நிற்பவர்களுடன் கண்சிமிட்டி அல்லது அவர்களைக் கிள்ளி மகராசர் வீட்டுப் பிள்ளைகளைச் சாடைசொல்லிப் பழித்துப் பேசுவார்கள், அல் லது அவர்களை உணர்த்தும்படிச் சிரிப்பார்கள்.

அவர்களோ தங்கள் முகத்தைச் சுளித்து, உதட்டைப் பிதுக்கி வேறு பக்கத்துக்குத் திரும்பிக் கொண்டாலுமுண்டு, அல்லது கேட்கும் கேளாதவர்கள் போலிருந்து விட்டாலுமுண்டு. இத்த நடவடிக்கைகளெல்லாம் ராதாபாயைப்போலொத்த தனிப்பட்ட ஏழை எளியதுகளுக்கு ஒரு விளையாட்டைப் பார்க்கிறது போலிருக்கும். ராதாபாய் பட்டுக்கட்டி. தன் சிநேகிதியாகிய லட்சுமியின் பாதுகாப்புக்குள்ளிருந்தாள். இந்த லட்சுமியிருக்கிறாளே, இவள் கேலிக் குடுக்கைதான். நொடி சொல்லவும், விகடம் பேசவும் ஆள் கெட்டி; இவளைச் சுற்றி அநேக பெண்கள் கூடிநின்று, இவள் சொல்லும் நொடிச்சொற்களைக் கேட்டுக் கலகலவெனச் சிரிப்பார்கள்.

அவள் தங்க ஒட்டியாணம் கட்டியிருந்த ஒரு பெரிய வீட்டுக்காரன் மகளைச் சுட்டிப் பேசக் கருதி “ஒரே ஒருத்திதான் ஒட்டியாணம் கட்டியிருக்கிறாள் போலிருக்கிறதே” என்பாள்; தன் பாட்டியாருடைய பழைய மாதிரி அட்டியலைப் போட்டுக் கொண்டிருந்த ஒரு சிறு பெண்ணைச் சாடை சொல்லி “பாட்டி யம்மாள் அட்டியலைப் பார்த்தாயா பெண்ணே!” என்பாள். அல்லது “அடேயப்பா! இவள் பார்க்கிற பார்வயில் நாமெல் லாரும் பட்டுப்போவோம் போலிருக்கிறதே; கணக்கையர் மகள் கலெக்டருடைய மருமகளாகி விட்டது போல் சிலுப்புகிறாள்” என்றும் “எத்தனை நகையப்பா! இப்போ இவர்கள் வீட்டில் போய்ப் பார்த்தால் எல்லாரும் மூளிக்காதும், அறுதலி

கழுத்துமாய்த்தானிருப்பார்கள்" என்றும்; அல்லது "அவாள் சற்று முகலட்சணமாய் மாத்திரமிருந்தால் நமது தலையின்மேல் தன் கால்களை வைத்து விடுவாள்" என்றும், இப்படியெல்லாம் நொடி சொல்லுவாள். கதவு திறக்கப்பட்டு, அவர்கள் வீட்டுக்குள் நுழையும்வரையும் இப்படிப்பட்ட காலாகோலங்களெல்லாம் நடக்கும்.

அந்தப் பெண்ணின் வீடு, சின்னதும், தாழ்ந்த கூரையுள்ளதும், இருட்டுமயமாயுமிருக்கும். ஒரு மூலையில் தங்களுடைய பிராயத்துப் பெண் ஒன்று, சிரித்துக்கொண்டு உட்கார்ந்திருந்தாள். அவளுக்குச் சரிகைப்புடவை கட்டி, ஜடை பின்னி, பூமுடித்து, நகைநட்டுகள் அணிந்திருந்தது. இந்தப் பெண்கள் வீட்டுக்குள் போனவுடன் அவள் ஒருநாளுமில்லாதவண்ணம் புன்னகைகொண்டு, தனக்குக் கொண்டு வரப்பட்டிருக்கும் சாமான்களைப் பார்த்துச் சந்தோஷ நாணங்கொண்டு தலையைத் திருப்பினாள். அப்பெண்கள் தாங்கள் கொண்டுவந்த வெகுமானங்களை அவள் மடியிலும், முன்னுக்கும் வைத்தார்கள்; அப்பால் பெரியவர்களுடைய ஏவுதலால் அப்பெண்ணை வாழ்த்தினார்கள். கொஞ்சம் பாடவே அப்பால் தெரியாமல், அவரவர்மட்டில் உதட்டைக் கடித்து நிறுத்தினார்கள்; வாழ்த்துதல் கால்வாசியும். அரைக்கால் வாசியுமிருக்கையில் நிற்கவே எல்லாரும் கொல்லென்று சிரித்தார்கள்.

இந்தச் சின்னக்காரியமானது அவர்கள் மனதின் செருக்கை அடக்கிவிட்டது. நமக்குள் ஏற்றத் தாழ்வில்லாமல் எல்லாரும் சமம்தான் என்று அவர்கள் உணர்ந்து, வெட்கத்துடன் ஒருவருக்கொருவர் உறவாடித் தாம்பூலத்தட்டையும், புஷ்பத் தட்டையும், பலகாரத்தட்டையும் எடுத்து அங்கிருந்தவர்களுக்குப் பரிமாறினார்கள். அப்பால் ஒருத்தி இவ்னொருத்திக்கு ஜடைபின்னி பூமுடித்துச் சிங்காரித்தார்கள். அவர்கள் சிங்காரிக்கும்போதே, "இதெவ்வளவு முடியப்பா! கோரைபோல வளர்ந்திருக்கிறதே" என்றும் "நீதான் செந்தாமரை; வெகு லட்சணமாயிருக்கிறாயே" என்றும் "அடா, யானைச் சிவப்பியே, உன் மயிர் குதிரை முடிபோல் கருத்திருக்கிறதே. கொஞ்சம் மஞ்சள் தடவட்டுமா" என்றும் சொல்வாள். அதை பக்கத்திலிருக்கிறவள் கேட்டு "கருப்பா, எண்ணெய் கருப்பல்லவா? கருங்கயிற்று வலையின் நடுவில் முத்துப் பதித்தாற் போலிருக்கிறதல்லவா" என்பாள். அல்லது "உனக்கென்ன இவ்வளவு

சின்னநெற்றி! மாமியார்தான் நீலி, மற்றப்படி உனக்கென்ன குறைவு" என்றும் சொல்லிக் காலம் போக்குவார்கள்.

தலையில் ஜடைபோட்டுப் பூமுடித்தபின்பு ஒரே கும்பலாக ஆற்றுக்குப் போவார்கள். இது அவர்களுடைய விடு தலை நாளாயிருந்தபடியால், ஆற்றின் படிக்கட்டில் ஏறி இறங்கு வதும், கோயிலைச் சுற்றிவருவதும், ஊரார் கூடும் சபா மண்டபத்தண்டையில் நின்ற அரசமரத்தடியில் கூடிநின்று குலாவுகிறதுமாயிருப்பார்கள். எந்தப் பெண்ணின் புருஷனாவது அச்சமயம், அவ்வழியில் போகிறதுண்டானால், அந்தப் பெண்ணின் நடை தாழ்ந்து. முகம் கீழே நோக்கும்; மற்றப் பெண்கள் அதைக் கவனித்துப் பலவித நொடிகளைப் பொழி வார்கள்.

"காசியாயி மாப்பிள்ளை அதோ போகிறார் - பேசாதேயுங்கள் காசியாயி! உன் மாப்பிள்ளையின் முகத்தை எப்போதாவது எட்டிப் பார்த்திருக்கிறாயா? - எத்தனை அழகன், பார்க்கப் பதினாறு கண்கள் வேண்டும். அவருடைய முகமும் கண்ணும் தேவேந்திரன் போலிருக்கிறதே - ஒருதரம் எட்டிப்பார்."

''அதோ, ஐந்து மாப்பிள்ளைகள் போகிறார்கள், அவர்கள் தேறின வித்வாம்சாட்களாக்கும்; புஸ்தகமும் கையுமாய் நடக்கிறார்கள். அடி,ராக்குமி உன் புருஷன் உன்மேல் பட்சம் போலிருக்கிறது; உன்னை எட்டிப்பார்த்தாரே - நீ ஏன் உன் முகத்தை மறைத்துக்கொள்ளுகிறாய்? எட்டிப்பார் பெண்ணே, இங்கே ஒருத்தருமில்லை; உன்னை ஒருவரும் தின்றுவிட மாட் டார்கள்" என்பார்கள்.

சாயந்தரத்தில் அவரவர் வீட்டுக்குப் பிரிந்துபோகும் வரையும் இவ்வண்ணம் பேசிக்கொண்டு அந்த நாளைக் கழிப்பார்கள். அடிக்கடி இப்படிப்பட்ட தமாசுகளுடன் மனதில் ஒரு அச்சமும் அவர்களுக்கிருக்கும்; இந்தச் சந்தோஷங் களெல்லாம் முடிந்தபின்பு, சில சங்கடங்கள் வந்து சம்பவிக்கவும் செய்யும்.

ஐயோ, ஏழைப்பெண்கள், இப்படிப் படிப்பற்று, பயம் பிடித்தவர்களிடத்தில் நாம் என்ன நன்மையை எதிர்பார்க் கக்கூடும்? இவர்களுடைய தாய்மார் காரியமும் இப்படித்தான்; தகப்பன்மாருக்கோ இவர்களைப்பற்றிய அக்கறை இல்லை. பசி தாகம் பிடித்த அவர்கள் மனதுக்கு இப்படிப்பட்ட உதவாத நினைவுகளைத்தவிர வேறு உணவு இல்லை. இவர்கள் மனம் சற்றுத் தேர்ச்சியுள்ளதாயிருக்குமானால், முந்தின இரவில்

வாசிக்கக் கேட்ட சாஸ்திரப்பொருளை அல்லது கதையில் கருத்தைப்பற்றி நினைக்கிறதுதான். இதின் வரலாறோ காலா கோலமாயும், கருத்தற்றதாயுமே இருக்கும். ஆகவே அவர்கள் வீணரும், அலப்பரும், மிதமிஞ்சின பண ஆசைக்காரரும், தங்களுக்கு இருக்கும் பொன்னையும் பணத்தையும் பெரி தென்று எண்ணுகிற மதிகேடருமாயிருப்பது ஆச்சரியமல்லவே.

தங்கள் நகைகளையும், உடைகளையும் காட்ட சமயம் நேரிடும்போது, அவைகளை அணிந்துகொண்டு, பைத்தியம் பிடித்தவர்களைப்போல் தங்களை உயர்த்திக் கொள்ளுகிறதும், அதுதான் தங்கள் ஜீவியகாலத்தில் மகத்துவ நாட்கள்போல எண்ணிக் கொள்ளுகிறதும் அதிசயமல்லவே. நாகரிகமும் தேர்ச்சியுமுள்ள மனமோ இப்படிப்பட்ட நாகரிகமற்ற மிலேச்ச சுபாவத்தால் காட்டும் நகைநட்டுகளின் காட்சியைப் பரிதா பத்துடன் கண்ணோக்கித் துக்கப்படுகிறது. என்றாலும், மேல் தேச சாஸ்திரங்களிலும், அறிவுகளிலும் விருத்தியாகியிருக்கிற இத்தேசத்தாரான என் சகோதரர் அநேகருக்கு, இந்தியாவின் மக்களாகிய பெண்களுக்குக் கிடைத்த பங்கும் வாழ்வும் இதுதான்; இதற்கு மிஞ்சியில்லை என்ற எண்ணமிருக்கிறது.

ராதாபாயின் மாமியாரின் வருகை, சிவகங்கை நகரத்தில் ஒரு பிரஸ்தாபமாய்ப் பேசிக்கொள்ளப்படும். பெரிய ரோட்டு மார்க்கமாய் ஹா, ஹம் - ஹா, ஹம் என்ற பாட்டோடு இரண்டு பல்லக்குகள் சுமந்துவரப்படும்; அதற்குப் பின்னாலே சேறும் தூளும் படிந்த அசங்கிதமாயிருக்கும் மாடுகள் கட்டின சில வண்டிகள் குறுக்கு மறுக்காக வரும். பல்லக்குகளும் வண்டி களும் போகும்போது எல்லாப் பெண்களும் வெளியில் வந்து பார்த்தார்கள். பிள்ளைகள் கூவென்று கூவிப் பின்னால் ஓடினார்கள்; பெண்டுகள் தங்கள் வீட்டு வாசலில் நின்று கண்ட படி அலப்பிக்கொண்டார்கள். அப்போது திண்ணையைப் பெருக்கிக் கொண்டிருந்த ராதாபாய், தெருவில் கேட்கிற சத்த மென்னவென்று அறியும்படி துடைப்பமும் கையுமாய் தெருவுக் கோடினாள், வரவர அந்தக் கூட்டம் தனக்கு நேரே நெருங்கி வருகிறதை ராதாபாய் கண்டதுடன், முன்னுக்கு ஓடிவந்த பையன், பதைத்துக்கொண்டு "இதுதான் அந்த வீடு. நில்லுங்கள்! நிறுத்துங்கள்; தாஜிபாயின் மகள் இவள்தான்; விநாயகப்பந்தலு வீடு இதுதான்" என்று கூவுகிறதையும் கேட்டாள். ராதாபாயின் புத்தி சற்றுநேரம் தடுமாறினது; கடை சியாக நமது மாமியார் வந்துவிட்டாளாக்கும் என்று அறிந்து கொண்டாள்.

"ஐயோ, அவர்களெல்லாம் எவ்வளவு மகாராஜராயிருக்கிறார்கள். தான் மகா ஏழையாயிருக்கிறேனே" என்று அவள் நினைத்து, போய் ஒளிந்து கொண்டாள். ராதாபாயின் அண்ணியார் திடுதிடுத்த மனதோடு வேறு புடவை கட்டி, வந்த ஆட்களை உபசரணைபண்ண வெளியே வந்தாள். அவள் வெளியே வருமட்டும். "வீட்டில் யாருமில்லையா? ஆட்க ளெல்லாம் எங்கே போனார்கள்?" என்று கவுரதையுடன் ஒரு சப்தம் கேட்டது. வந்தவர்களை வீட்டுக்குள் அழைத்து, உட்கார வைத்த பின் வண்டிகளை வீட்டின்முன் அவிழ்த்துவிட்டார்கள்; பல்லக்கைத் திண்ணைப்புறத்தில் தூக்கிவைத்துப் பல்லக்குக் காரரைப் போகச் சொன்னார்கள்.

அப்பால் ராதாபாய் எங்கே என்று கூப்பிட்டார்கள். அவள் அன்றைய தினம் வந்த மூவருடைய காலிலும் விழுந்து கும்பிட வேண்டியதிருந்தது. அவளுக்கு எப்போது நிறுத்த வேண்டுமென்று தெரியாததால் மாற்றி மாற்றிக் கும்பிட்டு விழுந்துகொண்டே இருந்தாள்; கடைசியாக மாமியார், வாய் திறந்து, "இதுதான் ராதாவாக்கும்; தாயார் செத்து, தகப்பனாரும் இவளும் இங்கே இருக்கிறார்களாக்கும். காதில் கம்மலா, கழுத்தில் மணியா ஒன்றையும் காணோமே; இவளென்ன முக்கால்துட்டுப் பொன்னுமில்லாமல் துடைப்பக்கட்டை போலிருக்கிறாளே. நல்லது நீ காரியங்களையெல்லாம் சட் டென்று நடத்தி முடிக்கவேண்டியது; என்னால் இங்கே தாம திக்க முடியாது. நான் ஒரு தீர்த்த யாத்திரைக்குப் போய்த் திரும்புகிற வழியிலிருக்கிறேன், நாளைய தினம் அதிகாலையில் புறப்படவேண்டியது. இதோ, ஏதாவது சிலதை அவளுக்குப் போடு என்று சொல்லி இரண்டு மணிகளை அண்ணியார் கையில் கொடுத்து 'இப்படி வெறுங்காதும், வெறுங் கழுத்து மாயிருக்கிறதைப் பார்க்க என்னால் தாங்காது; அவளுடைய நகைகளெல்லாம் தொலைந்து போயிற்றாக்கும்" என்றாள்,

ராதாபாயின் மனம் பதைத்தது. "ஐயோ! எவ்வளவு கண்டிப்புக்காரி போலத் தோன்றுது? இவ்வளவு சீக்கிரத்தில் புறப்படவேண்டுமென்கிறாளே" என்று தனக்குள்ளே சிந்தித் தாள். இந்தச் சிந்தையால் அவளுக்கிருந்த வருத்தங்களும், வேதனைகளும் விலகிப்போயின. தான் வசித்ததும், வேலை செய்ததும், பாடுபட்டதுமான வீடு அதிக இன்ப ஸ்தலமாயிற்று; தான் வெறுத்தவையெல்லாம் ஒரே நிமிஷத்தில் விரும்பப் படத்தக்கதாயின. அந்த வீட்டில் தகப்பனார் இருந்தார்,

சகோதரன் இருந்தார், தானும் அந்த வீட்டுக்குள்ளிருந்தே வளர்ந்தாள். ஆகவே அவள் நெஞ்சில் விசாரம் எழும்பினதால், மேல்மெத்தைக்குப் போய் ஒரு மூலையில் குந்தி, தன் இரண்டு கைகளாலும் தலையைப் பிடித்துக் கொண்டு அழுதாள். அவளுடைய கழுத்தைக் கட்டி அழுதது யார்? - அவள் தலையோடு ஒட்டித் தலைவைத்து அழுகிறது யார்? ஏன் இப்படி விம்மி விம்மி அழவேண்டும்? மனம் பதைத்துக் கூவுவானேன்? -விட்டு விட்டு மறுபடியும் அழுவானேன்? அவளும், அவள் தம்பியும் தனித்திருந்தார்கள்; தன் தம்பியை அவள் கட்டிக் கொண்டு 'தம்பி; நான் போனபின்பு உனக்கு உடுத்துகிறது யார்! ஊட்டுகிறது யார்! அப்பா இருட்டில் வருமட்டும் நீ தனிமையாய்க் காத்துக்கொண்டிருப்பாயா? ஐயோ தம்பி! நான் உனக்கென்ன செய்வேன்? திரும்ப உன்னை எப்போ பார்ப்பேனோ?" என்று சொல்லி அழுதாள்.

அந்தப் பையனுடைய துக்கம் தமக்கையின் துக்கத்திலும் அதிகமாகவேயிருந்தது. ஆனால் அவன் அடக்கிக்கொண்டு அமைதலாயிருந்தான். அவர்கள் இப்படி நெடுநேரம் தனித்திருக்கவில்லை. ராதா வீட்டுவேலைகளை முடிக்கவேண்டியதிருந்தது; அவள் அங்குமிங்கும் போய், தன் துக்கத்தை அடக்கிக்கொண்டு, தன் வேலைகளைச் செய்தாள். சாயங்காலத்தில் அவள் ஆற்றுக்குப் போனபோது, தம்பியும் கூடவே போனான். அவள் புறப்படும் வரையுமிருந்த ஒவ்வொரு நிமிஷமும் அவனுக்குப் பொன்போல் அருமையாயிருந்தது.

தமக்கையுடன் அவனுக்கிருந்த பற்றாசை கொஞ்சமல்ல. அவள் எங்கேயாவது வெளியே போயிருந்தால், எவ்வளவுநேரஞ் சென்றாலும், அவன் ஜன்னலண்டை நின்று அவளுக்காக எதிர்பார்த்துக்கொண்டே இருப்பான். அவள் வீட்டிலிருக்கையில் அவனுக்குக் கொண்டாட்டந்தான்; அப்போதவன் ஒருவருமில்லாத சமையம் பார்த்து, வீட்டு வேலைகளில் முதலாய் அவளுக்குப் பல உதவிகளைச் செய்வான், நான் பெரியவனானால் என் தமக்கை, என் வீட்டிலே இராணி போலிருப்பாள் என்று அவன் சொல்லுவான். அவர்கள் இருவருக்குமிருந்த ராசிப் பொருத்தத்தை, அவர்களைத்தவிர மற்றவர்கள் அறிந்துகொள்ளவே மாட்டார்கள். அவர்களிருவரும் தனித்து இரகசியம் பேசிக் கொள்வார்கள். ராதாபாய்க்கு ஏதாவது அற்ப சொற்பச் சங்கடம் வீட்டில் வந்துவிட்டால், இவனுடைய உற்சாகமான பார்வை அவள் பயத்தை நீக்கித் தைரியத்தைப் பிறப்பிக்கும்.

ராதாவின் மாமியார் வந்துவிட்டாள் என்ற சமாசாரம் காட்டில் நெருப்புப் பற்றினதுபோல ஊரெங்கும் பரம்பிற்று; அவளுடைய தோழியாகிய லட்சுமி, ராதா வெளியே வருகிற சமயம் பார்த்து, “ராதா, நீ போகிறது நிசந்தானாக்கும் போகிறாயாக்கும் - என்பாடுதான் அவஸ்தை - நான் இங்கே ஒண்டியாயிருப்பேன். நீ இல்லாமல் ஆற்றங்கரையிலும், கோவில் ஸ்தலத்திலும், நாம் வழக்கமாய் காலங்கழிக்கிற புளியமரத்தடியிலும், நான் என்ன செய்வேன்? இதெல்லாம் என்னைக் கொல்லத்தான் வருகிறது போலிருக்கிறது. ஏதாவது சடங்கு நடந்தால் நீ இல்லாதது வெறுமையாயிருக்குமே; உன் முகத்தை நான் என்னவாய் மறப்பேன், என் அன்புள்ள ராதாவே! உன் மாமியார் அதிக கம்பீரமுள்ளவளானாலும் கண்டிப்புக் காரியாம்; அவள் உன்னைப் பட்சமாய் நடத்தவில்லையானால் உடனே இங்கு வந்துவிடு; என் தாயார் உன்னைக் கூட்டி வைத்துக்கொள்ளுவாள். என்னைத்தவிர அவளுக்கு வேறே பெண் இல்லை என்பதும், உன்பேரில் அவளுக்கு அதிகப் பிரியமென்பதும் உனக்குத் தெரியும். என்னுடைய சிற்றப்பா, உன் புதிய வீட்டுக்கு வரும்போது, உன் காரியத்தைப்பற்றி எனக்குச் சேதி சொல்லியனுப்ப மறவாதே. என்ன சங்கதி சொல்ல விரும்புவாயோ அதையெல்லாம் சொல்லியனுப்பு; உன்னிடமிருந்து சமாசாரம் வர நான் ஆசையோடு காத்திருப் பேன். ஐயோ! ராதா, உன்னைப் போகச் சொல்ல எனக்கு மனமில்லை. அவர்கள் உன்னைத் துன்பப்படுத்துவார்களோ என்று அஞ்சுகிறேன். அந்த அந்நிய இடத்தில் நீ ஒண்டியாய் என்ன பண்ணுவாய், ராதா!” என்றாள்.

இப்படியே பேசிக்கொண்டு ஆற்றங்கரை சேர்ந்தார்கள். லட்சுமி தன் தோழியின்மேல் கை வைத்து ‘கங்காதேவிக்கு முன்பாகவும், சூரிய நாராயணனுக்கு முன்பாகவும் நான் சத்தியமாய்ச் சொல்லுகிறேன், என் ஜீவனுள்ள மட்டும் நீதான் என் பிராண சிநேகிதியாயிருக்கிறாய், ஒன்றுக்கும் அஞ்சாதே, நீ போனபிற்பாடு உன் தகப்பனார் என் தகப்பனாகவும், உன் தம்பி என் தம்பியாகவும் இருப்பார்கள்” என்று சொல்லி, அவள் தம்பியையும் கையைப் பிடித்துக் கிட்ட நிறுத்தி. மூவரும் ஒன்றாகக் கட்டிக்கொண்டு அழுதார்கள்.

பூர்வ இந்துப்போங்கான சிநேகம் அதிக பலமானது. ஒருவனுடைய ஜீவகாலத்திலுண்டாகிற பலவித உபத்திர வங்களில், இதொன்றினால் தான் மனதுக்குச் சற்று ஆறுதல்

கிடைக்கிறது. உபத்திரவ காலங்களில் இந்திய சிநேகிதர் உருக்கைப்போல் ஒருவரோடொருவர் பொருந்திக் கொள்வார்கள்; அவதிவேளையில் ஆட்களைப்பற்றிய வெறுப்பும், சுயநயமும் அகன்று. மற்றவர்களுக்குச் சகாயம் செய்வதில் அதிகப் பிரகாசமாய் விளங்கும். அவர்கள் தங்கள் மனம் முழுவதையும் தர்மசிந்தையில் திருப்பி, உபத்திரவத் தாலுண்டான நஷ்டங்களை நிவிர்த்தியாக்கி விடுகிறார்கள்.

மறுநாள் அதிகாலையில் வீட்டில் அதிக தடபுடலா யிருந்தது. ராதாவின் அண்ணன் ஒரு புதிய புடவை வாங்கிக் கொடுத்தார். அண்ணியார் ஒரு புது ரவிக்கை தைத்துக் கொடுத்தாள். அவள் அதைப் போட்டுக்கொள்ளும்போது, ராதா போய்விட்டால் வீடு வெறுமையாய்த் தானிருக்கும் என்று சொல்லிக்கொண்டாள். அண்ணன் பிள்ளைகள் அவள் காலைக் கட்டிக்கொண்டு விடமாட்டேன் என்றன; பிள்ளைகளைச் சமாதானப்படுத்தி, மருமகளைக் கூட்டிப்போவது மாமியாருக்கு அதிகப் பிரயாசையாயிருந்தது. அவள் தன் தகப்பனாரையும் தம்பியையும் ஒரு வீட்டுக்குள்ளிருந்து வழியனுப்பிக் கொண்டாள். அவர்கள் அப்போது வெளியிட்ட துக்கத்தையும் துயரத்தையும் சொல்லிமுடியாது. கடைசியாக எல்லாம் முடிந்தது. நாடகசாலைகளில் ஒரு காட்சி மாறி மறுகாட்சி வருமுன் திரை விழுவதுபோல, இவளுடைய பாலிய ஜீவியத்துக்கும், சொந்தவீட்டுக் குடியிருப்புக்கும் மறைவாகத் திரை விழுந்தது. இனி அவள் அதை நினைப்பதிலும் கவனிப்பதிலும் காரியமில்லை. எல்லாம் கண்காட்சிக்கு அப்பால் கடந்துவிட்டது. துக்கபாரம் அவள் நெஞ்சில் இருத்துகிறது. அவள் தலை தாழுகிறது. மனதின் இயற்கை அவளை மடக்கி விடுகிறது. அவள் அப்படியே அயர்ந்து தூங்குகிறாள். அவளைத் தட்டி எழுப்பவேண்டாம். "நாளையத் தினம்" என்று துவக்கி அவளுடன் மெதுவாகப் பேச்சுக் கொடுக்கவேண்டாம். தூங்குகிறாள், அப்படியே தூங்கட்டும் "அந்தந்த நாளுக்கு அதினதின் பாடு போதும்"

"ராதாபாய் தன்னுடைய பயணத்தைக் கலக்கமுள்ள சொப்பனம் காட்சிகளால் கடந்து முடித்தாள். அந்தப் பாதையில் மார்க்க சம்பந்தமான அநேக காட்சிகளிருந்தன. அவளுடைய மனமானது தான் கேள்விப் பட்டிருந்த கோவில்கள், தெப்பங்கள், நதிகள் முதலியவைகளைக் கண்டு களிகூர்ந்தது. அவள் கண்ட பொன்கம்பிபோன்ற ஆற்று வெள்ளமானது

ராமரின் புஜபல பராக்கிரமத்தால் எய்த அம்பு தைத்துச் சுரந்தோடுகிறதாம். அந்த மொட்டைப் பரும்பு ராவணனை ராமர் தொடர்ந்தபோது ராவணன் கையிலிருந்து தவறி விழுந்த ஒரு கல்லாம். மலைகளின் மத்தியில் புல்லும் புதரும் முளைத்து, செடியும் கொடியும் அடைத்துக்கொண்டிருக்கும். அந்தக் குகையானது சீதாதேவி வனத்தில் வசிக்கையில் தங்கியிருந்த தாவளமாம். இப்படிப்பட்ட ஸ்தானங்களைப் பற்றிய நினைவுகள் அவள் மனதில் குறுக்கிடவே. கொஞ்சம் ஆறுதல் வந்தது.

அந்த நீண்ட பிரயாணத்தில் மாமியாரின் குணாதிசயங்களும் சற்று வெளியாகிறதைக் கண்டுகொண்டாள். அவள் கொஞ்சம் கள்ளத்தனமாயும் கரிசனையாயுமிருந்து, தன் மாமியாரின் பேச்சையும். பார்வையையும், அவளுடைய ஒழுக்கத்தையும் அவள் செய்வதையும், அவளுடைய சிரிப்பையும் எல்லாம் கண்டு, கிழவிகள் அறிகிறதைவிட அதிக சீக்கிரமாகத் தன் மாமியார் இப்படிப்பட்டவள் என்று அளந்து விட்டாள். ஏனெனில், சிறு பிள்ளைகளோடு இருக்கிற பெரிய ஆள் தன்னை எவ்வளவாவது காத்துக்கொள்ளுகிறதுண்டா? அல்லது சிறுவர் நம்மை இவ்வளவு சீக்கிரத்துக்குள் அளத்து கட்டிவிடுவார்கள் என்று எந்தப் பெரிய ஆள் அறியக்கூடும்? ராதாபாயின் தீர்மானமும் நியாயமும் குழம்பும்போது, பிள்ளைகள் பெரும்பாலும் தங்கள் மனம் சிலதை விரும்பிச் சிலதை வெறுத்துவிடும் கருத்துண்டே. அவ்வித கருத்தால் அவள் காரியங்களைத் தன் மனதில் மதித்துக்கொள்ளுவாள்.

ராதாவுக்கு மாமியாரைப்பற்றிய வெறுப்பாவது பிரியமாவது உண்டாகவில்லை; அவளைப்பற்றிய ஒருவிதமான பயமாத்திரமிருந்தது. இவ்வளவு கண்டிப்புக்காரி, ஒருதரம் தப்பிதம் கண்டால், ஜீவகாலமட்டும் அதை மறக்கமாட்டாள் என்ற அச்சமுண்டாகி எந்தவிதத்திலும் தப்பிதத்துக்குள் அகப்படாதபடி ஜாக்கிரதையாயிருக்க வேண்டுமென்று அறிந்து கொண்டாள். அவளுடைய ஏறெடுத்த பார்வையானது, தப்பிதங்களை ஒருநாளும் மன்னிக்க மாட்டாத பிடிவாதக்காரி போலக்காணப்பட்டது. என்றாலும் அந்த முண்டைக்கண்களில் நல்ல குணமுள்ள ஒரு பாகமுமிருக்கிறதென்பதை ராதா கவனித்துக்கொண்டாள். எப்படியெனில், தானே ஒரு காரியத்தை நன்றாகச் செய்யும்படி முயற்சித்ததில் அது அப்படி வாய்க்காமையால் சற்று இரக்கத்தோடும் கனிவோடும்

பார்க்கும் காட்சி அவளுக்கு வெளிப்பட்டது; மேலும் தன் மாமியாருடைய பேச்சுகளைக்கொண்டு தன் நம்பிக்கைக்கு அவளிடத்தில் இடமிருக்கிறதென்பதையும் உணர்ந்து கொண்டாள். கடைசியாக நாம் சீராக நடந்துவந்தால், கடுத்தமும் பிடிவாதமும் மூர்க்கமும்போலக் காணப்படுகிற இந்த ராணியிடம் சுகமாய்க் காலந்தள்ளலாம் என்று தீர்மானித்துக் கொண்டாள்.

அவர்கள் வீடுவந்து சேர்ந்தபோது ராதா பார்க்க வேண்டிய விஷயங்களைப்பற்றி அவளுடைய முகத்தில் பயமும் நடுக்கமுமிருந்தது. அவள் முதல்விசையாகத் தன் மாப்பிள்ளையைப் பார்க்க வேண்டியதிருந்தது; வீட்டின் அண்டை வண்டி நிறுத்தப்பட்டு, வீட்டுக்குள்ளிருந்து ஒரு வாலிபன் வெளியேறி வரவே, ராதாவின் முதுகு அவன் புறமாயிருந்த போதிலும், கள்ளக் கண்கொண்டு அவனை நன்றாகப் பார்த்தாள், அந்தப் பார்வையில், தான் பார்த்த வாலிபன் நெட்டையன் என்பது தெரிந்தாலும், முகவசீகரமும், அதின் குணங்குறியும் எப்படி என்று கண்டறியக்கூடவில்லை. என்றாலும் அந்த முகத்தில் தீர்க்க சுபாவத்துடன் கூடிய பெருமையும், அடக்கமுமிருக் கிறதென்றும், அகன்ற நெற்றியும், கூரிய மூக்கும் அந்த ஆளுக்கு இருக்கிறதென்றும் அவள் உணர்ந்தாள். அவன் தனக்கு முன்னிருந்த பெண்ணைக் கர்வத்துடன் நிமிர்ந்துபார்த்து, அதற்கப்பால், அவள் தன் கவனத்துக்கு ஏற்றவள் அல்லபோல் தன் முகத்தைத் திருப்பிக்கொண்டான். அந்தப் பார்வையோடு ராதாபாய் அசந்துபோனாள். அவள் தன் மாமியார் ஒதுக்கில் நடந்து வீட்டுக்குள் போனாள்.

☯ ☯ ☯

3. அதிகாரம்

தகப்பனாரின் மார்க்க ஆராய்ச்சி

ராதா தன் மாமியார்வீட்டில் இரண்டு வருஷம் பின்னிட்டாள். அந்த இரண்டு வருஷங்களும் அவளுக்குக் கடுஞ்சிறை போலிருந்தது; அது கடினமானதும் இரக்கமற்ற பிழைப்பாயுமிருந்தது. அந்த வீட்டின் குடித்தனப்போங்கெல்லாம் சங்கடமான ஏற்பாடுகளை அன்றன்று நிறைவேற்றுகிறதும், அதில் ஏதாவது ஒன்று தவறினால் கடுந்தண்டனை வருவதாயும் காட்டப்பட்டது.அந்தவீட்டில்அவளுக்குஒருதுணையுமிருந்தது. அது அவளுடைய கணவனின் அண்ணன் பெண்சாதிதான். இவள் கடுத்தமுகமும், அடங்காக்குணமுமுள்ள பதினைத்து வயதுள்ள ஒரு பெண்.

இவளுக்குக் குழந்தையுமிருந்தது. அந்த வீட்டிலிருக்கிற இம்சைகளை எல்லாம் அவள் நன்றாய் அறிந்து, அங்குள்ள ஒழுங்குகளுக்கெல்லாம் திண்டுக்கு முண்டுபண்ண எப்போதும் ஆசைப்பட்டாள். ராதா வந்ததுமுதல், அவள் மனதை வம்புக்கு இழுத்துவிட்டுச் சங்கடங்களையுண்டாக்கி அதின்மூலமாய்த் தன் மாமியாரைத் தொந்தரவுபடுத்த வேண்டுமென்பது அவளுடைய வேலையாயிருந்தது. ராதாபாய் யாதொரு சூதுவாது தெரியாத பேதமைப் பெண்ணென்றும், தான் செய்யவும் சகிக்கவும்கூடாத வேலைகளை எல்லாம் செய்து சங்கடங்களையும் சகிப்பாள் என்றும் அவள் சீக்கிரம் அறிந்து கொண்டாள். தான் செய்த தப்பிதங்களுக்கு ராதாபேரில் தண்டனை வரும்படி அவள் ஏதுபண்ணி, அவளுடைய பேதமையையும், மடமையையும்பற்றிப் புறக்கணித்துப் பேசுகிறதுமுண்டு.

தன் ஓரகத்தியின் பழிப்பும் திட்டும் துன்பமும் அவள் மனதுக்கு வருத்தமாயிருந்தபோதிலும், அதையெல்லாம் பொறுமையாய்ச் சகித்து, இந்த வம்புக்காரியுடன் நாமேன் வாது பண்ணிச் சண்டைபோட வேண்டுமென்று சும்மா விருந்துவிட்டாள். அவளுக்குப் பொய்யும் பித்தலாட்டமும் களவும் வஞ்சகமும் தண்ணீர் குடித்தாற்போலத் தாராளந்தான், மாமியாருக்கும் மூத்த மருமகளுக்கும் சற்றென்கிலும் பிடியாது; ராதாபாய் எந்தவிஷயத்திலும் அவளுடன் கூடாதே போனாலும், வேலை விஷயமாக அவ்விருவர் பேரிலும் சமுசயப்பட்டு, அதினிமித்தம் ராதாவையும் பகைத்துக் கடினமாய் நடத்தி

வந்தாள். இப்படிப்பட்ட காலங்களில் ராதாவின் காரியம் அவஸ்தைதான்.

செம்பு பல்லொளி பார்க்க விளக்கியிராது, வீடு நன்றாய் விளக்கியிராது. மேலும் அவளுடைய வேலையாயிருந்த சாதம் படைத்தல் அவ்வளவு திட்டவட்டமாய் நடவாது. இந்தச் சாதம்போடும் வேலை மகா சங்கடம் பிடித்ததாயிருந்தது. அவள் சாதம் முதலிய பதார்த்தங்களுடன் எப்போதும் ஒருபக்கத்தில் ஆயத்தமாய் நிற்க வேண்டியது. அவள் ஒரு இலையை எட்டிப் பார்க்கிறதாகத் தெரிந்தால், உடனே வயிறுதாரி என்றும் மற்றவர்கள் சாப்பிடும் சாதம் ஜீரணிக்காதபடி கொதி பிடிக்கிறாள் என்றும் திட்டுக்கேட்பாள்; சாப்பிடுகிற இலை களைப்பாராமல் அக்கம்பக்கம் பார்த்துக்கொண்டு நின்றால், யாராமொருத்தர் "அவாளுக்கு இலையில் சாதமில்லாதது தெரியாதா? இவாளுக்குப் பதார்த்தமில்லாததைப் பார்க்க வேண்டாமா" என்ற ஆவலாதியும் வரும்; தங்களுக்கு வரவேண் டியதைப் பிடித்தம் பண்ணித் தனக்கென்று வைத்திருக்கிறாள் என்ற கடுசொல்லும் கேட்க வேண்டியதாகும். அவள் அவர் களுக்கு எதிரில் நின்றால், அதுவும் புருஷாளை மரியாதை பண்ணாமல் அசட்டை செய்கிற குணமாக எண்ணப்படும். கடைசியாகத் தன்னை ஒருவரும் காணாமல், தான் எல்லா இலைகளையும் பார்த்துக் கொள்ளத்தக்க ஒரு நல்ல இடம் வழியாகப் பார்த்து, தன் வேலைகளை ஆவலாதிகளில்லாமல் சீராக நடத்திவரப் பிரயத்தனப்பட்டாள்.

அப்போது நடந்த ஒரு அற்பக்காரியத்தை ராதா சகிக்க இயலாமல் அதிகச் சங்கடப்பட்டாள். ஒருநாள் மாமியார் ஊருக் கப்பாலிருந்த தன் சொத்தைப் பார்க்கும்படிப் புறப்பட்ட ஆத்தி ரத்தில், ஒரு எண்ணெய் நிறைந்த ஜாடியை ராதா கையில் கொடுத்து, இதை உக்கிராணத்தில் பத்திரமாய்க் கொண்டுபோய் வை என்றாள். ராதா அதை வாங்கித் தூக்க இயலாமல் மெதுவாகச் சுமந்து உக்கிராண அறைக்குள் கொண்டு போன போது, தன் மாமியார் இதைத் தன் கையில் ஒப்புவித்தது தனக் கொரு பெருமை என்றிருந்தாள். அவளதை அந்த அறைக்குள் கொண்டுபோக வாசற்படியிலிருக்கையில்; பின்னால் ஒரு ஆள் அவளுடைய இடுப்பைப் பிடித்திழுத்துத் தடுத்தது; அது அவளுடைய ஓரகத்தியாகிய காசியாயிதான்.

அது இன்னாரென்று ராதா அறியுமுன், காசியாயி அவளுக்கு முன்னே சென்று, ராதா கையிலிருந்து ஜாடியைப் பிடித்து இழுத்து, தன் சிட்டி நிறைய எண்ணெயை வார்த்துக் கொண்டாள். அப்படி வார்க்கக் கூடாதென்று ராதா எவ்வளவு தடுத்தும், அழுதும் வாய்க்கவில்லை. காசியாயி நினைத்ததை முடித்துக்கொண்டாள். "ஐயோ! நான் என்ன பண்ணுவேன்? என்னை அடிப்பார்களே'' என்று ராதா துயரத்துடன் சொல்லி, மனமாறுதலில்லாமல் கடைசியாக அந்த ஜாடியண்டை உட்கார்ந்துகொண்டாள்,

"அதெல்லாம்பைத்தியம்-உனக்கேன்அடிபடவேண்டும்? அதெப்படிப் போச்சுதோ நான் அறியேன் என்று சொல்லிவிட வேண்டியதுதானே உன் வேலை. அதை யார் கண்டுபிடிப்பார், அடீ புத்திகெட்டவளே, அந்த எண்ணெயைக்கொண்டு நீ என்ன செய்வாய்? என்று காசியாயி சொன்னாள்.

"நான் என்னமாய்ப் பொய்சொல்லுகிறது?" என்று ராதா சொல்லி அழுதாள்.

"அப்படியானால் பேசாதே மரத்தலையே, உனக்கு ஒரு சங்கடமும் வராது. நீ வேண்டுமானால் பட்டினியாய்க்கிட, நான் அப்படிக் கிடக்கமாட்டேன். 'இதோ பார்' கொஞ்சம் வடை சுட்டு உனக்கும் தருகிறேன். வேலைசெய்து செத்துப் போகிறாயே; எழுந்துவந்து என் அறையில் படுத்துக்கொள்; இங்கே ஒருவருமில்லை; யார்வந்தாலும் உன்னை எழுப்ப விடமாட்டேன். நான் என்றால் உனக்கு ஆகிறதில்லை. அது ஏது காரியமோ எனக்குத் தெரியுதில்லை" என்றாள்.

ராதா அதற்குப் பதிலொன்றும் பேசவில்லை. ஆனால் அவள் அந்த ஜாடியை வைக்கவேண்டிய இடத்துக்குக் கொண்டு போனபோது சொல்லமுடியாதபடித் துக்கப்பட்டாள். நடந்தது நடந்தாச்சுது. இனி அவள் என்ன செய்வாள்! மாமியாரிடத்தில் சங்கதியைச் சொல்லுவாளோ? - அதேது; என்றாலும், இதை இவளுக்குத் தெரியாமலிருக்கப் பண்ணவும் அவளால் கூடாது. இந்தச் சங்கதி முழுவதும் தன் முகத்திலே எழுதப்பட்டிருக்கிறது போல அவள் நினைத்தாள். கழுகுக் கண்ணாளான தன் மாமியார் முகத்தில் எப்படி விழிப்பாள்? அவளுக்குச் சங்கதியெல்லாம் தெரிந்துபோம் என்று திட்டமாய் அறிந்தாள்.

கொஞ்ச நேரமானபின் வாக்குப்பண்ணப்பட்ட வடைகள் கிடைத்தன. மாமியார் வந்தவுடன் வருத்தமில்லாமல் கள்ளத்தனத்தைக் கண்டு பிடித்துக் கொள்ளத்தக்க பிரகாரமாய், அவள் அந்த வடைகளைத் தன் தாவணியின் முந்தாணியில் முடிந்து, மடியில் கட்டிக்கொண்டாள். இப்படித் தந்திரம்பண்ணி மாமியாருக்குக் காட்டவேண்டுமென்றல்ல. அவள் இயல்பாக வைத்துக்கொண்டிருந்த மாதிரியே அதைக் காட்டிக் கொடுக்கிற ஏதுபோலிருந்தது. கொஞ்ச நேரத்துக்குள் மாமியார் திரும்பி வந்தாள்; அவள் ராதாவின் முகச்சாடையையும், மடியிலிருக்கிற மூட்டையையும் கவனித்து அவள்மேல் பாய்ந்து, அந்த வடைகளை எடுத்தாள். உடனே ராதாவின் முகம் ஒருதரம் சிவந்து, மறுதரம் கறுக்க அவள் அழுகண்ணியாய் விளங்கி, என்னவோ உளறினாள்,

"ஏன் பயப்படுகிறாய் பிள்ளாய்? இதேது வடைகள்?" என்று மாமியார் மெதுவாகக் கேட்டாள்; அவள் நடந்த சங்கதிகளையெல்லாம் கேட்டு, பெருஞ் சத்தமிட்டு, மூர்க்க வெறி கொண்டு, கண்டபடி ஏசி "இந்த வடைகள் உனக்கு எப்படி வந்தது? நான் உக்கிராணத்தில் கொண்டுபோய் வைக்கச் சொன்ன எண்ணெயைத் திருடினாயோ?" என்று மாமியார் கேட்டாள்.

ராதா வெட்கப்பட்டு, பயத்தோடு "இல்லை - காசியாயி இந்தவடைகளைத் தந்தாள்" என்றாள்.

"காசியாயிருக்கு எண்ணெய் எப்படி கிடைத்தது? நீ கொடுத்தாயா, அவளே எடுத்துக்கொண்டாளா?" சொல்லு - என்று கேட்கக் கேட்க மாமியாரின் சினம் அதிகரித்தது. இதற்குள்ளாக வீட்டிலிருந்த எல்லாரும் ராதாவைச் சுற்றிக் கூடினார்கள், அவள் நடுக்கம் பிடித்து, கம்மின குரலோடு "என்னிடத்திலிருந்துதான்" என்று சொன்னதுடன் 'அவள் என்னைப் பலவந்தப்படுத்தி வார்த்துக்கொண்டாள்" என்றாள். இப்படிச் சொன்னதில் பிரயோசனமொன்றுமில்லை. உடனே மாமியார் கொக்கரித்து, "வீட்டுக்குள்ளே அழிம்பு நடக்கிறது. அப்படி நடக்கும் என்பது எனக்குத் தெரியும்" என்று சொல்லி, அடிதண்டமாய் அவளை அடித்து, மற்றவர்களும் இவளை அடிக்கும்படிச் சொல்லி, 'அவள் பலவந்தமாக உன்னிடத்தில் பிடுங்கினதுண்டானால், ஏன் என்னிடத்தில் சொல்லவில்லை" என்று வழக்கிட்டாள்; அடிக்க அடிக்க புதுப்புதுத் திட்டும் அதிகரித்தது.

இதற்குள்ளாகக் காசியாயி, பக்கத்திலிருந்த ஒரு வக்கீல் வீட்டுக்கோடி, அந்த அடியை நிறுத்தச்சொல்லி ஏவினாள், அவள் பயந்து ''அது அவள் குற்றமல்ல, என்னுடைய குற்றந்தான். எண்ணெய் எடுத்தது நான், அதற்கு அவளைப் போட்டு அடிக்கிறார்கள்; ஆனால் இதை அவர்களுக்குச் சொல்லவேண்டாம்" என்று சொன்னதுடன் "சொன்னதை யெல்லாம் கேட்டுக்கொண்டு, பயந்து கிடக்கிற அந்த நாய்க்கு இவ்வளவு வரத்தான்வேண்டியது; அவள் அரவந்தெரியாமல் அந்த வடைகளைத் தின்னத்தானே வேண்டும். முந்தாணியில் முடிவானேன், மடியில் கட்டுவாவேன்?" என்றும் சொன்னாள். வக்கீல் பெண்சாதி போய் அடியை நிறுத்தி, மாமியாரின் கோபதாபத்தையும் சாந்தப்படுத்தினாள். ராதா ஒரு அறைக்குள் போய் மூலையில் உட்கார்ந்து அழுதாள். ஆனால் அவளுடைய துயரத்தின் பாத்திரம் இன்னும் நிரம்பவில்லை. அந்தச் சந்தியில் யார் அங்கே வரவேண்டும்? சிவகங்கையிலிருந்து சில ஆட்கள் வந்தார்கள். ராதா தன் கண்ணைத் துடைத்து, விம்மலை அடக்கி, வந்த ஆட்கள் சொல்லும் சமாசாரத்தைக் கேட்கப் போனாள். அவளுடைய தம்பியைப்பற்றிய நினைவு எப்போதும் அவள் மனதிலிருந்தது. இந்தச் சமையத்தில் அது அதிக பலமாய் அவளுடைய மனதை வருத்தப்படுத்திற்று. நமது கழுத்தைக் கட்டிவிளையாடி, நமது துக்கத்தில் ஆறுதலைக் கொடுப்பானே என்று நினைத்தாள். இந்த எண்ணமானது. ''அக்காளே, நீ அநியாயமாய் அடிபடுகிறாய். நானும் உன்னோடு அடி படுகிறேன்; உன் உபத்திரவத்தைக் கவனித்து உனக்காகப் பரிதபிக்கிறேன், ராதா" என்று சொல்லுகிறது போலிருந்தது.

சற்றுப் பொறுங்கள்! அந்த அழுகை என்ன? அந்தப் பெண் அம்புதைத்ததுபோலத் துவண்டு கீழே விழுந்து கிடக்கிறாளே, அதேன்? அந்தச் சமாசாராத்தைக் கேட்டுக் கொண்டாளோ! தன் தம்பி மரித்த சங்கதியை அவள் தற்செயலாய் மயங்கி விழுந்திருக்கிறாள் என்று அவர்கள் நினைத்து, அந்த துக்க செய்தியை அவளுக்குச் சொல்லாமல் மறைத்தார்கள். அவள் சற்றுநேரம் அவர்கள் முகத்தைத் திருகத் திருக விழித்துப் பார்த்து, கொஞ்சம் மயக்கம் தெளிந்து, சுவரோரமாய்ச் சாய்ந்து துக்கசாகரத்தில் மூழ்கினாள்.

அவளுடைய கடைசி ஆதரவு அழிந்துவிட்டது, அவளுடைய சந்தோஷம் என்றென்றைக்கும் தொலைந்து போயிற்று. உயிருக்குயிராய் அவளுடன் ஐக்கியப்பட்டு, அவளைக் கஷ்டப்பாடுபட்டு ஜீவிக்க பண்ணின தம்பி பறிபோனான். இனிமேல் அவளுக்கு எதைப்பற்றிய கவலை யுண்டு தான் நேசித்தவர்களெல்லாரும் தொலைந்தார்கள், அவள் மாத்திரம் தனிப்பட்டாள். அந்தச் சின்னத்தூதன் பறந்துபோய்விட்டான், இனிக் காணக்கிடையான், இனி ஒருநாளும் அந்தச் சிறிய கரங்கள் அவளுடைய கழுத்தைக் கட்டி அணைக்கமாட்டாது; இனி அவள் தம்பியின் பாசமுள்ள கண்கள் வாய்விடாமல் தன் கண்களைப் பார்த்து ஆறுதல்படுத்தமாட்டாது. இப்பொழுது அவள் நிலைமையை அறிய யாரால் ஆகும்? எல்லாம் தொலைந்துவிட்டது. என்றென் றைக்கும் கடந்துவிட்டது.

இப்படி அவள் நினைத்து மனம் சோர்ந்தாள். அவள் நம்பிக்கையும் ஆறுதலும் அழிந்தது. இனி நமக்கென்ன இருக்கிறதென்ற எண்ணந்தான் அவளுக்கு ஆறுதல் போலிருந்தது. அவள் புத்தி தடுமாறி இத்தோடு நமது உயிரை மாய்த்துக்கொள்வோமோ என்றெண்ணினாள், நமக்கு ஒரே நம்பிக்கையும் சந்தோஷமுமாயிருந்த தம்பி கோபாலு போன வழியே நாமும் போவது நலமென்று எண்ணி, சில மணி நேரம் துக்க சாகரத்திலிருந்தபின், கொல்லைப் புறத்திலிருந்த கிணற்றுக்குப் போனாள்; அப்போது சாயங்காலம். வீட்டில் எல்லாம் அமைச்சலாயிருந்தது. நம்மை ஒருவரும் பார்க்க மாட்டார்களென்று நினைத்து, விழும்படி அதின் தோவளத்தின் மேலேறி அதைப் பிடித்து உட்கார்ந்திருந்தாள். அப்படியிருக் கையில், அவளை அறியாமல் பின்னால் ஒரு ஆள் வந்து, இரும்புக்கையால் பிடிப்பதுபோலப் பலமாகப் பிடித்துத் தோவளத்திலிருந்து மெதுவாகத் தூக்கிக் கீழே வைத்து, கண்டிப்போடு வீட்டுக்குள் போக உத்தரவு செய்தான். அவள் பயந்து அந்த ஆளைப் பார்க்கவே, தன் கணவனைக் கண்டாள். அந்நிமிஷமே அவள் தன் புருஷன் பாதத்தைப் பிடித்துப் பரிதாபத்துடன் அழுது ''என்னை அடியாதேயும், பைத்தியம் பிடித்துப்போனேன். நான் என்ன செய்கிறேன் என்பது எனக்குத் தெரியவில்லை" என்று கெஞ்சினாள்.

"உடனே உள்ளேபோ, நான் ஒருவருக்கும் சொல்ல மாட்டேன்" என்று மறுபடியும் கண்டிப்பாய் அவள் புருஷன் கட்டளையிட்டான்.

ராதா, மனவியாகுலத்தால் தன் கைகள் இரண்டையும் அடித்துக் கொண்டு "விதி! விதி! இதெல்லாம் என் தலைவிதி!" என்று புலம்பிக் கொண்டு நடந்தாள்,

அன்று ராத்திரி ராதா ஒரு ஆச்சரியமான காட்சி கண்டாள். அவள் ஒண்டியாய் ஒரு இருட்டறையில் படுத்து அப்படியே நித்திரைபோய், நடு இராத்திரியில் ஏதோ சமீபத்தில் கேட்ட சத்த உணர்ச்சியால் எழுந்தாள். அந்தச் சத்தம் யாரோ ஒப்பாரி சொல்லி அழுகிறதுபோலக் கேட்டது. அப்பால் அவளைப் பிடித்திருந்த அறிவீனம்மேலிட்டு, அதென்னவென்று காதுகொடுத்துக் கவனமாய்க் கேட்டுக் கொண்டிருந்தாள். கடைசியாக, பக்கத்து அறையிலிருந்து ஒரு வெளிச்சம் தன் வாசல் இடுக்கின் வழியாய்ப் பிரகாசிக்கிறதென்பதை அறிந்தாள். அன்று அவள் தன் மாமியாருடன் படுத்துக் கொள்ளாமல், ஒண்டியாக அந்த இருட்டறையில் தூங்கினாள்.

எப்படியும் இது ஒரு ஆளின் சத்தமென்று தைரிய மடைந்து, மெதுவாக எழுந்து எட்டிப் பார்த்து அப்பால் தன் மாமியாரண்டையில் போய்ப் படுத்துக் கொண்டாள். அவள் அந்த அறையில் போய்ப் பார்த்தபோது, தன் கணவன் சொல்ல முடியாத சஞ்சலத்தில் மூழ்கி, மகா தாழ்ச்சியுள்ளவனாக விளங்கின காட்சியைக் கண்டாள். அவர் பேசின வார்த்தைகள் அவள் மனதைக் கவர்ந்து கொண்டதால் அவள் மனம் முழுவதும் அதைக் கவனிப்பதிலே மூண்டது. அவருடைய சொற்கள், அவளுடைய மனக்கொதிப்பை ஆற்றும் தைலம்போல் இன்பமாயிருந்தது. அவர் ஜெபம் பண்ணிக் கொண்டிருந்தார். கர்வமும் ஆணவமும் கொண்ட அவர் சிரசானது மகா பக்தி விநயத்தோடும் தாழ்மையோடும் குனிந்திருந்தது. அவள் அவர் பேசின வார்த்தைகளை மனதில் காத்துக்கொண்டு பின்னாக ஒளித்திருந்தாள். அவ்வார்த்தைகளின் கருத்தென்ன? அது அவ்வளவு மன ஆறுதலாயிருந்ததேன்? "என் பிதாவாகிய தேவனே! ஒவ்வொரு இருதயத்தையும் கண்ணோக்குகிறவரே"... என்று கேட்டது. அப்போது அவள் "தேவன் நம்முடைய பிதாவாயிருக்கிறார்" என்று நினைத்து அதிகமதிகமாய் ஆச்சரியப்பட்டாள். அவளுடைய கணவரும் அவளைப் போல் மனவிசாரம் பிடித்திருக்கிறாரோ? அவருக்கும் இவளோடி

ருப்பது கசப்பாகிவிட்டதோ? அவளுக்காக அவர் துக்கப் படுகிறாரோ? என்றிப் படிப்பட்ட கேள்விகளையெல்லாம் அவள் எண்ணி, தானும் தன்மட்டில் "என் பிதாவாகிய தேவனே" என்று சொல்லி, அப்படியே நித்திரை போனாள்,

ராதா இரண்டு வருஷம் தன் மாமியார் வீட்டிலிருந்த பின்பு சிவகங்கையிலிருக்கிற தன் தமையனார் வீட்டுக்குப் போகிற பயணத்திலிருந்தாள். ராதாவின் தகப்பனாருக்கு அசவுக்கியமென்று சேதி வந்தது. அவள் மாமியாரும் அந்தப் பக்கத்தில் தான் செய்திருந்த ஒரு பொருத்தனையை நிறை வேற்றவேண்டியதிருந்தது. தன் மாமியாருடன் போகும்படி ராதாபாய் ஒழுங்குபண்ணிக்கொண்டாள். முதலாவது, அவள் விருப்பத்துக்குத் தடை நேரிட்டது. ஆனால் தகப்பனார் பிழைப்பாரோ சாவாரோ என்ற கவலை அவளுக்கிருந்ததால், அவரைப் பார்க்கும்படி மிகவும் ஆசைப்பட்டாள். அவள் மாமியாரின் பொருத்தனை கால்நடையாய் நடக்க வேண்டியதா யிருந்தது. தானும் கால்நடையாக நடந்து போவதாக ராதாவும் சம்மதித்துக்கொண்டாள். நான் வராமல் தீராது என்று ராதாபாய் சொன்னதை மாமியார் கவனித்து, குளிர்ந்த வார்த்தைகளால் அவள் விருப்பத்தை மாற்றும்படிக் கருதி

"இங்கே சந்தோஷமாய் இருக்கலாம் பெண்ணே, அங்கே வந்து ஏன் வருத்தப்பட விரும்புகிறாய். உன் தகப்பனாருக்கு அவ்வளவு அதிகச் சுகவீனமில்லை. நான் இங்கே இருக்க மாட்டேன், நீதான் இங்கிருந்து வீட்டுக் காரியாதி களையெல்லாம் நடத்தவேண்டியது; வராதே" என்று உபதேசம் பண்ணினாள்.

அந்தப் பெண் ஒரே சாதனையாக நான் கூடவரத்தான் செய்வேன் என்று சொன்னதால்: மாமியாரும், பின்னை உன் மனம்போலாகட்டும் என்று சம்மதித்து, உள்ளுக்குள் இந்தப் பெண் எவ்வளவு பேதைமையும், புத்திகெட்டதுமாயிருக்கிற தென்று எண்ணிக் கொண்டாள். 'புருஷனோடு வீட்டிலிருந்து வீட்டுக்காரியங்களை நடத்தப் பிரியப்படாத பிள்ளை என்ன பிள்ளை" என்று அவள் தனக்குள்ளே சொல்லிக்கொண்டாள்.

அவர்கள் புறப்படுகிறதற்குச் சற்று முன் புருஷன் தன்னைச் சைகைகாட்டி கூப்பிடுகிறதை ராதா கண்டாள். இது தான், கணவன் இவளைக் கவனித்துக்கொண்டதாக விளங்கின முதலாம் சந்தியாயிருந்தது. அவள் பயந்து, நடுநடுங்கி, தன் முகம் முழுவதும் மறைகிறதுபோலத் தன் தாவணியால் முகத்தை

மூடிக்கொண்டு தன் கணவனண்டை போனாள். அவர் அவளை ஒரு பக்கத்தில் அழைத்துப்போய் "ராதா! எட்டிப்பார். நீ இங்கே இருந்தால் நான் இதை உனக்குத் தருவேன்" என்று சொல்லி ஒரு மூக்குத்தியைக் காட்டினார். அவள் அவரைப் பார்த்தும் பாராமலூமாயிருந்து, தன் தலையை அசைத்துக்கொண்டு மாமியாரண்டை ஓடிவிட்டாள். அந்தப் பயணம் ஏழை ராதாவுக்கு அதிகச் சந்தோஷமாயிருந்தது. மாமியார் அவள் பேரில் எரிந்துவிழாமல், தன்னைப் பிரியப்படுத்தும்படி அவள் எடுத்துக்கொள்ளும் பிரயத்தனங்களைக் கவனித்து அவள் பேரில் பிரியப்பட்டாள். அநேக மாமியாரைப்போல இவள் பிடிவாதமும், கடுத்தமுமுடையவளாயிருந்தாலும், அறிவீனமும் மூடபக்தியுமுள்ள சில மாமிமார் சந்மார்க்கமும் சத்தியமுமான வழிகளை வெறுப்பதுபோல இவள் செய்யலில்லை.

என்ன சோதனை வந்தபோதிலும் தன் மனதில் பிசகு என்று பட்டால் அப்படிப்பட்ட செய்கையைச் செய்யவே மாட்டாள். மாமியார் ராதாவை நடத்தின விஷயம் வெளியிலுள் ளவர்கள் பார்வைக்கு ஆட்சேபத்துக்கு இடமாயிருந்தாலும், இந்துக்களின் குடித்தனப்போங்குப்படி மாமி மருமகளின் காரியங்களை வேறுவிதமாகத்தான் நினைக்கவேண்டியது. மருமக்கள்மார் பொய்களைச் சொல்லி, பழிகளைப் பிறப்பிக்கிற நீலிகளென்றும், மாமியாருக்கு எவ்வளவு சங்கடங் களையுண்டாக்க வேண்டுமோ அவ்வளவையும் உண்டாக்கி, தன்னால் கூடுமானால் நல்ல மக்களின் பாசத்தைத் தாயாரை விட்டுப் பிரித்து, தனக்கு அன்னவஸ்திரங் கொடுத்து ஆதரிக்கி றவர்களுக்கு இரண்டகம்பண்ணி, மாமியாரின் வீட்டதி காரத்தை, இல்லாததும் பொல்லாததும் சொல்லி மெதுவாகத் தன் கைவசப்படுத்தி, தன் கை பலத்தவுடனே மாமியாரை வீட்டை விட்டுத் துரத்திவிடுகிறதாக எண்ணிக்கொள்ளப் படுகிறது. இப்படிப்பட்ட கெட்ட எண்ணங்களெல்லாம் ராதாவின் மாமியாரிடத்திலுமிருந்தது. ஆதலால், இந்தச் சின்னப் பெண்ணுக்குப் பட்சங் காட்ட வேண்டிய விஷயத் திலெல்லாம் இந்த நினைவும் மாமியாரிடத்தில் சன்னஞ் சன்னமாயிருந்து கெடுத்தது. இப்படியெல்லாமிருந்தாலும், தன் பிடிவாதத்தினிமித்தம் மனமறிய ஒரு அநியாயத்தைச் செய்ய அவளுடைய மாமியார் விரும்பினதில்லை. அவள் தன்னுள் ளத்தில் ராதாபேரில் பட்சம்வைத்து, தமக்குத் தள்ளாத காலம் வந்தால், இவள் ஆதரவில்தானே நாம் பிழைக்க வேண்டிய

திருக்கிறது, மேலும் அவள் சூதுவாதற்ற வெள்ளைச் சிந்தைக் காரியாயிருக்கிறாள் என்று நினைத்துக் கொண்டாள்.

நாலாம் நாளில் சிவகங்கைக்குக் கிட்டவந்து சேர்ந்தார்கள். ராதா வழிநடையால் மிகவும் அலுத்து ஆயாசப் பட்டுப்போனாலும். அன்றைய தினமே சிவகங்கைக்குப் போய்விட ஆசைப்பட்டாள். அவள் மாமியாரோ வழியிலிருந்த ஒரு மாந்தோப்பில் தங்கவேண்டுமென்று தீர்மானித்தாள். இது ராதாவுக்கு ஆச்சரியமாயிற்று. அப்போது பழைய நினை வெல்லாம் திரும்ப வந்தது. ஆகவே ராதா சமையல் செய்யும் வேலையிலிருக்கும்போதே அவைகளை நினைத்து அழுது கொண்டிருந்தாள். மாமியார் அவளைச் சற்றுநேரம் கவனித்துக் கொண்டிருந்து, அவளைக் கூப்பிட்டுப் பக்கத்தில் உட்கார வைத்து, அவளைத் தடவிக்கொடுத்து ஆறுதல்படுத்தி, தன் ஜீவகாலத்தில் அன்றுதான் அவளை முதல்முதல் முத்தமிட்டாள். இதை ராதா கண்டு பயந்து தன் மாமியாரை எட்டிப்பார்த்தாள். ஏதோ புதிய ஆபத்து நமக்கு நேரிட்டிருக்கிறது. அல்லாவிட்டால் பிடிவாதம் பிடித்த நமது மாமியார் இவ்வளவு பட்சம் காட்டமாட்டாள் என்று தனக்குள் சொல்லி, உடனே தகப் பனாரை நினைத்து, "எங்கள் அப்பாவைப்பற்றி ஏதாவது சமாசாரம் வந்ததா?" என்று பயத்துடன் கேட்டாள்.

"இல்லை பெண்ணே! அவரைப்பற்றி நீ ஒன்றும் நினைக்க வேண்டாம்; நீ அலுத்துப்போனாய், சாப்பிட வேண்டும்" என்று மாமியார் சொல்லி, அவளைத் தட்டிக் கொடுத்துத் தைரியப்படுத்தி தனக்கென்று போட்ட வெந்நீரில் அவளை ஸ்நானம் பண்ணச்செய்தாள். ஒருநாளுமில்லாத இந்த உபசரணைகளை ராதா கவனித்து மனதில் கலவரப்பட்டாள், தங்களுக்கு ஒருநாளுக்கு முன் எப்போதும் அனுப்பப்படுகிற பிரகாரம் அவ்விடத்துக்கு முந்தி வந்த வேலைக்கார மூலமாக அவள் தன் தகப்பனாரைப்பற்றிய சமாசாரத்தை அறிந்து கொள்ளப் பிரயாசப்பட்டும், அதினால் காரியம் வாய்க்கவு மில்லை. மறுநாளில் ராதா மற்றவர்களெல்லாருக்கும் முந்தி நடந்து வீட்டுக்குப்போக நாடி, வீட்டுக்குள் பிரவேசித்து "அப்பா! அப்பா! அப்பா! எங்கே?" என்று கேட்டாள். ஆனால் அப்பா கடந்துவிட்டார். அவரை இனிக் காணக்கிடையாது. இரண்டு நாளுக்கு முன்தான் அவர் மரித்துப்போனார். அப்பால் நடந்தவைகளுக்கு நாம் ஒரு திரைபோட வேண்டியதுதான்.

இப்போது நாம் ராதாபாயின் கணவராகிய அரிச்சந்திரன் வசித்த தேவகிரிக்குப் போவோமாக. ஒரு பாதிரியாரின் வீட்டுக்கெதிரில் நடந்த ஒரு விசேஷமான காட்சியானது, நான் இனிச் சொல்லப்போகிற சங்கதிகளை விளக்கிக் காட்டும் வெளிச்சம் போலிருக்கும்.

ஒரு வருஷத்து ஆகஸ்டுமாதத்தின் ஒரு சாயந்தரத்தில் அங்கிருந்த ஒரு மிஷனரியின் வீட்டுமுன் அநேகர் சபை கூடியிருந்தார்கள். பெரிய வயசும் சிறிய வயசுமுள்ள அநேக துரைசானிகள் தம் தம் ஆசனங்களில் சாங்கோபாங்கமாய் உட்கார்ந்து, உஷ்ணம் மாற அவரவர் தம் தம் விசிறிகளை வீசிக்கொண்டிருந்தார்கள். அவர்கள் களையை அவர்கள் சாப்பிட்ட ஒரு கோப்பைத் தேயிலைத் தண்ணீரானது முற்றிலும் மாற்றக் கூடாதேபோயிற்று. அந்தப் பங்களாவின் பக்கமாய் ஒரு அகன்ற நதி புரண்டோடினது, சூரியனும் அஸ்தமிக்கச் சமீபித்தது. புருஷாட்கள் அங்கிருந்த மரங்களில் சாய்ந்து கொண்டு காலத்தோற்றத்தை பற்றிப் பேசிக்கொண்டிருந்தார்கள்.

துரைசானிமாரெல்லாரும், உஷ்ணம் பொறுக்காமல் களைத்துத் தங்கள் விசிறிகளால் வாய்களை மறைத்துக் விட்டுக் கொண்டிருக்கையில், தங்களை நோக்கி ஒரு ஆள் வருகிறதைக் கண்டார்கள்; அவர் அலுத்துப்போய்க் காலெல்லாம் தூசி படிந்து, புருஷாட்கள் நின்ற மரத்தடிக்கு நேரே வந்தார். அவர் உட்கார்ந்தவுடனே ஒரு விசேஷ சங்கதி சொல்லுகிறவரைப்போல: “நான் என்னத்தைச் சொல்லப்போகிறேன் என்று உத்தேசமாய்ச் சொல்லுங்கள் பார்ப்போம். நான் சொல்வதை நீங்கள் நம்பமாட்டீர்கள். ஆனால் நான் சத்தியத்தைத்தான் சொல்லப்போகிறேன். அது உங்களுக்கு எவ்வளவு ஆச்சரியமோ, அதுபோல எனக்கும் ஆச்சரியந்தான், நான் இப்போதுதான் ஒரு பிராமண வாலிபனைக் கண்டேன்; அவனுடன் நான் சம்பாஷித்த விஷயங்களால், அவன் ஆழ்ந்த அறிவாளி என்று விளங்குகிறது. அவன் தர்க்கசாஸ்திரத்திலும் தத்துவ சாஸ்திரத்திலும் எழுதப்பட்டிருக்கும் பிரதான பிரபந்தங்களையெல்லாம் வாசித்துத் தன் மனதில் நிலைவரப்பட்டிருக்கிறான் என்று தெரிகிறது. அவனிடத்தில் ஒரு வேதபுஸ்தகமுமிருக்கிறது; அதிலுள்ள சில சத்தியங்களை அவன் ஒப்புக்கொள்ளுகிறது போலச் சொன்னாலும் அதை என்னிடத்தில் திறந்துசொல்ல மனமற்றவனாயிருக்கிறான்: ஆதிக்கிறிஸ்து சபைகளைப்

பற்றிச் சொல்லும் சில பிரபந்தங்கள் தனக்கு வேண்டுமென்று என்னைக் கேட்டான்'' என்று சொன்னார்.

இதைக் கேட்டவுடனே எல்லாருடைய மனதுக்கும் புது உயிர் வந்தது. தூக்கம் பிடித்தவர்கள் போலிருந்த எல்லாரும் உசார் அடைந்தார்கள், தேவகிரியில் ஒரு பிராமணன் வேதத்தை வாசிக்கிறான் என்ற சமாசாரம், இதற்குமுன் அவர்கள் காதில் தொனிக்கவில்லை. அந்த வாலிபனைப்பற்றித் திட்டமாய் அறியவேண்டுமென்று ஒவ்வொருவரும் ஆசித்து, அந்தச் சேதி சொன்னவரிடத்தில் அநேக கேள்விகளைக் கேட்டார்கள்.

"அவனுடைய குடும்பம் நல்லதுதானா?"

"ஆம், இங்குள்ள ஒரு பெரிய வீட்டுக்காரன்தான்."

"அந்த முதற்றரமான புஸ்தகங்களையெல்லாம் அவன் எங்கே சம்பாதித்தான்?" என்று ஒரு துரைசானி கேட்டாள்.

"அதின் விபரமா, சிலகாலத்துக்கு முன் இவ்விடத்தில் ஒரு கலெக்ட்டர் இருந்தார். அவர் புஸ்தகப் புழுதான். அவர் இந்த வாலிபனை ஒருநாள் சாயந்தரம் கண்டு அவனுடைய புத்தி தீட்சண்யத்தையும் குணத்தையும் கண்டு பாசம் வைத்து, அவன் அறிவு விருத்திக்கு ஏதேது தம்மால் செய்யக் கூடுமோ அதையெல்லாம் செய்யும்படி தம்முடைய சொந்தப் புஸ்தகங்களையே கொடுத்துவந்தார். அந்தக் கலெக்ட்டர் சந்நியாசியும், நாஸ்திகனுமாயிருந்தார். அவருக்கு மிஷனரிகளின் வேலைகளைப்பற்றி அவ்வளவு பிரியமிருக்கவில்லை. என்றாலும் இந்த வாலிபனுடைய மனதில் பலவற்றையும் ஆராய்ந்து பார்க்கும்படியான ஆவலை எழுப்பிவிட்டார். இவனோ இப்போது, சத்தியத்தைக் கண்டுபிடிக்கும்வரையும் என் மனம் திருப்திப்படாதென்ற ஸ்திதியில் இருக்கிறான். இந்த வாலிபனுடைய குடும்பம், மார்க்க விஷயத்தில் மகா பேரெடுத்திருக்கிறது, என்று கேள்விப்படுகிறேன்; இதெல்லாம் பிராமணாட்களுக்கு எப்படியிருக்குமோ தெரியுதில்லை" என்றார்.

அதைக் கேட்ட துரைசானிகள் பெருமூச்சுவிட்டு, பிராமணர் எப்போதும் மார்க்க வைராக்கியம் பிடித்தவர்கள், அவர்கள் மனதைத் திருப்புவது பிரயாசை என்றார்கள். என்றாலும் அந்தச் சங்கதி அன்று சாயந்தரம் முழுவதும் அவர்கள் மனதைக் கவர்ந்துகொண்டது. பிராமண வாலிபருக்குள் சுவிசேஷ வெளிச்சம் செல்ல என்னென்ன பிரயத்தனங்களைச் செய்யலாமென்று பேசுகிறதும், ஆலோசித்து,

அதற்குரிய ஒழுங்குகளைச் செய்வதுமே அன்று அவர்கள் வேலையாயிருந்தது.

அன்று அவர்கள் பேசின ஆள், ராதாவின் கணவராகிய அரிச்சந்திர ஐயர்தான். அந்த வாலிபனுடைய புத்தி தீட்சண்யத்தைக்குறித்து, அந்த பாதிரியார் உத்தேசித் ததெல்லாம் சரிதான். அவர் பேர்போன ஒரு குடும்பத்தில் தோன்றினவர்தான். நியாயமும் உத்தமுமான விஷயங்கள் எவைகளோ அவைகளில் அந்தக் குடும்பத்தார் தீர்க்கமும் உறுதியும் ஊக்கமும் கல்லைப்போல ஸ்திரமும், பிடிவாதமும் பிடித்தவர்க ளென்பது, அத்திசையிலுள்ள எல்லாருக்கும் தெரிந்திருந்தது. அவர்களுடைய குடும்பத்து நல்லொழுக்கம் யாவருக்கும் தெரிந்ததுடன், அதின் சம்பந்தமாகச் சில சரித்திரங்களும் சொல்லிக்கொள்ளப் படுகிறதுண்டு; ஒருவனுடைய பார்வையையும், ஜாடையையும் பார்த்தவுடனே அவனுடைய குணாதிசயங்களை அறிந்து கொள்ளுகிறதையும், அவனை உடனே கண்டித்து அவன் மனதின் கள்ளத்தனத்தை எடுத்துக்காட்டி உணர்த்துகிறதும் அவர்கள் வழக்கமாம்; அவர்களில் ஒருவர் மதாபிமானம் பூண்டு ஏகநாத சுவாமிக்கென்று ஒரு கோவிலைக் கட்டி அதின் முகட்டில் பொன்னால் செய்த ஒரு கும்பக் கலசத்தையும் வைத்திருக்கிறார். அந்தக் கோவில் இப்பொழுதுமிருக்கிறது.

ஆனால் அந்தக் குடும்பத்திலுள்ளவர்களில் அதிகப் பேரெடுப்புள்ளவர் அரிச்சந்திர ஐயரின் பாட்டனார்தான். அவர் ஒருநாள் பூசை பண்ணிக் கொண்டிருக்கையில் திருடர் கன்னம்வைத்து, அவர் வீட்டிலிருந்த பண்டம்பாடிகளையும், நகைநட்டுகளையும் களவு செய்தார்களாம். அவருடைய சிந்தை முழுவதும் தபசிலிருந்ததால் அவர் அதைக் கவனிக்காம லிருக்கிறதை அத்திருடர் கண்டு அவர் பாதத்தில் சாஷ்டாங் கமாய் விழுந்து, தங்கள் தப்பிதத்தை அறிக்கையிட்டு, அவரிடத்தில் ஆசிர்வாதம் கேட்டு “இனி ஒருபோதும் நாங்கள் திருடமாட்டோம்” என்று வாக்குறுதி சொன்னார்களாம். இப்படிப்பட்ட கதைகளில் எவ்வளவு உண்மையுண்டோ வென்பது தெரியாதானாலும், இவற்றால் அந்தக் குடும்பம் யதார்த்தமும், மதாபிமானமுமுள்ளது என்பது தேவகிரியிலுள்ள எல்லாருக்கும் தெரிந்திருந்தது என்பதை விளக்கிக் காட்டுகிறது.

இரண்டு வருஷத்துக்கதிகமாக, அரிச்சந்திரன் மனதில், ஒருவரும் அறியாத ஒரு கலக்கம் ஆண்டுகொண்டு வந்தது. சிலகாலம் அவர் தன்மட்டில் பல நூல்களை ஆராய்ந்து பார்த்து,

அதுவே போதுமென்று மனத்திருப்தியுடனிருந்தார்; ஆனால் இப்படி மனத்தெளிவும், அறிவையும் அடைந்து விருத்தியாவது மாத்திரம் போதாதென்பதை சீக்கிரம் உணர்ந்து கொண்டார். ஆத்துமாவின் ஆவலைத் திருப்திப் படுத்தும்படி ஏதாவது நிலையான ஒரு வாழ்வு வேண்டுமே என்ற ஏக்கம் அவரைப் பிடித்தது. ஆவிக்குரிய உள்ளான தாபமும், இதைவிடப் பூரண மான நல்ல சுபாவமும், உயர்ந்த ஜீவியமுமிருந்ததால் அல்லோ நலம் என்ற எண்ணம் அவருடைய உள்ளத்தை நிரப்பிற்று. இவ்வித ஆவலைக் கடவுளே தனக்குள் கொடுத்திருப்பதால், இவை திருப்தியாக ஒரு வழி இருக்கவேண்டும் என்றும், மனுஷனுக்குள் எவ்வளவு பலவீனங்களும் தகுவல்தப்பான குணங்களுமிருந்தபோதிலும், அவன் தன் வாழ்வுக்கென்று மாத்திரம் உண்டாக்கப்பட்டிருக்கிறதில்லை என்றும் திட்டமாய் உணர்ந்துகொண்டார்.

அவருக்குத் தம் மனமானது சுயநயமாய் விரும்பினதை விட மேலான பொதுநலத்துக்கேதுவான பிரயத்தனங்களிருக் கின்றனவென்று தெரிந்தது. உயர்ந்துவளருகிற சுபாவங்களுக் கெல்லாம் இந்தச் சத்தியம். தெரியவருகிறதுண்டு. இதை யவர்கள் தங்கள் மனதில் பல நியாயங்களைக்கொண்டு கிரகித்துக் கொள்ளுகிறதினால் அல்ல, அப்படிப்பட்ட வழி களில் இயல்பாகவே அவர்கள் மனமானது தன்னை அறியாமல் இழுப்புண்டு, அவர்கள் கருத்துக்கு இது வெளியாகி அப்படியே நிலைவரப்படுகிறது. தாம் இம்மட்டும் ஆராய்ந்து உணர்ந்து கொண்டிருக்கிற அறிவுகளால், உயர்ந்த ஜீவியத்துக்கும் மகத் துவச் செய்கைகளுக்கும் ஏவும் தம் மனதின் வாஞ்சையானது திருப்திப் படுகிறதில்லை என்பதை அரிச்சந்திரன் கண்டார். அத்துடன் தம் ஆத்துமாவின் உள்ளான தாபந்தத்தைத் திருப்திப்படுத்தும் பிரயத்தனங்களுக்கு மனுஷத் தத்துவத்தில் யாதொரு வல்லமை இல்லை என்பதையும், தன்நயத்தை ஒழித்து பொதுவாழ்வைக் கருதும்படியான மனோபலம் தன்னில் தாழ்வென்பதையும் அவர் அறிந்துகொண்டார்.

மொத்தமாகச் சொன்னால் மனுஷாத்துமாவின் பாவத் துவம் ஒரு தடிப்பமான சத்தியமாக அவர் மனதில் பட்டது. இப்படிப்பட்ட சிந்தைகள் அரிச்சந்திரனின் மனதைப் பாரமாக் கையில் மார்க்க ஆராய்ச்சிசெய்ய அவர் நினைவு ஏவப்படுகிறது ஆச்சரியமல்ல. கிறிஸ்துமார்க்கமானது அக்காலத்தில் அவர் மனதுக்கு ஒரு விசேஷமாக எண்ணப்படவில்லை. அதை ஆராய் வது தமது அந்தஸ்துக்கு இழிவுபோலிருந்தது; இயல்பாகவே

அதைப்பற்றி ஒரு வெறுப்பும் அவருக்கு இருந்தது. அதை மிலேச்சருடைய மார்க்கமென்று அவர் தள்ளிவைத்திருந்தார்.

அவர் தமது தேசாபிமானத்தோடு. சத்தியம் எங்கிருந் தாலும்சரி அதைக் கண்டுபிடிக்கவேண்டுமென்ற தாபந்தமிருந் ததால், தமது சொந்த மதத்தின் சத்தியங்களை ஆராயப் புகுந்துஞ் சிலகாலம், இந்து மார்க்கத்துக்கு இணையான தொன்றுமில்லை என்ற எண்ணத்தால் தமது மனதைப் போஷிப் பித்து வந்தார். அவர் தமது மார்க்க ஆராய்ச்சியை எந்த நியாயதோரணையின்படி நடத்தினாலும், அதற்கெல்லாம் இந்துமார்க்க சாஸ்திரங்களிலும், சுருதிகளிலும் இடமிருக் கிறதென்று மனம் பூரித்துக்கொண்டார். ஒருதடவை பலதேவ பக்தியைப்பற்றிய ஞானம் அவர் மனதைக் கவர்ந்துகொள்ளும். அப்போது அவர் அந்தக் கருத்தைத் தெளிவித்து ஊர்ஜிதப் படுத்தும் வண்ணமாக இவ்வுலகத்தை வர்ணித்துப்பேசும் கவிகளையும், சுலோகங்களையும், சரிதைகளையும் இந்துமத சாஸ்திரங்களிலும் பிரபந்தங்களிலும் காண்பார்.

இன்னொரு தரம் எல்லாவற்றையுங்குறித்துச் சந்தே கிக்கும் நாஸ்திக சித்தாந்த எண்ணங்கள் அலைபோல அவர் மனதுக்குள் அடிக்கும்; அப்போது, இவ்வையகந்தான் நிச்சயமா யுள்ளதோ? இங்கே தோற்றப் படுவதெல்லாம் உள்ளபடி இருக்கிறதோ? இவை நிலையுள்ளவை தானோ? நமது புலன் களின் அறிவுக்கப்பால் ஸ்திரமான அடிப்படை யுண்டோ இல்லையோ! என்பதுபோலொத்த எண்ணமெல்லாம் அவரு டைய மூளையைக் கலக்கும். அதற்கும், இதோ நமது சாஸ்திரங் களிலும், ஆகமங்களிலும் அநேக தத்துவஞான சத்தியங்களிருக் கின்றனவென்று கண்டுகளிப்பார். எல்லாம் மாயை எல்லாம். இருட்டு; சடமானது அப்படியிருக்கிறதென்ற எண்ணமேயன்றி வேறல்ல. மனம் என்பது தொடர்ச்சியான பல கருத்துக் களேயன்றி அதற்கு மிஞ்சியில்லை என்று காண்பார்.

இப்படிப் பலவாறாய் விளங்கும் இந்துமார்க்கத்தின் போங்கே இதை ஆராய்ந்து நிலைப்படுத்தவேண்டுமென்ற ஒரு ஆராய்ச்சி அவாவை இந்த வாலிபனுக்குக் கொடுத்தது. இப்படி இந்துமார்க்கமானது பலபோங்காகச் சுலவரப்பட்டிருப்பதால் அது தன்னிலே ஒன்றுக்கொன்று விரோதித்து வருகிறதென்ற உண்மையை அவர் அப்போது மறந்துவிட்டார். என்றாலும் அவர் வாஞ்சையோடும், தாபந்தத்தோடும் செய்த மார்க்க ஆராய்ச்சியில், தமக்குள் எழும்பின ஒரு நியாயக்கருத்தை விளக்

குவிக்கும் ஆதாரத்தைக் கண்டுபிடிக்க இயலாமற் போயிற்று. அந்த நியாயக்கருத்தென்னவென்றால் இவ்வுலகமானது ஒரு சர்வவல்லவரால் படைக்கப்பட்டு, நடத்தப்பட்டு, ஆளப்பட்டு, ஆதரிக்கப்பட்டுவருகிறது. அந்தச் சிருஷ்டியாகிய மனுஷருக்கும் நிலைவரமாயுள்ள சம்பத்தங்களிருக்கின்றன என்பதுதான்.

வேறுவிதமாகச் சொன்னால், அவர் இம்மட்டும் ஆராய்ந்து பார்த்த நூல்களால், தமது மனதுக்குத் தெளிவானபடி வஸ்துவான ஒரு தேவன் இருக்கிறாரென்றும், மனுஷர்கள் அவரை ஒரு தகப்பனைப்போல எண்ணி, அவருடைய சகாயத் துக்கு எதிர்நோக்கலாமென்றும் ஸ்தாபிக்கிர சத்தியக் கருத்துக் கள் வெளியாகவில்லை. ‘‘ஆ, அந்த அளவுக்குள் அடங்காத வருக்கும், அளவுக்குள் அடங்குகிறவர்களுக்கும், சர்வஞானமும், சம்பூரணமும், சர்வ தயாளருமான சிருஷ்டிகருக்கும், குறைவும். பாவக்கறைபிடித்தும், பலவீனப்பட்டுமிருக்கிற சாவுக் கேதுவான மானிடருக்கும் ஒரு சம்பந்தமிருக்கக்கூடுமானால் எவ்வளவோ க்ஷேமமாயிருக்கும். அப்படியிருந்தால் மனுஷனுக் கிருக்கும் உயர்ந்த சுபாவங்களுக்கும் வாஞ்சைகளுக்கும் தக்கதாக, இந்த தெய்விக சத்துவத்தைப் பெற்று, அவைகளைத் திருப்தி செய்து கொள்ளலாமே. ஆனால், ஆ, என் ஆத்துமாவின் ஆவலையும், என் ஆவியின் தாபந்தத்தையும் திருப்திப் படுத்தி விடுவதாக என் மனதுக்குப் புலப்படுகிற, தேவனுக்கும் மனுஷனுக்குமுள்ள ஞான ஐக்கியத்தைப்பற்றிய கருத்து, என் மனதுக்கு என்னத்தினாலே சத்தியமும் அவசியமுமான விஷய மாக விளங்குகிறது? இவ்விதக் கருத்து இந்துமார்க்கத்தில் ஏன் இல்லாதிருக்கிறது?” என்று அவர் தமக்குள் சிந்தித்துக் கொண்டார்.

இந்த எண்ணமானது அரிச்சந்திரரைப் பிடித்துக் கொண்டது; அதை உதறிவிட ஒன்றினாலும்கூடாமற்போயிற்று; கடைசியாகத் தாம் அநேககவருள்ளதாய்ப் பெருமையுடன் எண்ணிவந்த இத்துமார்க்கக் கோட்பாடுகள் எல்லாங்கூடி அதிலுள்ள குறைவைத் தெளிவாக ரூபிக்கிறதென்று உணர்ந்தார். இந்த நினைவுகளுடன் அவர் ஒருநாள் தேவகிரி நகரத்தின் வழியாய் உலாவப்போனபோது, அநேகர் சேர்ந்து பாடுகிறது போல ஒரு சத்தங்கேட்டது. இது அமெரிக்கன் மிஷனரியைச் சேர்ந்த ஒரு ஆலயத்துக்கு அவரை வழி நடத்தினது. இதற்குமுன் கிறிஸ்தவர்கள் செய்துவந்த ஆராதனைகளொன்றையும் இவர் பார்த்தவரல்ல. அன்று

தொழுதுகொண்டிருந்த சபையின் பக்தி விநயமும் வணக்கமும் அவர் மனதில் நன்றாகத் தைத்தது.

ஞானப்பாட்டு முடிந்தது. சபையார் ஜெபஞ்செய்யும்படி முழங்காலூன்றினார்கள். அரிச்சந்திரன் கவனித்துக் கொண்டிருந்த குருவும் முழங்காற்படியிட்டு, தெளிவான சப்தத் துடன் கர்த்தருடைய ஜெபத்தைக் கனிவோடு சொன்னார். உடனே அச்சபையிலிருந்த பெரியவர்களும் குழந்தைகளும், அவர் பிறகாலே ஒவ்வொரு வாசகமாக அந்த ஜெபத்தைச் சொன்னார்கள். இந்த வாசகங்கள் அரிச்சந்திரனுக்குப் புதிய வெளிப்படுத்தல் போலிருந்தது. அவர் தமக்குள்ளே, "என்ன? அவமரியாதையாய் எண்ணப்படுகிறவர்கள் இந்தக் கருத்தைத் தங்களுடைய மார்க்க சிந்தாந்தமாகப் பிடித்துக்கொண்டிருக் கிறார்களா? ஆ! எப்படியும் இவர்கள் மார்க்கத்தில் ஒரு விசேஷமிருக்கவேண்டும்" என்று சிந்தித்துக்கொண்டார். இதுதான். ஒருகாலத்தில் தமது மனதுக்குத் தாழ்வானதும், அற்பமானதும்போல் தோன்றின கிறிஸ்து மார்க்கச் சத்தியங் களை ஆராயும்படியான விருப்பத்தை அவருக்குள் எழுப்பி விட்டது.

எந்த இடத்திலிருந்தும் நலமானதுண்டானால் அதைப் படித்தறிய வேண்டுமென்று ஆசைகொண்டிருந்த அரிச்சந்திரன், இந்தச் சந்தியை வைத்துக் கிறிஸ்துமார்க்கச் சுவிசேஷங்களை ஆராய்ந்து பார்த்தார். அதிலடங்கிய தெளிவான சரித்திரமும், அதினாலுண்டாகும் தெய்வ அனலும் கூடி, இம்மட்டும் ஆராய்ந்த நூல்களிலும் இதை விசேஷப்படுத்திற்று. இதிலடங் கிய ஒவ்வொரு விஷயமும், தாம் இம்மட்டும் வாசித்த மார்க்கப் பிரபந்தங்களின் போங்குக்கு முற்றிலும் வித்தியாசப் பட்டிருக்கிறதென்று அறிந்தார். கிறிஸ்துமார்க்கத்தின் மூல உபதேசம், அதாவது தேவன் மனுஷனாக அவதாரமானார் என்ற சத்தியம், அவர் மனதுக்கு இடறுதலாக இருக்கவில்லை. ஏனெனில் அநேக அவதாரங்களைப்பற்றிய இந்துமார்க்க உபதேசம் அவருக்கு அந்நியமாயிருக்கவில்லை.

என்றாலும், இந்துமார்க்க அவதாரங்களுக்கும் கிறிஸ்து மார்க்க அவதாரத்துக்குமுள்ள பிரதான வித்தியாசத்தை அவர் இப்போது கண்டறிந்துகொள்ள இடமாயிற்று. கிருஷ்ணனைப் பற்றிச் சொல்லும் ஆயிரத்தொரு கதைகளையும். இத்துடன் யாதொரு காரணமும், நோக்கமுமின்றிக் கட்டியிருக்கிற வீண் கதைகளையும், அக்கதைகளில் விளங்கும் கிருஷ்ணனின்

கிரியா மகத்துவங்களின் அபத்தங்களையும், விசேஷமாய் அவ் வரலாறுகளால் விளங்கும் தாழ்வும் தூஷ்ணமுமான துன்மார்க் கங்களையும் உணர்ந்து தெளிந்தார். அவர் உடம்பு சிலிர்த்தது. கிறிஸ்துமார்க்கத்தின் அவதார சித்தாந்தம் எவ்வளவோ வித்தியாசமானது. இவ்விடத்தில், பாவதோஷம் பிடித்து, உன்னத தேவனுடைய அநுக்கிரகத்தாலும் துணையாலும், இந்த லோகத்தின் ஆசாபாசங்களை உதறி மேன்மையும், மகத்துவமுமான பரம வாழ்வின்மேல் தாபந்தப்படும் ஆத்து மாவானது தன் வாஞ்சையைத் திருப்திப்படுத்திக் கொள்ளத் தக்கதாக அளவில்லாதவர் தமது பூரண மகத்துவ லட்சணங் களுடன் தேவ மனுஷனாய் அவதாரமாகி தேவனுக்கும் மனுஷனுக்குமுள்ள நிலையான அந்நியோந்நியத்தை வெளிப் படுத்தி ஸ்தாபித்திருக்கிறார் என்று அறிவிக்கப்பட்டிருந்தது.

மேலும் இந்த சாஸ்திரத்தில், தேவன் மனுஷர் சித்தைக் கும், எண்ணத்துக்கும் எட்டாத தூரத்திலிருக்கிறவரும். தாம் சிருஷ்டித்தவைகள் எல்லாவற்றையும் ஒரு விதிக்குள் அமைத்து விட்டுத் தம்மட்டில் சும்மாயிருக்கிறவருமான ஒரு ஆளாக இராமல், தம்முடைய எல்லாச் சிருஷ்டிகளோடும். அதில் ஏழைகளும் தாழ்வானவர்களோடும் அவருக்குச் சம்பந்த மிருக்கிறதென்றும், ஆகாயத்துப் பறவைகளும் அவரால் மறக்கப்படுகிறதில்லை என்றும், தேவ மனுஷனாகிய கிறிஸ்துவின் நடக்கையின் மாதிரியைப் பின்பற்றுகிறதால், மனுஷன் அம்மட்டும் சந்மார்க்க உச்சத்தையும், ஆவிக்குரிய நிறைவையும் கண்டடையக் கூடுமென்றும் தெளிவாகக் காட்டப்பட்டிருந்தது.

இப்படிப்பட்ட விஷயங்களால் நிறையப்பட்ட மனதோடு. அரிச்சந்திரன் அந்நகரத்திற்குச் சமீபமான ஆற்றோ ரத்திலும் தோப்புகளுக்குள்ளும் உலாவிக் காலம் போக்குவ துண்டு. ஏதேது பிரயத்தனங்கள் இடையில் குறுக்கிட்டு, அவை களை அவர் நிறைவேற்றிவந்தாலும், இந்த எண்ணங்கள் அவரை விட்டு அகலா. கிறிஸ்து நடப்பித்த பல கிரியைகளின் வரலாறு அவருடைய ஞாபகத்தில் வரும்; அவர் பேசின ஞான சத்தியங்களின் வாசகங்கள், நூதனக் கருத்துகளுடன் அவருடைய மனதில் மின்னொளிபோலக் கடந்துபோம். ஒரு சாயந்தரத்தில் பகலோன் தன் கதிர்களை மேல்திசை மலைக ளுக்குள் அடக்கி, அத்திசை வானத்தை அபரஞ்சிபோலாக்கின போது, சுவிசேஷங் களில் அவர் வாசித்த வரலாறுகளனைத்தும்

ஏகமாகக்கூடி அவருடைய மன மலைமேல் பிரகாசமான மேகம்போலக் கவிந்தது. அத்தோடு மனதில் ஓர் புதிய வெளிச்சம் விளங்கிற்று.

அச்சமயத்தில் அந்த தேவ மனுஷன் ஒரு கபோதியிடம் குனிந்து நின்று, அவன் கண்களைத் திறப்பதுபோலும், வியாதியஸ்தரைக் குணமாக்குவதுபோலும், துக்கப்பட்டோரை ஆறுதல் படுத்துவது போலும், நடக்க இயலாமல் கிடக்கிற வனைப் பார்த்து "உன் பாவங்கள் சமாதானத்துடன் போ" என்று மந்திர வார்த்தைகளைக் கூறுவதுபோலும், இரட்சிப் புக்குப் புறம்பாக்கப் பட்டதுபோல உலகத்தாரால் மதிக்கப் பட்டவர்களை அன்போடு நோக்கிப் பார்த்து, அவர்கள் உள்ளிந் திரியங்களை அசைக்கிறது போலவும், அப்படிப்பட்டவர்களின் இருதய ஆழங்களில் அடங்கியிருக்கும் ஞான அனலின் பொறி களை மாயமும் தந்திரமுமுள்ளவர்களுக்கு எடுத்துக்காட்டுகிறது போலவும் அரிச்சந்திரன் மனதில் உணர்த்தப்பட்டது.

இந்தக் காட்சிகளுடன், கிறிஸ்துவைப்பற்றிய வேறொரு மாதிரிப் படமும் அவருடைய மனதின்முன் அப்போது வந்தது: - கிறிஸ்து மலையின் மேல் தேவனுடன் அந்தியோத்தியமாயி ருப்பதும்; பெத்தானி ஊரில் சில சிநேகிதருடன் சந்தோஷத் துடனிருப்பதும்; மரித்தவர்கள் பக்கத்தில் துக்கத்துடன் நிற்பதும்; நாம் அறியாத மரண நிழலுக்கூடே பலமாய் ஊடுருவி, கல்லறைக்குள்ளிருந்தவனை உயிரோடு கொண்டு வரும்படிச் சத்தமிடுவதும்; அவர் ஒலிவ மலையின்மேலிருந்து தமது தீர்க்கதரிசனக் காட்சியால் அநேக ஆண்டுகளுக்குப்பின் நடக் கும் தேவாலயத்தின் அழிவையும், நகரத்தின் நாசத்தையும் முன்னமே சொல்லிக்காட்டுவதும்; கடைசியாக, கல்வாரி மலை யில் நடந்த வரலாறுகளும் எல்லாம் அதினதின் பூரண சாயலு டன் அரிச்சந்திரனுடைய மனதிற்குமுன் வந்தது.

அவர் தமது முகத்தைத் தமது கைகளால் மூடிக்கொண்டு "இவ்வளவு அன்பா! என் ரட்சகா, உமக்குப் பின்னாலே வருகிறேன்; இங்கே என் நாட்டார், என் வீட்டார். என் இனத் தார் முன்பாக நான் என்னை உமக்கு ஒப்புவிக்கிறேன்; முழு இருதயத்தோடும். என்னை சமூலபலியா ஒப்புவிக்கிறேன். என்னை ஏற்றுக்கொள்ளும் தேவா! எனக்குள்ளதெல்ல வற்றையும் உம்மைப் பின்செல்வதினிமித்தம் விட்டு விடுகிறேன்." என்று பெருமூச்சோடு சொன்னார். அந்த நிமிஷம் அவருக்குச் சொல்லமுடியாத மனவேதனையுள்ளதா யிருந்தது. "எல்லாவற்றையும்" என்று சொல்லும் போது அவர்

மனமானது திருகிப் பிழிந்தாற்போல் வேதனைப்பட்டது அப்போது, சந்தோஷ செருக்குடன், மகனே, அரிச்சந்திரா என்று கூப்பிடும் தன் நேச தாய் மனம் நொந்து தன் காலில் வந்து விழுவாளே என்ற நினைவு அவர் மனதில் தோன்றிற்று. அவளுடைய அழுகுரல் நீண்ட இடிபோல அவர் காதுக்குத் தொனித்தது. ஏதோ அழுக்கையும் தீட்டையும் கண்டவுடன் முகம் திரும்புவதுபோல் அவள் தன்னை கண்டால் திரும்பிவிடுவாளோ என்றுணர்ந்தார். அவர் மனைவி தன்னுடைய கன்னி நிலைமைக்குரிய கூச்சத்தோடு தனக்குமுன் நிற்பதையும், அவள் கவிந்த முகத்தோடும், பரிதாபக் குரலோடும். ஓடின கண்ணீரோடும் தனக்குமுன் நின்று. என் தெய்வம் போச்சுதே என்று அலறித் தமது பாதத்தில் அடியற்ற மரம்போல் விழுவ தையும் அவமானமும் கனவீனமும் சுமந்தவளாகத் தம்மைப் பார்த்தும் புலம்பி அழுவதையும், தம்மை ஏங்கி ஏங்கி, எட்டிப் பார்ப்பதையும் அறிந்தார்.

"என் துரையே திரும்பிவாரும்! நான் என்னை உமக்கு கையளித்தேனே; என் இருதயத்தை உடைக்கவா போகிறீர், அதைத் தேற்றிவிடலாகாதா? எல்லாருடைய கண்களுக்கும் என்னைப் புறக்கணிப்பாகவா விடப்போகிறீர். இப்படித்தானா நீர் செய்ய வேண்டியது! இதுதானா நீர் எனக்குக் கொடுத்த வாக்கு" என்று ஓலமிடுவதுபோலும் உணர்ந்து கொண்டார்.

இப்படி நினைத்து நினைத்து வேதனைப்பட்டு ஆவியில் கலங்கினார். இதைவிட இலேசாகக் காரியங்கள் முடியுமானால் எவ்வளவு நலம். ஆனால் ''எல்லாவற்றையும் விட்டு என்னைப் பின்செல்லு; மனுஷர் முன்பாக என்னை அறிக்கை பண்ணா தவன் எவனோ அவனை பரலோகத்திலிருக்கிற என் பிதாவின் முன்பாக அறிக்கை பண்ணமாட்டேன்" என்ற தீர்மானமான சத்தியங்கள் அவர் மனதில்பட்டது. அப்போது அவர் "என் கடமை தெளிவாயிருக்கிறது இப்பொழுதே நான் என் அறிக்கை யைப் பண்ணப் போகிறேன் தன்னயமே. உலகமே, எல்லாம் தொலைவாயாக, ஆனால் ஐயோ என பந்துக்கட்டே!" என்று சொல்லவே அவருடைய உடம்பு சிலிர்த்துக் குலுங்கினது. பின்னும், "பந்துக்கட்டும் தொலைந்து போகட்டும்; ஆண்டவா! நான் உம்மைப் பின்பற்றுவேன்" என்றார். இப்படிச் சொல்லவே, வியாக்குலம் பெருகி, இரண்டு பெரிய சொட்டுக்கண்ணிர் அவர் கன்னங்களில் சாடினது: உடனே, இப்படிக் கோழைத் தனமாய் கண்ணீர் சிந்துவது புருஷலட்சணமல்லவே என்று.

சற்று வெட்கப்பட்டு கண்ணீரைத் துடைத்து, மனதில் பூரண தீர்மானம் செய்தவராய் விரைவில் வீட்டுக்கு நடந்தார்.

அவர் தம்மைச் சமூலமாக ஒப்புவித்தார். தமது சரீரத் தையும் ஆத்துமாவையும் கடவுளுக்கும். அவருடைய ஊழியத் துக்கும் கையளித்து, இவ்விதக் கையளிப்பு தமது மநோதத் துவத்துக்கு, இம்மட்டுமில்லாத இன்பத்தையும், சந்தோஷத் தையுங் கொடுத்து, தமது ஆவியை உன்னதத்துக்கு உயர்த்து கிறதென்று உணர்ந்தார். அவருடைய நடை துரிதப்பட்டது. ஒரு புதிய சுயாதீனம் அவருக்குண்டானதுபோல் அறிந்தார்; தம்மை அறியாமலே தாம் இவ்வுலகத்திலிருந்து உயர்த்தப் படுகிறதுபோல உணர்ந்தார். ஒருவகை சந்தோஷப் பித்தம் அவர் உடல் முழுவதிலும் ஏறுகிறதுபோல அவருக்குக் காணப் பட்டது; அவருடைய இருதயம், இதுவரையும் அநுபவியாத ஒரு ஆனந்தத்தால் மகிழ்ந்தது. எதையும் பொறுத்துக் கொள்ளவும். எதையும் தாங்கிக்கொள்ளவும் கூடியவரானார். அவர் மனதில் தோன்றின வருத்தங்களெல்லாம் அகன்று விட்டன. தமக்கு நேரிடுவதாகத் தோன்றும் உபத்திரவங்களை எண்ணிப்பார்த்தார். அவை ஒவ்வொன்றும் சூரியனைக்கண்ட பனிபோல கரைந்துபோயிற்று.

“இன்னுமுண்டோ” “இன்னுமுண்டோ” என்று அவர் ஒவ்வொன்றாய்த் தமது மனதிலிருந்து கடத்தி “என் மீட்பரே, என் இரட்சகா! உமக்காக நான் சகிக்கவேண்டிய துன்பங்கள் இன்னுமுண்டோ?” என்று கனிவுடன் தமக்குள் கேட்டார். பரி, பவுல் அதிசயமான வகையாய்க் குணப்பட்ட வரலாறு அவர் மனதில் வந்தது. “அவர் கண்களிலிருந்து மீன் செதிள்கள் போன்றவைகள் விழுந்தன.” “என் கண்களிலிருந்தும் அப்படி விழுந்துவிட்டன. இப்போது எல்லாம் புதுக்காட்சியாகத் தோன்றுகிறது. ஜீவியத்தின் கருத்தும் இப்போது நூதனமாக வெளியாகிறது. துன்பமா- இப்போதுள்ள காரியத்தைத் துன்பம் என்று சொல்லக்கூடாது” என்றிப்படிப் பலவிதமாய் அவர் தமது மனதுடன் பேசிக்கொண்டு தமது மன எழுச்சியுடன் அக்கம்பக்கம் பார்த்துத் தாம் நின்றிருந்த மொட்டைப் பரும்பிலிருந்து இறங்கினார்.

அவர் பாதத்தின் கீழிருந்த உலகம் நிர்விசாரமாய் அசந்திருந்தது, சூரியனும் தன் செங்கதிர்களுடன் அஸ்தமித்தது; பள்ளத்தாவுகளிலிருந்து கேட்கும் வண்டுகளின் இரைச் சலையும், இலைகளை அசைத்த காற்றின் இரைச்சலையும்

தவிர மற்றப்படி எல்லாம் அமைதலாயிருந்தது. தாம் நின்ற பரும்புக்கு வலதுபுறமாயிருந்த பிரமாண்டமான கருங்காலி மரங்கள், அந்திநேரத்து வெயில் ஆற்றுஜலத்தில் விழுந்து பிரதிவிம்பித்ததாலுண்டான வெண்ஜோதியால் வெள்ளிமுலாம் பூசின உத்திரங்கள்போல் விளங்கின. தமக்கெதிரே தோன்றின ஒரு உச்சிப்பரும்பில், ஆகாயத்தை அளாவிநின்ற மூங்கில் தண்டையங்கள் தங்கள் கிளைகளுடன் ஆடி அசைந்தன. அவருடைய பாதத்திலிருந்த தேவநகரியானது முகில் மூடி சாம்பற் பூத்தாற்போலிருந்தது. அவருக்குப் பின்னாலே மலை முகடுகளிருந்தன, உன்னதமும் நீளமுமான அதின் சிகரக் கொடிகளில் விளங்கின வானவில்போன்ற அழகிய வெளிச் சமானது, அச்சிகரங்களால் பிடிக்கப்பட்டு விட மனமில்லாமல் பற்றிக் கொண்டிருக்கிற பாவனையாகக் காணப்பட்டது. தலைக்குமேலிருந்த ஆகாயத்தில் அங்குமிங்கும் மங்கின செங் கதிர்களின் ஜோதியும், அப்போதுதான் மங்கித் தெளிந்து வெட்டும் சில நட்சத்திரங்களின் பொறியும் காணப்பட்டது.

இது கண்களுக்கு இன்பக்காட்சியும் மனதுக்குத் தியான சொப்பனத்துக்கேதுவான லோகமுமாயிருந்தது. இப்படிப்பட்ட காட்சிகளைத் தரும் இந்த லோகமானது, வேறொரு கருத்தின் படிக்கும் இப்படியே இன்பமுள்ளதாயிருக்குமானால் எவ்வளவு பாக்கியமாயிருக்கும். இங்கே பாவதோஷங்கள் ஒன்று மில்லாமலும், மனுஷ ஆத்துமாக்களின் சமாதான வாழ்வை நஷ்டப்படுத்திக் கெடுத்து விடுகிறதான பொல்லாப்புகளு மில்லாமலுமிருந்தால் எவ்வளவு நலமாயிருக்கும் என்று தமக்குள் மௌனத்துடன் சொல்லிக் கொண்டு "ஆம், தேவனு டைய உதவியால் இப்படியாகிறதும் கூடிய காரியந்தான்" என்று பேசிப் பேசி நடந்துவந்தார்.

☙ ☙ ☙

4. அதிகாரம்

தகப்பனார் கிறிஸ்தவரானது, ஊழியம், மரணம்

அரிச்சந்திரன் வீடுவந்து சேர்ந்தார்; அவருடைய மனமானது தமது முன்னோர்களின் மார்க்கத்திலிருந்த பிடியை விட்டுவிட்டது என்ற செய்தி அவருடைய பந்துக்கள் சிநேகிதருடைய காதுகளில் இடிவிழுந்தாற்போலிருந்தது. அவருடைய வீடுக்குள்ளுண்டான அமளி குமளிகளை இன்ன விதமென்று வாயால் சொல்லி முடியாது. ஜனங்கள் முதலாவது அந்தச் சமாசாரத்தை நம்பமாட்டோம் என்று சொல்லி விட்டார்கள். எந்தப் பிராமணனாவது இப்படித் தன் முன்னோருடைய மார்க்கத்தைத் தள்ளிவிட்டு, உலகத்தாருக்கு முன்பாக நீசன் என்று தள்ளப்பட்டு, தாழ்வையும் அவமானத்தையும் சுமந்ததுண்டோ? என்று அவர்கள் ஒருவருக்கொருவர் கேட்டுக்கொண்டார்கள்.

படிப்பால் இவன் பயித்தியக்காரனாகிவிட்டான் என்று சொல்லிக் கொண்டார்கள்; அவருடைய தாயார் மூர்க்கவெறியடைந்து, அவருடன் ஆட்சேபித்துத் தர்க்கம் பண்ணத்தக்க அந்நகரத்திலுள்ள சாஸ்திரிகள், பண்டிதர்கள், ஞானிகள் எல்லாரையும் உடனே வரவழைத்தாள். அவ்வித தர்க்க சம்பாஷணைகளால் பிரயோசனமில்லாமற்போயிற்று. அவரோடு தர்க்கம்பண்ணின சிலர். இந்து சாஸ்திரங்களில் மகா மங்கலாகக் காணப்படுகிற அநேக சத்தியங்கள் கிறிஸ்து மார்க்கத்தில் அதிகத் தெளிவும் துலாம்பரமுமாயிருக்கிறதென்று அறிக்கையிடவேண்டியதாய் நேரிட்டதேயன்றி வேறல்ல. அவர்கள் கிறிஸ்துமார்க்கத்தைப்பற்றிச் சொன்ன ஆட்சேபங்களெல்லாம், அது அந்நியதேசத்தாரின் மார்க்கம், இத்தேசத்தை ஜெயித்தவர்களுடைய மார்க்கம், தன்தேசத்து மார்க்கத்தின் பேரில் பிடிவாதமுள்ள ஓர் இந்துவானவன், தன் சொந்த மார்க்கத்தைத் தள்ளி அந்நிய தேசத்தாருடைய மார்க்கத்தைப் பற்றிக்கொள்ளுதல் தேசாபிமான செய்கையல்ல என்பவை தான்.

அரிச்சந்திரனோ இப்படிப்பட்ட ஆட்சேபனைகளால் அசைந்து விடவில்லை. சத்தியத்தை நிராகரித்து, குருட்டுப் பக்தியுடன் ஒரு சித்தாந்தத்தைச் சாதித்து நிற்பது தேசாபிமானமல்லவென்று அரிச்சந்திரன் சொன்னார்; அப்படிச் சாதிப்பது, கோழைத்தனத்தின் ஒரு போங்காயிருக்கிறது;

சத்தியத்தை நாடும் மனம் அப்படிப்பட்ட சிந்தைகளை அகற்றி விடவேண்டியது; மேலும் இத்தேசத்தவரை இவ்விதம் மனக்கோழையுள்ளவர்களாக்கும் இந்துமார்க்கத்தில் உள்ளபடி உள்ளுக்குள் சொத்தையிருக்கிறது; அவர்கள் சத்தியத்தை அறிந்துகொண்டாலும், தங்களுக்குப் பிரியமான பற்றுகளி லிருந்து விலகி சத்தியத்தின் பிறகாலே நடந்துபோக அவ்வளவு தைரியம் அவர்களுக்கு இல்லாமலிருக்கிறது என்று சொன்னார்.

அரிச்சந்திரனுக்கு அவருடைய மூத்த சகோதரனாகிய வாமன்ராவுடன் நெருங்கின சிநேகமிருந்தது. தன்னிலும் அதிகமாய் வாசித்திருந்த தன் இளையசகோதரனுடைய ஆழ்ந்த மார்க்க ஆராய்ச்சியும், அவர் கண்டுபிடித்த சத்திய நிலைகளும், அவ்வாராய்ச்சியாலுள்ள உத்தம உணர்ச்சிகளும், கரிசனை களும் எல்லாங்கூடி வாமன்ராவின் மனதில் நன்றாய்ப்பட்டதால், அவர் இயேசுகிறிஸ்துவை அந்தரங்கத்தில் விசுவாசிக்கிற சீஷனானார். அப்பொழுது அரிச்சந்திரனுக்கும் சகிக்கக்கூடாத துன்பகாலம் தொடங்கினது; அவருடைய சொந்தத் தாயாரே, அவரைக் கொலைசெய்யப் பிரயத்தனப்பட்ட சமையம் வந்தது. அந்த வல்லாளகண்டிக்கு இந்தக்காலத்தில் அம்பு ஒருபக்கம் பட்டு மறுபக்கம் பாய்ந்ததுபோலிருந்தது! எவ்வளவு மனக் கோஷ்டங்களுக்கும் பின், தான் பெற்றுப் பாலூட்டி வளர்த்த மகனுடைய உணவில் நஞ்சிட்டு, அவனைக் கொல்லத் தீர்மானித்திருக்கவேண்டும்?

அவளுடைய கடுத்தமான சுபாவத்துக்கு இப்படியும், இதற்கு மேலும் அவன் செய்வது இயல்புதான். தீட்டுப்பட்டு உயிரோடிருக்கிற மகளைவிடச் செத்துக் கனத்தைக் கொடுக்கிற மகன் வாசி என்று நினைத்தாள். இவ்வித சோதனைகளுக் கெல்லாம் அரிச்சந்திரன் அசையவில்லை. இது அவருடைய பலத்த சத்துருக்களையெல்லாம் தைரியத்தோடு எதிர்க்கிறதா கவிருந்தது. இவருடைய மனைவியின் முகம் இந்த நாட்களில் எப்போதும் தன் கணவனைக் கவனிக்கிறதிலிருந்தது. அவர் தமக்குள்ளே, நாம் முந்தியாவது பிந்தியாவது நமது வீட்டையும் ஜனத்தையும் விட்டு, பாதிரிமாரிடம் போக வேண்டியதாகும் என்று சொல்லிக்கொண்டு, தம்மட்டில் யாதொரு தடையின்றி ஆயத்தமாகவே இருந்தார். ஆனால் அவருடைய மனைவி இருக்கிறாளே. அவளை இங்கே விட்டுவிடவா? இல்லை, அவளையும் ஏவி எப்படியாவது தன்னுடன் கூட்டிக்கொண்டு போவதுதான் தனது கடமை என்று உணர்ந்தார்.

இது அநுகூலப்படும்படி அவர் எடுத்த முயற்சிகளெல்லாம் விருதாவாயின. இதற்கு முன் ஒரு தடவை மாத்திரம் அவர் அவளுடன் பேசினதுண்டு; அதிலும் இப்போது பிராமணத்தை விடவேண்டுமென்று சொல்ல அவர் வாயெடுப்பது நிசமானால் ஓட்டம் பிடிப்பாள், என்ன வந்தாலும் வரட்டும், இதைப்பற்றி அவளுடன் பேசிப் பார்ப்போம் என்று அவர் தமக்குள் தீர்மானித்துக்கொண்டார்: - சங்கதிகளையெல்லாம் விவரமாகச் சொல்லி, தம்முடன்கூட வர மனமானால் வரவும், அல்லவென்றால் அவள் இஷ்டம்போல் மாமியார் வீட்டிலிருந்துகொள்ளவும் தீர்மானிக்கலாம் என்று நினைத்தார். இது விஷயத்தில் அவருடைய மூத்த சகோதரன் பல ஆலோசனைகளால் அவருக்கு உதவிசெய்தார். தன் தம்பியார்பேரிலிருந்த பாசம் மாத்திரமல்ல, இயல்பாகவே நூதனபிரயத்தனங்களில் முயலுவதும், அதற்குரிய வழிவகைகளென்னவென்று யோசிப்பதுமான சுபாவ முடையவராயிருந்தார். அவர் தீர்க்க ஆலோசித்துத் தெளிந்த ஞானிபோலத் தலையை அசைத்துக்கொண்டு,

"நீ இந்த இடத்தை விடவேண்டும்; உன் மனைவியையும் நீ கூடக்கொண்டுபோகத்தான் வேண்டும். நான் அவளை உன்னிடம் கொண்டுவந்து சேர்ப்பேன்" என்று சொன்னார்; அத்தோடு இது விஷயமாய் அவர் தமது மனதில் ஆலோசித்து வைத்திருக்கிற ஒரு உபாயத்தையும் வெளியிட்டார். குறிக்கப்பட்ட ஒரு இடத்தில் நீ பாதிரியாருடைய பெட்டிவண்டியுடன் வந்திருந்து, அரவம் தெரியாமல் ராதாவைப் பாதிரியார் பங்களாவுக்குக் கொண்டுபோய்ச் சேர்த்துவிட வேண்டியது. அவளைப்பற்றிய சந்தேகமுண்டாகுமுன் இந்த வேலை முடிந்துவிட வேண்டியது என்று சொன்னதுடன் "நீ செய்ய வேண்டியதெல்லாங்கூடி ஸ்திரமனதோடு, அவளை உள்ளேபோ" என்று கட்டளையிட வேண்டியதுதான். நம்முடைய ஜாதிவழக்கம் ஒரு பக்கத்திலிருக்கட்டும், அவள் தன்னை உன்னோடு தனித்திருக்கப் பார்ப்பது சற்று பயங்கரமாயிருக்கும். பங்களாபோய்ச் சேரும்மட்டும் அந்த அதிர்ச்சி அவள் மனதிலிருந்து நீங்காது. அவள் வழியில் ஏதாவது உன்னிடத்தில் கேள்விகேட்கத் துணிந்தால் 'வாயை மூடு' என்று ஒரே சொல்லில் அவளை அடக்கிவிடு, நான் வயல்காடுகளைச் சுற்றி வீட்டுக்குப் போவேன்; நான் நேரம் பிந்தி வீட்டுக்குப் போவதினால் உன்னைப்பற்றி யாதொரு சந்தேகமும், நான் வீடு சேருமட்டும் எழும்பமாட்டாது; அப்பால்

அங்குமிங்கும் போய் உன்னைத் தேடிப்பார்க்க நேரமும் பிந்திப்போம்" என்றும் சொன்னார், அரிச்சந்திரன் இந்த உபாயமனைத்தையும் கருத்தாய்க் கேட்டுக் கொண்டிருந்து, வேறுவகையாய் நாம் இதை முடிக்கலாகாதா? இப்படி அதிகாரத்துடன் நடவடிக்கை செய்வது என் மனதுக்கு வருந்தமாயிருக்கிறது. நீர் சொல்லுகிற இந்த உபாயத்தை நான் கையாடுகிறதுண்டானால் என் மனதை நான் ஒருதாளும் ஆறுதல்படுத்திக்கொள்ள வழியிராது, ராதாதான் என்னைப் பற்றி என்ன நினைப்பாள்? அந்தச் சமயத்தில் அவள் மனதில் என்ன ஓடும்?" என்று சொன்னார். நேராக நடவடிக்கை செய்யவேண்டுமென்பதே அவருடைய எண்ணமாயிருந்தது.

இப்படிச் சொன்னவுடனே படபடத்த அவர் மனதுக்கு எரிச்சல் வந்தது. "அப்படியில்லையானால் அவளைப்பற்றி ஒரு நாளும் நினைக்கவேண்டாம்; அவள் ஜீவகாலத்தை நிர்ப்பந்தமாக்கிவிடு, அவள் தலையைச் சிரைத்து அவள் ஊருக் கெல்லாம் நிந்தையாவாள். அவளை ஜனங்கள் எங்கே கண்டாலும் 'இவள்தான் அத்த ஜாதி கெட்டவன் மனைவி, தேவர்கள் அவமதித்துவிட்ட பெண் இவள்தான்' என்பார்கள் அவள் தன் ஜீவகாலத்தில் நடைப்பிணம்போலத் திரிந் தலைவாள் உன்னை அனுதினமும் திட்டித் திட்டிக் காலங்கழிப்பாள், அப்படியிருப்பது உனக்கிஷ்டம் போலிருக் கிறது. இப்படி அவள் அவஸ்தைப்பட உனக்கு அவள் செய்த அநியாயமென்ன? நீ அவளை உன்னோடு கூட்டிக்கொண்டு போகிறதுண்டானால், கொஞ்ச நாட்களுக்குள் உன் மனம் போல் அவள் மனமும் ஒத்துப்போம். அவள் உன்னோடு சந்தோஷமாயிருப்பாள்" என்று சொன்னார்.

இப்படிச் செய்யலாமா, இது மோசப்படுத்துவதாகுமே? சங்கதிகளை அவளுக்கு நேரில் சொல்லி, மனதைச் சமாதானப் படுத்துதல்லவா? 'சரி' என்று சிலநாள் தமக்குள் நுழைந்து ஆலோசித்து, கடைசியாக, அப்படிச் செய்துபார்ப்போம் என்று இணங்கி, "அண்ணா, உங்கள் மனம்போல நடத்தும்; நீர் எப்படி அதை நிறைவேற்றி முடிக்கப்போகிறீரே தெரியுதில்லை; காரியம் எப்படி முடிகிறதென்று அறிவோம்" என்றார்.

வாமன்ராவ் அதை என் பொறுப்பில் விட்டுவிடு என்று சொல்லி உடனே அதை நிறைவேற்றப் பிரயத்தனப்பட்டார். தமக்கு சிவகங்கையில் ஒரு அவசரமான வேலையிருக் கிறதென்று சாக்குச்சொல்லி, தான் திரும்பிவர மூன்றுநாள்

செல்லும் என்று சொல்லிவிட்டுப் பயணப்பட்டார். ஒரே நாள் பயணத்தில் சிவகங்கை வந்து சேர்ந்தார். இவ்விடத்தில் தன்னை ஒரு பிரபுவைப்போலப் பாராட்டி. ஏழைகளாயிருந்த தமது பந்துக்களையெல்லாம் மிரட்டி உருட்டி தடபுடலாய்ப் பேசினார்.

''பதினாறு வயசுப்பெண்ணை நீங்கள் இப்படி உங்களுடைய வீட்டில் வைத்துக் கொண்டிருக்கிறீர்களே, இதன் கருத்தென்ன? அவளுக்கு வீடுவாசலில்லையா? புருஷனில்லையா? மாமியாரில்லையா? வேலைவெட்டி யில்லையா? அந்தப் பெண்ணுக்கு ஒரு நன்மை செய்யவும் மாட்டீர்கள். இப்படி எத்தனைநாள் இவளை நீங்கள் வைத்துக் கொண்டிருக்கப் போகிறீர்கள்?" என்றிப்படி தமக்கு வாயில் வந்தபடியெல்லாம் பேசினார். அவர் எப்படிப் பேசினாலும் அந்த பெண்ணைத் தான் நினைத்தபடி வீட்டைவிட்டு வெளியேற்ற அவரால் முடியாது போயிற்று. பந்துக்கள் பல காரியங்களைச் சொல்லி அவரைத் சாந்தப்படுத்தப் பார்த் தாலும், அவர் அதற்கெல்லாம் அசையாமல் முறுமுறுவென்று தமக்குள் பேசுவதும், திடீரென்று இரைந்து கூப்பாடு பண்ணுவதுமாயிருந்தார்.

இப்படி ஒருநாள் கழிந்தது. வாமன்ராவுக்கு உள்ளுக்குள், நமது தம் கிறிஸ்துமார்க்கத்துக்குச் சார்பான சுபாவமாயிருக்கிற செய்தி, இந்த ஊராருக்குள் தெரிந்திருக்குமோ அல்லவோ என்று எரிச்சலடைந்தார். அந்த ஊர் மதாபிமானத்திற்குப் பேர்போனதும், மூடபக்தி நிறைந்ததுமாயிருந்ததுமன்றி, ஒரு இந்துராஜாவின் காணியாட்சியாயுமிருந்தது. மறுநாள் சாயங் காலத்தில், ஊருக்கப்பாலிருக்கும்படித் திட்டம் பண்ணியிருந்த அவர்கள் வேலைக்காரரில் ஒருவனாகிய யூகமுள்ள ஒரு கிழவன், ஊரிலிருந்து அப்போதுதான் செய்தி சொல்ல வந்தவன் போல, வேர்வையோடே நடந்து, முழங்கால் மட்டும் தூசிபட்டு இளைத்து நடையால் அலுத்துப் போனவனைப் போல வந்து சேர்ந்தான்,

தான் தேவகிரியிலிருந்து அன்று காலையில் புறப்பட்டு ஒரு இடத்திலும் உட்காராமல் ஆத்திரத்துடன் நடந்து அலுத்துப் போனவனைப்போலப் பாசாங்குபண்ணி, நெடுங்காலம் பழகின பட்சமுள்ள ஒரு வேலைக்காரன் சற்று அதிகாரப் போங்காய் நடந்து கொள்ளுகிறதுபோலக் காட்டி, வாமன்ராவைப் பார்த்து, "பந்துக்கள் வீட்டில் பாலும்பழமும் சாப்பிடவா வந்திருக்கிறீர்; அவர்கள் பெண்ணை விடமாட்டேன்

என்றால், தங்கள்மட்டில் வைத்துக் கொள்ளட்டும், அதையிட்டு அண்ணாட்சி இன்னும் வராமல் அங்கு தாமதிக்க வேண்டிய தென்ன? இப்படித்தானா சோற்றுக்கு ஆசைப்பட்டு இன பந்துக்கள் வீட்டில் போயிருக்கிறது? என்று உமது தம்பி கோபித்துக்கொள்ளுகிறார்" என்று சொன்னதுடன். இடையில் சொல்லுகிறதுபோல "தலை சீராயிருந்தால் தலைப்பாகை ஆயிரம் கட்டலாம்; எனக்குத்தானா பெண் கிடையாது? 'நான் வருவேன் தண்ணீரெடுக்க, எங்கள் அக்காள் வருவாள் பிள்ளையெடுக்க' என்று பன்னிரண்டு பெண்கள் எனக்கு உனக்கு என்று ஓடிவருவார்களே; ஆனால் கூடப்பிறந்த அண்ணன் கிடைக்குமா?" என்ற வாசகத்தையும் போட்டான்.

இந்த வார்த்தைகள் ராதாவின் சகோதரனுக்குப் பயத்தை உண்டாக்கிற்று. சீக்கிரம் நடக்க இருந்த ஒரு சடங்குவரையும் அவளை நிறுத்திவைக்க முந்தி நினைத்தவன், உடனே அவளை அனுப்புவிக்க ஆயத்தம் செய்தான். பூனாநகரத்துப் பாதையாய் ராதாவைக் கூட்டிக்கொண்டுபோகத் தீர்மானித்தார்கள். அந்த நகரம் அவர்கள் பாதையிலிருந்தது மாத்திரமல்ல. ராதாவின் சகோதரியின் வீடும் அங்கிருந்தது. வேறேதாவது சமாசார முண்டானால் கேட்டுக் கொள்ளென்று ராதாவைக் கேட்டபின்பு, எல்லாரையும் வழியனுப்பிக் கொண்டு வாமன்ராவ், தீவிரக தியாய்ப் பயணப்பட்டார். அவருடைய இரண்டு வேலைக்காரர் கூடவே வந்தார்கள், மூன்று மைலுக்கொருதரம் மாடு மாற்றவேண்டுமென்று திட்டஞ்செய்தார். இது ராதாவைச் சற்று யோசிக்கச் செய்தது. அவர்கள் பூனாநகரத்துக்கு வழக் கமாய்க் போகும் பாதையில் அல்ல, வேறு பாதையாய்ப் போகிறதை ராதா கவனித்து, அழுதுகொண்டு பல கேள்விகளைக் கேட்டாள். கூடவந்தவனோ அதைக் காதில் கேளாதவன்போலப் பாக்கை நறுக்குகிறதும், வெற்றிலை மடிக் கிறதும் சுவைக்கிறதுமாயிருந்தான்.

அந்தப் பெண் அக்கம்பக்கம் நடந்துபோகிறவர்களைக் கூப்பிட்டு "இது பூனாவுக்குப் போகிற பாதையா?" என்று கேட்டு அழுதழுது கடந்துபோனாள். சிலர் அவள் அழுகிறதைப் பார்த்துப் பரிதாபப்பட்டு "ஏழைப்பெண், தாய்வீட்டிலிருந்து மாமியார் வீட்டுக்குப் போகிறதால் அழுகிறதாக்கும்" என்று உரத்துப் பேசிக்கொண்டு போனார்கள்; வேறு சிலர் நின்று அந்தக் கிழவனான வேலைக்காரனைக் கூப்பிட்டு, இப்படிப் பிள்ளை அழுதுகொண்டு போகிற காரணமென்னவென்று

விசாரித்தார்கள். அவன், வெற்றிலை தின்ற பல்லைச் சற்று காட்டி, சிரித்து, பணம்பெற்ற ஒரு நகையைத் தாரைவார்த்து விட்டாள்; மாமியார் கொல்லுவாளே என்று அழுகிறது, என்று உரக்கச் சொல்லி, "ஹா, ஹா" என்று வண்டிமாட்டை அதட்டி ஓட்டினான்.

அவர்கள் தேவநகரத்துக்குச் சமீபமாயிருந்த ஒரு கோவிலண்டை வந்தார்கள்; வண்டிக்காரரைப் போகச் சொல்லி விட்டார்கள்: ராதாவை, 'நீ கோவிலுக்குள்ளே உட்கார்ந்திரு, உன் மாமியார்வந்து உன்னைக் கூட்டிக்கொண்டு போவாள்' என்று திட்டம் செய்யப்பட்டது. வேலைக்காரரில் ஒருவனைக் கோவில் முன்னிருந்த ஒரு கல்மண்டபத்து முகப்பில் காவலுக்காக வைத்தார்கள். எப்போதும் காற்றடித்துக் கொண்டிருந்த அந்த இடத்தில் உட்கார்ந்து அவன் உக்காக் குடித்துக் காலம் போக்கினான். அது அவர்கள் ஊருக்குச் சமீபமாயிருந்தது. ராதா பாதி இருட்டாயிருந்த கோவில் மண்டபத்து மேடையில் ஏறி, தன் மாமியார் வந்துவிடுவாள் என்ற நினைவோடு. அப்பாதை வழியாகப் பார்த்துக்கொண்டே நின்றாள்.

அவன் அப்படிப் பார்த்த ஐந்து நிமிஷத்துக்குள் வினோதமான ஒரு வண்டி அந்தக் கோவிலின்முன் வந்து நிற்கிறதை ராதா கண்டாள்; அந்த வண்டிக்குள்ளிருந்து யார் இறங்க வேண்டும்? அவன் புருஷனே இறங்கிவரக் கண்டாள். அவளுடைய அச்சம் அதிகரித்தது, ஆனால் அவளால் யாதொரு தடை செய்யக் கூடாமலும் போயிற்று. வண்டியில் ஏறு என்று கட்டளை கொடுத்து. வண்டியை ஓட்ட உத்தரவாயிற்று. துவக்கத்தில் அவள் தன் தலையைக் கீழேபோட்டு; சற்றுநேரம் மௌனமாயிருந்தாள், அப்பால் அவள் தலையை நிமிர்த்தி அக்கம் பக்கம் பார்த்து பட்டணத்துக்கப்பால் வண்டி போகிறதைக் கண்டு பயமும் நாணமுமுள்ள முகத்துடன் தலையை எடுத்து, மகா கனிவோடு "தயவுசெய்து, வண்டியை எங்கே ஓட்டுகிறானென்று சற்று பாருங்கள்; அவனுக்கு வழிதெரியவில்லை" என்றாள். அந்த நேரத்தில் அவளுடைய கண்நிறையக் கண்ணீர் நின்றது. அவள் பார்த்த அந்த ஒரு நிமிஷப் பார்வையால் "நான் பேச மாட்டேன். அது நமது வழக்கத்துக்கு விரோதம்; ஆனால் நான் பயப்படுகிறேன்" என்று சொல்லுகிறது போலிருந்தது.

அரிச்சந்திரன் மனது அதிகமாய் இளகினது. அவளுடைய நாணமும், அழகும், பேதைமையும், குரலின் இன்பமும் அவன் மனதை ஊடுருவிற்று. அப்போதே எல்லாக் காரியத்தையும், அவளுக்குச் சொல்லிவிட அவனுக்கு மனந்தான்; ஆனால் தன்னை அடக்கிக்கொண்டு "எல்லாம் சரிதான், உன் புருஷன் உன்னோடிருக்கிறாரல்லவா? உனக்கொரு மோசமும் வராது" என்று சொன்னார்.

அவள் பேசாதிருந்து, கள்ளப்பார்வையால் தன் கணவரையும், அக்கம்பக்கத்துக் காட்சிகளையும் பார்த்துக் கொண்டு வந்தாள். அந்த வண்டி ஒரு பங்களாவண்டை வந்து நிற்கவே அவள் பித்தம் பிடித்தவளைப்போல் பிரமித்து, திருகத்திருக விழித்தாள், "ராதா இறங்கு" என்று சொல்லும் தன் கணவருடைய சப்தம் அவளுடைய காதைத் துளைத்தது. அவள் உடனே இறங்கி, சுற்றிலும் பார்த்து, 'இதெல்லாம் சொப்பனமா?' என்றெண்ணிக்கொண்டே தன் கணவன் பிறகாலே பங்களாவுக்குள் நடந்து ஒரு அறைக்குள் பிரவேசித்தாள். உடனே கதவுகள் பூட்டப்பட்டன. இப்பொழுது எல்லாம் தெளிவாகி விட்டது.

இது பாதிரித்துரையுடைய வீடு, பிராமண குலத்தாளான நாம் இங்கு வந்திருக்கிறோம். "தீட்டாய்ப் போனோமே! தாழ்ந்து போனோமே!" என்ற எண்ணம் அவள் மனதில் ஈட்டிபோல் பாய்ந்து, உபத்திரவப்படுத்திற்று. கதவைத் திறந்தாவது, ஜன்னலின் அடிக்கம்புகளை முறித்தாவது வெளியே ஓடி விடுவோமா என்ற எண்ணம் துவக்கத்தில் வந்தாலும், அப்படிச் செய்ய அவளுக்கு வல்லமையில்லாமற் போயிற்று. அப்போது அவள் தரையில் உட்கார்ந்து, தனக்குச் சொல்லமுடியாத அநியாயம் நடந்திருக்கிறதுபோல எரிச்ச லோடும், மனமடி வோடுமிருந்தாள். அவள் தன் அழுகையை நிறுத்தி, இப்போது நாமிருக்கிற ஸ்திதி தானென்னவென்று யோசித்துப் பார்த்தும், ஒன்றும் அவள் மனதிற்குப் புரியவில்லை. "எல்லாக் காரியங்களையும் அறிந்த திறமைசாலியான நமது கணவர், நம்மை இப்படி அவமானப்பட்ட ஸ்திதிக்குக் கொண்டுவந்து விட்டாரே, ஏன் இப்படிச் செய்தார்?" என்ற எண்ணம் அவளுக்கு மிகுந்த வெட்கத்தை வரப்பண்ணினது.

என்றாலும் இந்த எல்லா மனக்கலவரங்களோடும், அவர் பேரிலிருந்த நம்பிக்கையும் பற்றாசையும், அவளுடைய உள்ளத்தின் ஆழத்திலிருந்து சிற்றோடைபோலோடி மனதைத்

தேற்றிவந்தன. தான் கடந்த இரண்டு வருஷக்காலமாகத் தன் கணவனில் கவனித்த காரியங்களையெல்லாம் நினைத்தாள். தன்னுடைய அத்தானுடைய குணம் எப்படியிருந்தாலும், தன் கணவர் எப்போதும் யதார்த்தமும், நேர்மையுமுடையவ ரென்பதும், அவர் வாக்கு மாறாதவரென்பதும், இழிவான காரியங்களில் பிரவேசிக்கிறவரல்லவென்பதும் அவளுக்கு நன்றாகத் தெரிந்திருந்தது. ஆனால் இந்த நடவடிக்கையின் கருத்தென்ன? இதற்குத் தாழ்வான ஒரு காரணத்தை நினைக் கிறதுண்டானால், அவருடைய சிறந்த குணங்களையெல்லாம் தன் மனதிலிருந்து அழித்துவிடுகிறது போலாகும்; ஆகவே அவள் தரைமட்டும் தாழ்ந்துவிட்டதாக எண்ணினாள். இந்தத் தாழ்ச்சியானது அவள் மனதில் மிக மிஞ்சின கொதிப்பை உண்டாக்கிற்று.

இழிவும் பொல்லாப்பும் தாழ்வுமாக அவள் மனதில் தோன்றின எல்லாக் காரியங்களையும் அரோசிக்கவும், அவை களை எதிர்க்கவும் ஆரம்பித்தாள். அமைதலும் அடக்கமுமான மனதுள்ள ராதாவின் குணம் மாறி, பழி வாங்குகிறவளைப் போலச் சீறினாள். அவள் பார்வையும் பேச்சும் புருஷனைப் பழிப்பதும், புறக்கணித்துத் திட்டுகிறதுமாயிருந்தது. அவளு டைய மனப்பதஷ்டத்தையும், சுத்தக்கருத்துடன் அவள் இப்படிப் பேசுவதையும், அவள் சுபாவத்தில் அடக்கமாவிருக்கும் உண்மையையும் அரிச்சந்திரன் கவனித்துப் பரிதாபப்பட்டுக் கொண்டார். அவளுடைய மனக்கொதிப்பு அடங்கி அமைதலா கட்டும். அப்போது எல்லா விஷயங்களையும் அவளுக்குத் தெளிவிக்கலாம். இப்படிப்பட்ட ஸ்திதியில் "அவளுக்கு என்னத் தைச் சொல்ல?" என்றிருந்தார்.

"எல்லாவற்றையும் மனதில் அடக்கி அமைதலாயிரு, ராதா, இதையெல்லாம் உன்னுடைய நன்மைக்கென்றுதான் செய்கிறேன்" என்று மாத்திரம் சொல்லக்கூடியவராயிருந்தார். அவளுடைய வார்த்தைகள் அவருடைய மனதில் வருத்தத்தை உண்டுபண்ணினாலும், அவள் பேரிலிருந்த அன்பு அவர் இருதயத்திலிருந்து சிதறவில்லை, என்றாலும் அவள் தன்னு டைய நகைகளையெல்லாம் கழற்றி அவருடைய கால்மாட்டில் எறிந்து, அவர் காலைப் பிடித்துக்கொண்டு, உங்களுக்குப் பணம் வேண்டுமானால் இதை விற்றுச் செலவுபண்ணுங்கள், எப்படியும் என்னை இடத்திலிருந்து கடத்தித் தாய் அம்மாளிடத்தில் (மாமி) சேர்த்துவிடுங்கள்; பரிச்சேதம் இங்கே

இருக்கமாட்டேன் என்று பரிதாபத்துடன் கெஞ்சி அவள் அந்த அறையைவிட்டு வெளியே போன சமயத்தில் அவருடைய இருதயம், இருப்புத்தடியாலடிபட்ட குயக்கலம்போல உடைந்தது.

காரியங்கள் வரவர இருளடைந்துகொண்டது. இராத்திரி யாகவே நகரம் முழுவதும் திரண்டுவந்தது. ஒரு பிராமண வாலிபனையும், பெண்ணையும் பாதிரிவீட்டில் அநியாயமாக அடைத்து வைத்திருக்கிறார்கள் என்ற செய்தி வண்டிக்காரர் மூலமாக ஊர் எங்கும் அடைத்து பேசிக்கொள்ளப்பட்டது. வரவர அந்தச் சமாசாரம் பல பொய்களால் பெருக்கப்பட்டு ஊர் முழுவதும் அமளியாயிற்று. ஜனங்களின் அமளிகளை அடக்கிவிட, போலீசாரால் கூடாதுபோயிற்று. ராதாவின் மாமியார் பங்களாத் தோட்டத்துக்குள்ளே எப்படியோ போக இடம் பெற்று ராதாவைக் கண்டு, பெண்ணே ஆத்திரப்படாதே, நியாயம் உள்ளபடி நடக்கும் என்று அமர்த்திவிட்டு அக்ஷணமே கலெக்ட்டர் துரையின் வீட்டுக்கு அவசரமாக நடந்தாள்.

அவர் அப்போது படுக்கையிலிருந்தாலும், சந்தடியைக் கேட்டு வெளியேவந்தார். அவருடைய தணிவும் பெருந்தன்மை யுமான பார்வையானது ஆத்திரப்பட்ட ஜனத்திரளின் கோஷ்டத் தைச் சற்று தணித்தது; மாமியார் துரையிடம்போய்த் தனக்கு நடந்திருக்கிற அநியாயங்களைச் சொல்லி நியாயங் கிடைக்கக் கேட்டாள். கலெக்ட்டர் எல்லாச் சங்கதிகளையும் கேட்டு, நீ ஒன்றுக்கும் பயப்பட வேண்டியதில்லை; விடியட்டும், நானே வத்து எல்லாவற்றையும் விசாரித்து முடிவுசெய்வேன்' என்றார். 'அத்துடன் கூட்டம் கலைந்தது; அது போதும்' என்று சொல்லித் தங்கள் வீடுகளுக்குப் போனார்கள்.

மறுநாள் காலையில் கச்சேரி நடந்தது; அரிச்சந்திரன் தன்னைப் பாதிரிமார் கட்டாயமாய் பங்களாவில் நிறுத்தாமல், தானே மனோராஜியாய் அவ்விடத்தில் இராத் தங்கினதாக வாக்குமூலம் கொடுத்தார். ராதாவைக் கச்சேரியில் வருத்தின போது, அவள் நடுக்கத்தோடும், பயத்தோடும் வந்து நின்றாள். "உன் புருஷனுடன் வாழ உனக்கு இஷ்டமா இல்லையா?" என்று அவளை மூன்றுதரம் கேட்டார்கள். அப்படிப்பட்ட கேள்வி வருமென்றும், அதற்குத்தான் என்ன பதில் சொல்லவேண்டும் என்றும் அவள் ஆயத்தப்பட்டிருக்க வில்லை. நாட்டு வழக்கப்படி, புருஷனோடு வாழமாட்டேன் என்றால், மகா இளப்பமாச்சுதே என்று அவள் நினைத்து, நடப்பதை

அறியாமல், "என் புருஷனுடன்தான் வாழுவேன்" என்று சொன்னாள். உடனே கச்சேரி கலைந்துவிட்டது. ஆனால் தான் செய்த பிசகைச் சீக்கிரத்தில் அறிந்துகொண்டாள்,

அப்பொழுது கிறிஸ்துமார்க்கத்துக்கு வரப் பிரயத்தனப் படுகிறவர்களுக்குப் பெரும்பாலும் சம்பவிக்கும் வருத்தமான காரியம் நடந்தது. மனமேட்டிமையுள்ள தாயார் இனிமேல் நமது பிடியெல்லாம் போயிற்று என்று அறிந்து, நம்பிக்கையற்றவளாகத் தன் மகனுடைய காலில் விழுந்து, சொல்லமுடியாத வியாகுலத்துடன் அன்றி, "மகனே, நமது வீட்டையும், குடும்பத்தையும் பாரப்பா! இந்த அவமானத்தை எனக்கு உண்டாக்கலாமா! என்னை இங்கேயே கொன்றுபோடு. என் மகனே, உன்னை விட்டுப்போட்டு, நான் வீட்டுக்குப் போகேன்; என் பேரும், மரியாதையும் கெட்டுப் போயிற்றே" என்று புலம்பினாள். தாயின் அங்கலாய்ப்புடன் மனைவியும் கூடிக்கொண்டு, இருவரும் கூடி அழுது கண்ணீர் விட்டார்கள். தாயார் மகனுடைய காலைத் தன் கைகளால் பிடித்துக்கொண்டு விடமாட்டேன் என்று சாதித்தாள். அவள் தலையோடு அடித்து, 'அந்த இடத்திலேயே நான் சாவேன்' என்று ஜாடைகாட்டினாள். கடைசியாகக் கட்டாயத்தால் அவளை அவள் மகனை விட்டு விலக்கி வெளியே அனுப்பினார்கள். அவள் தன் தலைமேல் கைகளை வைத்து "என் மகனே! என் மகனே! என் மகனை நான் இழந்தேனே" என்று புலம்பிக்கொண்டே போனாள்.

அரிச்சந்திரனும் தாயும் மகா சஞ்சலத்துடன் பிரிந்தார்கள். அவருடைய ஆத்துமா அக்கினிக் குகைக்குள்ளிருந்து சுத்தமான தாய் வெளிப்பட்டது.

ராதாவுக்கு தன்னுடைய நல்ல புடவையைத் தரிப்பித்து, நகைகளை இடுப்பில் கட்டிக்கொண்டு தன் மாமியாருடன் கூடப் போய்விட்ட ஆசையிருந்தாலும், கோர்ட்டாருடைய தீர்ப்பின் ஆதாரத்தை வைத்து, அவளைக் கட்டாயப்படுத்தி நிறுத்திக் கொண்டார்கள். அவளுடைய சண்டித்தனமும் பிடி வாதமும் வெகுகாலம் நிலைத்திருந்தது. அவள் தன் விக்கிரகங்களை வைத்துப் பூசித்து, ஒரு சந்தியிருந்து, திருநாட்களையும் ஆசரித்துவந்ததுடன், தன் கணவனுக்கு வீட்டுக்கு வெளியே சாப்பாடு போட்டுவந்தாள். கிறிஸ்தவர்களோடும், பாதிரிமாரோடும் அவளுக்கு யாதொரு சம்பந்தமுமிருக்கவில்லை; துரைசானிமார் அவளைச் சுற்றிலும் நின்றுகொண்டு, தயவுள்ள வார்த்தைகளைப் பேசி, அவளைத் தேற்றும்படிப்

பிரயாசைப்பட்டால், அவர்களைவிட்டு விலகிக்கொள்ளப் பார்ப்பாள், அவர்களில் யாராவது பட்சத்தோடு "சகோதரி" என்று சொல்வதை அவள் கேட்டால், நான் உங்கள் சகோதரியல்லவென்று மறுத்து, "என்ன ஆண்பிள்ளைப் பெண்டுகளே, என்னை எப்படி நீங்கள் சகோதரி என்று சொல்லலாம்?" என்று கோபமாய்ப் பேசுவாள்.

தன் துணியை மற்றவர்கள் தொட்டாலும் தீட்டாகிவிடும் என்று அவள் அஞ்சி, அதை நன்றாய் இழுத்துச் சுருட்டித் தன் கால்களுக்கிடையில் வைத்துக் கொள்ளுவாள், தமாசுள்ள ஒருமிசி, மெதுவாய் அவள்கிட்ட நெருங்கி, இவள் தீட்டைக் கழிப்போம் என்று முகத்தில் முத்தமிட்டாள், அவள் தன் முகத்தைத் திருப்பிக்கொண்டாள். என்றாலும் தங்களுடைய போங்குக்கு இவளுடைய நடபடிக்கைகளெல்லாம் வித்தியாசமாயிருந்தாலும், அதையெல்லாம் அவர்கள் சட்டைசெய்யாமல், அந்தப் பெண்ணை அடிக்கடிச் சந்திக்கப் போவார்கள். துவக்கத்தில் ராதா அவர்களை எவ்வளவேனும் சட்டை பண்ணாமல், அவர்கள் வந்தாலும், தன் வேலைவெட்டிகளைத்தான் பார்த்துவருவாள்; வரவர தன் சமையல் சாமர்த்தியங்களை அவர்களுக்குக் காட்டுவதும், தான் ஆக்கினதை ருசிபார்க்கக் கேட்பதும் தனக்கொரு பெருமை என்று எண்ணிக்கொள்வாள். அவள் செய்த பலகாரங்கள், ஆக்கின பதார்த்தங்கள் நன்றாயிருக்கிறதென்று அவர்கள் சொன்னால் சந்தோஷத்தால் பூரிப்பாள்.

அதன்பின் அவர்கள் வீடுகளுக்குப் போய், அவர்களைப் பார்த்துவரத் துணிவு வந்தது; அவர்கள் வீட்டிலிருக்கும் பல வகையான வேடிக்கைச் சாமான்களை அவள் கண்டு ஆனந்த கோஷ்டம் கொள்ளுவாள். வாசிக்கப்படிப்பது அவள் மனதுக்குத் தூரமானாலும் பல அழகான பூத்தையல்கள் அவளுடைய கண்களைக் கவர்ந்தன; "இதெல்லாம் மந்திர அட்சரங்களாக்கும்; கிறிஸ்து மார்க்கத்தையெல்லாம் ஒரு புஸ்தகத்துக்குள் கட்டி வைத்திருக்கிறதாக்கும்" என்பாள். வெளிக்கு அவள் தன் மூப்பும், அடங்காமையும். தன் நினைவு முள்ளவனாகக் காணப்பட்டாலும், கருத்துடன் காரியங்களை விசாரித்து ஆராயும் குணமும் வேளாவேளைகளில் விளங்கிற்று, அவள் மனதில் அடிக்கடி தடுமாற்றமும் கலக்கமுமிருந்தது; அத்தரங்கத்தில் சாஸ்திரங்களிலும், சாமிகளிலும் ஒரு புண்ணியமுமில்லை என்ற எண்ணமுமிருந்தது. நாம் சகவாசம்

பண்ணுகிற இவாளெல்லாம் மேம்பாடான மனுஷாட் களாயிருக்கிறார்கள்; அவாளுடைய பாசம் சிறப்பாயிருக்கிறது என்று அறிக்கையிட்டாள். ஆனால் அவர்களிலிருந்த வித்தியாச மென்ன? அவள் தன்னை, நாம் சிறந்த மனுஷாளோடு தான் சகவாசம் பண்ணுகிறோம். எல்லாம் சுத்தமும், மேன்மையு மாயிருக்கிறது என்று உணர்ந்தாள்.

கிறிஸ்துமார்க்கத்தால் தன் கணவரின் குணாதிசயங்கள் எவ்வளவு மாறுதலாகியிருக்கிறதென்று அறிந்துகொண்டாள். அவருடைய தணிவு, தாழ்மை, பட்சம், பொறுமை முதலிய குணங்களின் மகத்துவம் தன்னை அறியாமலே அவள் மனதை அடிக்கடிக் கடந்து போகிறதுண்டு. ஓய்வுநாளை ஆசரிப்பது, காலை மாலை ஆராதனைகள், தன் கணவனின் பக்தி முயற்சிகள், தன் அறிவீனங்கள் மதியினங்களெல்லாவற்றையும் தன் கணவர் பொறுமையுடன் சகித்தல் ஆகிய இவையெல்லாம் அவள் மனதுக்கு அதிகச் சிறந்ததாகப்பட்டது.

இவற்றால் அவள் அசைக்கப்பட்டு, தன் பழைய மார்க்கத்திலும் புதியது மேலானதென்று தீர்மானித்து வரவரக் கிறிஸ்துமார்க்கத்தின் பக்கமாகத் தன்னை முற்றிலும் ஒப்புவித்தாள். இவளுடைய தணிந்த சுபாவத்துக்கேற்றாற் போல, புதிய மார்க்கத்தின் உணர்ச்சிகள் மெதுவாக அவள் மனதில் விருத்தியானது; அவள் கிறிஸ்துமார்க்கத்தின் தன்மையை அதிகமாய் அறிய அறியத் தன் கணவனுடைய களங்கமற்ற அன்புக்கும். கரிசனைக்கும், கடவுள் பேரிலுள்ள பற்றாசைக்கும். தன்னை முழுவதுமாகத் தன் ஆண்டவரும் எஜமானுமான வருக்குக் கையளிப்பதற்குக் காரணம் இன்னதென்று அறிந்துகொண்டாள். கடைசியாக, தன் கணவர் கைக்கொள்ளும் மார்க்கத்தில்தான் தனக்குச் சந்தோஷமும் வாழ்வுமிருக்கிற தென்று கண்டடைந்தாள்.

துன்பங்களில் எவ்வளவு ஆறுதலிருந்தது? உபத்திரவங் களில் எவ்வளவு அமைச்சலிருந்தது? தரித்திரத்தில் எவ்வளவு திருப்தியிருந்தது! இவ்வுலகப் பிரகாரமான விஷயங்களில் எவ்வளவோ இடைஞ்சல்களும், இடுக்கண்களும் நேரிட்டாலும் மனம் எவ்வளவு சமாதானமாயிருந்தது! பட்சமும் ஞானமுமுள்ள ஒரு பலத்த கரம் இவையெல்லாவற்றையும் ஆண்டு நடத்தி வந்ததினால் அல்லவா? என்றாலும் சமயா சமயங்களில் தேவ நடத்துதல்களின் போங்கை அவள் தெரிந்து கொள்ளக் கூடாதே போனாலும், மொத்தத்தில், தேவனை நம்புகிறவர் களுக்கு

எல்லாம் நன்மைக்கேதுவாகவே நடக்கும் என்ற எண்ணத்தால் அவள் மனம் திருப்திபட்டுத் தேறுதலடைந்தது. அவளுக்கு இயல்பாயிருந்த நம்புதல் என்னும் சுபாவத்தால், முன்நிர்ப்பந்தமும், கோஷ்டமும், மூடபக்திக்குரிய பயங்கரங் களுமாகத் தோன்றினவைகளெல்லாம் பரமபிதாவின் பேரிலுள்ள நம்பிக்கையினால் சமாதானமும் சந்தோஷமுமாய் முடிந்ததாகக் கண்டுகொண்டாள். மனுஷன் தேவனுக்கு மாத்திரம் சொந்தமானவனாயிருக்கிறான்; இந்த தேவன் சர்வவல்லவரா விருப்பதுபோல, சர்வதயாளராயுமிருக்கிறார்.

கிறிஸ்துவின் கரம் அவளுடைய இருதயத்தின் பாவ அழுக்கை முற்றிலும் கழுவிவிட்டது. பலவித துன்பங்களால் நொறுக்குண்டு. பலவீனப்பட்ட அவளுடைய ஆத்துமா புதிய சுயாதீன ஸ்திதியைக் கண்டு மகிழ்ந்தது, அது தேவன் அளித்த அன்பின் பெருக்கத்தினாலும், புதிதாய்க் கிடைத்த வாழ் வினாலும், சகவாசத்தினாலும் விஸ்தாரப் பட்டுச் செழித் தோங்கினது; இளைத்துக் களைத்துப்போன பிள்ளை தன் தாயின்மடியே தஞ்சமென்று அவள் காலில் தலைவைத்துப் படுப்பது போல், அவள் சர்வவல்ல பிதாவின் கரத்தில் சார்ந்து, அவருடைய சித்தப்படி நடப்பதைவிட வேறுவழியை அறியாதி ருந்தாள்.

அரிச்சந்திரனுக்கும் ராதாவுக்கும் இடையில் யாதொரு சங்கடங்களு மிருக்கவில்லை. மாமூல் என்ற சங்கிலியின் கட்டுகளெல்லாம் தெறிப்புண்டுபோயின. அவர்கள் ஒருவருக் கொருவர் தாராளமாய்ப் பேசிக்கொண்டார்கள். ஒருநாள் அவர்களிருவரும் பிராந்தாவிலே உட்கார்ந்திருந்தார்கள். நட்சத்திரங்கள் மல்லிகை மல்லிகை மலர்போல் ஆகாயத்தில் பூத்திருந்தன. மெல்லிய காற்று 'சலீர்' என்று வீசினது. மரத்தின் நிழல்கள் அசைந்து தோன்றின; ராதாவுக்குள் பரம அன்பைப் பற்றி நினைவுவந்து அவள் மனதை நிரப்பினது; அவள் மனமகிழ்ச்சியுடன் தன் கைகளைத் தன்னுடைய கணவன் கையிலே வைத்து "ஆ, எனக்கு எவ்வளவு சந்தோஷம்! எவ்வளவு பூரிப்பு! கடவுள் எனக்கு இவ்வளவு பாக்கியத்தை ஏன் தரவேண்டும்? இவைகளுக்கு என்னைவிட மற்ற அநேகர் பாத்திரவான்களாயிருக்கிறார்கள்" என்ற சொல்லி, தனக்கு ஏதோ ஒரு புதிய சங்கடம் வந்துவிட்டதுபோலத் தன் கணவன் கையைக் கெட்டியாய்ப் பிடித்துத் தன் நெஞ்சில் வைத்துக்கொண்டு, "ஏன் உள்ளத்தில் அதிக சந்தோஷம் வரும்

போது, உண்டாகிற எண்ணம் என்னவென்று நீர் அறிந்தால் என்ன சொல்லுவீர்களோ? திடீரென்று என் உள்ளமெல்லாம் இருண்டு போகிறது. நான் பெருமையோடு நினைக்கும் புதிய வாழ்வெல்லாம் மந்தாரமாகி விடுகிறது. பலவித விகாரமான நினைவெல்லாம் வருகிறது. அதை வெளியிடவும் பயப்படுகிறேன். என் மனதில் அப்படி ஏன் வருகிறது? அந்தமாதிரி உங்கள் மனதிலெழும்புகிறதா?" என்று கேட்டாள்.

"இல்லையே, ராதா! அதின் வரலாறைச் சொல்லு?"

அவள் கம்மின குரலோடு மெதுவாகச் சொல்லுவாள், "நான் தேவனுடைய தயவுக்கு முற்றிலும் அபாத்திரமுள்ள வனாயிருப்பதால், இப்படிப்பட்ட அபாத்திரமுள்ள என்னைப் போலொத்தவர்களிடத்தில் அவர் அன்புகூரமாட்டார். என் இருதயப் பலவீனம் எவ்வளவென்பதும், எவ்வளவு ஆழமான பள்ளங்களில் நான் விழுகிறேன் என்பதும் உங்களுக்குத் தெரியாது. பாவத்தைச் செய்ய எனக்கு மனமில்லை என்றாலும் நான் பாவம் செய்கிறேன். தேவன் எப்படி என்னை நேசிப்பார்? என் இருதயத்தைப்போலப் பலவீனமும் பாவமுமுள்ள இருதயத்தின் பலியை அவர் எப்படி ஏற்றுக்கொள்ளக்கூடும்? இவ்வுலகத்தை விட்டு எழும்பவேண்டுமென்று விரும்புகிறேன், ஆனால் அப்படி எழும்பக்கூடவில்லை, உடனே நான் ஒன்றுக்கும் உதவாதவள் என்கிற நினைவும், நமக்கேது மீட்பு, நாம் தொலைந்தோம் என்கிற எண்ணமும் வருகிறது."

'ஆ, ராதா, நீ அப்படி நினையாதே. நீ உன்னைக் கர்த்தருக்குக் கையளித்துவிட்டாய், ஆதலால் நீ தொலைந்து போகவே மாட்டாய். தேவனுடைய பலந்தான் உன்னைப் பாவத்திற்கு விலக்கி உன்னை உயர்த்தவேண்டியது, உன்னுடைய பலத்தினால் அல்ல. அவரையே இன்னும் நம்பி, முற்றிலும் உன்னை அவருக்குக் கையளித்துவிடு; உன் யுத்தங்களை அவர் நடத்தட்டும், அப்பொழுது நீ வெற்றியடைவாய்.'

"ஆனால், மகத்துவமும், நீதியும் பரிசுத்தமுமுள்ள தேவன் என்னை நேசிக்கக்கூடுமா? தான் நினைக்கிறதுபோல் நினையாதஸ்திரமும், மகத்துவமுமுள்ள இருதயங்களுக்குத்தான் அவருடைய ராஜ்யம் ஏற்றதல்லவா?"

அச்சமயத்தில் மலையின்மேல் ஒரு பிரகாசம் தெரிந்தது. அரிச்சந்திரன் அதைப் பார்க்கிற பார்வையாயிருந்து சொல்வார்: - "ராதா அவரில் நீ அன்புகூரு, அவர் உன்னில் அன்புகூருவது நிஜம். மனுஷ அன்பைக்கொண்டு அவருடைய அன்பைக்

கணித்துவிடக்கூடாது. பர்வதங்கள் என்றென் றைக்கும் நிலைத்திருக்கிற மாதிரி அவர் உன்னில் அன்புகூர்ந்திருக்கிறார். அவரில் வேற்றுமையின் நிழலேயில்லை; உன் பலவீனமும் தரித்திரமும் எப்போதும் உனக்கு நல்லது. ஆனால் அவருடைய வாக்குத்தத்தங்களோ நிச்சயமானவைகள். அவர் பலவீனமும் தள்ளாட்டமும், தாழ்வுமானவர்களைத் தமது ராஜ்யத்தில் பராக்கிரமராக ஸ்திரப்படுத்தவும், பலப்படுத்தவும் வல்லவராயிருக்கிறார். விசுவாசமாக மாத்திரமிரு; அவருடைய வார்த்தையையும், வல்லமையையும் நம்பு" என்றார்.

தன் கணவன் சொன்னதைக் கேட்கவே ராதாவின் இருதயம் விம்மினது. அப்போது அடித்த மெல்லிய காற்றின் இரைச்சலானது 'நேசம்' என்னும் வார்த்தையைக் கீதம்போல் நெடுநேரம் இழுத்து மாறிமாறித் திருப்பி ஆற்றங்கரைக்கு நேரே மெல்லிய குரலோடு போகிறதுபோல் அவள் மனதில் பட்டது. அந்த நித்தியநேசம் தன்னைச் சுற்றிலும் தன்னிருத யத்திலும் கவிந்திருக்கிறதென்று அவள் உணர்ந்துகொண்டாள்.

அன்றிரவின் அமைதலுக்குள், தன் ஆத்துமாவைப் பரவசப்படுத்திப் பலப்படுத்தத் தக்கவிதமான வார்த்தைகள், அவள் கணவரின் சாதுரிய சம்பாஷணையால், வல்லமையாய் மனதில் விழுந்தன; தன்னிலும் வலியதான சுபாவத்தையும் தனக்குத் தெளிவிக்கப்பட்ட தேவ வசனத்தின் பேரிலுள்ள பலமான பற்றுதலையும் அவன் கவனித்து அச்சமடைந்தாள். அவர் தமது மனதில் வைரங்கொண்டிருந்த சில கருத்துகளையும், தேவனுடன் விசுவாசத்தால் போராடிக் கட்டாயத்துடன் மேற்கொள்ளத்தக்க வாக்குத்தத்தங்களையும் அவளுக்குப் போதித்தார். அன்றிரவின் நடவடிக்கைகளை அவள் ஒருநாளும் மறந்துபோகவில்லை. அத்தால், தான் அதிகமாய் மதித்தும், இதுவரையும் பூரணமாய் அறியாமலிருந்த, தன் கணவரின் உள்ளான ஆவிக்குரிய வாழ்வின்ன தென்பதைப் பூரணமாய் அறிந்தாள். அதின் வல்லமையை இப்போது கண்டாள்; அதின் ஆழங்களையும், உயரங்களையும் அவள் ஜாடையாக உணர்ந்தாள். அவள் தன் விசுவாசத்தின் செட்டைகளால் பறந்து தன் கர்த்தாவைச் சமீபித்தாள். அவள் தன் ஆண்டவனும் எஜமானுமானவரைப் பற்றிச் சந்தேகப்பட்டதை முற்றிலும் மறந்துவிட்டாள், குளிர்ந்த நிலவின் வெளிச்சம் மலைத் திடர்களுக்கு மேல் எழும்பிப் பால் வெள்ளையான இன்பமுள்ள காட்சியைக் கொடுத்தது. அன்று அவள் இருதயத்துக்குக் கிடைத்த ஜெபமானது, நிலவின் இன்ப ஜோதியாலும், மனதி

லுண்டான சந்தோஷம் சமாதானம் என்னும் வாழ்வின் மகிழ்ச்சி யாலும் கலந்து வானத்திலிருந்து தனக்குள் ஒரு வெளிச்சம் இறங்கித் தங்கினது போல இருந்தது.

அரிச்சந்திரனுடைய ஜீவியத்தின் போங்கு துவக்கமுதல் அவருக்குள் நிலைப்பட்டிருந்தது. அவர் மனதில் ஒரு ஆத்திர முமிருக்கவில்லை. என்ன சம்பவிக்கும் என்பதைப்பற்றி அவர் எண்ணவுமில்லை; என்ன சங்கடங்கள் நேரிடும், என்ன வருத்தங்களைக் கடக்கவேண்டுமென்று அவர் நினைத் ததில்லை; அவருடைய நோக்கம் நிலையாயும், மனம் அசையாம லுமிருந்தது. தமது தேசத்தாருக்கு சுவிசேஷத்தைப் பிரசங்கிப்பது தமது வேலை என்றும், அந்த வேலையில் தன்னை வெறுத்துக் காலக்ஷேபம் செய்யவேண்டுமென்றும் அவர் தீர்மானித்துக் கொண்டார். என்னத்தைப் புசிப்போம், என்னத்தைக் குடிப்போமென்று ஒருநாளாவது நினைத்ததேயில்லை. தமது ஜீவியத்தில் குறுக்கிட்ட எல்லா வருத்தங்களையும், சங்கடங் களையும் மனச்சோர்பில்லாமல் கடந்துவந்தார். அவர் கிறிஸ் துவின் அடிச்சுவடுகளில் நடக்க வேண்டியவராயிருந்தார். பெருமைபூண்ட இந்தப் பிராமணன் மகரர்ஜாதி என்னும் தாழ்ந்த வகுப்பாருக்குப் பிரசங்கியாகி நீசருடன் நீசன்போலக் காலங் கழித்துவர நேரிட்டது. எல்லா மனுஷரும் ஒன்று என்று அவர் உணர்ந்தார்; தாழ்ந்தவர்களை உயர்த்துகிறதில் இவருடைய நேரம் செலவிடப்பட்டால், அதற்காக மனத் திருப்தியுடனிருந்தார்.

தரித்திரம், சங்கடம், வருத்தம் வருவதை இன்பம்போல் அவர் எண்ணி உபத்திரவங்களையெல்லாம் மகிமைப் படுத்திவந்தார். முதலாவது அவர் ஒரு தாழ்ந்த பிரசங்கியா யிருப்பதைத் தெரிந்து கொண்டார். அவர் கிராமங்களைச் சுற்றிவந்து புண்ய ஸ்தலங்களுக்குப் போக விரைவாக மலை களையும் கடந்து சுவிசேஷ நற்செய்தியைப் பிராங்கித்தார். அவர் அநேகம் உபத்திரவங்களைச் சகிக்கவேண்டியதாய் நேரிட்டது; அநேக நாட்களில் அன்னம் தண்ணீரில்லாமல் இடத்துக்கிடம் அலைந்து, துஷ்டரால் கலகப்படுத்தப்பட்டு, இரண்டொரு தடவை அவருடைய உயிர் மோசத்திலிருந்தது. இந்த எல்லா உபத்திரவங்களிலும் அவருடைய ஆவியானது உயர்த்த சந்தோஷமுடையதாக விளங்கினது; தேவன் பேரிலுள்ள அவருடைய நம்பிக்கை பெரிதாயிருந்தது; அவரைத் துன்பப்படுத்தினவர்கள், அவரிடத்தில் விள்ங்கின பொறுமை

யையும், அஞ்சா நெஞ்சையுங்கண்டு அடிக்கடி அசந்து போனதுமுண்டு. இந்த ஜீவியத்திலுண்டாகும் எதுவும் அவரை வருத்தப்படுத்தக் கூடாதென்றும், மரணத்தைப்பற்றிய பயம் அவருக்கிருந்ததில்லையென்றும் விளங்கினது.

அவருடைய சொற்சக்தி அதிகமாயிருந்தது. அவருடைய பிரசங்கத்தைக் கேட்கும்படி பல கிராமங்களிலிருந்தும் ஆட்கள் வருவார்கள்; அநேகர் அவரை ஒரு 'பரிசுத்தவான்' என்று மதித்தார்கள். அவருடைய போதனையைக் கேட்டு, அவரை விரோதித்த அநேக சத்துருக்கள் கிறிஸ்துவின் பாதத்தண்டை சேர்ந்தார்கள்.

நடு இராத்திரியாகிறது; அநேக வருஷங்களுக்குமுன் கட்டப்பட்ட தேவாலயம் மரங்களுக்கூடே நிலவு வெளிச்சத்தில் தெரிகிறது. வீட்டின்மேலும், கண்ணாடியிலும் சந்திரனுடைய வெளிச்சம் படுகிறது. ஜன்னல்வழியாக வீட்டுக்குள் மங்கின ஒளி வருகிறது. அந்த மங்கின வெளிச்சத்தில் ஒரு ஆள் முழங்காலூன்றியிருக்கிறதாகத் தெரிகிறது. கைகள் இரண்டும் குவிக்கப்பட்டு, ஆத்துமாவானது தியானச் சிறகுகளால், உடலைவிட்டுப் பறந்து ஆகாயத்தில் நின்று ஆடுகிறது போலிருக்கிறது. வெளியில் நிற்கும் விருட்சங்களில் காற்றின் சலசலப்புக் கேட்கிறது. அர்த்தராத்திரியின் நிலவைப் பார்த்து ஆந்தைகள் அலறுகின்றன. மகத்துவம் பொருந்திய பூர்வநதி ஓடிக்கொண்டேயிருக்கின்றது. அது அரிச்சந்திரர் குருவாக அபிஷேகம் பெறுவதற்கு முந்தின அந்தியாயிருந்தது.

தேவனிடத்திலிருந்து தனக்கு வரும் ஊழியத்தின் பொறுப்பை இருதயத்தில் சுமந்தவராய் முழங்காலூன்றி, உன்னதமானவருடைய கரத்திலிருந்து, தமது பணிவிடையைத் தகுதியாய்ப் பெற்றுக் கொள்ளத் தக்கதாக அப்படித் தம்மை ஆயத்தப்படுத்திக் கொள்ளுகிறார், அவர் தம்மைத் தமது எஜமானுடைய பாதத்தில் படைத்து "ஆ, நான் எவ்வளவு அபாத்திரன்! அபாத்திரன்! நான் நிறைவேற்றும்படி நீர் அழைக்கிற வேலைக்கு நான் எவ்வளவு அபாத்திரனாயிருக்கிறேன், கர்த்தாவே" என்று அபயமிடுகிறார். இப்படி அவர் மகா கனிவோடும், அனலோடும் ஜெபித்தார்; அவர் வாய் விடாமல் மௌன தியானத்திலிருந்து தன் சிருஷ்டிகர்த்தாவும் ஆண்டவருமானவர் தம்மை ஆசிர்வதித்துப் பலப்படுத்தி, வைராக்கியத்தோடும், வல்லமையோடும் தமது வசனத்தைப் பிரசங்கிக்க அனுப்பவேண்டுமென்று கெஞ்சினார்.

இரவின் மிச்சமான பாகம் கழிந்துவிட்டது; சப்தம் கேளாமல் மௌனமாய்ச் செய்த விண்ணப்பமானது பரலோகம் ஏறுகிறது. "பேசாதேயுங்கள்! தேவதூதர் சுற்றிலும் அசைவாடு கிறார்கள், நீ இதனிடையில் போய்க் கலவரப்படுத்தாதே, அந்த மௌனத்தைக் கலையாதே. ஜெபத்தின் இரகசியத்தையும், விசுவாசத்தின் இரகசியத்தையும் கற்றுக்கொண்டு, உலகத்துக் குள்ளே பிரவேசித்து உன்னுடைய பணிவிடைகளை நடத்து வாயாக."

அதிகாலை வந்தது. சூரியனின் கதிர்கள் மலைச்சிகரங்கள் மேல் வீசின. ஜெபம் கேட்கப்பட்டது. தாழ்மைப்பட்ட அந்த ஆத்துமா பாத்திலிருந்து தன் பணிவிடைக்குரிய அதிகாரத்தைப் பெற்றுக்கொண்டது. அவர் தமது ஆத்துமாவில் புதுப் பலனோடும். சரீரத்தில் புதிய ஊக்கத்தோடும் எழும்பினார். தன் மௌன தியானத்தில் தொனித்த தேவசத்தம் அவர் காது களில் மணிபோலடித்தது. கர்த்தருடைய சமூகம் ஒரு மேகத்தைப் போல் அவரைக் கவிந்துகொள்ளுகிறது. "இதோ உலகத்தின் முடிவுபரியந்தமும் சகல நாளும் நான் உங்களுடனேகூட இருக்கிறேன்" என்ற வாசகத்தை அன்றையத் தினத்தில் அவர் உணர்ந்ததுபோல, அதற்குமுன் ஒரு நாளும் உணர்ந்து கொள்ளவில்லை.

ஒரு சபையின் குருவாகவும், புறமதஸ்தருக்குப் பிரசங்கியாகவும், அரிச்சந்திரனுக்கு அதிக அலுவல்களிருந்தன. ஒருதடவை அவர் கலகம் செய்யும் ஒரு கூட்டத்தில் நின்று; எல்லா ஜனத்துக்கும் கடவுள் பொதுநன்மையாகக் கொடுத் திருக்கும் தண்ணீர்ப் பாக்கியத்தில் கிறிஸ்தவர்களுக்கும் பங்குண்டு என்று நியாயஞ்சொல்லி வாதாடுவார். தம்மட்டில், அவர் கவலைப்படலில்லை. ஆனால் ஏழைக் கிறிஸ்தவர்கள் கிணறுகளிலும், ஆறுகளிலுமிருந்து துரத்தப்பட்டு, ஆடுமாடுகள் முதலாய்க் குடிக்கமாட்டாத சேற்றுத் தண்ணீர்களையும் அழுக்கு ஜலத்தையும் குடிக்க நேரிட்டதை அவர் சகிக்கவில்லை. கூட்டமும், ஆரவாரமுமாயிருந்த அந்தக் கலகச் சமயத்தில், அவர் அக்கூட்டத்தின் நடுவே சென்று, திட்டையும் திமிற லையும், சபிப்பையும் அவதூறையும், தமது மேல் எறியப்பட்ட கல்லுகளையும் கவனியாமல், தாமே செம்பைக் கிணற்றில் விட்டு, கிறிஸ்தவர்களுக்கும் இந்த ஜலத்தில் பாத்திபமுண்டு என்பதை அன்றைக்கும்-என்றென்றைக்கும் நிலைப் படுத்தும் வழியைத் திறந்துவிட்டார்.

ஒருதடவை கிறிஸ்தவர்களுக்குச் சத்திரத்தில் இட மில்லை என்றதால் கோவில் மண்டபத்தண்டை உட்கார்த் திருக்கப் பார்க்கலாம். அவரைத் தாக்கவும், அடிக்கவும் அடிக்கடி நூறுபேர்வரையும் திரண்டு வருவதுண்டு. என்றாலும் ஒரு ஜீவன் தங்கள் கோவில் முன் நின்று அவர்களுடன் பலமாய்ப் பயமின்றித் தர்க்கித்தாலும், ஒன்றும் செய்யாப் பிரமிப்புடன் அவரை எட்டிப் பார்த்துப் பக்கமாய் விலகிப் போகிறதைக் காணலாம்.

"சத்திரத்தில் இடமில்லையானால் நான் இங்கேயிருக் கிறேன். சமர்த்துள்ளவன் என்னை இங்கிருந்து வெளியேறப் பண்ணட்டும்" என்பார்.

அவர்கள் கைகளைத் தடுத்துவிட்டதென்ன? அவர் பேசுவதெல்லாம் நியாயமாயிருக்கிறது என்ற முகாந்தரம்தான் இந்தவிதமாக, அந்தக் காலத்தில் ஏழைக் கிறிஸ்தவர்களுக்குக் கிடைத்திராத அநேக சலாக்கியங்களை இவர் உண்டாக்கி வைத்தார். ஒருதடவை, அவர் மலைச்சார்பிலிருந்த இருண்ட சோலைக்குள் தனித்திருக்கிறதாகக் காணலாம்; ஏனெனில் அவருடன்கூட இருக்க ஒருவருக்கும் பிரியமில்லாமல் பிரயாணப்பட்டுவிட்டார்கள்.

இவரோ ஞாயிற்றுக்கிழமையில் தான் பயணம் பண்ண மாட்டேன் என்று ஒண்டியாகத் தாமதித்திருக்கிறார். வண்டிக் காரர் நடுஇராத்திரியில் வண்டியை நிறுத்தாமல் கோபத்துடன் அடித்துக்கொண்டு போய் விட்டார்கள். இவரோ தம் ஜீவகாலத்தில் ஒருநாளும் ஞாயிற்றுக்கிழமை ஆசரிப்பைக் குலைத்தவரல்லாதபடியால் இப்போதும் அதைச் சரியாய் ஆசரிக்கும்படி இப்படித் தாமதித்தார். காதவழிக்கப்பால் ஒரு ஊரும், ஒரு துரையின் கூடாரமுமிருந்தது. இந்தக் கிறிஸ்தவன் அன்னம் தண்ணீரில்லாமல் அத்துவானக் காட்டிலிருக்கிறார் என்ற செய்தி பறந்தது. இந்தச் செய்தியைக் கேட்ட துரை அந்தக் கிறிஸ்தவன் இன்னாரென்று அறிந்து, அவருக்குப் போசனமும் தண்ணீரும் அனுப்பி, மறுநாளில் தாமே போய் அவரை அழைத்துவந்தார்.

ஒருநாள் ராதாவின் இருதயம் நோகத்தக்க காரியம் சம்பவித்தது. அந்த மூடாந்தகாரம் நிறைந்த இடத்தில் சாயங்காலம் பிரசங்கத்துக்கு அநுகூலமான வேளை யாயிருந்தது. ஒரு மரத்தின்கீழ் நின்று அரிச்சந்திரன், நூதன அனலுடன் பிரசங்கித்தார். அவர் விக்கிரகங்களையும், ஆயிரக்

கணக்கான ஆட்களை மோசம்போக்கும் விக்கிர காராத னையையும், சுய புண்ணியத்தால் இரட்சிப்பு வரும் என்ற தப்பான விசுவாசத்தையும் கண்டித்து, கர்த்தராகிய இயேசு கிறிஸ்துவின் சிலுவைப்பாடுகளில் மாத்திரம் பூரண இரட்சிப்பு கிடைக்குமென்றும்பிரசங்கித்தார். அவர்தமது வைராக்கியத்தில் வளர்ந்து, சங்கிலிபோலப் பின்னிக்கொண்டு நின்ற அந்தக் கூட்டத்தில், உரத்த சத்தத்தோடு "விசுவாசியுங்கள். விசுவாசியுங்கள், அப்பொழுது நீங்கள் இரட்சிக்கப்படுவீர்கள்'' என்று சொன்னார். பிரசங்கம் முடிந்தது.

அரிச்சந்திரரை இன்னும் சற்றுநேரம் நின்றுபோகும்படி அந்தக் கூட்டத்தார் மிகவும் வேண்டிக்கொண்டார்கள். அவரோ அவர்கள் நடுவிலிருந்து விலகிப்போவார். அங்கு நின்ற பிராம ணரின் மூர்க்கவெறி கொண்ட முகத்தையும், பொழுது விடியு முன் இந்துமார்க்கத்தை இவ்வளவாகப் பழித்தவனுடைய இரத்தத்தையும், உயிரையும் அதற்கீடாக வாங்க அவர்கள் பண்ணின தீர்மானங்களையும் அவர் கவனிக்கவில்லை. அவர் தனித்த ஓரிடத்தில் போய் ஜெபம் பண்ணினார். அவர்களோ பட்டணத்துக்குப் போகிற பாதையில் அவரைப் பழிவாங்கும் நோக்கமாகப் பதிவிருந்தார்கள். அரிச்சந்திரர், அப்படி வெகு நேரமிருந்துவிட்டதால் வழக்கமான பாதையாக வருவதை விட்டு வேறொரு பாதையாக வந்தார். அதுவோ அதிக தூரமான பாதையாலிருந்தது; என்றாலும் சுகத்தோடு வந்து சேர்ந்தார்.

ராதாவின் விசேஷமான வேலை அவளுடைய வீட்டுக் கடுத்ததாயிருந்த போதிலும், அவரைப்போலொத்த நம்பிக் கையோடுதான் அவளும் தன் வேலைகளை நடத்திவந்தாள். அவள் தினந்தோறும் சாயரட்சையில் தன் கணவன் வருவதற்குக் காத்திருந்து, அடிக்கடி கவலையுடன் மனம் பதைத்து வாசற் படியில் நின்று அவர் சுகத்துடன் திரும்பிவரத் தனக்குள் ஜெபம் பண்ணிக்கொண்டிருப்பாள். எப்போதாவது, இன்னும் நமது கணவனைக் காணோமே என்று அவள் கவலைப்படும்போது, அவளுடைய கண்ணுக்கெதிரில், ஆகாயத்தை முட்டி நிற்கிறது போலத் தோன்றும் பர்வதத்தொடரானது,

''அநாதி தேவனே உனக்கு அடைக்கலம். அவருடைய நித்திய புயங்கள் உனக்கு ஆதாரம்" என்னும் சத்தியத்தை அவள் மனதில் உணர்த்திக் கவலையைத் தணிக்கும். அவள் ஆறுதலடைவாள்.

மாலை மயங்கிவிட்டாலும், தன் கணவன் வரும் சாடையை, அவருடைய திடமான நடையினாலும், கனத்து தாஷ்டீகமாய்த் தோன்றும் ஜாடையாலும் அறிந்து கொள்ளுவாள்; அவள் உடனே தன் கண்ணீரைத் துடைத்துக் கொள்ளுவாள். அவர் கிட்டவந்து, இதுதானா கர்த்தர்பேரில் உனக்கிருக்கிற விசுவாசம் என்று கண்டித்துணர்த்தி, இவ்வுலகத்திலுள்ள ஒன்றும் என்னைச் சேதப்படுத்தமாட்டாது, கர்த்தர் என்னுடனிருக்கிறார் என்று சொல்லுவார். அந்தத் தனித்த மலைநாடுகளிலிருந்துதான், தேவன் தனக்குக் கொடுத்த புதையல்களை அவள் வளர்த்து, தன் வார்த்தையினாலும், ஒழுக்கத்தினாலும் அவர்களுக்குப் பொறுமையையும் தாழ்மையையும் போதித்து வந்தாள். இப்போது அவளுக்கு இருந்த பாக்கியங்களென்ன? தன் கணவருடைய நேசம் பூரணமாக அவள்மேல் தங்கியிருந்தது. அவள் பிள்ளைகள் தன் பக்கத்திலிருந்து, அழகிலும், பலத்திலும், கருத்திலும், பக்தியிலும் மேன்மேலும் வளர்ந்தார்கள். நூதன சந்தோஷங்கள் அவள் மடியை நிரப்பினது; பிள்ளைகள் ஒருவர்பின் ஒருவராய் அவள் மடியில் புரண்டு விளையாடினார்கள். அவள் தன் புத்திர சந்தான மகிழ்ச்சியால் சற்றுப் பெருமை கொண்டாளானால், அவள் பேரில் ஒரு குற்றமாக நாம் சொல்லலாமா? அவள் தன் சிறுபிராயத்தில் பட்ட கஷ்ட நஷ்டங்களுக்குத் தக்கதாகச் சந்தோஷத்தையும், வாழ்வையும் பதிலாகப் பெற்றுக் கொண்டாளேயன்றி வேறல்லவென்று சொல்வது சரியல்லவா?

அரிச்சந்திரரையும் ராதாவையும் சுற்றி ஒரு பெரிய குடும்பம் வளர்ந்தது. அந்த வீட்டின் கிறிஸ்துமார்க்க ஜீவியமானது, பூர்வ அப்போஸ்தலர்காலத்துக் குடும்பம்போலிருந்தது. டம்பம் என்பதை அவர்கள் அறியார்கள்; இன்னது வேண்டுமென்று அவர்கள் முரண்டுபண்ணவுமில்லை. சிறிய பிள்ளைகள் ராதா தைத்த முரட்டுத் துணிகளைக் கட்டிக் காலங்கழித்தார்கள். அவர்கள் நாட்டுமாதிரியும் இங்கிலிஷ் மாதிரியுமான உடைகளைக் கலந்துடுத்தினார்கள். ஏனெனில் சுகம் கவனிக்கப்பட்ட தேயன்றிக் கண்பார்வை கவனிக்கப்படவில்லை.

பெண்கள் நகைகளையாவது மணிகளையாவது அறியார்கள்; ஆண்கள் பாடப்புஸ்தகங்களை எடுப்பதுபோல, ஏதாவது ஒரு கைவேலைக்குரிய ஆயுதங்களைக் கூசாமல் எடுத்து எந்தவேலையும் செய்வார்கள். கள்ளத்தனமான நாணம் அல்லது பெருமை அவர்களிடத்தில் இருக்கவில்லை. ஆகவே

அவர்களுடைய ஒழுக்கமும்-போங்கும் ஒரு நூதனம்போல எவர்க்கும் விளங்கிற்று, நேர், உண்மை, பக்தி, தன்னைப் பேணுதல் ஆகிய இவைகளில் அவர்கள் நன்றாய்ப் பழக்கப்பட்டார்கள். அத்துடன் புரளித்தனம், எதிர்க்கும் குணம், அசட்டை முதலிய குணங்கள் உடனைக்குடனே சிட்சையால் தடுக்கப்பட்டன. "பிள்ளைகளே உங்கள்மட்டில் உத்தமமாய் நடவுங்கள், அப்போது மற்றவர்களுக்கும் உத்தமமாய் நடப்பிர்கள்; படிக்கத் துணிந்தால், உங்கள் மனதோடுகூடத் திட்டமாகப் படியுங்கள்; அதையே முடிவான வாழ்வென்று எண்ணாதேயுங்கள். என் பிள்ளைகள் உயர்ந்த படிப்புகளைப் படித்து பூமியின் உயர்தலங்களில் உத்தியோகம் பண்ணி தேவனை மறந்துவிடுகிறதைப்பார்க்கிலும், கூலிவேலை செய்து, முகத்தில் வேர்வை நிலத்தில் விழப் பாடுபட்டுத் தங்கள் அப்பத்தைப் புசித்துவருவதுதான் எனக்குப் பிரியம்" என்று தகப்பனார் சொல்லுவார்.

இப்படி அவர்கள் வளர்க்கப்பட்டபடியால் சாதாரணமான ஜீவியமே நல்லதென்று, அவர்கள் ஆசித்து, அதின்பிரகாரம் காலங்கழித்து வந்தார்கள். தரித்திர ஸ்திதியை அவர்கள் அநுபவித்ததேயில்லை. அமைச்சலும், இன்பமுமான நாடோ டிய ஜீவியத்தையே அவர்கள் நாடி. வாயால் வர்ணிக்கக் கூடாத வண்ணமாய்ச் சந்தோஷத்துடன் காலங்கழித்தார்கள்.

இந்தப் பாக்கியமான குடும்பத்தில் ஒரு ஆள், தங்கள் தகப்பனாருடைய சுபாவத்தைப் பூரணமாய் அணிந்து கொண்டிருக்கிறதாக விளங்கினது. இது மூத்தகுமாரத்திகளில் ஒருத்திதான். அரிச்சந்திரர் தம்மைப் பூரணமாக அவளில் கண்டார். இரும்புபோன்ற ஸ்திரமான சித்தமும், தன்னயத்தை ஒழிக்கும் வல்லபமும், அழகும், புத்திக்கூர்மையும் அவளில் குடிகொண்டிருந்தது. அவர் தம்மை அறியாமலே அவளுடைய கையைத் தமது கையால் பிடித்துக்கொண்டு, தமது விருப்பத்தை யெல்லாம் அவளுக்குச் சொல்லிவந்தார். அவள்தான் அவருக்குச் சிநேகிதமும் தோழமையுமாயிருந்தாள். அவ்விருவர் உயிரும் ஒன்றுபோல் கட்டப்பட்டிருந்தது; அவர்களுக்கும் அது தெரிந்திருந்தது. தகப்பனார் செய்த அநேக பிரயாணங்களில், மகளும் கூடப் போனாள். அவளும் தகப்பனும் விடியற்காலம் நிலம் வெளுக்குமுன் புறப்பட்டு, அதிகாலையில் தங்கள் வேலைகளைக் காடுகளில் செய்துவந்த ஜனங்களைக்கண்டு போதிக்கப் போவார்கள்.

சிலவேளைகளில் கிழக்கு வெளுக்கிற சமயத்தில் சேவகர்களும் குருவிகளும் தங்கள் இன்பமான கீதக்குரல்களை வெளியிடுகிறபோது அவர்கள் ஒரு கிராமத்திலிருக்கும் படிப் பயணப்படுவார்கள். அப்போது பனிமேகமும் முகிலும் வயற் காடுகளையெல்லாம். மூடிக் கொண்டிருக்கும். பெருந்தகையும், மரியாதையுமாயிருந்த அந்தப் பெண் பொன்மயமான பொழுதுக்கால் வீசும்போது உட்கார்ந்து, அவ்விடத்தில் தண்ணீருக்கு வரும் ஸ்திரீகளுக்குப் கிணற்றண்டை பிரசங்கிப்பாள். அவள் வானத்தையும்-பூமியையும் சிருஷ்டித்த சர்வவல்ல தேவனைப்பற்றியும், அந்த ஸ்திரீகளின் ஆத்துமாவிலிருக்கும் பாவபாரத்தைப்பற்றியும், கிறிஸ்துவாலுண்டான இரட்சிப்பைப் பற்றியும், பாவமன்னிப்பால் இருதயத்துக்குக் கிடைக்கும் சந்தோஷங்களைப்பற்றியும் அவர்களுக்குச் சொல்லுவாள். இனிமையும் பார தூரமுமான அவளுடைய சத்தமும் மாதிரியும், அவர்கள் பேரில் அவளுக்கு இருக்கிறதான பாசத்தையும் கரிசனையையும் விளக்கும் பார்வையும், தன் இனம்போல தாபந்தப்பட்டுப் பேசும் வார்த்தைகளும், அவளைக் கேட்கிறவர்களின் மனதைக் கவர்ந்துகொள்ளும். அந்த ஸ்திரீகள் தங்களுக்கிருக்கும் வருத்தங்களையெல்லாம் அவளுக்குச் சொல்லுவார்கள்; நாட்டுப்போங்காகத் தங்கள் பசுவின் பாலைக் கொண்டுவந்து குடிக்கக் கொடுப்பார்கள்; அல்லது தோசை வடைகளைக் கொடுத்துத் தின்னு என்பார்கள்.

இப்படிப்பட்ட சங்கடமான வேலைகளில் அநேக வருஷங்கள் கழிந்தன. கடைசியாக தாஷ்டீக தேகியாயிருந்த அரிச்சந்திரரின் சுகம் கெட்டது. அவர் வியாதிப்பட்டுப் படுக்கையிலிருந்தார். கல்லறைக்குப் போகத்தக்க அவ்வளவு சங்கடத்தில் வந்துவிட்டது. ஜீவனுக்குரிய ஏதுக்கள் திடீரென்று நின்று. மரணம் சமீபிக்கிறதுபோலிருந்தது. ஆனால் முடிவு மகா மகிமையுள்ளதாயிருந்தது. மலைகளைப் பேர்க்கத்தக்க பலத்த விசுவாசம் அவருக்கிருந்தது; கடைசி நிமிஷம் வந்தபோது அவர் ஒருவர் மாத்திரம் அமைதலுள்ள மனதோடிருந்தார். அவர் மலர்ந்த முகத்தோடும், மோட்சக் காட்சியோடும் உயரக் கைகாட்டி "நீங்கள் என் பின்னால் வரலாம், நான் போய் உங்களுக்காகக் காத்திருப்பேன்" என்று சொன்னார்.

சம்பவிக்கப்போகிறதை ஏழை ராதா அறிந்து, கலங்கி, தன் கணவரையும், தன் பிள்ளைகளையும் பார்த்துப் பிரலாபித்தாள். கடைசியாக எல்லாம் அவளுக்குத் தெரிந்துபோனதால், துயரத்தால் சோர்ந்து மயங்கித் தரையில் தாழ்ந்துகிடந்தாள்.

உயிருக்கு உயிராயிருந்த நேசபுருஷன் சாவுக்குச் சமீபமாகும் போது அவளுக்கிருந்த கவலையையும்-சஞ்சலத்தையும் இவ்வளவென்று சரியாய் எடுத்துச்சொல்ல யாராலாகும்! நாடியின் ஓட்டம் நின்று கைகால்கள் குளிர்ந்துவரும்போது, ஆத்துமாவானது உயிரோடிருப்பதைப் பற்றிய நம்பிக்கையை அல்லத்தட்டி, தள்ளம்பாறும் மனமானது தன் இருதயத்தின் கருத்தைச் சொல்லாமல் நின்றுவிடுகிற ஸ்திதி எவ்வளவு துயர முள்ளது? ராதாவின் மனவியாகுலமும், விசாரமும் அதிகமா யிருந்தது. அவளுடைய கணவர். இந்தப் பிரிவினையை அல்ல மறுமையில் கிடைக்கும் சந்திப்பை எடுத்துக்காட்டி ஆறுதல் படுத்தும்படி அவளுடன் தமது தடுமாறின நாவால் பேசின வார்த்தைகள் ஒன்றும் தெரியவில்லை. அவ்வார்த்தைகள் பிரயோசனப்படவில்லை.

அவள் தன் பிள்ளைகளைத் தன் மார்போடணைத்துக் கொண்டு, அந்தச் சாவு தனக்கு வந்ததுபோல எண்ணி அழுது, அங்கலாய்த்து, புலம்பிப் பிரலாபித்தாள். "இத்தனை பிள்ளை களையும் வைத்துக் கொண்டு தான் இனி என்னசெய்வேன்! இவர்களைப் போஷிப்பதார்? பாதுகாக்கிறது யார்? நாம் காசு பணம் சம்பாதித்து வைக்கவில்லையே என்று புலம்பினாள். அப்போது சாகப்போகிற அந்த வாயிலிருந்து பழையபடி உரத்து,

"ராதாபாய்! கர்த்தருடைய சுரம் குறுகி இருக்கிறதா? கர்த்தரை நம்பியிரு. அவருடைய வார்த்தை நிச்சயமானது" என்று சொன்னதுடன், "தான் இளைஞனாயிருந்தேன், முதிர் வயதுள்ளவனுமானேன்; ஆனால் நீதிமான் கைவிடப் பட்டதையும் அவன் சந்ததி அப்பத்துக்கு இரந்து திரிகிறதையும் நான் காணவில்லை" என்ற வாசகத்தையும் சொன்னார்.

அவர் இவ்வுலகத்தைப் பிரியும்காலம் வந்தது. அப்போது அவர் தம்முடன் எப்போதும் கூடத் திரித்தலைந்ததும், வேலை நடப்பித்ததும், தமது உயிருடன் ஒன்றித்திருந்ததும், தம்மைப் போல தேவனை உறுதியாய்ப் பிடித்திருந்ததும், இப்பொழுது தமது படுக்கையில் பக்கத்தில் நின்று அவருடைய தலையைத் தாங்கியிருந்ததும், கண்ணீரானது கன்னங்களில் சாடினாலும் கண் தட்டிவிழியாமல் தன் தகப்பனாரை நோக்கிக் கொண்டிருந் ததுமான தன் மூத்தமகளைத் தமது மனைவிக்குக் காட்டி "இதுதான் உன் மகள்" என்று சொல்லி மரணமானார்.

இந்தப்பிரகாரமாக என் தகப்பனாருடைய ஜீவகாலம் முடிந்தது. இந்தச் சகோதரியைப்பற்றித்தான் நான் முன் சொன்னேன். அநேக மந்தார வருஷங்கள் கடந்துவிட்டாலும், அவளுடைய பல இன்பமான கூட்டுறவின் ஞாபகங்கள் என் மனதில் வந்துகொண்டிருக்கின்றன. அவள் தனக்கு ஒப்புவிக் கப்பட்ட பொறுப்பை உண்மையாக நிறைவேற்றினாள். அவள் எங்கள் தாய்க்கு ஒரு மகளைப்போல வெகுகாலமிருந்து, அவர்களில் அநேகர் தம் தம் ஜீவனார்த்தங்களில் நிலைப் பட்டபின்பும் மற்றப் பிள்ளைகளுக்குத் தகுந்த ஏற்பாடுகளான பின்பும்தான் வீட்டை விட்டுப் பிரிந்தாள். இதை வாசிக் கிறவர்கள், பிந்தின பிள்ளைகளுடைய வளர்ப்பும் ஒழுக்கமு மெல்லாம், தகப்பனாரும், மூத்த சகோதரியும் நடந்து காட்டிவந்த மாதிரியைப் பின்பற்றினதாலுண்டானதென்றும், அவை இரகசியமாய் அவர்களுக்குள் கிரியை செய்து திருத்தி விட்ட தென்றும் அறிந்துகொள்ளுவார்கள்.

5ஆம் அதிகாரம்
மலையிலிருந்த வீடு, சகோதரர், சிநேகிதம், பாஷ்காரின் வியாதி.

நான் மலைநாட்டில் கோடை காலத்துக்கென்று கட்டப் பட்டிருந்த எங்கள் வீட்டிலிருக்கிறபோதுதான், என் பெற்றோ ருடைய இளமைப் பிராயத்துச் சரித்திரங்களை அறிந்து கொண்டேன். அதைச் சுற்றிலுமிருந்த கண்காட்சிகளும், ஜனங் களின் சகவாசங்களும், எங்கள் தகப்பனார் தமது இளம் பிராயத் தைக் கழித்த இடம் போலிருந்தது; ஆகவே என் தாயார் தன்னை அறியாமலே பூர்வ நாட்களை நினைக்கவும், நான் சகோதர னாகிய பாஷ்கார் தாம் உலாவும் சமையங்களில் என் தகப் பனாருடைய வரலாறுகளையும் சாதுரியப் போங்காகச் சொல்லவும் இடமாயிற்று. என் தாயாரின் பாலிய வயதின் வரலாறுகளை அவள் வாயால் சொல்லக் கேட்பது எனக்கு ஆனந்தமாயிருக்கும். அதின்பேரில் அதிகமாக என் கவனத்தைச் செலுத்தி, படம் போல் அவ்வரலாறுகளை மனதில் வைத்துத் தியானித்து, ஏதாவது மறந்துவிடுமானால் அன்போடும் கனபக்தியோடும், அதை மறுபடியும் கேட்டுக் கோர்வை விடாமல் ஒழுங்கு படுத்திக் கொள்வேன்.

எங்கள் தகப்பனார் பேரை நாங்கள் எப்போதும் மதிப்போடு சொல்லுவோம். அவருடைய முகத்தின் சாயல் எங்கள் மனதில் கடந்து போகும் போதெல்லாம், ஒருவித பெருமையும். அவருக்கு இணையானவர்களுக்குண்டா என்ற எண்ணமும் மேலிடுவதால் "நாம் நமது சிறந்த தகப்பனாருடைய பேருக்குத் தகுதியாய் நடக்க வேண்டும்" என்று சொல்லிக் கொள்ளுவேன், ஆனால் பாலியம் மகா அதிசயமான ஜீவிய பாகமாயிருக்கிறது; அப்போது நம்மை உணர்த்தும் விஷயங்கள் காத்திரப்படுகின்றன; ஏவுதல்கள் வல்லமையாகின்றன; இருதயமானது அக்கினி மயமாகின்றது; மந்தமும், அசட்டையும் ஏனோதானோ வென்பதும் அப்போதில்லை. அது நல்லேவுதல் என்னும் அனலை அவித்து விடும் தன்னயம் என்னும் குளிர்ச்சி யுடன் சம்பந்தப்பட்டு, ஒரு காலத்தில் உயர்ந்திருந்த ஆத்து மாவைக் கீழே இழுத்து,

ஈன உலகில் சாய்கிறேன்,
வாழ் வற்றதில் பதுங்குகிறேன்.
லோக சூது படிக்கிறேன்

என்று பிரலாபித்து அபயமிடக் கட்டாயப் படுத்துகின்றது.

எங்களுடைய கோடைகால சஞ்சாரம் சீக்கிரம் முடிந்தது. வண்டி வழியாய்ப் பயணம் பண்ண ஏற்பாடு செய்யப்பட்டது. என்னுடைய சகோதரருடைய பிரயாண ஆவல் அதிகப்பட்டது. எப்போது புறப்படுவோம் என்று ஆத்திரப் பட்டார்கள். ஆனால் இத்தனை நாட்களாய் நல்ல கண்காட்சி தந்த இடத்தை விடுகிறோமே என்ற துக்கம் என் மனதைத் தாக்கினது. ஒவ்வொரு நாளும் புதுக்காட்சிகளைக் கண்டு களிகூர்ந்தோம்; இங்குள்ள மலைகளும், விருட்சங்களும் நமது சிநேகிதர் போலிருக்கிறதே; மந்தாரத்திற்கும் முகிலுக்கும் நம்மோடு உறவிருக்கிறதே; மலைகளில் காணும் வித்தியாசமான வெவ்வேறு காட்சிகளெல்லாம் நமது மனமலைக்குச் சரியாக ஒத்து வருகிறதே என்ற நினைவு இருந்தது. நானும் பாஷ்காரும். புறப்படுகிற நாளுக்கு முந்தின சாயாட்சையில் மலைமேல் ஏறி, வானத்தில் வெள்ளிகள் உதிக்கும் வரையும் நின்று. எனக்குப் பிரியமான அந்த மலையின் மகிமைகளைக் கடைசியாகப் பார்த்த விஷயம் இன்னும் தெளிவாக என் மனதிலிருக்கிறது. துவக்கத்தில் எங்களுடைய கண்ணெட்டும் தூரம் வரையும், எப்பக்கமும் தாழ்ந்ததும் உயர்ந்ததுமாயிருந்த மலைத் தொடரைத் தவிர வேறொன்றும் தெரியவில்லை. ஆனால் சீக்கிரத்தில் காட்சி மாறினது.

நாங்கள் வீட்டுக்கு முன்னிருந்த பரும்பில் ஏறவே, இவ்வுலகத்தை விட்டு, காணாத ஒரு லோகத்துக்குள் பீரிட்டுப் போவது போலிருந்தது; மேகம் அப்படி எங்களைக் கவிந்து கொண்டது; உயர்ந்த மலைச் சிகரத்தில் நாங்கள் ஏறவே எங்களுக்குத் தோன்றின. மகத்துவமான இருண்ட காட்சி எங்களைப் பயப்படுத்தினது. மேலே இருந்த ஒரு லோகத்திலிருந்து தாழ இருக்கும் ஜீவன்களை நாங்கள் பார்க்கிறது போலிருந்தது. எங்கள் தலை மேலிருந்த இருண்ட மேகமானது ஒரு பிரமாண்டமான பட்சி தன் அகன்ற சிறகுகளால் அந்த மலை நாடனைத்தையும் மூடிக் கொள்ளுகிறது போலும், தூய்மையும் வெண்மையுமான முகிலால் கவிந்து கொள்ளப்பட்ட தாழ்விலிருந்த உலகமானது அகன்ற சமுத்திரம்போல் அடங்கி அதன் பாதத்தில் கிடப்பதுபோலும் காணப்பட்டது. அந்த நேரத்தில் நித்தியத்தின் அமைதலானது பூலோகத்துடன் ஐக்கியப் பட்டிருந்தது போலக் காணப்பட்டது.

சொப்பனத்தில் காணும் மெல்லிய நக்ஷத்திரங்களின் ஜோதிபோன்ற பிரகாசம் அவை அனைத்தையும் கவிந்து கொண்டிருந்தன. சமுத்திரம்போன்ற அந்தி முகிலுக்குள்ளிருந்து, தூரத்தில் கருமையாய்த் தோன்றும் மலைச் சிகரங்கள் ஜலத்திற்குள்ளிருந்து ஆகாயத்தைக் குத்தும்படி ஒருவன் தன் விரல்களை உயர்த்துவது போலக் காணப்பட்டன. திடீரென்று வித்தியாசப்பட்டுக் கண்ட பூமண்டலமும், பரம அழகுடன் விளங்கின வெண்மேக மண்டலமும் எங்களை பிரமிக்கப் பண்ணினது. அச்சமயத்தில் என் சகோதரனை எட்டிப் பார்த்து அவர் அதிசய மகிழ்ச்சியால் ஆனந்திக்கிறதாக அறிந்தேன். அவர் என் முகமாய்த் திரும்பி, ''சில வருஷங்களுக்கு முன்னமே இதே இடத்தில் இம்மாதிரிக் காட்சியை நான் கண்ணுற்று, என் ஜீவியமானது சுத்தமும் பழுதற்றதுமாயிருக்க வேண்டுமென்று தீர்மானித்துக் கொண்டேன்; ஆ, நமது ஆயுள்நாட்கள் எவ்வளவு வீணாகக் கழிந்து விட்டது! உன்னுடைய ஜீவியமும் தேவனுடைய நாமத்தின் மகிமைக்கேதுவாய்ச் செலவிடப் படும் என்பதைப் பற்றி எனக்கு வாக்குக் கொடு; - முற்றிலும் தேவனுக்கு மகிமையாய் இருக்க வேண்டியது" என்று சொன்னார், நாங்கள் தனித்திருந்தோம். அந்த மலையின்மேல் நாங்கள் இருவருமே கர்த்தருடன் தனித்திருந்தோம்; எங்கள் முழங்காலை ஊன்றி அம்மலை மேலிருந்து ஜெபித்தோம்! அப்போதுண்டான பரவச உணர்ச்சியின் அதிகரிப்பை என்னால் தாங்க முடியாதே போயிற்று;

அந்தக் காட்சி கலைய ஆரம்பித்தவுடன் நான் ஆத்திரத்துடன் கீழே இறங்கினேன். பள்ளத் தாவுகளிலிருந்த முகிலானது ராட்சதர்போல மேலே எழும்பினதையும், அல்லது அங்குமிங்கும் அசைந்து பறக்கும் போது பல வர்ணமான ஜோதிபோல் விளங்கினதையும் கவனித்துப் பார்க்க என்னால் இயலாதே போயிற்று. நான் பள்ளத்தாக்குக்கு வந்தபோது, நான் நன்றாய் அறிந்ததும், எனக்குப் பிரியமானதுமான ஒரு நதி, தன் வாயை அகலத்திறந்து மகிழ்ச்சியுடன் கலகலவெனச் சிரிக்கிறதைக் கண்டேன். அது தன் நாணலாலும், அழகிய புஷ்பங்களாலும் சலசலத்தோடின. தன் தெளிந்த ஜலத்தாலும் என்னை எப்படி ஏமாற்றிக் கூப்பிட்டதென்று அறிவீர்கள்.

அங்கே சோலைகளும் பாடும் பட்சிகளுமிருந்தன. அவைகளின் இன்பமான கீதவாத்தியத் தொனியானது என்னை வழியனுப்பிக் கொண்டு போகிற ஒரு சிநேகிதனுடைய சப்தம் போலிருந்தது. ஏது முகாந்திரத்தாலோ, இன்றைய தினம் அது துயரச் சத்தம்போல் தொனித்தது. அந்த ததி அமைதலும் சாந்த முமாகக் காணப்பட்டது. அன்று மரங்களில் வீசி என்னைச் சுற்றிக் கொண்ட காற்றானது மெதுவாகமாத்திரம் என்னுடன் பேசுகிறது போலிருந்தது. பாறைகளையும், சோலைகளையும் ஊடுருவி, அது பேசின மெல்லிய குரலை நான் கவனித்து அன்றைய தினம் மலைகளும், மரங்களும் ஏதோ துக்கத் திலிருக்கிறதாக்குமென்று சிறுபிள்ளைப் புத்தியில் எண்ணிக் கொண்டேன். என் தமையனார் பாஷ்கார் கிட்ட நின்றார். அவர் என்னோடு அநுதாபப்பட்டார் என்று அறிவேன்; ஆனால் என்னுடைய எண்ணம் சிறுபிள்ளைப் புத்திக்கடுத்ததாயிருந் தாலும், அவருடைய கருத்து மகத்துவமும் கண்ணியமுள்ளதா யிருந்தது.

வீட்டில் பையன்களுக்கிருந்த சந்தோஷமும். ஆனந்தமும் கொஞ்சமில்லை. அவர்கள் அநேக வினோதமான வஸ்துக்களை யெல்லாம் சேகரித்துப் பெரிய மூட்டைகளாகக் கட்டி வண்டி யிலேற்றினார்கள். அவர்கள் ஒரு பெரிய இரகசியத்தை எனக்குக் காட்டுகிறோமென்று மெதுவாகச் சொல்லி, பள பளப்பான சில கல்லுகளை ஒரு மூட்டையில் கட்டி இந்தக் கற்களுக்குள் பொன்னிருக்கிறதென்று அகமகிழ்ந்தார்கள். வண்டிக்காரனோ பாரம் அதிகமாயிருக்கிறது. அந்த மூட்டையை ஏற்றமாட்டேன் என்று அப்பாலே எறிந்து கொண் டான். உடனே நூதனக் காட்சி விஷயமாய் என் மனம் எழும் பினது. வழியில் என் கண்ணுக்குக் காணப்பட்டு மறைந்த தெல்லாம் புதுமையாயிருந்தது. வண்டிச் சவாரியின் பேரில் எனக்கு அதிகப் பிரியமிருந்தது.

எங்கள் வீட்டுக்கெதிரிலிருந்த வெண்மையான அகன்ற பாதையானது. மலையைச் சுற்றிவந்து, பள்ளத்தாக்கின் பாலத்தைக் குறுக்கிட்டுக் கடந்து கீழே இறங்கிற்று. மலையின் மத்தியிலே அம்பு போல் வளைந்து வந்த வெண்பாதையானது, சோலைகளையும், கடவுகளையுங் கடந்து கோணிக் கோணித் தெரிந்தது கண்காட்சிக்கு இன்பமாயிருந்தது. இரைந்து புகைந்து விரைந்தோடும் இருப்புப் பாதைப் பயணமும், அப்போதைக்கப்போது பறந்தாற்போல் காணும் விருட்சங்

களின் கடருதலும், நான் அமைதலுடன் இளைப்பாறும் போது ஜனங்கள் என்னை எட்டிக் கூர்ந்து பார்த்ததும் எனக்குப் பிரியமில்லை. சக்கரங்கள் சுழலும் சந்தடியும், அந்தந்தக் கெடிஸ்தலங்களில் ஜனங்கள் கூச்சலிட்டு ஒருவரையொருவர் நெருக்கிக் கொண்டு அவஸ்தைப்பட்டு ஏறி இறங்குவதும் எனக்குப் பிடிக்கிறதேயில்லை.

ஆனால் இந்தப் பூர்வகாலத்து வண்டிப் பயணங்களாலிருக்கிற சகாயங்களென்ன? அவ்வளவு காற்றுச் சவுக்கியமிருக்கிறது! எவ்வளவு சுயாதீனத்துடன் பயணம் செய் யலாம்! எல்லா மனுஷாளும் நமது இனத்தார் என்று எண்ணு கிறோம். களைத்த பிரயாணியும், காட்டில் கஷ்டப்படும் குடியானவனும், பண்டைக்கதைகளை பலத்த குரலோடு சொல்லிக் கொண்டு நடக்கும் பழங்கிழவியும், தானியம் உதிரும் தன் அரிக்கட்டைச் சுமந்து கழுத்துக் குன்னிப்போகும் சமுசாரியும் எல்லாம் சமம் என்று உணருகிறோம். அவர்களுடைய மலர்ந்த முகமானது நமக்கு நல்ல பாடங்களைப் படிப்பிக்கின்றன. எல்லாரும் தம்முடன் ஐக்கியப் பட்டிருப்பதாகத் தோன்றுகிறது.

நாங்கள் எங்கள் இரண்டு சக்கரமுள்ள, கேவலமான வண்டியில் சுகமாய் உட்கார்ந்து, தடுப்பாரில்லாமல் இரவு பகலாய்ப் பயணம் பண்ணினோம். வண்டி மாடுகள் ஒரே சீராய் நடந்து போகின்றன. வண்டிக்காரன் தன்னிருப்பிலிருந்து தலையை ஆட்டித் தூங்கிக் கொள்ளுகிறான்; பின்பு திடீரென்று விழித்து, அடடா தூங்கி விட்டோமே என்று தனக்குள் நொந்து, மாட்டின் வாலை முறுக்கி, அந்தப் பொறுமையுள்ள ஜந்துவின் நடையைத் துரிதப்படுத்துகிறான். ஊர் மனையும், ஜன சஞ்சாரங்களின் காட்சியும் கடந்து விடுகிறது; வயற்காடுகளும் ஊருக்கப்பால் தனித்திருக்கும் கோவில்களும் கண்ணுக்கு மறைகிறது; தானாய் வளர்ந்து, புதராகத் தெரியும் காட்டுக்குள் வந்துவிடுகிறோம். அப்போது மனமும் கண்டபடி களிகூர்ந்து தன் இஷ்டம்போல் விளையாடுகிறது. சில தடவை சும்மாயிருந்து பார்த்துக்கொண்டே போதையில் கண்ணெட்டும் தூரத்தில், ஆகாயத்துடன் ஒட்டினதாக விளங்கும் அழகிய அரண்மனைக் கட்டடங்கள் வரவரத் தெளிவாகி, வாழ்வு மாறிப்போன ஒரு மகராஷ்டிய ராஜதானியின் இடிந்த மதில்கள் என்று ருசுவாகிறது. அப்பால் நீலம் போல இருண்ட மலைக்குள் அகப்பட்டிருக்கிறது போலிருக்கிறது. அதைக் கடந்தால்

திடீரென்று காட்சி மாறி, அகன்றதும் வெளிச்சமுமான மைதானத்திலும், கலகலவென நகைக்கும் ஆற்றோரத்திலும், பசுமையான வயல்களிலும், மரமடர்ந்த சிற்றூர்களிலும், தங்களில் விளைந்த கதிர்களை அசைத்துப் பெருமை கொள்ளும் புன்செய்களிலும், கல்லும் காடும் பாழுமான இடங்களிலும் எங்களுடைய வண்டிப்பாதை போகிறது.

தண்ணீர்களின் இரைச்சலை எங்கள் காதுகள் கேட்கிறது. பிரமாண்டமான விருட்சங்கள் தங்களுடைய மகத்துவமான கிளைகளை எத்திக்கிலும் பரப்பி, எங்கள் தலைக்குமேல் நிழலாக நிற்கின்றன; அதன் கிளைகளுக் குள்ளிருந்து வெளிச்சம் பீறீடுகின்றது. குரங்குகளின் கொப்பரிப்பும், குருவிகளின் கூவுதலும் அவ்விடத்து ஆகாயத்தை இன்பத் தொனியால் முழக்குகிறது. இன்னும் கொஞ்ச தூரத்துக்கப்பால் காடு கடந்து விடுகிறது. சூரியன் பிரகாசிக்கிறது. நாங்கள் விட்டுவந்த மலைத்திசை இருண்டு, பயங்கரத் தோற்றத்தைக் கொடுக்கிறது. எங்களுக்கெதிரில் மரங்களுக்கூடே பாறையில் குடைந்து வெட்டப்பட்ட கோவில்களும் மூலஸ்தானங்களும் பீடங்களும் பயபக்தியை உண்டாக்கும் வண்ணமாகத் தெரிகிறது. வரவர வழியோர மிருக்கும் கல்லுகளும்-பாறைகளும் அதிகப் படுகிறதால் உலகத்திலுள்ள கற்களையெல்லாம் இவ்விடத்தில் அழகுக் கென்று சகலருடைய பார்வைக்கும் அடுக்கி வைத்திருக்கிற தென்று சொல்லத்தக்க வகையாய்த் தோன்றுகிறது. சூரியன் அஸ்தமிக்கிறது. அதின் செங்கதிர்கள் பாறைகள் மேலும் பூர்வ மரங்களில்மேலும் விழுந்து அவைகளைச் செம்பு நிறமாயும் -பொன்நிறமாயும் காட்டுகிறது. அப்பால் இருட்டாகிறது. நாங்கள் தனிமையாய் நட்சத்திர மண்டலத்தின் கீழ் நித்திரை போகிறோம். நாங்கள் நகரத்திலிருந்த எங்கள் வீட்டுக்குச் செய்த பிரயாணம் இதுமாதிரி போலிருந்தது.

எங்கள் வீடு இடுக்கமான ஒரு தெருவிலிருந்தது. அதன் எதிரில் விஸ்தாரமான ஒரு தெப்பக் குளமிருந்தது. தெப்பத்தின் அக்கரையில் ஒரு கோவிலிலிருந்து, அதனருகில் நின்ற சில பழைய மரங்கள் இடிந்து கிடக்கும் சுவர் வழியாகத் தெரியும். அதின் கிளைகளின் நிழல் தெப்பத்துப் படிக்கட்டு வரையும் கவிந்திருக்கும். அத்தெருவிலிருந்த வீடுகளிலெல்லாம் எங்களு டையதுதான் சிறியது. அதின் கட்டுமானமோ மற்றதிலும் வித்தியாசமாயிருந்தது. அதில் முன்னாலே ஒரு படிக்கட்டும்

மேலே ஒரு மெத்தை வீடுமிருந்தது. பக்கத்திலிருந்த ஒரு பெரிய ஆலவிருட்சம் முற்றத்தில் நிழலைக் கொடுத்து, வீட்டுப் பார்வையையும் மறைத்தது; முகப்பிலிருந்த படர்செடி தன் தடித்த கொடிகளாலும், பசுமையான நிழலாலும் படிக்கட்டை மறைத்துப் பச்சைப் பசேலென்ற காட்சியைக் கொடுத்தது. கடுமழை, கடுங்காற்று, இடியுண்டாகும் போது நாங்கள், அதின் மறைவில் ஒதுங்கிக் கொண்டு, இலைகளுக்கூடே எட்டிப் பார்த்து மனங்களிப்போம். எங்கள் வீட்டுமுன் ஒரு சிறிய தோட்ட மிருந்தது. அதில் பாஷ்கார் வாழைச் செடிகள் நட்டிருந்தார், அதின் நிழலுக்குள் நாங்கள் நின்று எங்களுடைய ரோஜா, குடமல்லிகை முதலிய மலர்களைப் பார்த்து மகிழுவோம். எங்கள் வீட்டின் நடைசாலை அறை சின்னதாயினும், எப் பக்கத்திலும் ஜன்னலுள்ளதாயிருந்தது. அதோடு தொடர்ந்து, படிப்புக்குரிய ஒரு சிறிய அறையும், சின்ன வழியுமிருந்தது. என்னுடைய அறை சாலைஅறைக்கு அடுத்திருந்தது. அப்பால் ஒரு படுக்கை அறையும். அப்பால் ஒரு நடையும், சமையற் புரையும், கடைசியாக தண்ணீர்க் குழாயிருந்த அறையுமிருந்தது.

நாங்கள் போய் எல்லாக் காரியங்களையும் ஒழுங்குப் படுத்தினவுடன் வழக்கமான வீட்டு நடவடிக்கை ஆரம்பித்தது. என் தமையனார் பள்ளிக்கூடத்துக்கும், என் தாயார் தனது பிரசங்கிக்கும் வேலைக்கும் போனார்கள். நான் தையல் தைத்தும், வாசித்தும் காலை மாலை என் தாயாருக்கு உதவி செய்தும் வந்தேன். ஆனாலென்ன தெருவெல்லாம் தூசியும் கும்பலும் அலங்கோலமுமாய் எனக்குக் காணப்பட்டது. என் ஜன்னலிலிருந்து பார்த்தால் சிப்பி அடுக்கினாற் போல் வீடு களிருந்து, எனக்கு மனத்தளர்ச்சியை உண்டாக்கினது? அதைப் பார்த்தாலே வாந்தி வருவது போலிருந்தது! செடிகளுக்கு எல்லாம் ஒரு அனர்த்தம் வந்தது போல அதின் இலைகளெல்லாம் உதிர்ந்து கிடக்கும் வீடுகளுக்கிடையில் அங்குமிங்கும் ஓங்கி வளர்ந்து தங்கள் மண்டைகளிலிருந்து விசிறி போல் மடிந்து கிடக்கும் தெங்குகளின் காட்சிதான் மனதுக்குச் சற்று இன்பமா யிருக்கும்.

ஆகாயமானது என்னுடைய பூர்வ சிநேகிதனானாலும், நூதனக் காட்சியுடன் மங்கலாய் விளங்கிற்று. அது தன் தெளிந்த நீலத்தையும், சிறப்பான பல வர்ணங்களையும் இந்த இடத்துக் கேற்றதல்ல வென்றாற்போலத் தூர வைத்துவிட்டு ஒருவித

பச்சை கலந்த சாம்பல் நிறமாக விளங்கினது. எங்கள் வீட்டுக்கெதிரிலிருந்த தெப்பத்தில் கிடந்த ஜலக்காட்சி கண்ணுக்கு எப்போதும் குளிர்ச்சியைத் தந்தது. அதின் கரையோரங்களிலிருந்த பிரமாண்டமான கல்லுகள், நான் பார்த்து வந்த பாறைகளைப் போலிருந்த விஷயம் எனக்கு விசேஷித்த சந்தோஷத்தைக் கொடுத்தது. அதைச்சுற்றிலும் நான் சில இடங்களில் பசுமையான செடிகளை வைக்கிறதும், சில இடங்களைப் பாறையாய் விடுகிறதுமுண்டு. என் மனதுக்கு அதை ஒரு மலைக்குள்ளிருக்கும் குளம் போலப் பாவித்து, அது தன்னிலே ஊறும் ஊற்றுகளும் சுனைகளுமுள்ளதாய், மேகங்களைத் தனக்குள் பிரதிவிம்பித்து, பலவருணமாக விளங்கும் பர்வதத்தொடர் போல எண்ணிக் கொண்டு வந்தேன்.

தான் மலைநாட்டில் கண்ட பரும்புகளும் பாறைகளும் வனங்களும் புஷ்பங்களுமெல்லாம் எப்போதும் என்னோடிருக்கிறதென்று உணர்ந்து கொண்டேன். நான் என் கண்ணை மாத்திரம் மூடிக் கொண்டு அவையனைத்தையும் பார்த்துக் கொள்ளலாம். சீக்கிரத்துக்குள் என்னைச் சுற்றிலுமுள்ள சகல வஸ்துக்கள் பேரிலும் எனக்குக் கரிசனையுண்டாயிற்று. என் பாடங்கள் எனக்குப் பலகாரம் சாப்பிடுவது போலாயிற்று; காலையும் மாலையும் மனதுக்குச் சந்தோஷமாயிருந்தது. வெளியில் நடந்த விஷயங்களையெல்லாம். வீட்டில் வந்து ஆனந்தத்துடன் அலப்பிக் கொண்டிருப்போம்; நான் என் பங்குக்கு ஆளோடு ஆளாயிருந்து சிரித்துச் சந்தோஷங் கொள்ளுவேன்;

இதற்கெல்லாம், எனக்கு மூத்த இரண்டாம் சகோதரனாகிய தின்கார் சமர்த்தனாயிருந்தான். யூகித்துப் பேசவும் விகடங்களைப் பொழியவும் அவன் வல்லவன். அவன் ஊமை போல மவுனமும், ஏதுமறியாத பேதையைப் போல் பாசாங்காயுமிருந்து ஊடே யூடே ஒரு விகடத்தை அல்லது யூகத்தை அல்லது நொடியைச் சொல்லிவிட்டுத் தம்மட்டில் சும்மாயிருந்து விடுவான். அவனை நாங்கள் சுற்றி உட்கார்ந்து இந்த தமாசுகளை எல்லாம் அனுபவித்துக் கொள்வோம். அவனைப் பற்றிய சிறு பிராயத்துக் கதைகள் அநேகமுண்டு. ஒரு தடவை தாயார் ஒரு முழு அரையணாவைக் கொடுத்து, "இரண்டு வாழைப்பழம் வாங்கித் தின்னு" என்று சொன்னாராம்.

அவன் உடனே கடைக்குப் போய் அதைக் கொடுத்து. "இரண்டு வாழைப்பழம் கொடு" என்று கேட்டான். பழம் விற்றவனோ துட்டைப் பார்த்து, நாலு பழங் கொடுத்தான்.

இவனோ "இல்லை, அம்மா இரண்டுதான் சொன்னது?" என்று சொல்லி, அவள் என்னமாய்க் காரியத்தை விஸ்தரித்துக் காட்டினாலும், "பரிச்சேதம் கூடாது" என்று சொல்லி விட்டா னாம். அவன் குழந்தையாயிருக்கையில் ஒருதரம், மெல்ல மெல்ல நடந்து சேறும் தண்ணீருமுள்ள ஒரு குளத்தில் இறங்கிக் கால்புதைந்து, அநேக நேரம் நின்றாலும் சத்தங்காட்டவுமில்லை; அழவுமில்லையாம்; பிள்ளையைக் காணோமே என்று தேடிக் குளத்தண்டை வந்தால் இவன் மகா ஞானிபோல ஏதும் பேசாமல் மௌனமாயிருந்தானாம். அடிக்கடி இவன் எங்கும் திரிந்தலைந்து காணாமற் போய்ப் போலிஸ்தாரால் வீட்டில் கொண்டு விடப்படுவான். அதைவிட்டு வீடு முழுவதும் காபாரப் பட்டுக் கலங்கினாலும், இவன் அசையமாட்டானாம்.

இவனொரு மாதிரி ஆளாக இருந்தான். இவன் பூரண கரிசனையும் நேர்மையுமுள்ள ஒரு வாலிபனாயிருந்தாலும், சற்றுக் குணபேதகமும் புத்தித் தாழ்வுமிருந்தது. இவனுடைய புத்திக்குறைவைத் தொட்டு நாங்களெல்லாரும் சிரித்தாலும், இவன்பேரில் பாசமாயிருந்தோம்; இவனும் சிரித்துக் கொள்ளு வான்; நாங்கள் ஏன் சிரித்தோம் என்ற காரணம் இவனுக்குத் தெரியாது. இரண்டும் இவனுக்கு ஒன்று போலிருந்தது; இப்படி நாம் சிரிப்பையுண்டாக்கி விட்டோம் என்கிற சந்தோஷமும் இவனுக்கிருந்தது.

நாங்கள் திரும்பி வந்த சில நாளுக்குள்ளாக எங்கள் சகோதரியும், அவள் கணவரும் நாங்களிருந்த பட்டணத்துக்கு வந்து சில நாள் தாமதிக்கிறதான சந்தோஷ செய்தியைக் கேள்விப்பட்டோம். அவளுடைய கல்யாணத்துக்குப் பின்பு இப்போதுதான் முதலாவது வருகிறாள். ஒரு சாயங்காலத்தில், அக்காள் எப்போதுவரும் என்று ஆவலுடன் காத்திருந்தோம்; வண்டி வந்து எங்கள் வாசலில் நிற்கவே எல்லாரும் படிக்கட்டு வழியாய் இறங்கிக் கீழே வந்தோம்.

எங்கள் அக்காள் அமர்ந்து குளிர்ந்து, சிரித்த பார்வையுடன் எங்கள் ஒவ்வொருவரையும் கட்டியணைத்து, முத்தமிட்டு, எங்களுடைய செல்லப்பேர்களைச் சொல்லச் சற்றுத் தடுமாறி, தலையைத் தடவி, தன் சின்னவர்களை யெல்லாம் தலையெடுத்து விட்டபடியால், அவர்களுடைய இனம் தெரியவில்லை என்று சொல்லிக் கொண்டான். மேல் மெத்தையின் படிக்கட்டில் என் தாயார் தன் மகளைச் சந்தித்துக் கட்டியணைத்து முத்தமிட்டுக் கண்ணீரோடு மினவிக்

கொண்டாள். எங்கள் அத்தானுடன் நாங்கள் சற்றுக் கூச்சத்துடன் கை குலுக்கிக் கொண்டோம். ஆனால் எங்கள் அக்காள் எங்கள் ஒவ்வொருவரையும் காட்டி, தன் கலியாணத்தில் நாங்களிருந்த வளர்த்தியையும்- மற்றும் காரியங்களையும் சொல்லவே, அப்புறம் அதிகப் பழக்கமாகி, கூச்சமற்று, சொந்தக்காருடன் இருப்பது போலப் புழங்கி வந்தோம்.

கொஞ்சநேரத்துக்கப்பால், எங்கள் சகோதரி எங்களை விட்டுப் பிரிந்திருந்ததை முற்றும் மறந்து, முன்போல அவளைச் சுற்றிக் கொண்டிருந்தோம். நான் அவள் பக்கத்தில், ஒரு முக்காலியில் உட்கார்ந்து, அவளுடைய கை என் மேலிருந்ததை பெருமையாக எண்ணிக் கொண்டேன். எங்கள் வீட்டாருக் கெல்லாம் செல்லப் பிள்ளையாயிருந்த கடைக்குட்டித் தம்பி அவளுக்குக் கிட்ட நின்று கொண்டு, விழித்த கண்மாறாமல் அவளையே பார்த்துக் கொண்டிருந்தான். எங்கள் அத்தான், மரியாதையுள்ள ஒரு துரைமகன் போல எங்களுடைய தாயாருடன் பேசிக் கொண்டார். அவர் வளர்ந்து, மெலிந்து, அடக்கிப் பேசினார். அவர் அகன்ற நெற்றியும், நமது தேர்ச்சியுடன் கலந்த ஒரு துக்ககியானமுள்ளவருமாய்த் தோன்றினார். கல்வித் அவருடைய பார்வையிலும், கவனத்திலும் இன்பமும், மனதைக் கவருதலும், மலர்ச்சியுமிருந்தது.

அவரை அழகேந்திரன் என்று சொல்லக்கூடாதே போனாலும். அவருக்கிருந்த கல்வித் திறமையும், அவருடைய உள்ளத்திலிருந்த தெளிவும் நேர்மையும் சுத்தமும் இவ்வளவென்று முகம் காட்டினது. பாஷ்காருக்கிருந்த மகிழ்ச்சி கொஞ்சமல்ல, அது எனக்கு நன்றாய்த் தெரிந்தது; அவர் என் சகோதரியை தமக்குச் சமம்போலப் பாவித்து. அதிகத் தோழமையாய் நடந்து கொண்டார். அவர்கள் இருவரும் பேசிக் கொள்ள வேண்டிய சங்கதிகள் அதிகமிருந்தன. வரவர எங்கள் அத்தானும் அண்ணாட்சியும் அதிக உறவாகி ஒருவரை விட்டொருவர் இணைபிரியாதிருந்தார்கள், அக்காளும் தாயாரும் நாங்களும் ஒரு கும்பலாகி வீட்டிலுள்ள அறைகளையெல்லாம் சுற்றிப் பார்த்தோம். அது எங்களுக்கு மகாப்பெருமையான சமயமாயிருந்தது. எங்களுக்கிருந்த பொக்கிஷங்களை எல்லாம் காண்பித்தோம். அவள் எங்களைத் தட்டித் தயவோடு பேசி வந்தாள்.

சாயந்திரத்தில் தரையில் எல்லாரும் உட்கார்ந்து சாப்பிட்டோம். எங்கள் மத்தியில் ஒரு வெள்ளைத் துப்பட்டி விரித்திருந்தது. வீட்டின் மூலைகளில் சாம்பிராணிவர்த்திகள் கொளுத்தப்பட்டு வீடு முழுவதும் கமகமவென பரிமளித்தது. ஜன்னல்களின் சந்துகளிலெல்லாம் ஆலங் கிளைகளையும், மரத் துளிர்களையும் சொருகி வைத்திருந்தோம். நாங்கள் கந்தம் வீசும் வர்த்திகளைக் கொளுத்தி, வந்த விருந்தாளிகளுக்கு மாலையிட்டுச் சிரித்து மகிழ்ந்தோம். எங்கள் அக்காள் எங்களுக்கு வந்தனம் சொல்லித் தன் கழுத்திலிருந்த மாலையை எனக்குப்போட்டாள்; அத்தான் தமது மாலையை என் தம்பி கழுத்தில் சிரிப்புடன் அணிந்தார்; அவள் எப்படியோ அவ்விருவருக்கு மத்தியில் போய்ப் புகுந்து கொண்டு, அகப்பட்டதில் நல்லதையெல்லாம் அனுபவித்தான்.

மறுநாள் காலையில் நாங்களெல்லாரும் கூடிச் சகோதரியின் வீட்டுக்குப் போனோம். அவள் சில நாட்களுக்கு மாத்திரம் வந்தபடியால், அவ்வளவு நாட்களையும் அதிகமாய் அவளுடனிருக்க ஆசைப்பட்டோம். அவள் சோபாக் கட்டிலில் படுத்திருந்தாள். அத்தான் பக்கத்தில் உட்கார்ந்து அவளுக்கு வாசித்துக் கொண்டிருந்தார். நாங்கள் வீட்டுக்குள் போனபோது என் சகோதரருடைய சப்பாத்து கிறுக் புறுக் என்று ஓசையிட்டது ஒரு தடித்தனம் போலிருந்தது; என் மனதுக்கு அது வெட்கமாயிருந்தது. என் ஆயுசில் முதலாம் தடவையாக, அப்போது நான் என் உடுப்பைச் சரியாய் உடுத்தியிருக்கிறேனா என்று பார்த்து, எப்போதும் கலைந்து விடுகிற என் தலையைத் தடவிச் சீர்ப்படுத்திக் கொண்டேன்.

"நம்முடைய சப்பாத்துப் பெரிதாயிருக்கிறதே? அக்காள் அதைக் கவனித்துக் கொள்வாளோ?" என்ற கவலையுடன் அவளண்டைப் போய்ப் பின்னுக்கு விலகிப் பாதி மறையும்படி உட்கார்ந்து கொண்டேன். அவளோ என் சப்பாத்தை அவ்வளவாகக் கவனிக்காமல்,

"அந்தச் சுருள் தலைக்காரி எங்கே? அவளைக் காணோமே" என்று சிரித்துக் கொண்டு கேட்டாள். உடனே நான் கூச்சந் தெளிந்து நேராக அவளண்டை போனேன். என் தலைமயிர் வழக்கப்படிக் கலைந்து என்னுடைய கண்ணுக்கு நேரே கற்றை கற்றையாய்ப் பறந்து கொண்டிருந்தது. என் சகோதரி சிரித்த முகத்தோடும் தலை அசைப்போடும் "அது தான் எப்போதுமுள்ளதென்பது எனக்கு தெரியுமே, வா. நான்

அதைப் பின்னாலே கட்டடட்டும்” என்று சொன்னாள். அப்பால், அவள் தன் தமயனாரைப் பார்த்து “பிள்ளைப் எப்படியிருக் கிறார்கள் பாஷ்கார்? அவர்கள் உனக்குத் தொல்லைக் கொடுக் கிறார்களோ?” என்று கேட்டாள்.

பாஷ்கார் எங்களை எட்டிப் பார்த்துச் சிரித்துக் கொண்டு, “இப்போது எல்லாரும் சீராகத்தானிருக்கிறார்கள்; ஆனால் ஒரு காலத்தில் இவர்களுடைய பல வழக்குகளைத் தீர்க்கிற சங்கடம் அதிகமிருந்தது; பையன்களுக்கும், பெண்களுக்கும் அவ்வளவு பிடித்தமில்லை, என்றார்.

‘‘ஆனால், அவள் எங்களைப் போல் எல்லாக் காரியங் களையும் செய்ய வேண்டுமென்கிறாளே” என்று என் சகோத ரரில் ஒருவன் தங்களைப் பேணிக் கொள்ளும்படித் துடுக்குடன் சொன்னான்,

“நானென்ன? பையன்களைவிடத் தாழ்வா?” என்று ஆத்திரத்துடன் தமது நியாயத்தில் தோற்றுப் போகலாகாதே என்று நினைத்துச் சொன்னதுடன் “அவர்கள் செய்யும் கணக் கத்தனை நானும் செய்கிறேன்; நான் வாசிப்பேன், எழுதுவேன்” என்றும் சொன்னேன்.

“சவ்வாஸ்’’ என்று சொல்லி, எங்கள் அத்தான் என்னைப் பார்த்து சிரித்தார்; உடனே எல்லாரும் கொல்லென்று ஏகமாய்ச் சிரித்தார்கள். எப்படியும் என்னைச் சுடும்படி இப்படிச் சிரிக்கிறார்களென்று நான் அறிந்து முகத்தைத் திருப்பிக் கொண்டேன். ஆனால் அக்காள் என் கையைப் பிடித்திழுத்துக் கிட்ட வைத்துக் கொண்டு “அது போகட்டும்; உனக்கென்ன வேண்டியது சொல்’’ என்று கேட்டாள்.

“நானும் அவர்களுடனிருந்து படிக்க வேண்டும்; அவர்க ளுக்கு ஒரு வாத்தியார் வந்து படிப்பிக்கப் போகிறார். நானும் போய் அவரிடம் படிக்க வேண்டாமா?”

என் தமக்கையும் என்னை வினோதமாய் எட்டிப் பார்த்துப் புன்னகை கொண்டாள். இந்தக் குட்டியின் மாதிரி வேறு.

‘‘ஆம், நீ எவ்வளவு படிக்க வேண்டுமோ அவ்வளவு படிக்கலாம். உனக்குச் சில தோழிப் பெண்களிருந்தால் நல்லதல்லவா என்றுதான் நினைக்கிறேன். அந்தப் பையன்கள் முரட்டுத்தனம் பண்ணி உன்னைத் தொந்தரவு செய்வார்க ளென்று நினைக்கிறேன்” என்று சொன்னாள்.

அதற்கு நான் “அப்படி அவர்கள் செய்கிறதில்லை” என்றேன். இப்படிச் சொல்ல எப்படியோ மனதில் வந்துவிட்டது. எனக்கு அவர்கள்தான் தோழராயிருந்தார்கள்; ஒரு வேளா வேளை என்னைத் தொந்தரவு செய்தாலும், உள்ளத்தில் அவர்கள் என்னை நேசிக்கிறது எனக்குத் தெரிந்திருந்தது. மற்றப்படி, நான் ஒரு மோசமும் அபாயமுமான மலையிலிருந்து தாழ இறங்கும்படிப் பார்த்த சமயத்தில், நில்லு, நில்லு என்று கத்தி, எனக்குச் சகாயம் செய்யும்படியாகத் தங்கள் கைகளை உயர்த்தி, நான்அபாயமின்றி வந்து சேர்ந்த பிற்பாடு சந்தோஷமும், பூரிப்பும் அவர்கள் முகத்தில் வெளிப்பட்ட காரணமென்ன? நான் எப்போதாவது அவர்களைவிட்டுப் பிரிந்து சற்று நேரஞ் சென்றுவிட்டால், என்னைக் கரிசனையுடன் தேடி வந்தார்களே அதேன்? என்னைப் பார்த்து நீ அழுகிறாய்” அழாதே என்று தட்டிக் கொடுத்து, நான் சிரிக்கும் வரையும் தமாஷ் பண்ணுவார் களே அதேன்? - அவர்கள் முரட்டுத்தனமாய் பேசினாலும், அதெல்லாம் உள்ளன்பு இருந்ததினால் அல்லவா? இப்படிப் பட்ட அற்ப சொற்பமான வரலாறெல்லாம். என் மனதில் வரவே, நான் சற்று மனச்சடைவுடன் ‘‘பெண் சிநேகிதர் எனக்கு வேண்டாம். இவர்கள் எனக்குப் போதும்” என்று சொன்னேன்.

என்னவோ நான் பார்த்த ஜாடையானது என் சகோதரியைச் சிரிக்கப் பண்ணிற்று. அவள் சிரிப்போடு சிரிப்பாய் “இதோ! இங்கே வா! அப்படிப் பாராதே. பெண்கள் உனக்கு வேண்டியதில்லை. இந்தப் பையன்கள் உன்னை விடவும் மாட்டார்கள்” என்று சொல்லி, பாஷ்காரைப் பார்த்து “இவளொரு ஆச்சரியமான பெண்; அப்படிக்கில்லையா?” என்று சொன்னாள்.

நான் என் சிநேகிதியாகிய பெரிமாவையும், அர்ணியையும், சுதேச கிறிஸ்தவர்கள் கூடியிருந்த ஒரு சமயத்தில் முதலாவது சந்தித்தேன். அந்தக்கூட்டம் பெரிமா வுடைய தகப்பனார் வீட்டில் நடந்தது. அந்தப் பெரிய அறை முழுவதிலும் ஜமுக்காளம் விரித்திருந்தது; நாற்காலிக ளுமிருந்தன. பக்கத்திலிருந்த ஒரு மேசையில் சில நல்ல புத்தகங்களும், அவர்கள் குடும்பத்து முகப்படப் புத்தகமு மிருந்தது. என் தமையனார் பாஷ்காரும் மற்றும் எங்கள் சிநேகிதர் எல்லாரும் அங்கிருந்தார்கள். பாடகர் மிருதங்கம், கைமணி, வீணை, கின்னரம் முதலிய கீத வாத்தியங்களுடன் அறையின் மத்தியில் ஜமுக்காளத்தில் உட்கார்ந்திருந்தார்கள்.

கிறிஸ்து மார்க்கத்தின் ஏக புலவர் அவர்களை நடத்தினார், சதுரின் ஆரம்பத்தில் கலிகளெல்லாம் தெளிவும் அடக்கமுமாய்த் தொனித்தது. சகலமும் ஒரே சீரும் ஏகதாளமுமாயிருந்தது.

பாடகரின் தலையாட்டுகளையும், முரசு வேளாவேளை 'றும், றும்' என்று உறுமுவதையும் கவனிப்பார் யாருமில்லை. வந்த விருந்தாளிகளில் சிலர் தங்கள் பக்கத்திலிருப்பவர்களுடன் மெதுவாய்ப் பேசிக் கொள்ளுகிறதும், மற்றவர்கள் ஒன்றையும் கவனியாமல் தம்மட்டிலிருக்கிறதுமாய்க் காணப்பட்டது. தாய் மாரும், மனைவிமாரும் அர்த்த சக்கரமாயுட்கார்ந்து தாம்பூல தட்டை வாங்கிக் கடத்துகிறவர்களாயிருந்தார்கள், சில வாலிபர் ஜன்னல் பக்கமாக நின்றார்கள்; அல்லது நடமாடினார்கள். அவர்களில் சிலர் சுதேசிகள் போலும், சிலர் இங்கிலிஷ்காரர் போலும், சிலர் இரண்டும் கலந்த மாதிரியாகவும், உடுத்தியிருந்தார்கள். எங்கள் பழைய சிநேகிதராகிய நாட்டையர் மூத்தோர் மத்தியில் மதிப்புடன் உட்கார்ந்திருந்தார். அவர் வெகு யூகியாயுள்ளவர்; உலக நடவடிக்கைகளில் தேர்ந்தவர்தான். அவர் மகா அபிமானமுள்ளவரைப்போலிருந்து, அவரவருக்கு வேண்டிய ஆலோசனைகளைச் சொல்லுவார்; ஏதாவது பிசகு நேரிடுகிறதைக் கண்டால் "நான் சொல்லவில்லையா?" என்ற வாசகத்தை உடனே சொல்லுவார். பெரிமாவின் தகப்பனாராகிய பெரியவர், வந்த விருந்தாளிகளைச் சந்தோஷப்படுத்தும்படி ஏதேது தேவையோ. அதற்காகச் சத்தங்காட்டுவதும், ஜாடை காட்டுவதுமாயிருப்பார். அவர் ஒரு குழந்தையைப் போலக் கபடமற்று பட்சமாயிருப்பார்.

அவ்விடம் விருந்துக்கு வந்தவர்களில் ஒருவரைச் சற்று மதிப்பாக எல்லோரும் பாராட்டினார்கள். அவருக்கு நாற்பது வயதுக்குச் சற்று மேலிருக்கும். அவர் சுற்றுமுற்றும் கவனத்தோடும், சந்தோஷத்தோடும் பார்த்துக் கொண்டிருந்தார். அந்த ஊருக்கு அவர் ஒரு புதுக் குடித்தனக்காரன். அவருக்கு அநேக மரியாதைகள் நடந்தன. அவர் அவைகளையெல்லாம். தாம் அதற்குப் பாத்தியப்பட்டவர் போல் ஏற்றுக் கொண்டார். அவரையன்றி, முகமெலிவும் கல்வி புஷ்டியுமுள்ள ஒரு பாபுராவுமிருந்தார். அவர் விகடவல்லோனும் நோட அலங்காரனுமாயிருந்தார். தமாஷான கூட்டங்களில் அவர் வராமல் நன்றாயிருக்க மாட்டாது. அக்கூட்டத்துக்கெல்லாம் தலையாள் போல, அரணியாளின் தகப்பனார், அகன்ற முகத்தோடும் சிரித்த வாயோடுமிருந்தார். அவர் விளக்கெண்ணெய் போல

வழு வழுத்தவராய் இருந்தார். அவரைக் கட்டி ஆள ஒருவராலும் மாளாது. அவர் தமது கைகளை ஆட்டிக் கொண்டு ஒவ்வொருவரையும் ஆவலுடன் வினவினார்.

"வாருங்கள், உட்காருங்கள், தங்கள் வருகைக்குத்தான் இப்போது காத்திருந்தோம்; தாங்கள் இல்லாமல் இங்கே ஒன்றும் நடக்காதே" என்று சொன்னார். அவர் பாபுராவைப் பின்பற்றி விகட வார்த்தை பொழியப் பிரயத்தனப்பட்டார். ஆனால் எப்படியோ ஒவ்வொரு தடவையிலும் தவறிவிட்டது. அர்ணியாள் அவருக்குச் சமீபமாக, எல்லாரும் பார்க்க முன்னுக்கு உட்கார்ந்திருந்து தன் தாவணியால் பாதி முகத்தை மூடி, அரைக்கண்ணை வீசி, நெடும் பார்வை பார்த்து, தன் தகப்பனார் சிரிக்கும் போதெல்லாம் சிரித்துக் கொள்வாள். நான் முதலாவது அவளைப் பார்த்தபோது, இவள் வேணுமென்று, கற்றுக் கொண்டு இப்படி செய்கிறாள் என்றெண்ணினேன். அவளுடைய தகப்பனார் வழக்கப்படி, அரிகண்டப் படுத்தி என்னை விலகவிடார், கடைசியாக அர்ணியுடன் போக இடங் கொடுத்தார்.

அவள் என்னைக் கூட்டிப் போய் அன்ன நடையும், ஆசாரக் கைவீச்சுமாக நடந்து, உள்ளே எங்களுக்கு ரொட்டி, வெண்ணெய், தேத்தண்ணீர் முதலியதைப் பரிமாறின ஒரு வளர்ந்த பெண்ணண்டை கொண்டு போய் விட்டாள். "சித்தியினுடைய சகோதரி இதுதான்; தேத்தண்ணீர் கொடுங்கள்" என்று சொல்லிவிட்டுத் திரும்பிவிட்டாள், புருஷாட்களிருந்த அர்த்த சக்கரத்தின் கிட்ட அவன் தகப்பனாருடைய நாற்காலிக்குச் சமீபமாய் உட்கார்ந்திருந்தாள். அந்த இடத்தை இழந்துவிட அவளுக்கு மனமில்லை, நடந்த சம்பாஷணையில் அவளுக்கு அதிகக் கரிசனையிருக்கிறது போல அவள் காண்பித்தாள், பெரிமா வந்தவர்களுக்கு தேத்தண்ணீர் கொடுக்கிற வேலையில் ஜாக்கிரதையாயிருந்து மற்றொன்றையும் கவனிக்கவில்லை. அவள் இனிமையும் நல்ல சுபாவமுமுள்ளவள்; என் தாயாரைப் பற்றி அவள் அன்போடு விசாரித்து எனக்குப் பலகாரங்களும் தேத்தண்ணீரும் கொடுத்து, "அடிக்கடி வா" என்று சொன்னாள். நான் ஒன்றையும் தின்னக்கூடாமல் அவளை எட்டிப் பார்த்துக் கொண்டிருந்தேன். அவள் முகத்தில் தயாளம் விளங்கினது. நான் அவளைப் பார்த்து, "நீ என்னை உன்னுடன் இந்த அறையில் வைத்துக் கொண்டால் நான் வருகிறேன்" என்று கேட்டேன்.

அவள் சிரித்துக் கொண்டு, "நான் எப்போதும் இங்கே உட்கார்த்திருக்கிறதில்லை. இப்போது போக வேண்டும். என் வேலை முடிந்து விட்டது. வா, நாம் போவோம்" என்று சொல்லி என்னை வெளியே வரவிட்டாள். அந்த அறையில் ஒரு ஆத்திரமுண்டாயிற்று. ஒவ்வொருவரும் தங்கள் நாற்காலியை அவளுக்குக் கொடுக்க ஆசைப்பட்டார்கள். அவளோ அந்த அறையில் ஒரு மூலையில் போய் உட்கார்ந்து கொண்டாள்.

அக்கூட்டத்தில் ஒரு தபோதனர் அல்லது ஞானியு மிருந்தார்; அவரைப் பற்றி நான் சொல்லாமலிருக்கவும் கூடாது. அவருடைய முகத்தில் தாழ்ச்சியும், சாந்தமும், மரியாதையும் நிறைந்திருந்தது. அவர் சற்றுப் பின்னுக்கிருந்து சிலரோடு சம்பாஷணை பண்ணினார். அவர்களில் என் தமையனாரும் ஒருவர். அவர் ஞானத்தில் நிரம்பியிருந்தார். அவரை கிறிஸ்தவ ராக்ஷதன் என்னலாம்; அவர் குற்றமற்ற சுத்தமான ஜீவியம் செய்தார்; என்றாலும், அவர் தம்முடன் பேசுகிறவர்களிடத் திலிருந்து ஏதோ சங்கதிகளைக் கற்றுக் கொள்ளுகிறவரைப் போலக் காணப்பட்டார். வாலிபரும் வயசாளிகளும் அவரைத் தங்கள் சிநேகிதர் என்றும், அனுதாபி என்றும் எண்ணிக் கொண்டார்கள். அன்பின் சக்கரம் அவரைச் சுற்றியிருக்கிறது போலக் காணப்பட்டது; அவர் சமீபத்தில் அவர்களுக்கு ஒரு அனலும் பரவசமுமுண்டானது.

அப்பால் தேயிலைத் தண்ணீர் பரிமாறப்பட்டது. சம்பா ஷணை யனைத்தும் பொது விஷயங்களாயிருந்தன. பாபுராவ் தமது விகடபதங்களை வெளியிட ஆரம்பித்தார். எங்கள் நாட்டுப் பாதிரியார் தமாஷ் பேச்சுகளைத் திறந்துவிட்டார். அர்ணியின் தகப்பனார் சிரித்தார். பெண்டுகள் தங்கள் விஷய மாக ஏதாவது பேச்சு வரும்போதும் பழமொழிகள் அவசிய மாயிருந்த போதும் ஊடே யூடே ஒரோர் வார்த்தையைச் சொல்லி, அம்மட்டில் அடங்கி விடுவார்கள். வாலிபப் பெண் களைப் பாடக் கேட்டார்கள், சற்று நேரம் அவர்கள் நீ துவக்கு, நீ ஆரம்பி என்று தாவாப்பண்ணி அப்பால் ஒரு இங்கிலிஷ் கவி பாடப்பட்டது. அத்துடன் கூட்டம் முடிந்தது.

நான் அடிக்கடி என் தாயாருடன் கூடிப் பெரிமாவையும் அர்ணியையும் சந்தித்து வந்தேன். துவக்கத்தில் அவர்களுடன் சகவாசம் செய்யக் கூச்சப்பட்டேன்; ஆனால் என் தாயார் என்னை ஏவி, அந்தக் கூச்சத்தை எடுத்துவிட்டதால் நான் தாராளமாய் அவர்களுடன் புழங்கி வந்தேன். மற்ற வீடுகளி

லிருந்த பெண்களையும் நான் இப்படியே போய்ப் பழக்கம் பண்ணிக் கொள்ள வேண்டுமென்று என் தாயார் என்னைக் கண்டிப்புப் பண்ணி வந்தார்கள். பெரிமாவுக்கும்-அர்ணிக்கும் நான் அதிக இளையவளாயிருந்தாலும், அவ்விருவரும் என்பேரில் நேசம் பூண்டிருந்தார்கள். அவ்விருவரும் தங்களுடைய பெற்றோருக்கு ஏக புத்திரியாயிருந்தார்கள். அவரவர் தம்தம் மிஷன் போங்கின்படி கவலையோடும், கருத்தோடும் படிப்பிக்கப்பட்டார்கள்.

என் தாயாரும் நானும் மாற்றி மாற்றி அந்த மிஷன் ஆலயத்துக்குப் போய்வருவோம்: என்னை அவர்கள் கண்ட வுடனே தங்கள் நிலைகளை அசைத்துக் கனப்படுத்தி வந்தார்கள். அவர்கள் என்னைத் தங்களுடைய இளைய சகோதரியைப் போலப் பாவித்து, கோவில் முடிந்த பின்பு என் கையைப் பிடித்துக் கொண்டு, மற்றவர்களுடன் பேச வேண்டிய காரியங்களைப் பேசுவார்கள். அவர்கள் என்னை மற்றவர்களிடம் சுட்டிக் காட்டிப் பேசுவதுடன், என் காதிலும் சில சங்கதிகளை மெதுவாக ஓதுவார்கள். என்னுடைய முதலாம் தோழியாகிய பெரிமாவைப் பற்றி நான் இம்மட்டும் கொஞ்சம் சொல்லி யிருக்கிறேனே. அவள் வளர்த்தியும் இன்பமான முகவடிவமும் ஒழுக்கமுமுள்ளவள்.

அவள் பூரண அழகுள்ளவள் அல்லவென்றாலும், குவிந்த அவள் மேலுதடும், சற்றுத் திறந்த அவள் வாயின் ஜாடையும், அவளைப் பேதைமையுள்ள இன்பமான ஒரு பெண்ணாக எவர்க்கும் விளக்கும். இதுவும், களங்கமற்ற அவளுடைய குழிக்கண்ணும், ஒருவரும் ஒருக்காலும் மறக்கவொண்ணாத புன்சிரிப்பும் அவள் முகத்தை அதிக இன்பமாக்கினது. அவள் ஐரோப்பிய பிள்ளைகள் படித்த ஒரு பள்ளிக்கூடத்தில் இங்கிலிஷ் படித்ததால், அந்தப் பாஷையைத் தன் தாய்ப் பாஷையைப் போலத் தாராளமாகப் பேசுவாள். இவள் தன் பள்ளிக்கூடத்தைப் பற்றி விசேஷமாகச் சொல்வதுடன், அங்குள்ள உபாத்தியாயிகளின் உடையின் பின் தொங்கலையும், இடைக்கச்சையையும், அவர்கள் வைத்துக் கொள்ளும் புஷ்பக் கொத்தையும் பற்றிச் சொல்லித் தானும் அதில் சீக்கிரம் ஒரு உபாத்திச்சியாக எதிர்பார்க்கிறதாகவும் அறிவிப்பாள். ஏனெனில் அவள் உயர்ந்த வகுப்பிலிருந்தாள். 'வாலிபத் துரை சானிகள், பாவாடை போன்ற கட்டை உடுப்பை உடுத்தாமல், பின்னுக்கு நீளமாய்த் தொங்கித் தரையில் கிடக்கும் உடுப்பை

உடுத்திக் கொண்டிருப்பார்கள்" என்று அவள் சொன்னதுடன், எனக்குப் பிரயோசனமாகச் சொல்லுகிற பாவனையாக "அப்போது அவர்களை ஒரு கூட்டத்தில் ஒப்புக் கொள்ளு வார்கள்" என்றும் சொன்னாள்.

அவள் சொன்னதெல்லாம் எனக்கு விடுகதையைச் சொன்னாற் போல விளங்காமலிருந்தது, என்றாலும் இவ்வளவு உயரமாய் வளர்ந்து, இத்தனை படிப்பையும் கற்றிருக்கிற இவள் என்னுடன் பேசுவது எனக்கு ஒரு பெருமை போலிருந்தது. ஒரு நாள் அவள், தன் தாயார் தனக்கு ஒரு கட்டுக்கதைப் பிரபந்தம் கொடுத்ததாகவும், அது சமாசாரம் தன் தகப்பனாருக்குத் தெரியாதென்றும், அப்பிரபந்தத்தை வாசித்தால் இப்போது இவ்வுலக விஷயங்கள் அநேகம் தனக்குத் தெரிந்திருக்கிற தென்றும் சொன்னாள்.

நான் என் அறிவீனத்தை வெளியிடச் சற்று அஞ்சினாலும், அதென்னவென்று அறிந்து கொள்ள நோக்கமாக "கட்டுக்கதைப் பிரபந்தமென்றால் அதென்ன?" என்று கேட்டேன்.

"கட்டுக்கதை பிரபந்தம் என்றால் அது ஒரு புத்தகம்; நீ அப்படிப்பட்ட புஸ்தகமொன்றையும் வாசிக்கலாகாது. சிறு பெண்கள் கட்டுக்கதைகளை வாசிக்கக் கூடாது. என்னுடைய காரியம் வேறு" என்று சொன்னாள்.

அப்பொழுது நான் "இதை ஒரு இரகசியம் போல் என் மனதில் வைத்துக் கொள்ள வேண்டுமாக்கும்" என்று சொன் னேன். இரகசியம் இன்னது என்பதை அறியாமல், நமக்கொரு இரகசியம் கிடைத்திருக்கிறது போல நினைத்துக் கொண்டு, வேண்டா வெறுப்புடன் சொன்னேன்.

அவள் என்னைப் பிடித்து அசைத்துக் கொண்டு. "ஆம். ஒருவருக்கும் இதை ஒருக்காலும் சொல்லாதே" என்று சிரித்துச் சொன்னாள்.

கட்டுக்கதைகளை வாசிக்கிற பெண்களைப் போல, அவள் தன் மனம் போனபடி காலங்கழித்து, அதிலே மகிழ்ச்சியடைந்து வந்தாள். சுதேச கிறிஸ்தவர்களில் தொகை மகா கொஞ்சமென்றும், அவர்களுக்குள் கூட்டம் என்று சொல்லத்தக்க யாதொரு ஏற்பாடும் கட்டை உடுப்பு. நெட்டை யுடுப்பு என்பதுமில்லை என்றும் அவள் அறிந்திருந்தாள். அவளுடைய தாயார் ஒரு புடவை மாத்திரம் கட்டியிருந்தாள். இவளோ இங்கிலிஷ் பிள்ளைகளுடன் கூடி அவர்கள் பள்ளிக்

கூடத்தில் படித்ததால், அவர்களுடைய உடை நடை பாவனை களில் அவள் மனம் சார்ந்திருந்தது. இப்பொழுது எழும்புகிற கிறிஸ்தவர்கள் இம்மாதிரியைப் பின்பற்ற மாட்டார்களென்று யார் சொல்லக்கூடும்? இக்காலத்தில் தன்னை அறியாமலே இந்தியாவில் பின்பற்றி வரும் ஆங்கிலேய வழக்கங்கள் ஒழுக் கங்களின் வளர்ச்சியைப் போல் ஆச்சரியப்படத்தக்க விஷயம் வேறில்லை என்று சொல்ல வேண்டியது. இதைப் பிசகென்று சொல்வது நியாயமானால், இந்தப் பிசகு சுதேச கிறிஸ்தவர்களால் மாத்திரமல்ல, இந்துக்களாலும் பின்பற்றப் படுகிறது. இந்த வழக்கங்களும் ஒழுக்கங்களும், இங்கிலிஷ் ஜாதியாருக்குச் சொந்தமானதென்ற முகாந்திரத்தால் இந்துக்களால் அனுசரிக்கப்படாமல், நாகரிக விருத்திக்கு இவை இன்றியமையா அவசியமுள்ளவை என்று, தன்னை அறியாமலே அனுசரிக்கப்பட்டு வருகின்றன. இந்த மாறுதல்கள் வராமல் தீராதாக்கும். இதைத் தடுத்தலில் பிரயோசனமில்லை. ஆனால் என் நாட்டு ஸ்திரிகளும் புருஷாட்களும் இந்த நூதன மாறுதல்களின் பேரில் சாடும் அவர்கள் வாஞ்சையினால், நமது நாட்டுக்குரிய நல்ல மாதிரியும், ஒழுக்கமுமான பாகங்களையும், களைந்துவிட மாட்டார்களென்று நம்புகிறேன்.

இனி நான் சொல்லும் கதையைத் தொடர்ந்து போவேனாக. என்னுடைய இன்னொரு தோழி இருக்கிறாளே அந்த அர்ணியாயி, நல்ல முக லட்சணமும் வளர்த்தியும் மாந் துளிர் நிறமுமுள்ளவன். அதைக் கண்காட்சியாய் விளங்கும் அவன் விழிகள் கறுப்பும், தூங்குமூஞ்சுமாய் காணப்படும். அவள் முகலட்சணமுள்ளவளாக இருந்தாலும், சில வேளைகளில் உறக்கம் பிடித்து, மனக் குளிர்ச்சி அடைந்தவளைப் போல எனக்குக் காணப்படுவாள். என்றாலும், உறக்கம் பிடித்தாற் போலிருந்த அந்த அரைக் கண்ணுக்குள்ளிருந்து ஒரு அக்கினிப் பொறி பிரகாசிக்கிறது போல் சமயா சமயங்களில் வெளியாகும். அர்ணி தன் பெற்றோருக்கு ஒரே மகளாயிருந்தபடியால், அதிகச் செல்லமாய் வளர்க்கப்பட்டாள்.

பருத்துச்சளிந்து, நாகரிகமற்ற நாட்டுப் புறத்தாள் போலிருந்த அவள் தாயாருக்கு, எழுதப் படிக்கத் தெரியாது. தன் மகளுடைய அழகைப் பற்றி அவள் வர்ணித்தால், அதைக் கேட்டு முடியாது. மகளே நீ இன்னபடி உடுத்த வேண்டும். இன்னபடி நடக்க வேண்டுமென்று அடிக்கடிப் போதனை செய்து வந்தாள்:- "போய் நல்ல சப்பாத்தைப் போடு அம்மா;

இது மற்றவர்கள் கண்ணுக்கு நன்றாயிராதே. உனக்கு இது நன்றாகத் தானிருக்கும். உன் அழகிய கால் இந்தச் சப்பாத்தால் அலங்கோலப்பட்டுக் காணுது மகளே" என்று என்னை எட்டிப் பார்த்துக் கொண்டு சொல்லுவாள். அது எனக்கு அவ்வளவு பிரியமாயிருக்கவில்லை; மகள் தனக்குள் சிரித்துக் கொண்டு சற்று ஒய்யாரமாக நடந்தால், தாம் சத்தமிட்டு அடா சுவாமிகளே. என் மகள் எத்தனை அந்தமாயிருக்கிறாள்; இவள் மாத்திரம் தன்னைப் பற்றிக் கவனித்துக் கொள்வாளானால், மகள் இதைவிடச் சிறப்பாயிருப்பாளே" என்று சொல்லுவாள், சாதாரணமான வேலை ஒன்றையும் அர்ணியாள் செய்ய நான் பார்த்ததில்லை. அவள் அடுப்பண்டை போகாள். குசினி என்றால் உடல் குலுங்கும். இந்தச் செல்லக் கண்களில் புகையடிக்கலாகாது; பூந்தோட்டத்தில் ஏதாவது செய்யும்படி கையிடுகிறதானால் கைவலிக்கும். புஷ்பம் கொய்யும்படி அவள் கை நீட்டுவாளே தவிரப் புல்பிடுங்க கை நீட்டாள். அவள் அரண்மனைக்கேற்ற அலங்காரியாக்கும்! தாதிப் பெண்களுடன் இராணி போலிருப்பாளாக்கும். தாயார் மகளைப் புகழ்வதின் அடக்கம் இதுபோலத்தான்,

இப்படிப் பேசும்போதெல்லாம், நான் எனக்குள்ளே, புகையானது நம்முடைய கண்ணை நஷ்டப்படுத்தவில்லையே, வாழைத் தோட்டத்துக் குள்ளிருக்கிற நமது பூந்தோட்டத்தில் வேலை செய்வது எவ்வளவு சந்தோஷமாயிருக்கிறது என்று நினைத்துக் கொண்டேன். அத்தோடு, நமக்குத் தெரியாத ஏதோ சிறப்பு அவளுக்குள்ளிருக்கலாம். அதினாலேதான் இவ்வளவு மேன்மையான வர்ணிப்பெல்லாம் அவளைப்பற்றி சொல்லப்படுகிறதாக்கும். அப்படியிருக்க ஊரில் அவர்கள் வீட்டைப் பற்றி ஏன் குறைவாகப் பேசிக் கொள்ளுகிறார்கள் என்று சொல்லிக் கொள்ளுவேன். அர்ணி தங்கள் வீட்டுக்கு வரும் பெரிய பிரபுக்களையெல்லாம் பேர் சொல்லி, ஐரோப்பியர் தங்கும் சத்திரத்தில் வசித்த ஒருவர் தமது ரெட்டைக் குதிரைச் சாரட்டுடன் தங்கள் வீட்டுக்கு வந்ததாகவும் பெருமையாய்ச் சொன்னாள். இவர் பளபளவெனப் பிரகாசித்த வைர மோதிரத்தை அணித்திருந்த ஐசுவரியமுள்ள ஒரு பாபுவாம்.

"இவரைக் குறித்துத் தாயார் சொன்ன சமாசாரத்தை நான் சொல்ல மாட்டேன்" என்று சற்று நாணிக்கோணி நகைத்துக் கொண்டாள். இதென்ன? சொல்லென்று நான் எவ்வளவு சம்பிரதாயம் பண்ணினாலும் அவள் அதைச் சொல்லவில்லை. ஒரு தடவை அவள் தானாகவே வாய்விட்டு,

"

உன்னுடைய அக்காள் அழகேந்திரியும், எல்லாராலும் மேன்மையாக எண்ணப்பட்டுமிருந்தாள்; அவள் தனக்குக் கலியாணம் பிரியமில்லை என்று சொன்னதை எல்லாரும் அறிந்தாலும், அவளை விவாகம் செய்யும்படிக் கேட்ட மாப் பிள்ளைகள் அதிகப் பேராம்" என்றாள். இதென்ன அதிசய மென்று நான் பிரமித்து விழிக்கவே, அவள் பின்னும் சொல் வாள்: "உன் தாயார் இது சமாசாரத்தை உனக்குச் சொல்ல வில்லையா? அவளுக்குக் கேட்ட மாப்பிள்ளைகளில் சிலர் இத்தேசத்தின் பல இடங்களிலுமிருந்து வந்த பிரபுக்களாம்; ஆனால் என் தாயார் சொன்னதில், உன் தமக்கையாருக்கு நன்றாய் உடை உடுத்தவே தெரியாதாம். எல்லாரும் உன் தமக்கையாரை அழகும் படிப்புமுள்ளவள் என்று சொல்லிக் கொண்டாலும், நான் புடவை கட்டி நகைபோட்டுப் புறப்பட் டால் என்னைப் பார்க்கப் பதினாறு கண்கள் வேண்டுமாம். இன்னும் கொஞ்ச காலத்தில் நானும் அவளைப் போல விளங்குவேன் என்று பலரும் சொல்லுகிறார்கள்" என்றாள்.

இதைக் கேட்டவுடனே, எனக்கு உடம்பு அதிசயத்தால் குலுங்கினது. "என் தமக்கைக்கு நீ இணையா? அதெப்படிச் சொல்லுவாய்? ஒருவரும் என் தமக்கைக்குச் சமமில்லை, சமமாகவும் மாட்டார்கள்" என்று சொன்னேன். உடனே எனக்கு அழவும் ஓடிப்போகவும் நினைவு வந்தது. அவளோ நான் பேசினதையிட்டு எரிச்சல் படாமல், குளிர்ந்த பார்வையுடன் சிரித்துக் கொண்டாள். ஆனால் அவளுடைய காரியங்கள் எனக்கு அத்தனையாய்ப் பிரியமில்லாதிருந்தாலும், அடிக்கடி என் தாயாருடன் அவர்கள் வீட்டுக்குப் போய் வந்த காரண மென்ன? தன்னழகை இப்படித்தானே மெச்சிக் கொள்ளும் பெண்ணை அடிக்கடிப் போய் பார்த்துப் பேச வேண்டுமென்று, எனக்கே விளங்காத ஆவல் இருந்ததினாலேதான்.

இவள், பிரபலமான ஒரு இங்கிலிஷ் பள்ளிக் கூடத்தில் படித்து வந்தாள். அவளை நான் நாடிப் போனதற்கு இதுவும் ஒரு காரணமாயிருந்தது. அவள் தன் பள்ளிக் கூடத்தில் படித்த தையெல்லாம் கேட்டு அதை என் சகோதரர் மூலமாய் சுற்றுக் கொள்ள நாடி அவளிடம் போக ஏவப்பட்டேன். அவள் பெருமை யுடன் காட்டின அலங்கார உடுப்புகளைப் பற்றி எனக்கு எண்ணமிருக்கவில்லை. அப்படிப்பட்ட உடுப்பு எனக்கு மனச் சந்தோஷத்தைக் கொடுக்க மாட்டாதென்றும், அதில் மனதையும், கவலையையும் செலுத்துவதில் லாபமில்லை என்ப தையும் நான் உணர்ந்து கொண்டேன். நான் அவள் வீட்டுக்குப்

போய்த் திரும்பும் போதெல்லாம், நம்முடைய வீட்டுக்கு வருவன எல்லாம் ஒழுக்கமும் சீரும் அடக்கமுமான ஜீவியமாயிருக்கிறதே என்று எண்ணிக் கொள்ளுவேன்.

இப்படிப்பட்ட காலத்தில் என் ஞாபகத்தில் வருகிறபடி. பெரிமாவின் தகப்பனார், எங்கள் வீட்டுக்கு ஒரு புதிய ஆளைக் கூட்டி வந்தார். பெரிமாவின் தகப்பனாருக்கும் எங்களுக்கும் கண்ணுக்குக் கண்தான். அவர் எவர்க்கும் பிரியமான ஒரு பெரியவராயும், கண்பார்வையிலே கனிவை வெளியிடுகிற வராயும் இருந்தார். அவருக்கு அகன்ற முகமும், படர்ந்த தோளும் இருந்தது. அந்நியரை வரவழைக்கிறதிலும், அவர்களுக்கு விருந்து கொடுப்பதிலும் அவருக்குப் பிரியம். ஆட்களைச் சந்தோஷப்படுத்திச் சிரிக்க வைப்பதிலும் அவர் மகா சமர்த்தர். அவர் தடதடவென்று மெத்தையிலேறி எங்கள் பேர்களை மனப்பாடம் போல வரிசையாய்ச் சொல்லிக் கூப்பிட்டு, நாற்காலியில் உட்கார்ந்து கொண்டு, தமது சொந்த வீடுபோல, "ஒரு கோப்பைத் தேத்தண்ணீரில்லையா" என்று கேட்பார்.

அவர் வந்தவுடனே எல்லாரும் ஓடிவந்து அவரைப் பார்க்க வேண்டுமென்பதற்கு அது அடையாளமாயிருந்தது. என் மூத்த தமையனார் பாஷ்காரும், அவர் சத்தம் கேட்டவுடன் தமது எழுத்தறையிலிருந்து வெளியேறி, அவரைப் பார்த்து முகமலர்ச்சியுடன் புன்னகை கொண்டு, கவுரவமாய் அவர்முன் நிற்பார். இன்றைய தினம் அவர் ஒரு புதிய ஆளைக் கூட்டி வந்து பின் வருகிறபடி என் தாயாருடன், அவரை அறிமுகப்படுத்துகிறார். "ராதா, இவர் நம்முடைய நடுவில் குடியிருக்க வந்திருக்கிற ஒரு புதுக் கிறிஸ்தவன், இவர் பணக்காரனாக்கும்" இப்படிச் சொல்லும்போதே ஒரு கையை தன்னையறியாமலே தமது சட்டைச் சேப்பிலிட்டுக் கொண்டு கண்ணையும் சிமிட்டிக் கொண்டார். நாங்கள் சிரித்துவிட்டோம். ஏனெனில் அந்தப் பெரியவருக்குப் பணத்தின் பேரில் அதிக ஆசையிருக்கிற தென்பது எங்களுக்குத் தெரியும். "தன் பணத்தை எவ்விதமாய்ச் செலவழிக்கலாம்" என்று அவர் அறிகிறதைவிடத் தனக்கு அதிகப் பணமிருக்கிறதென்பதை அவர் அறிவார். பின்னும் அவர் "இவருக்கு இங்கிலிஷ் ஒழுக்கங்களிருக்கின்றன; ஆனால் அதைத் தொட்டுப் பரவாயில்லை, இந்தக் காலத்தில் விடலைகளெல்லாம். இங்கிலிஷ் போங்கில் சாடுகிறார்கள்.

இவர் இங்கேதானே ஸ்தாபகரமாயிருக்க விரும்புகிறார். நமக்கு வேண்டியதும் இதுதான். பணக்காரன் இப்படிப்பட்ட சில நல்லவர்கள் நம்மோடிருப்பது நலம். இங்கிலாந்து போய் திரும்பி, அவர்கள் மாதிரியை கற்றுக் கொண்டு, பூர்வ போங்குள்ள நம்மைப் புறக்கடையில் தள்ளி வைக்கிற அற்ப புத்திக்காரரை விட, இப்படிப்பட்டவர்கள்தான் நமக்கேற்றவர்கள்" என்று சொன்னார். கறுத்த மேனியும் இறுகத் தைத்த இங்கிலிஷ் உடையுமுள்ள இந்தப் புதிய ஆளை நாங்கள் ஜாடையாகப் பார்த்தோம். அவரென்ன? தமக்கு மிஞ்சினவர்களில்லை என்ற கர்வத்தோடு வீம்பான பார்வையுடன் வீற்றிருக்கிறவர் போலக் காணப்பட்டார். அவ்விருவரும் எங்களை ஒரு தமாஷான கூட்டத்துக்கு வரும்படி கேட்க வந்தார்கள். விளையாட்டுப் படலேறி கடலிலே போய்வர அவர் ஒழுங்கு செய்திருந்தார். அப்போது என் தாயார், நான் எங்கும் போகிற தில்லை என்று சொல்லி, என் தம்பியுடன் விளையாடிக் கொண்டிருந்த அந்தப் பெரியவரைப் பார்த்து "நீங்கள் போகிறவழியில் இவ்விடம் வந்து, இந்தப் பிள்ளைகளைக் கூட்டிக் கொண்டு போங்கள். பெரிமாவுக்கு என் மகள் பேரில் அதிகப் பிரியமுண்டு" என்று சொன்னாள்.

அதற்குப் பெரியவர், "ஆம், ஆம், அவர்கள் வரட்டும்; அப்புறம் நமக்கு இரண்டு கேப்பிலும் நிறைய நிறைய பலகாரங்கள் கொண்டு வரட்டும். என்ன நல்ல பலகாரங்களெல்லாம் அகப்படும்" என்றார்.

மறுநாளில் படலில் பலவிதமான குழப்பங்கள் அநேகமிருந்தன. பெரிய மனுஷாளிருந்த சவுக்கைக்குப் புறம்பே வாலிபரெல்லாம் உட்கார்ந்திருந்தார்கள். எப்பக்கத்திலும் நாற்காலிகளும், உட்காரும் வேறு ஆசனங்களுமிருந்தன. வியாதி தீர்ந்து பலவீனமாயிருந்த பெரிமாவின் தாயார் ஒரு மூலையிலிருந்த நாற்காலியில் சாய்ந்து கொண்டிருந்தாள். அவளுக்கு அதிக மரியாதைகள் நடந்தன. ஏனெனில் அவள் நாகரிகமான விஷயங்களைக் கவனிக்கிறது போல ஜாடை பண்ணினாள். மற்றவர்களெல்லாரும் தாழ உட்கார்ந்திருந்தார்கள். வாலிபப் பெண்கள், அவர்களுக்கென்று கொண்டு வரப்பட்ட தாழ்ந்த சாய் நாற்காலிகளில் உட்கார்ந்திருந்தார்கள்.

புதிதாக வந்தவர், ஒவ்வொரு விஷயமும், இங்கிலிஷ் முறைப்படி இன்னின்ன பிரகாரம் நடப்பிக்கப்பட வேண்டுமென்று உபதேசித்து, பெரிமா, அர்ணியுடன் கூட இருந்து

நாலைந்து வாலிபப் பெண்களைப் புகழுகிறதும் பெருமைப் படுத்தி உயர்த்துகிறதுமாயிருந்தார். அதெல்லாம் வாலிபப் பெண்களுக்குப் பிரியமாயிருந்ததென்பதை நான் கவனித்துக் கொண்டேன். அவர் இரட்டைக் கண்ணாலும் பார்க்கிற ஒரு தூரதிருஷ்டிக் கண்ணாடியை வைத்திருந்தார். அதனால் கன்னிப் பெண்கள் அவரண்டை இழுக்கப்பட்டார்கள். அவர்கள் பார்க்கத்தக்கதாக அவர் அதைத் திருகிச் சரிப்படுத்திக் கொண்டிருந்தார். அர்ணி தன் மனங்கொண்டபடிச் சிரித்து, தன் மன ஆசைப்படி ஆடம்பரம் பண்ணி அவள் தகப்பனாருக்குச் சமீபத்தில் உட்கார்த்திருந்தாள். ஆனால் பெரிமாவின் வீட்டா ருக்குத் தான் அக்கூட்டத்தில் அதிக மதிப்பிருந்ததென்பது எல்லாருக்கும் தெரிந்த காரியம். பெரிமாதானே பலகார மூட்டைகளைப் பிரித்து, மற்றவர்களுக்கு அதைப் பங்கி டுகிறதில் அதிகக் கரிசனையாயிருந்தாள். வேறு அநேக வாலிபர்கள், அந்தப் புதிய வாலிபனைப் போல உடுத்திப் பேசி அவன் ஜாடையைப் பின்பற்றினார்கள். என் தமையனார் பாஷ் கார் அக்கூட்டத்தில் இருக்கவில்லை; எனக்கும் அது அரிகண்ட மாயிருந்தது. அவர் வந்திருந்தால் எல்லா விஷயமும் எவ்வளவு வித்தியாசமாயிருக்கும்!

அவர் மாத்திரம் வந்திருந்தது மெய்யானால், அன்று நடந்த வீண் பேச்சுக்கும் சிரிப்புக்கும் பதிலாக பிரயோசனமும் கரிசனையுமானஅநேகநல்லகாரியங்கள்பேசப்பட்டிருக்கலாம். நமது அண்ணா வந்தார்களில்லையே என்ற கவலை எனக் கிருந்தது. சமுத்திரத்துக்குள் பசேரென்று விளங்கின தீவையும், அதில் ஓங்கி வளர்ந்து நின்ற ஈச்சமரங்களையும், அதிதூரத்தில் தெரிந்த மலைகளையும் பார்த்து, அத்திசையிலிருந்த எங்கள் சின்ன வீட்டில் இப்போது வாசம் பண்ணினால் எவ்வளவு நன்றாயிருக்கும் என்று உணர்ந்து கொண்டேன். இதன்பின். இது போலொத்த பல வன போசனக் கூட்டங்கள் நடந்தன; பெரிமா கட்டாயமாய் என்னைக் கூட்டிப்போன கூட்டங்கள் தவிர மற்றவைகளுக்கு நான் போகவில்லை.

இக்கூட்டங்களில், எங்கள் நடுவில் குடித்தனம் செய்ய வந்த அந்தப் புதிய வாலிபன், சாங்கோபாங்கமாய்ப் படவின் மேல்தட்டில் ஆஸ்தானபதியாய் உட்கார்ந்து கொண்டு. கன்னிப் பெண்கள் கரிசனையுடன் கேட்டதிசயிக்கத்தக்க விதமாய்த் தமது சாமர்த்தியங்களையெல்லாம் எடுத்து விரிப் பார். இங்கிலிஷ் நடவடிக்கைகளின் பேரில் பிரியப்பட்ட

பேதமையுள்ள ஒரு வளர்ந்த பெண் எப்போதும் அந்த வாலிபன் சமீபத்தில் நின்றிருப்பாள். இது பெரிமாதான். இவளுடைய போங்கு அநேகருக்குப் பிடிக்கவில்லை. அவர் சொல்வதை அவள் மகா கரிசனையுடன் கேட்பதையும், அவருக்குத் தேவையானதை எடுத்து, சற்று நாணிக்கோணி புன்சிரிப்புடன் அவருக்குக் கொடுப்பதையும் நான் ஆச்சரியத்துடன் பார்த்துக் கொண்டிருப்பேன். அப்பால் அவர் பேசுவதைக் கேட்கும்படி மெதுவாய் அவருக்குச் சமீபத்தில் போவாள்; மற்றவர்களும் கிட்டப் போவதுண்டு. ஆனால் அவர்களெல்லாரிலும் பெரிமாவின் நளினமான போங்கு சற்று வித்தியாசமாயிருந்தது. இப்படி இவள் செய்கை மாத்திரம் சற்று விகற்பமாயிருப்பானேன் என்று தான் பிரமித்ததுண்டு.

அப்பால் நான் அவளைக் கோவிலில் பார்த்தபோது, அவள் முகமலர்ச்சியற்று, குறாவிப் போயிருப்பது போல விளங்கிற்று. எப்போதும் ஞானப் பாட்டை முதலாவது துவக்கி, அதையிட்டுப் பெருமையாய் எண்ணிக் கொள்ளுகிறவள், அன்று பிசகாக ஆரம்பித்து எல்லாரையும் கலக்கத்தில் வைத்துவிட்டாள்; எல்லாரும் அவளை ஏறிட்டுப் பார்த்தார்கள். ஆராதனை முடிந்த பின்பு; அவள் என்னை அங்கிருந்த தோப்புக்குள் கூட்டிப் போனாள்; நாங்கள் புல்லுகளின்மேல் உலாவித் திரிந்தோம். ஆயினும் ஒன்றும் பேசவில்லை. எங்கள் மௌனம் ஒரு அதிசயந்தான். பெரிமா என் கையை மாத்திரம் பிடித்துக் கொண்டிருந்தாள், அவள் கண்கள் தூரத்திலுள்ள ஏதோ வஸ்துவின் பேரிலிருந்தது. கடைசியாக நான், இவளோடு பேசினால் எங்கே கோபப்படுவாளோ என்ற பயத்துடன் "பெரிமா, அதென்ன சங்கதி?" என்று கேட்டு அவள் கவனத்தைத் தடுத்தேன்.

இவள் இன்பமான முகத்துடன் புன்னகை கொண்டு சொல்வாள்:- "சங்கதி அதிகமிருக்கிறது" என்று பெருமூச்சு விட்டாள், பின்னும், "அதையெல்லாம் உனக்குச் சொல்லக் கூடாது. நேற்றுப் புசலடித்தபோது அந்த விளையாட்டுப் படலிருந்தாயா?" என்று கேட்டாள்,

"இல்லை, இப்போது நான் அப்படிப்பட்டதற்குப் போகிறதேயில்லை. அங்கே புசலடித்ததோ?" என்று கேட்டு. நாம் வராமலிருந்ததை, இவள் கவனியாமலிருந்ததெப்படி என்று எனக்குள் எண்ணிக் கொண்டேன்.

"ஆம். அந்தப் பெரிய படவு ஒரு கோழி இறகு போல அங்குமிங்கும் தள்ளாடிக் கொண்டிருந்தது." "ஐயோ, எவ்வளவு

பயங்கரமாயிருக்கும்? "இல்லை - அப்படிப் பயங்கரமில்லை. அது பயம் எனக்குப் பிரியந்தான். அதைவிட்டு எனக்குப் பயமில்லை"ஏன் வரவில்லை?"

"ஏனென்றால் - ஏன் பயமில்லையென்றால், ஏன் என்று உனக்குச் சொல்லமாட்டேன். புசலடிக்கும் போது, ... என்கிட்ட நின்றார். இப்படிப் புசலடிக்கும்போது, என்னோடுகூட நீ கப்பல் யாத்திரை செய்வாயா என்று கேட்டார். நானோ கடலில் கோஷ்டத்தைப் பற்றி எனக்குக் கவலையில்லை என்று சொன்னேன். அவர் தமது கையால் என் கையைப் பிடித்துக் கொண்டு, ஏன் கவலையில்லை என்று சொல்லச் சொன்னார். அதற்கு நான், நீர் அப்போதுகூட இருப்பீர் அல்லவா என்று சொன்னேன். அப்பால், ஆ, - ஒன்று மில்லை - வளர்ந்து ஸ்தூலித்த ஒரு பெரிய சிநேகிதனிருப்பது வேடிக்கைதானே; உண்டா இல்லையா?"

"ஆம்" என்று பதஷ்டத்தினாலே சொல்லி "ஆனால் கடலில் யாத்திரை போகலாகாது" என்றேன்.

"அப்படி புத்தி கெட்டுப் பேசாதே, அப்படிப் போகிறதார்? என்று பெரிமா தன் முகத்தைச் சற்றுநேரம் மறைத்துக் கொண்டு சொல்லி, நீ என்ன முட்டாள் பிள்ளை, எனக்கு இன்னொரு சிநேகிதனிருக்கிறதையிட்டு உனக்குப் பொறாமையுண்டா கிறது" என்று அலப்பி, தன் மனதின் எண்ணத்தையிட்டுச் சிரித்துக் கொண்டு, நீ சுகமாயிருக்கிறாயா என்று கனிவோடு அவளை வினவின என் தாயாரிடம் என்னைக் கூட்டிப் போனாள். நான் சுகமாய்த் தானிருக்கிறேன் என்று புன்சிரிப்புடன் சொல்லப் போகும்போது, பெரிமாவின் கண் நிறைய கண்ணீர் நின்றது.

அப்புறம் நான் பெரிமாவைக் கண்டபோது, ஏதோ ஒரு ரகசிய புதையலை மனதில் வைத்துக் கொண்டு, அதுவே போது மென்று மனத்திருப்தியுடன் இருப்பவளைப் போல அடக்கமாகக் காணப்பட்டாள். மேலும் தான் பள்ளிக் கூடத்தை விட்டு விட்டதாகவும், கல்யாணம் கட்ட ஏற்பாடு ஆகியிருக் கிறதாகவும் பெண்புத்தியால் மெதுவாக என் காதில் ஓதினாள். எங்களுடைய வீட்டின் மேல் மெத்தைப் படிக்கட்டில் இதைச் சொன்னாள். அப்பால் அவள் ஆத்திரத்துடன் காதில் சொன்ன வார்த்தைகள் என் மனதைக் கலவரப்படுத்தி விட்டன.

"நீ என்னவோ சொன்னாயே அதென்ன?" என்று நான் கேட்டேன்.

“ஓ, அது உனக்குத் தெரியாது. உனக்குத் தெரியவுங் கூடாது. என் வயசுக்கொத்த வாலிபப் பெண்களுக்குத்தான் அதென்னவென்பது தெரியும். ஒரு வாலிபன் கலியாணம் செய்ய ஒரு பெண்ணின் கையைப் பிடிக்கும் போது, அவள் அதை ஏற்றுக் கொள்ளுகிறாள். அதுமுதல் கலியாணம் தீர்மான மாகிறது. அதற்கடையாளமாக அவள் விரலில் ஒரு மோதிரமும் போடப்படும்” என்றாள்.

“நானும் அப்படி தீர்மானித்துக் கொள்ளலாமா?” என்று கேட்டேன்.

“இல்லை. எல்லாக் கன்னிப் பெண்களும் கலியாணத் துக்குத் தீர்மானிக்கப்பட மாட்டார்கள். என்னைப் போல பெரிய பெண்களாகும் போது அப்படி நடக்கும். அவர்களுக்குப் பதினைந்து வயதிருக்க வேண்டும். உனக்குப் பன்னிரண்டு வயது மாத்திரம் தானே” என்று சொன்னாள்.

சில மாதங்கள் கடந்தன. என் மனச் சந்தோஷம் நாளொரு வண்ணமாய் வளர்ந்தது. ஆகவே என்னைப் பார்க்கிலும் அதிக பாக்கியமுள்ளவர்கள் இவ்வுலகத்தில் இல்லை என்று நினைத்துக் கொள்ளும்படி நேரிட்டது. நான் என் தமைய னாருக்கு நம்பிக்கையானேன். ஏதாவது புதிய காரியங்கள் ஆலோசிக்கப் பட்டால் என்னை தன் தமையனார் விட்டுவிட மாட்டார். அவர் தம்முடைய படிப்புகளைப் பற்றியும், அவை எப்போது முடியும் என்பதைப் பற்றியும் சொல்லுவார். தம் முடைய உபாத்தியாயரையும், கல்விச் சாலைத் தலைவரையும் அவர்கள் இவர்பேரில் சகோதரன் போல் வைத்திருக்கும் பாசத்தையும், அவர்களுடன் நெடுநேரம் சகஜமாய் பேசிக் கொண்டிருப்பதையும் பற்றிச் சொல்லுவார். அவர்கள் கல்விச் சாலைக்கும், கூட்டங்களுக்கும், மற்றும் பொதுவான ஸ்தானங் களுக்கும் என்னை அழைத்துப் போவார்.

கடைசியாக, அவர் என்னைச் சர்வகலாச் சாலை சங்கத்தாரின் கூட்டத்துக்குக் கொண்டுபோனதையும், எப்படி அவர் என் கையைப் பிடித்துக் கவுரதையுடன் அக்கூட்டத்தில் நடத்தி எங்களுக்கென்று பாதுகாக்கப்பட்டிருந்த ஆசனத்திலிருத் தினதையும், நான் இன்றைக்கும் நன்றாக ஞாபகத்தில் வைத்திருக்கிறேன். அக்கூட்டத்திலிருந்த ஸ்திரீகளில் நான் ஒருத்திதான் சுதேசியாக இருந்தேன். என்னைக் கண்டவுடனே சிலர் தங்கள் கண்ணாடிகளைப் போட்டதையும், சமீபத்திலிருந்த ஐரோப்பிய துரைமார் என்னை ஏற்றிட்டுப் பார்த்ததையு

ந்தொட்டு எனக்குச் சற்று எரிச்சலுண்டானது. ஆனால் என் சமீபத்திலிருந்த தமையனார் அவரவர் பெற்றுக் கொண்ட வித்வ கிதாப்புகளை விவரித்துச் சொல்லி வந்தார். “அவர்கள் தான் பீ.ஏ. பட்டம் பெற்றவர்கள். எனக்கு அந்தப் பட்டம் கிடைக்கும் போது நீ பெருமைப் படமாட்டாயா? நான் சீக்கிரம் அவர்களோடிருப்பேன். பெண்களில் நீதான் இந்தப் பட்டத் தைப் பெற்றுப் பிரஸ்தாபம் பெற வேண்டும். தான் உனக்குப் படிப்பிப்பேன். நீ அதைப் பற்றிப் பயப்பட வேண்டியதில்லை” என்று சொன்னார்.

ஆனால் நான் ஒருநாளும் மறக்கக்கூடாத ஒரு சமயம் வந்தது. ஒரு பலத்த துயரம் எங்களைப் பிடித்தது. என் வாழ்வு நன்றாய் விருத்தியாயிருந்த சமயத்தில் இவ்வளவு துக்கத்தைக் கர்த்தா ஏன் கட்டளையிட்டார் என்று நான் நினைத்து நினை த்துப் பார்த்தும் இன்றும் அதற்கு உத்தரவு தென்படக்காணோம்.

ஒரு வெள்ளிக்கிழமையன்று நான் நடைசாலை அறையிலுள்ள ஒரு மூலையில் தரையில் உட்கார்ந்து நான் வளர்த்த கிளிக்கூட்டையும் பக்கத்தில் வைத்து, அன்று சாயந்தரம் ஒப்புவிக்கவேண்டிய பாடங்களைப் படித்துக் கொண்டிருக்கையில் அந்தத் துக்க செய்தி வந்தது. வீட்டில் எல்லாம் அமைச்சலாயிருந்தது. வேலைக்காரி குசினிப் புரையைச் சாணமிட்டு, தன்மட்டில் ஏதோ பாடிப்பாடி மெழுகிக் கொண்டிருந்தாள். என் தாயார், யாருடைய வீட்டுக்கோ போயி ருந்தாள். தெருச்சத்தம் என் காதில் தொனித்தது. உடனே திடீரென்று ஒரு ஒற்றைக் குதிரைவண்டி எங்கள் வீட்டுமுன் வந்து நின்றது. இது ஒரு காலமும் நடவாத விஷயமாயிருந்தது. அது யாராயிருக்குமென்று அறியும்படி நான் குனிந்து பார்த்தேன், அங்கிருந்து எனக்குப் பிரமிப்புண்டாக, என் தமையனார் பாஷ்காரும், என் இளைய அண்ணாச்சியும் இறங்கிவரச் கண்டேன். என் மூத்த தமையனார் இவ்வளவு பலவீனமாயிருப்பானேன்.அவருடையகால்தள்ளாடினதென்ன காரணம், என் இளைய அண்ணன், மூத்தவரை விழுந்து விடாதபடிக் கவனிக்கிறவன்போல் நடந்துவந்த வகையில் விவரமென்ன? என்னவோ ஆபத்து வந்துவிட்டதென்பது சீக்கிரம் விளங்கிவிட்டது. என் இளைய தமயனார் விரைவாய் நடந்துவந்து, சாயும் நாற்காலியை இழுத்துப்போட்டார். மூத்தவர் மெதுவாக நடந்து, தமது பழைய கவுரதையை விடா மல் படிக்கட்டேறி நாற்காலியில் உட்கார்ந்தார். அவர் இரத்தம் கக்கினதை நான் கண்டவுடனே, என் தலை சுழன்றது!

“கர்த்தாவே இந்த அவஸ்தையை நிறுத்துமேன்” என்று அங்கலாய்த்து அழுதேன்.

ஆனால் காலம் பிந்த மார்க்கமில்லை. ஒரு வார்த்தை பேச வழியிருக்கவுமில்லை. கடுதாசியும் பேனாவும் அவர்முன் வைக்கப்பட்டது. அவர் ஆத்திரத்துடன் வைத்தியரை வரச் சொல்லி எழுதினார். என் நாவு என் மேல்வாயோடு ஒட்டிக் கொண்டது. சத்தமிடக்கூடாமல் குரலும் அடைத்தது.

அதிக வருத்தத்துடன் “அம்மாளைக் கூப்பிடுங்கள்” என்றேன்.

என் இளைய தமையனார் ஆம் என்பதற்கு அடையாள மாகத் தலையை அசைத்துக்கொண்டார். அவர் கையில் காகிதத் தைக் கொடுத்தவுடனே.

இன்னும் வேறென்ன?” என்று அழுதார்.

அதற்கு நான், “வேறொன்றுமில்லை, எந்த டாக்ட் டரையாவது கூட்டிவாரும், வண்டி நிற்கட்டும்” என்றேன்.

பாஷ்கார் நாற்காலியில் சாய்ந்து, ஒன்றும் பேசாமல் அமைதலாயிருந்தார். சில நேரம் பொறுத்துத் தொண்டை புகைந்து இருமிக் கொள்வார். என் தாயார் சீக்கிரம் வந்தாள். டாக்டரும் தீவிரத்துடன் ஓடிவந்தார். நான் தீராத மனக் கவலையுடன் அடுத்த அறையிலிருந்தேன். என் சகோதரர் என் பக்கத்தில் நின்று கொண்டு என்னையும் பாஷ்காரையும் எட்டிப் பார்த்து, நாங்கள் பேச்சுமூச்சற்று மவுனமாயிருப்பதைக் கண்டு அங்கலாய்ப்பார்கள். நான் பயந்து எட்டிப்பார்த்தேன். தயாள பார்வையும், அன்புமாயிருந்த அந்த டாக்டர் என்னைக் கைகாட்டி வரச்சொல்லி, உனக்கு இங்கிலிஷ் தெரியுமா? என்று கேட்டார். நான் ஆம் என்று தலையை ஆட்டினேன். பேச என்னால் கூடவில்லை; தொண்டை அடைத்தது. அவர் என்னைப் பார்த்து “பயப்படாதே. இங்கேவா, நீ ஒரு சின்னத் தாதிபோல உதவிசெய்வாயல்லவா? உன் சகோதரன் அதிக வியாதியாயிருக்கிறார். ஒருவரும் உள்ளே வரும்படி இடங் கொடாதே. அரைமணி நேரத்துக்கொருதரம் இந்த மருந்தைக் கொடு’’ என்று சொல்லி, ஒருதடவைக்குப் போதுமான மருந்தை ஊற்றிக்கொடுத்து “நான் திரும்ப வருகிறேன்; போதுமான பனிக்கட்டி கொடு. பத்திரம், சத்தமிடவேண்டாம்” என்று சொன் னார். அப்பால் பாஷ்காரிடம் மெதுவாய்ப் பேசினபின் அவர் போய்விட்டார்.

என் தமையனார் என்னை எட்டிப்பார்த்து, கிட்ட இழுத்து, என் கன்னத்தில் தட்டிக்கொடுத்தார். அவர் அப்படிச் செய்தது என் நெஞ்சைப் பிடித்திருந்ததுபோலக் காணப்பட்ட கட்டானது விட்டதுபோலிருந்தது; நான் விம்மி அழுதேன், என் ஏக்கமும் விம்மலும் அதிகப்படவே அதிகமாய் அழுது கண்ணீர் விட்டேன். பாஷ்கார் மெதுவாக “தேவசித்தப்படி ஆவதாக” என்று சொன்னபோது முகம் மலர்ந்தது. அவருடைய உதடுகள் சுழன்றன; ஆனால் அவர் தமது கையை என் சிரசின்மேல் மெதுவாக வைத்தார். அதற்கப்பால் என் மனதின் ஏக்கம் சற்றுத் தணிந்தது. இரவும் பகலும் அவரைக் கவனிப்பதுதான் என் வேலையாயிருந்தது. என் மனமுழுவதும் அவர் பேரிலிருந்தது. ஒரு நிமிஷ நேரமாவது, அவரைவிட்டுப் பிரியக்கூடாமற் போயிற்று; செய்யக்கூடிய பக்குவங்களையெல்லாம் செய்தோம். ஒன்றும் பாக்கியாயிருக்கவில்லை. நானே அவருக்கு கஞ்சிகாய்ச்சிக் கொடுப்பேன். ஒழிந்த நேரங்களில் படிக்கட்டின் மூலையில் போய், கர்த்தர் என் சகோதரனுக்குச் சுகம் கொடுக்க வேண்டுமென்று ஜெபம் செய்வேன்.

൭ ൭ ൭

6. அதிகாரம்
வியாதிக்காக இடம் மாறுதல்

கடலின் ஓரத்தில் ஒரு கோட்டையிருந்தது. நாங்கள் அதைப் புகைவண்டியிலிருந்து பார்த்தபோது, ஒரு மொட்டை மலையின்மேல் குருவிக்கூடு இருந்ததுபோலக் காணப்பட்டது. பின்னும் சமீபித்துவரவே தட்டட்டி வீடுகளையும், கோபுரங் களையும், சுற்றுமதில்களையும் கண்டோம். அம்மலையின் பக்கத்தில், மரங்களுக்கூடே செங்கல் நிறமான பல குடிசை களிருந்தன. முன்னுக்கு பிரமாண்டமான விருட்சங்கள், எதிரி லிருந்த வேறொரு மலைமட்டும் அடுக்கடுக்காய் ஓங்கி வளர்ந்து நின்றன. அம்மலைகளுக்கூடே அநேக படிக்கட்டுகளுள்ள ஒரு திருத்தெப்பமிருந்தது. அதின் கரையிலிருந்த சக்கர வளைவான கோயில் மாடத்திலிருந்து மணிநாதம் ஓயாமல் ஒலித்துக் கொண்டிருந்தது. அநேக ஜனங்கள் தங்களுடைய பிரகாசமான தீர்த்தச் செம்புகளுடன் பூசை செய்யும்படி தீவிரித்துப் போகிறவர்களாயிருந்தார்கள்.

சமீபத்தில் இளைத்துப்போன மாடுகள், அரைத் தூக்கத்துடன் அசைபோட்டு நின்றன. அருகிலிருந்த ஒரு தாம ரைத் தடாகத்தண்டை எருதுகள் அசதியுடன் தலைகளை ஆட்டித் திரிந்தன. அத்தடாகத்துக்குள் அநேக கறுத்த ஆட்கள் ஸ்நானம் செய்கிறதும், துணிகளை அலசுகிறதுமாயிருந்தார்கள். மலைமேலிருந்து பார்த்தபோது எப்பக்கத்திலும் நிலம் சூழ்ந் தாற்போல காட்சியும், அலைகளின் மெல்லிய இரைச் சலுமிருந்தது. நீலத் துப்பட்டிபோல அகன்ற கடல் பரப்பும், அதினுள் இங்குமங்கும் பசேரென்று ஆகாயத்தை நோக்கி வளர் ந்து நிற்கும் ஈச்சு, பனை முதலிய விருட்சங்களுள்ள திட்டுகளும் அங்கே இருந்தன.

இவ்வண்ணம் பண்டையகாலத்து மரங்களும், கெபி களும் சோலை நிழல்களுமுள்ள இடத்துக்குத்தான் நாங்கள் பாஷ்காரைச் சுகத்துக்கென்று அழைத்து வந்தோம். நாங்கள் வசித்த வீடு, கோட்டையைச் சேர்ந்த தாயும், இடிந்து பழுது பட்டதாயுமிருந்தது. காலியான அநேக வீடுகளும், திறந்த வெளிகளும் அங்கிருந்தன. நாங்கள் அங்கங்கு நின்று அக்கம் பக்கத்து அரிய காட்சிகளையெல்லாம் பார்த்துக் கண்ணா றுவோம். அந்தந்த இடங்களைப்பற்றிய சரித்திர சம்பவங்கள், அவ்விடங்களின் விசேஷத்தை உணர்த்தி மனதை உற்சாகப்

படுத்தின. பழைய சுவர்களின் மத்தியிலிருந்த பூர்வ விருட் சங்கள், தாங்கள் அநேக பூசல்களையும், காற்றுக்களையும் சண்டைகளையும் கடந்து போனோம் என்பதை பரிஷ்காரமாய் வெளிப்படுத்தின. அங்கிருந்த பழைய துப்பாக்கிகளும், கற்களும் தன்தனக்குரிய கதையுண்டு என்று சொல்லுகிறாப் போலிருந்தது. இப்படிப்பட்ட விஷயங்களைப் பார்க்கவே பாஷ்காரின் வாலிபசத்து வீரங்கொண்டு அனல்மூண்டது. பாஷ்கார் வருத்தமும் பலவீனமுமாயிருந்தாலும். அருள் வைராக்கியம் பூண்டு அக்கோட்டையின் சரித்திர சம்பவங் களைச் சொன்னார். அவ்விடத்தில் நடந்த பல யுத்தங்களையும், ஓடின இரத்தங் களையும்பற்றி அவர் சொல்லும்போது கண்கள் பிரகாசித்து, கன்னங்கள் களையாய்த் தோன்றும். எங்கள் சகோதரி அடிக்கடி வருகிறதும் போகிறதும், அவர் பேசுகிறதைக் கேட்கிறது மாயிருப்பாள். அவர் அபிமானம் பூண்டு அதிகம் பேசும்போது அவருடைய வாயை வந்து மூடிப் பேச்சை அடக்கிவிடுவாள்.

இப்படி இடம்மாறினது என் தமயனார் சுகத்துக்கு அநுகூலமாயிருந்தது. அவர் வரவர பெலனடைந்து அதி காலையில் வந்து வழக்கம்போல உலாவப்போய் வருவார். கடல்காற்று, துருத்தி ஊதினதுபோல பும், பும் என்று வீசும். கடலின் அலைகள் இரைந்து, அரவமில்லா அவ்வனத்தில் இன்பதொனியாய்க் கேட்கும். சாயந்தர நேரங்களில் அக்காற் றுக்களின் இரைச்சல் சற்று மனச்சோர்வை யுண்டாக்கினாலும், காலைநேரங்களில் சூரியகதிர்கள் கிச்சிலி, மா, வாழை முதலிய மரங்களில் பிரகாசமாய் வீசி, அங்கிருந்த குளத்தைக் கண்ணா டிபோல மினுங்கவைத்து கோவிலையும் குடிசைகளையும் கவிந்துகொள்ளும்போது, அக்காட்சி மனதுக்கு ஆனந்தமும், கண்ணுக்குக் களையுமாயிருக்கும்

இயல்பிலே உணர்ச்சியுள்ள என் தமயனாருடைய நரம்புகள், வியாதியின் அவஸ்தையால் அதிக உணர்ச்சியுள் ளதாயிருந்ததினால், சாதாரணமும் வழக்கமுமான காட்சிக ளெல்லாம், அதன் விசேஷமும், பொருளுமடங்கியதாக அவர் மனதில்பட்டன. அவர் கண்ணுக்குச் சந்திரோதயமானது. சர்வலட்சண மகத்துவமாயும், நட்சத்திர மண்டபங்கள் நூதன பிரகாச மகிமையுள்ளதாயும் விளங்கின. காற்றானது உயிர் பெற்று அனந்த அரும் போதனைகளைப் பொழிவது போலிருந்தது. இந்த நினைவுகளையெல்லாம். தன் சகோத

ரனை இவ்வளவு சுகத்துடன் பார்த்துச் சந்தோஷப்பட்டு அவருடன் சந்தோஷமாய் உலாவித் திரிந்த சின்னச் சகோதரி யுடன் அவர் அநுபவித்துவந்தார். அவரையே பட்சித்துப் போடுகிறாற்போல் விளங்கின அவ்வளவு அனலுடன் அவர் இவைகளையெல்லாவற்றையும் பேசினார். ஒரு சங்கதியின் ஆழத்தை நுட்பமாயறிந்து, அதை அனல்மூண்டு பரிஷ்காரமாய் வெளிப்படுத்துகிற தீர்க்க சுபாவிபோல் வைராக்கியம் பேசுவார்.

தேவபக்தியானது இருதயத்தைப்பற்றியது என்பதும் பரிசுத்த நிலையை இவ்வுலகத்திலேயே ஒருவன் அடையலாம் என்பதும் அவருடைய சிந்தையின் போங்காயிருந்தது. அவர் ஜொலிக்கும் கண்களோடும். தீர்க்க உதடுகளோடும் "நீ ஒரு சோதனையை ஒருதரம் எதிர்க்கும்பொழுது. அது வரவாப் பலவீனப்படுகிறதென்றும், கடைசியாக உன்னைத் தாக்காமல் அழிந்துவிடுகிறதென்றும் ஒருக்காலும் உணர்ந்துகொள்ள வில்லையா?" என்றும் சொல்லுவார். அவருடைய ஜெபமானது. இருதயத்தையும் மனதையும் கர்த்தரண்டைக்கு ஏறெடுக்கிற தாயிருந்தது; அவர் மலைமேடுகளில் தேவனைச் சந்தித்து, முகமுகமாய் அவரைத் தரிசித்து, தமது மன்றாட்டுகளைச்செய்து, சர்வவல்லமையுள்ள தேவனின் மகத்துவத்தையும் தயாளத் தையும் தன் ஆத்துமாவில் உணர்ந்து கொள்வார்.

இப்படிப்பட்ட அநுகூலங்களின் மத்தியில் நான் வளர்ந்து, வருங்கால வாழ்வுகளனைத்தையும் ஆவலுடன் எதிர்பார்த்து, நம்பிக்கையுடன் காலங்கழித்தேன். எனக்கு முன்னிருப்பதுபோலக் காணப்பட்ட பெரிய வேலையை மனதில் உணர்ந்து சந்தோஷப்பட்டேன். ஆனால், என் சகோதர னுடைய கண்ணிலிருந்து அடிக்கடி வெளிச்சம் பிரகாசித்தும் மனச்சோர்வும் தோன்றும். அது லேசான மனச்சோர்வா யிருக்கவுமாட்டாது. அது என் கியானத்துக்கு மகா உன்னதமும், அதற்கிணையான ஆழமுமாய் விளங்கும். மரணத்தின் அடி திடீரென்று வருகிறதை ஒருவன் சகித்துக்கொள்ளல் இலேசாயிருக்கிறது; ஆனால் ஆவியானது தன் தளர்ச்சி யிலிருந்து சற்று விடுதலையாகி, தன்னிலிருந்தெழும்பும் நினைவையும் கிரியையையும் சுமக்கச் சக்தியற்று, சரீரம் பெலவீனப்படுவதால், அதின் சத்துவங்கள் அனைத்தும் குன்றி இயலாமலிருப்பதால் அப்போது பராக்கிரமமுள்ள வாலிப மனமானது ஈரமற்றுத் தன் வியாதியின் பாரத்தை அதிகமாய்

உணர்ந்து மனச்சோர்வடைந்துவிடுகிறது. அப்படிப்பட்ட சமயத்தில் தளர்ந்துபோன அந்த ஆவியானது "ஆ. நான் திடமாய் நடக்கவும் பேசவும் தக்கநாள் எப்போது வரும். பாரமாகத் தோன்றித் தள்ளாடித்திரியும் இந்த உடலின் கனம் மாறும் தருணம் எப்போது வரும்!" என்று அன்னம்பாறுகிறது; அதுவுமன்றி, ஏன் இப்படியிருக்கிறது; இந்த அவஸ்தையின் காரணமென்னவென்றும் மனம் கேட்கிறது.

ஒருநாள் சாயரட்சை நாங்கள் எங்கள் தமையனாருக்கு அதிகப் பிரியமாயிருந்த ஒரு தோப்புக்குப் போனோம். அது கோட்டைக்கும் கடலுக்கும் பாதிதூரத்திலுள்ள தங்கும் ஸ்தானமாயிருந்தது; இவ்விடத்தில் சகலவிதமான நாட்டுச் செடிகளும் தமக்கியல்பான மகத்துவத்துடன் செழித்து புஷ்பித்திருந்தன. புல்லூருவிச் செடிகள் மரப்பட்டைகளில் செழித்து வளர்ந்து தங்கள் இலைகளை ஆகாயத்தில் ஆட்டிக் கொண்டிருந்தன. முன்காலத்தில் நடந்ததாகச் சொல்லப்பட்ட ஒருவன் கொலையின் பயங்கரம் அதைக் கவிந்து அந்தரத்தில் ஆடுவது போலிருந்தது. தலைக்குமேல் உச்சத்தில் நரைத்த தலைபோன்ற மரமொன்று தெரிந்தது. அதின் புஷ்பங்களெல்லாம் வெண்மையாயும், உத்திரம் நாள்பட்டதால் வளைந்து திருகி வளர்ந்ததாயும், அச்சோலையைக் காக்கும் தேவதையின் ஸ்தானமாயும் காணப்பட்டது.

அதின் அடிமரத்தில் பல வினோதமான அட்சரங்கள் வெட்டப்பட்டு, அநேக வருஷங்களாகிவிட்டதால், பட்டைகள் வளர்ந்து காணுவதாய் விளங்கின. அதைப் பார்த்தவுடன் பாஷ்காருக்கு உற்சாகம் வந்து, என்னைக் கூப்பிட்டுக் காட்டி, எழுத்து வெட்டுகளில் வளர்ந்து சிதள்போல் எழும்பியிருந்த தோல்களை அறுத்தார். அவர் என்னைப் பார்த்து, "நம்முடைய பேர் என்றென்றைக்கும் நினைவுகூரப்படும்படி. நாமேன் அதை வெட்டிவைக்கிறோம். அப்படிச் செய்யும்படி நமது மனதுக்குள்ளிருக்கும் உள்ளாசை என்ன? ஆ, மறந்து விடாதபடிக்கோ" என்று சொல்லிவிட்டு, சற்றுநேரம் ஆழ்ந்த யோசனையாயிருந்தார். கொஞ்சநேரமானபின், அவர் தமது தலையை நிமிர்த்தி, "என் மனதிலுண்டாகிற உணர்ச்சியை நீ நிதானிக்கக்கூடுமா? நான் ஒரு ஆழமும் அவஸ்தையுமான பரிசோதனையைக் கடந்து போகிறேன். என்னைப்போல சுயாதீனமும், மன எழுச்சியுமுள்ள ஜீவியத்தை அநுபவித்துணர்ந்தவர்கள் யாருமிரார். நான் பயமற்று முயன்றுவந்தேன்.. வலிய காரியங்களைச்

செய்யும்படி நினைத்தேன்; அதை இடையூறு பண்ணித் தடுக்கிறதாகத் தோன்றினவைகளெல்லாம் நான் அவைகளை ஜெயித்துவிட ஏவின. ஆனால் திடீரென்று இந்த நோய் என்னைத் தாக்கினது, இப்போது நான் நிச்சயமாகவே கவைக்கு தவாத ஓட்டைச்சட்டிபோலிருக்கிறேன். ஆ ஜீவன்தான் பெரிது, இன்னும் சில வருஷங்கள் எனக்குக் கிடைத்திருந்தாலோ! நான் இன்னும் உயிரோடிருப்பது மாத்திரம் நிச்சயமாயிருக்குமானால், தள்ளாடி, நோயால் தவிக்கும் இந்த பலவீனத்துடனும் நான் என் வேலைகளைச் செய்துவரலாமென்றுணருகிறேன்" என்றார்.

அவர் மரக்கிளைகளைப் பிடித்துக்கொண்டு அங்கு மிங்கும் உலாவினார், ஆனால் இப்போது அவர் தமது முகத்தை மறைத்துக் கொண்டார், அப்போது என்ன செய்யவென்று எனக்குத் தெரியாமற் போயிற்று, அப்போது மெலிந்த குரலோடு, "இல்லை பாஷ்கார்! உமக்கு வரவர பெலன் வருகிறது, சீக்கிரம் பூரண சுகமடைவீர்' என்றேன். என் மனம் கலவரப் பட்டதால் நான் பயந்துவிட்டேன். இவ்வளவு மனச்சோர்வு அவருக்கு இதற்குமுன் வந்ததில்லை. அவர் தமது தலையைத் தாழ்த்திக்கொண்டு, தமது மனதின் கவலையால் மேற்கொள்ளப் பட்டார்.

அவர் தமது தலையை நிமிர்த்த வெகுநேரஞ் சென்றது; நிமிர்த்தினபோதோ முகத்தில் சந்தோஷமும் ஜெப தோற்றமும் விளங்கினது. அச்சமயத்தில் "கலகித்தெழும்பும் ஆத்துமாவே, அடங்கு, அது கர்த்தாவின் சித்தமாயிருக்கிறது. அதற்குமுன் தலைகுனிவாயாக, அதெல்லாம் நன்மைக்கென்று நடக்கிறது" என்று சொல்லுகிறாற்போல என்மனதில் பட்டது. அவர் என் பக்கமாய்த் திரும்பி. "இந்த உடல், இந்த பலவீன உடல்தான் என் மனதை வதைக்கிறது. என் எண்ணம் கொதித்தது. அதை அடக்க என்னால் இயலாமல் பலவிதமாக நினைத்தேன். ஆ! இப்பொழுது நான் சோதனை இன்னதென்பதை அறிகிறேன். அது எத்தனையாய் விசுவாசத்தை அசைக்கிறது. அத்துடன் போர்புரிந்து அடக்காதபட்சத்தில் பின்னால் பெரிய நஷ்டத்தை வைத்துவிட்டுப் போகிறது. ஆனால் ஒரு காரியத்தை நிச்சயமாய் அறிந்துகொள்; மனமானது தனக்கு முன்னிருந்த பலத்தின் ஒரு பாகத்தை மாத்திரமுடையதாயிருந்தாலும், அதை ஒன்றித்து, அமைச்சலாய் மாத்திரமிருந்தால் அதுதான் இழந்துவிட்ட சமாதானத்தையும், சந்தோஷத்தையும் மறுபடியும் பெற்று

வாழும். மனுஷனுடைய ஆணவத்தாலும். தன்னுடைய அற்ப பலத்தில் நம்பிக்கை வைப்பதாலும், அவனுடைய வெளிச்சம் சிலகாலம் மறையலாம்; ஆனால் கர்த்தாவின்மேலுள்ள விசுவாசமானது மறுபடியும் வல்லமையைக் கொடுக்கும்" என்று சொன்னார். பின்னும் அவர் புன்னகையுடன் ''கடந்தாயிற்று. நான் மனச்சோர்வை வென்று ஒரு பெரிய போதனையையும் படித்துக்கொண்டேன், நம்முடைய சித்தங்கள் சமூலமாய் கர்த்தாவின் சித்தத்துக்குக் கீழ் அடங்கிவிடவேண்டும்; அப்போதுமாத்திரம் நாம் மோட்சத்துக்குத் தகுதியுள்ளவர்களாவோம்" என்று சொன்னார்.

அமைதலாயிருந்த அந்த அந்திநேரத்தில் பக்கத்திலிருந்த மடத்திலிருந்தும் கோவிலிலிருந்தும் திடீரென்று மணிநேரம் கேட்டது. அத்தொனியையும், அமர்ந்த அந்த நேரத்தில் எப்பக்கத்திலும் விளங்கின எதிரொலியையும் நாங்கள் கேட்டு மனங்களித்தோம். இச்சமயத்தில் என் சகோதரியும் அவன் புருஷனும் எங்களுடனிருந்தார்கள். அவள் என் தமையனாரை ஒரு சால்வையைக்கொண்டு நன்றாய் மூடினாள். எங்கள் மனதிலிருந்த எண்ணமே அன்று அவர்கள் மனதிலுமிருந்தது. மங்கின அந்த நக்ஷத்திர ஜோதிக்குள், அவர்களும் எங்களுடன் ஒரு பலகையில் உட்கார்ந்திருந்தார்கள். என் சகோதரி,

"தங்கும் என்னோடு அந்தியாயிற்றே
தங்கும் கர்த்தாவே இருள் மூடுதே"

என்று பாடும்போது என் கையைத் தன் கையால் பிடித்துக் கொண்டாள். அப்பால் நாங்கள் எல்லாரும் பரவசப்பட்ட எண்ணங்களுடன் எங்கள் இருப்பிடத்திற்குத் திரும்பினோம். அந்தக் கீதம் எனக்குப் புதிய உலகத்தைக் காட்டுகிறது போலிருந்தது. அந்த வார்த்தைகளையும், அது பாடப்படும் போதுண்டான பக்தி விநயமான எண்ணத்தையும் நான் ஒருநாளும் மறவேன்.

இவ்விடத்தில் எங்களைப் பார்க்கவந்த சிநேகிதர் அநேகராயிருந்தார்கள், ஏனெனில் நகரத்திலிருந்த எங்கள் வீட்டுக்கும் இத்த இடத்துக்கும் சற்றுச் சமீபம்தான். அவர்கள் எப்போதும் காலை வண்டியில் வந்து. மாலை வண்டியில் திரும்பிவிடுவார்கள். பட்டணத்துக் கவுரதைகளையெல்லாம் களைத்துவிட்டு, ஒவ்வொருவரும் எங்கள் வீட்டாட்கள்போல சாகஜமாய்ப் புழங்கிக்கொள்வார்கள்.

அவர்களில் கறுப்பும், தன் வளர்த்திக்கேற்ற பருமனு மில்லா ஒரு அம்மாள் என் மனதில் அழியாத எண்ணத்தை ஸ்தாபித்தாள், அவள் அலப்பிக் கொண்டு ஒருநாள் காலையில் வந்தாள். அவளுடைய சாமான்கள் பின்னுக்கு வந்தன. அவள் வந்தவுடனே பெருஞ்சத்தமும் அமளியுமுண்டானது. அவள் பிறகே போய் அவளுடைய பேச்சைக் கேட்க ஏவப்பட்டேன். அவளிடத்தில் ஏதோ ஒரு விசேஷம் காணப்பட்டது, அவள் சற்றுக் காரியமாயுள்ள ஒரு ஆள்தான். அவள் வீட்டுக்குள் நுழையும் ஒவ்வொருவரோடும் பேசிக்கொள்ளத்தக்க வார்த்தை களும் அவளுக்கிருந்தன. அவள் எல்லாவற்றையும் கவனித்து, சிரித்த வாயும் சீதேவியுமாயிருந்தாள். தன் வீடுபோலவே எங்கும் புழங்கினாள். அநேக ஊர்களில் பயணம்பண்ணி, ஓரோர் சங்கதிகளைச் சொல்லிவந்தாள். ஒவ்வொரு சுதேச கிறிஸ்தவர்களைப்பற்றி அவள் மனதில் பட்ட தனி எண்ணங் களுமிருந்தன. அவர்களைப்பற்றிச் சொல்லக்கூடிய சிறு சிறு நல்ல செய்திகளும் அவளுக்கிருந்தன.

அமைதலும் சமாதானமுமாயிருந்த அந்த வீட்டில் அவளைக் கண்டது ஒரு புதுமைபோலிருந்தது. என் சகோ தரியின் ஆழ்ந்த சிந்தையுள்ள முகத்தைப் பார்த்துப் பேசும் போதெல்லாம் அவளுடைய வார்த்தைகள் மகா பக்தி விநயமாயிருந்ததென்பதைக் கவனித்தேன். என் சகோதரியின் ஆழ்ந்த சிந்தையின் போங்காவது தான் பேசும் அற்பமும், பொதுவுமான பேச்சுகளைக் கவனிக்க இடங்கொடாதென்று இரண்டு மூன்றுதடவை சொன்னாள். அவள் சொன்ன விளையாட்டான செய்திகளும், காதில் ஓதின கடுஞ்சொற்களும் அவளை வல்லாளகண்டி என்று சொல்ல வைக்கும். என்றாலும் அவளுடைய முகக்களை எல்லாருக்கும் இன்பமாயிருக்கும். அவளுடைய வாய்ப்பிறப்புகளும், நொடிச் சொற்களும், சிரிப்பான கதைகளும் எல்லாங்கூடி அவள் பேச்சிலிருக்கும் நஞ்சைக் கண்டறிந்து கொள்ளாதபடி அவ்வளவு சாமர்த் தியமாயிருக்கும்.

இயல்பிலே அடக்கமும் பெருந்தகையுமாயிருக்கப்பட்ட என் சகோதரிக்கு இந்தச் சந்தியில் என்ன செய்கிறதென்று தெரியாமற் போயிற்று. கண்டிப்பான ஒழுக்கத்தில் அவள் வளர்க்கப்பட்டிருந்ததால் போலித்தனமான சம்பாஷணைகளும் பேச்சுகளும் அவளுக்கு அதிக அருவருப்பாயிருந்தன. அவள் முகத்தில் ஏதோ மனக்கலக்கமுண்டாயிருப்பதுபோல விளங்

கிற்று. அவள் புதிதாக வந்த அந்த அம்மாள் வண்ணத்துக் கிண்ணம் பேசுவதையும், நொடி சொல்வதையும் கேட்டுச் சிரித்துக்கொண்டாலும், வேறேதோ விசேஷ கவனத்திலிருப் பதாயும் அவள் சிந்தை அதிதூரத்தில் போய்விட்டதாயும் பார்வையால் விளங்கிற்று, அவன் தன் கைகளைப் பூட்டி மனதில் எழும்பும் அபிப்பிராயங்களை வழக்கம்போல அடக்கிக் கொண்டு உட்கார்ந்திருந்தாலும், அப்படி வாயடக்கிப் பொறுமையாயிருத்தல் கூடாதென்று ஆத்திரப்படுகிறதுபோல ஜாடை தெரிந்தது. அந்த அம்மாளின் வார்த்தைகள் எங்கள் மனதுக்கு இன்பமாயிருந்தபோதிலும், என் தமக்கையாருக்கோ, நாம் இந்தச் சந்தியில் ஒரு வார்த்தையை வெளியிட்டால், இவள் அலப்பல் அடங்குமா, அல்லது இதிலும் கேவலத்துக்கு வருமா என்கிற யோசனையிலிருந்தது.

அதிக ஊக்கத்தோடும், கேடுபாடான ஆவியோடும் சரமாரியாய்ப் படபடவென்று வந்த அவளுடைய வார்த்தை களைத் தடுப்பதால் அடங்குமா, அடங்காதாவென்று ஒருவரா லும் கண்டுகொள்ள இடமில்லாதேபோயிற்று. அச்சமயத்துக் கேற்றாற்போல் பாஷ்கார் தான் எழும்பி, அந்த அலப்புதல் களெல்லாம் கவைக்குதவாத காலக்ஷேபம் என்று உணர்த்தினார். என்மட்டில் அந்த அம்மாளுடைய வாசகங்களில் அநேகம் விளங்கவேயில்லை, ஆனால் ஒருதடவை பெரிமா என்பவள் பேர் வந்ததைக் கேட்டு, அதுமுதல் அவள் வாய்ப் பிறப்பைச் சற்றுக் கவனிக்க என்னாலான மட்டும் பிரயாசப்பட்டேன்.

தான் கடைசியாய்ப் பட்டணத்துக்குப் போனதையும், அர்ணியின் வீட்டில் தங்கினதையும், புதிதாய் வந்த வாலிபனால் பல கூட்டங்கள் நடந்த வரலாற்றையும் சற்றுப் பழிப்பாகப் பேசினாள். அக்கூட்டம் அவள் பார்வைக்கு நாடகம் போலிருந் ததாக வெளியிட்டு, அந்த வாலிபன் விஷயமாய் நடந்த கோரணிகளைத் தொட்டுச் சிரித்துக்கொண்டாள் - அவனைப் பணக்காரன் என்றும், படிப்பாளி என்றும் பிரபலப்படுத்தின வகையையும், ஒவ்வொரு சுதேச கிறிஸ்தவர்களுடைய குடும்பத் திலும் அவனை உயர்த்தவனைப்போல மதித்து வந்த காரணத் தையும், அவனுடைய கலியாண ஏற்பாடானது எவ்விதமாய், அவனைத் துவக்கத்தில் மதிப்பாய் எண்ணினவர்களின் மனதில் குளிர்ச்சியையும் அவனைப்பற்றிய அசட்டையையுமுண்டாக்கி, அப்பால், அவனில் இயல்பாயிருந்த நளினமும், சாமர்த்தியமும் அவனை மறுபடியும் எல்லாரும் பிரியமாய் ஏற்றுக்கொள்ளப்

பண்ணினதின் வகையையும் எல்லாம் சொன்னாள். அத்துடன் "ஏழை மனுஷன், ஒருவகையாய் பெரிமாபேரில் பிரியப் படுகிறான். அப்படிப்பட்ட நம்பிக்கையையும், அவளுக்குக் கொடுத்திருக்கிறான், ஆனால் மற்றவர்களோடும் விளையாடப் பார்க்கிறான்" என்றும் சொல்லி, அப்பால் அர்ணி வீட்டில் நடந்த வேடிக்கையான ஒரு சம்பாஷணையையும் சொன்னாள். ஒருநாள் அர்ணியின் தாயார், தன் மகளின் மகத்துவங்களை அவள் காதில் போட்டு, அத்தால் அவன் மனம் நிரம்பி, அர்ணியும் அவனை அடிக்கடி எட்டிப்பார்த்து, ஆள் கைவசப் பட்டுப்போனான் என்று எண்ணத்தக்கவகையாக எல்லாவற் றையும் நடப்பித்து, புகழ்ச்சியையும் வாழ்த்துதலையும் அவன் மேல் பொழிந்து, கடைசியாக, "சரி, மங்களதினம் எப்போது?" என்று கேட்டாள்,

அவன் பிரமித்துப் பார்த்தான்.

"ஆகா! அது எங்களுக்குத் தெரியாதோ?" என்று அர்ணி சொன்னாள்.

"உங்கள் கலியாண நாள்தான்" என்று அர்ணியின் தாய் தன் மகளின் வார்த்தையோடு கூட்டிச் சொன்னாள்.

"என் கலியாணமா? அப்படிப்பட்ட காரியத்தை என்னை அறியாமல் நீங்களே எனக்காக ஆயத்தப்படுத்தியிருந்தால் என்னவோ, மற்றப்படி நானொன்றும் அறியேன்" என்று சற்று மரியாதையுடன், தான் அறிந்த கொஞ்சமான மராட்டிப் பாஷையில் உளறினான்.

"ஆம், ஆம், நீர் அப்படித்தான் சொல்வீர்; சங்கதிகள் எல்லாம் எங்களுக்கு நன்றாகத் தெரியும். எங்களை நினைக் கிறதார்? எங்களிடம் சொல்லுகிறதார்? நாங்கள் ஏழைப் பட்டவர்கள். பெரிமாவின் வீட்டில் பால் வெள்ளம் ஓடுகிறது. அவர்கள் பணக்காரர். அவர்களுக்கு ஒரு குறைவுமில்லை" என்று அர்ணியின் தாய் அடுக்கிப்பேசினாள்.

"நீங்கள் பேசுவதொன்றும் எனக்கு விளங்குகிறதில்லை; பெரிமா வீட்டுக்கு நான் போகிறதுண்டு, ஆனால் அதினாலே நான் அந்தப் பெண்ணைக் கலியாணம் கட்டுவேன் என்பது ருசுப்படமாட்டாது."

"இதென்ன அதிசயமப்பா! கலியாணப் புடவை முதலாய் வாங்கியாயிற்றென்று நான் கேள்விப்பட்டேனே."

"அதெல்லாம் வம்பு, அதெல்லாம் பொய்,"

"இது அதிசயம்தான், இந்தப் பேச்சைப் பிரபலப் படுத்தினது இன்னாரென்பது எங்களுக்குத் தெரியும்" என்று தாயார் சொன்னாள்,

"நான் கலியாணம் பண்ணவேண்டுமானால், யாருக்கு அந்தச் செய்தியை முதலாவது சொல்வேன் என்பது எனக்குத் தெரியும்."

"எங்களுக்கல்ல, அது நிச்சயம்" என்று அர்ணியின் தாயார் சொல்லிச் சற்றுப் பல்லையும் காட்டிக்கொண்டாள், சாப்பாட்டுக்கிருந்து போகும்படி அவள் அவனை அதிகமாய் வருத்தினாள். சாப்பிடும்போது அவன் பேச்சும் சிரிப்பும் அதிகப்பட்டது. ஆனால் அர்ணியின் மனம் தளர்ந்துபோகத்தக்க காரணம் ஒன்றுமிருக்கவில்லை. அவள் மன அமைதியும், கிரகிப்பும், யூகமுமுள்ளவளாயிருந்ததால் அவளை இலேசில் வசப்படுத்திக்கொள்ள முடியாது. எப்படியாவது ஒருகாலத்தில் நல்ல சம்பந்தம் அவளுக்கு வாய்ப்பது நிசம். பேதமையான பெரிமாதான். அவன் பேசின குளிர்ந்த வார்த்தைகளாலும் சொன்ன வாக்குத்தத்தங்களாலும் லேசாக ஏமாந்துபோனாள். சரியான கிறிஸ்தவர்கள் உள்ளபடி நிச்சய தாம்பூலம் என்று எண்ணிக் கொள்ளும்விதமாக அவன் ஒரு பெண்ணை நிச்சயித்துக்கொண்டது உள்ளதுதான். அவள் அவன்தான் நம்மைக் கட்டுவானென்று பூரண நம்பிக்கையாயிருக்கிறாள்.

ஆனால், உலகஞானியும் தற்பிரியனுமான இவன் அந்தக் களங்கமற்ற பெண்ணைத் தனக்கு மனைவியாக்கிக் கொள்ளக் கவலைப்பட்டான். இதிலெல்லாம் வேடிக்கையான தென்னவென்றால், நான் இவ்வளவு சமாசாரத்தையும் அர்ணியின் வீட்டில் கேட்டபின்பு, வியாதிப்பட்டுப் பலவீனமா யிருந்த பெரிமாவின் தாயாரைப் பார்க்க, அவர்கள் வீட்டுக்குப் போனேன். அந்தக் கபடமற்ற ஸ்திரீ தன் மனதில் அடக்கியிருந் ததையெல்லாம் சந்தோஷத்துடன் என்னிடத்தில் கொட்டி, தன் மகளின் கலியாணம் தீர்மானிக்கப்பட்டிருக்கிறதையும் சொல்லி, கடைசியாகக் காதுக்குள் "எல்லாக் காரியமும் இப்போது இரகசியத்திலிருக்கிறது. எல்லாரும் ஆச்சரியப் படத்தக்கவிதமாய்க் சுலியாணம் திடீரென்று நடக்கும்" என்றே தினாள். இந்த நாட்களில் சுதேச கிறிஸ்தவர்கள் நடபடிக்கை செய்கிறது இம்மாதிரியிலிருக்கிறது. நிச்சய தாம்பூலம் ஒரு கலியாணத்தின் மாறாத உறுதிப்பாடும். கலியாணங்கள் இரகசியமில்லாமல் பஹிரங்கமாய் ஒழுங்காகி நடந்து வந்தது மான பழைய காலத்து நல்ல நாட்கள் கடந்துவிட்டன.

நான் அவள் பேச்சைக் கருத்துடன் கேட்டுக்கொண்டிருக்கிறதை என் தமக்கையார் கவனித்து, நான் அங்கிருந்து போய்விடத்தக்கதான ஒரு வேலையை ஏவினாள். நான் அங்கே இருந்தது நிச்சயமானால் உள்ளபடி அழுதிருப்பேன்; இந்தச் செய்திகள் என் காதில் விழுந்தவுடன், அமர்ந்த குணமும் பெருந்தன்மையும் அன்புமுள்ள அந்தப் பெரிமா என்னும் பிள்ளையைப்பற்றிய பரிதாபம் என் மனதில் வந்தது! அந்த மனுஷனுடைய சிநேகம் அவளுக்கு என்ன அவசியம்? அவனைக் கட்டிக்கொள்ளும்படி வீட்டார் அவளை ஏவுவானேன்? அவள்தான் அவனைப்பற்றிக் கவலைப்படுவானேன்? அப்போது நான் எனக்குள்ளே, நான் மாத்திரம் பெரிமாவின் வீட்டுக்குக்கிட்ட இருந்தால் இச்சங்கதிகளெல்லாவற்றையும் அவளுக்குச் சொல்லி, எங்கள் அக்காவிடம் வந்துவிடவும், இனி அவனிடத்தில் பேசாமலிருக்கவும் ஏற்பாடு செய்யலாமே என்று சொல்லிக்கொண்டேன்.

அந்த பட்டணத்துக்குள் நான் ஒருதடவை போய்வர வேண்டுமென்று நினைத்ததெல்லாம் வியர்த்தமாய் முடிந்தது. ஆனால் அப்பால் வந்த செய்தியால் பெரிமாவைக் கட்டிக் கொள்வதாய் வாக்குச் சொன்ன அந்த மனுஷன், ஒருவருக்கும் தெரியாமல் ஊரை விட்டு எங்கேயோ போய்விட்டான் என்று அறிந்தோம் நான் அதையிட்டுச் சந்தோஷப்பட்டேன். அவள் தப்பினது தம்பிரான் செயல்தான் என்று நினைத்தேன். இனி பெரிமாவைப்பற்றி யாதொரு பேச்சும் வராது, தாயார் பட்டணத்துக்குப் போகும்போது என்னையும் கூடக்கூட்டிக் கொண்டு போகவேண்டுமென்று விரும்பினேன். அவ்வளவு விருப்பம் காட்டினது பாஷ்காருக்கு அதிசயமாயிருந்தது"

"அண்ணா பாஷ்கார்! நான் பெரிமாவைப் பார்க்க வேண்டும்."

"பெரிமாவையா? பெரிமாவைப்பற்றி உனக்கென்ன இருக்கிறது? இல்லை நீ அவளோடு பேசக்கூடாது" என்று அவர் சொன்னார்.

"அண்ணா! அவளைப் பார்க்க எனக்கு அதிகத் தாபந்தமாகிறது. இப்பொழுது அவள் சீராய் இருக்கிறாள்; அவள் கலியாணம் நின்றுவிட்டது. அவள் நம்மோடு வந்து வாசம் பண்ணட்டும். தமது சகோதரியை அவள் நன்றாய் நேசிக்கிறாள்."

"ஏழைப்பிள்ளையே! உனக்குத் தெரியாது; ஆனால் அவள் ஒருவரையும் பார்க்கிறதில்லை என்று கேள்விப்படுகிறேன். அவள்மாத்திரம் பழையபடி சாதாரணமாக ஜீவித்து டம்பத்தையும், உடையையும் வீண் எண்ணத்தையும் பின்பற்றாதிருந்தால், இப்போது அநுபவிக்கிற மனச்சங்கட மொன்றும் அவளுக்கு நேரிடாது. அவள் அதிக வியாதியா யிருக்கிறாள் என்று கேள்விப்படுகிறேன்" என்று என் கன்னத் தில் தட்டிக்கொண்டு சொன்னார்.

"அவளுடைய வியாதியைப்பற்றி நான் கேள்விப்பட் டவுடன் திடுக்கிட்டு, என் கைகள் இரண்டையும் விரித்து, பெரிமா! ஏழைப் பெரிமாவே! என்று அழுதேன்

எங்கள் விருந்தாடி சிலநாள்மாத்திரம் எங்களுடனிருந் தாள். அவள் எப்போதும் போல சிரித்த முகமும் சீதேவியுமாயிருந் தாலும், இரண்டாம் நாள்முதல் அலப்பல் அவ்வளவில்லை. என் சகோதரி எப்படியோ அவள் போங்கைத் தடுக்கத்தக்க பிரயத்தனத்தைப் பண்ணினாள். ஏனெனில் ஒருநாள் சாயரட் சையில் என் சகோதரியும் அவளும் ஒன்றாக உலாவிக் கொண்டிருந்தபோது, ஒரு மனுஷனுடைய நற்குணங் களைப்பற்றி மாத்திரம் பேசிக்கொண்டிருக்க நான் கேட்டேன். என் சகோதரி பேசின கடைசி வாசகத்தை நான் கேட்டபோது எனக்கு அச்சமும் அதிர்ச்சியு முண்டானது:- "சாயலை மாற் றிவிடு. மெய்ப்பக்தியை மனுஷருக்குக் காட்டு, கர்த்தருடைய கரம் அவன்மேல் கடந்துபோகட்டும், அப்போது அவள் தேவனு டைய மகிமைக்கும் சாயலுக்கும் ஒப்பாக மறுரூபமாகிறதை நீ காணலாம்" என்றாள். அன்றைய அந்திநேரத்தில் இவ்விருவரும் ஒருவருக்கொருவர் எவ்வளவு வித்தியாசமானவர்களாயிருக்கி றார்கள் என்பது தெரியவந்தது. ஒருத்தி முகமலர்ச்சியும் தீவிர ஜாக்கிரதையுள்ளவளுமாயிருந்தாள். இன்னொருத்தி பக்திவிந யமும் பெருந்தகைமையுமாயிருந்தாள், நமது தமக்கையின் வார்த்தைகள் எப்போதும் பக்திவிநயமாயிருக்கிறதென்று நான் அதிசயப்பட்டேன்.

வரவர பாஷ்காரின் தேக சவுக்கியம் அவ்வளவு திருப்திகரமாயிருக்கவில்லை. சிலநாள் சீராயிருந்த சுகம் மாறிப் பழையபடி வியாதி அதிகப்பட்டது. கட்டைமண்ணாய்க் கிடந்த பழைய கோட்டையின் காட்சியும், உளுத்துப்போய் வீரிரென்று காற்றுவந்த ஜன்னல்களும், அலங்கோலமான கோட்டையின் நிழல்களும், தலையை விரித்து அலறுவது போல

விளங்கினமரங்களும், துவக்கத்தில் அவன் உள்ளத்தை மகிழ்ச்சியாக்கி நோயைத் தணித்தாலும் பிற்பாடு மனத் தளர்ச்சியை உண்டாக்கின. டாக்ட்டர் துரை, வெயில் பிரகாசமாய் அடிக்கும் தக்கணத்துக்கு இடம் மாறுவது நல மென்று சொன்னார். அச்செய்தி கேட்டவுடவே பாஷ்கார் முகம் மலர்ந்தது. "ஆம், நாம் விஷ்ராம்பூருக்குப் போவோம், அது கிறிஸ்தவர்கள் குடியிருப்பு: நீ அதைப் பார்த்ததில்லை. மெத்த இன்பமான ஊர்; அந்த இடமே மனதுக்குச் சந்தோஷமாய்த் தோன்றும்; நமது தகப்பனார் அங்கே போவதுண்டு; நம்முடைய சகோதரிகள் முதலாய் அநேகநாள் அங்கே பின்னிட்டி ருக்கிறார்கள். தபால்வண்டியில் நாம் போகலாம். தபால்வண்டி யாத்திரை எப்படியிருக்குமென்று உனக்குத் தெரியாது, அங்கு ள்ள காட்சிகள் உனக்கு மகா சந்தோஷத்தைக் கொடுக்கும்" என்று சொன்னார்.

அந்த இடத்துக்குப் போகவேண்டுமென்ற நினைவே, பாஷ்காருக்கு இவ்வளவு சந்தோஷத்தைப் பிறப்பித்தது. அவரே சாமான்களை அடுக்கும்படி எழுந்தார். என்னென்ன புஸ்தகங்களைக் கொண்டு போக வேண்டுமென்று திட்டம் பண்ணினார். இதையெல்லாம் நான் பார்த்து, அந்த இடத் துக்குப் போவதால் அண்ணாட்சியவர்களுக்குப் பூரணசுகம் வருமென்று உத்தேசித்துக்கொண்டேன். கிறிஸ்தவர்கள் குடியி ருப்பு ஒன்றுக்குப் போகிறோம் என்ற சந்தோஷமும் எனக்குள் ளிருந்தது. நாம் புகைவண்டியிலிருந்து இறங்கும்போது அநேக புதிய சிநேகிதரைக் காணலாம், நமது நாட்டுக் கிறிஸ்த வர்கள் அநேகரை அங்கே பார்த்து மகிழலாம் என்ற உற்சாகமான சந்தோஷம் எனக்கிருந்தது. ஒரு அந்நியதேசத்தான் தன் சொந்த தேசத்தாரை அந்நியதேசத்தில் பார்த்தால் எப்படி சந்தோஷப் பிரமைகொள்வானோ அம்மாதிரியே என் மனதிலுமிருந்தது. நான் எனக்குள்ளே "அவர்கள் என்னைப்போலக் கிறிஸ்தவர்கள், அவர்கள் கருத்தும் பிரயத்தனங்களும் ஒரேமாதிரிதான். அவர்கள் உயிரும் நம்முடைய உயிரும் ஒன்றுதான்; ஆ, அவர்களைப் பார்ப்பது எவ்வளவு இன்பமானது" என்று சொல் லிக்கொண்டேன், இவ்வித சிந்தையுடன் நாங்கள் புகைவண்டி யிலிருந்து இறங்கி அங்குமிங்கும் ஆவலுடன் பார்த்தோம்.

புகைவண்டிஸ்தானத்து மேடையின்மேல் ஒரு கூட்டம் நின்றது. முகவாஞ்சையும், யதார்த்தவாதியாகக் காணப்பட்ட ஒருவரும், கஷ்டவாளிபோல விளங்கின அவருடைய மனைவியும், அவர்கள் மகனும், மரியாதையுள்ள அவாள் மகளும் ஏகமாய் நின்று மலர்ந்த முகத்தோடு இலங்கினார்கள். அவர்களுடைய உடுப்பினால் அல்ல. முகத்தினாலே அவர்கள் கிறிஸ்தவர்கள் என்று அறிந்துகொள்ள என்னால் கூடியதாயிருந்தது. அவர்கள் தெளிவும் அறிவுமுள்ளவர்களென்பதை முகப்பிரகாசமே காட்டிற்று. என் மனம் அவர்கள்பேரில் பற்றுதலாயிற்று.

நாங்கள் சிரிக்கிறதும். சலாம்செய்கிறதுமாயிருந்தோம். தபால்வண்டிகள் வெளியே எங்களுக்காகக் காத்துக் கொண்டிருந்தன. பழைய நினைவுகள் என்னைச் சூழ்ந்து கொண்டன; என் தகப்பனாரும் சகோதரியும் காலங்கழித்த சங்கதிகள் என் மனதில் வந்தன; அவர்களைப்பற்றி நான் கேள்விப்பட்டிருந்ததெல்லாம் என் மனதில் அச்சுப்பதித் தாற்போல் பதிந்திருந்தது. புகைவண்டி ஸ்தானத்துக்கும் கிறிஸ்தவர்கள் குடியிருப்புக்கும் மத்தியிலிருந்த ஊரை நாங்கள் கடந்துபோனோம். இவ்விடத்தில், எப்போதும்போல் அன்பற்று வைராக்கியஞ்சாதிக்கும் பிராமணர் கூட்டங்களைக் காணலாம்; அவர்கள் கண்கள் எங்களை வினோதமாய் பார்த்தன. ஒரு பிரமிப்பான தோற்றம் அவர்கள் முகத்தில் விளங்கினது; அவர்கள் பழிப்போடு தீட்டு, தீட்டு என்று சொல்லுகிற குரலையும் என் காது கேட்டது. இவர்கள்தான் முந்தின காலங்களில் என் தகப்பனாரைத் துன்பப்படுத்தினவர்களாயிருந்தார்கள்,

என் சகோதரரில் ஒருவன் "பார்! அதோ பார்! ம..... துரையுடைய பங்களா" என்று மகிழ்ச்சியுடன் குதித்து, ஒரு மேட்டில் குருவிக்கூடுபோலக் காணப்பட்ட கட்டடத்தைக் காட்டினான், "ஆ, அதுதான் அந்த உத்தமர் வசித்த வீடாக்கும். நமது சகோதரி அநேக வருஷங்களைக் கழித்த இடம் அதுதான்" என்று எண்ணிக்கொண்டேன்.

நான் என் தாயாரைப் பார்த்து, "அம்மா, அதெல்லாம் நிசந்தானா?" என்று கேட்டேன்.

என் சகோதரன் சிரித்துக்கொண்டு, நிசந்தான், உள்ளதுதான், நாம் இப்போது எங்கேயிருக்கிறோம் என்று நீ நினைக்கிறாய், அதோ பார், அதுதான் 'விஷ்ராம்பூர்' என்று சொன்னார். அவர் சொன்னது உள்ளதுதான். அதற்கெதிர்ப் பக்கத்தில், பொன்மயமான கதிர்கள் விளங்க, கண்ணுக்கு அழகிய அந்த ஊர் இருந்தது. அப்பால் தபால்வண்டி ரோட்டை விட்டு ஒரு இழுப்பில் விலகிற்று. வண்டிக்காரன், யாருடைய வீட்டுக்கு ஓட்டவேண்டும் ஐயா என்று கேட்டான்.

"வீடா, வீட்டுக்கா! அவ்வளவு கிட்டவா இருக்கிறது" என்று நான் கேட்டேன்.

"கிட்ட வந்துவிட்டோம்" என்று என் சகோதரர் கைதட்டிச் சத்தமிட்டு "ஜேம்ஸ் துரையின் வீடு, ஜேம்ஸ் துரையின் வீடு" என்று கூவி என் பக்கமாகத் திரும்பி `அதோ பார்! அந்த ரோட்டு சுற்றிவருகிறது. இது குறுக்குவழி" என்றார்கள்.

மறுபடியும் வண்டி விசையாயிற்று. அப்புறம் ஐந்து நிமிஷத்துக்குள் நாங்கள் புதுக்கட்டடங்களுக்கும் குடிசை களுக்கும் சமீபத்தில் வந்துவிட்டோம். நாங்கள் பள்ளிக்கூடக் கட்டடத்தைக் கடந்தபோது, பல பெண்கள், தங்கள் கோட்டைச் சுவரின் வழியாக எங்களை ஏறிட்டுப் பார்த்துக் கொள்ளும்படிக் கூடி நின்றார்கள். சில சோம்பேறிகளான பெரிய பையன்கள், வெளியே வந்து, தூரத்தில் நின்று எங்களைப் பார்த்துக் கொண்டிருந்தார்கள்; பெண்டுகள் தங்கள் குடிசைவாசல் களிலிருந்து எங்களை ஏறிட்டுப் பார்த்தார்கள்; அநேக சிறு பிள்ளைகள் எங்கள் வண்டியின் பிறகாலே ஓடி வந்தார்கள்.

நாங்கள் வரிசையாயிருந்த பல குடிசைகளையும், கோயிலையும் பாதிரியாருடைய பங்களாவையும் கடந்து, ஒரு சின்ன பங்களாவுக்கு வந்தோம். எங்கள் பார்வைக்கு அது பெரியது போலிருந்தது. இங்கே நாட்டுப்பாதிரியார் எங்கள் வருகைக்கு எதிர்பார்த்துக் காத்திருந்தார். அவர் முழுவதும் வெள்ளை உடுப்பு உடுத்தி, மலர்ந்த முகத்துடன் எங்களை வினவினார். "இங்கே வாருங்கள். நீங்கள் வருகிற செய்தி அரை மணி நேரத்துக்குமுன் எனக்குத் தெரியவந்தது; ஜோனாஸ் என்ற தச்சன் உங்கள் வண்டியைப் பார்த்துக்கொண்டு, எனக்கு அறிவிக்கும்படி ஓடிவந்தான்; இதுதான் உங்கள் வீடு, உங்கள் சாமான்களை இங்கே இறக்கிவைத்து, என்னுடைய வீட்டுக்கு வாருங்கள், இன்று நீங்கள் என்னுடன் சாப்பிடுங்கள்" என்று சொன்னார். அப்பால் அவருடைய மனைவி வந்து, வெகு

மரியாதையுடன் எங்களை வாழ்த்தி வருந்தி அழைத்தாள். அவ்விருவரும் சுகமாயிருந்தார்கள்; அவர்கள் எங்களை இடுப்பில் வைத்துக்கொண்டு தூக்கிக்கொண்டு போனது போலிருந்தது. "சாமான்தட்டுமுட்டெல்லாம் அப்படியே இருக் கட்டும். அதெல்லாம் பத்திரமாயிருக்கும்; முதலாவது நீங்கள் சாப்பிடவேண்டும். அப்பால் இளைப்பாற வேண்டும்" என்று அவர்கள் சொன்னார்கள்.

எங்கள் சிநேகிதரின் மனவாஞ்சையும், பாசமும், மனதுக்கு அதிக அமைதலைக் கொடுத்தது; நாங்கள் எங்கள் நாட்டுப்போங்கின்படி பரிமாறப்பட்ட சாதாரண சாப்பாட்டை உண்டு. இளைப்பாறி, சமீபத்தில் எங்களுக்கென்று திட்டம் பண்ணியிருந்த சிறிய பங்களாவுக்குத் திரும்பினோம். ஏன் சில மனுஷாள் பட்சமுள்ள சுபாவமுள்ளவர்களாகவே பிறந்திருக் கிறார்கள்? அந்நியர்பேரில் அவர்கள் மனம் ஏன் இப்படி சாடுகிறது? யாதொரு லாபத்தையும் தங்களுக்கு நாடாமல், இப்படிச் சகாயங்கள் செய்யும்படி அவர்களை ஏவுகிறதென்ன? என்றிப்படிப்பட்ட எண்ணங்களிலே, அன்றிரவை நான் கழித் தேன்.ஷீ

மறுநாள் அதிகாலையில் அதிக இன்பமான குளிர் இருந்தது; ஏனெனில், முந்தின இரவில் மழை பெய்தது. நான் கிழக்கு வெளுக்கும் போதே விழித்துக்கொண்டாலும். எழுந்திருக்கச் சோம்பியிருந்தேன். உஷ்ணத்தால் பலவீனப் பட்டிருந்த எனக்கு இந்த இடமாறுதல் அதிக இன்பத்தைக் கொடுத்தது. நான் பதமையும் அமைச்சலு மாயிருந்தேன்; என்றாலும் இந்த நூதன இடத்தின் காட்சிகளையும், இன்பங்களையும், ஜன்னல்வழியாய் எட்டிப்பார்த்து உஜார் படுத்திக்கொள்ள ஜாக்கிரதையாயிருந்தேன். என் கண்முன் கடந்துபோன ஒவ்வொரு ஆளின் காட்சியும் எனக்குப் புது நினைவைப் பிறப்பித்தது. ஆ. பலகாரக்காரி ருசிகரமான பல தித்திப்புக்களுடன் வருகிறாள்; நான் அவளுடைய மலர்ந்த முகத்தைக் கண்ணுற்று, இப்படிப்பட்ட நல்ல பலகாரங ்களையெல்லாம் சுடும்படி இவள் எவ்வளவு அதிகாலையில் விழித்திருக்க வேண்டும் என்று எண்ணினேன். அவள் ஆத்திரத்துடன் எழும்புவதையும், தன் வீட்டுக்குள் பலகாரம் செய்யும் வேலைகளை நடப்பிக்கும்போது உண்டா கிற சத்தங்களையும் மனதில் எண்ணிக் கொண்டேன்,

அவளுடைய சின்னக் குடிசையும், ஜன்னல் பக்கமா யிருக்கும் அவள் அதுமுன் உட்கார்ந்து பலகாரங்களைப் பண்ணச் சுடுவதுமெல்லாம் என் கண்முன்னிருக்கிறதுபோல உணர்ந்தேன். அடுப்பு எரிகிறது, பிள்ளைகள் ஒன்றொன்றாய் அழுது எழும்பி, கண்ணைத் துடைத்து, தாயின் மடியில் சாய்ந்து, அவள் கடும் இட்டலி, தோசைகளைப் பார்க்கிறது. வேலை முடிந்துவிடுகிறது; நிலங்கீறுகிறதை அவள் கவனித்து, தான் சுட்ட பலகாரங்களைக் கூடைகளில் அடுக்கி, கடும் குளிரில் புறப்பட்டு, சிரித்த முகத்துடன் ஒவ்வொரு குடிசைக்கும்போய்த் தன் பலகாரங்களை விற்கிறாள். நான் அன்று காலையின் இன்பமான குளிரை அநுபவித்து, குருவிகளின் ஆனந்த குரல் களைக் கேட்டு மகிழ்ந்துகொண்டிருந்தேன். தாயார் இதற்குள் ளாகச் சமையல் அறைக்குள் போய்விட்டார்கள். அவளுடைய சத்தம் கேட்டது; யாரோ ஒரு நாட்டுப்புறத்தான் அவளுடன் பேச்சுக்கொடுத்துக் கொண்டிருந்தான். விறகுக்காரன், முட்டை க்காரன், பழம் விற்கிறவன் எல்லாரும் பக்கத்து ஊரிலிருந்து வந்து, காட்டுத்தனமாய்ப் பேசுவதும் என் காதில் விழுந்தது. ஆனால் என் தாயார் "இன்னும் தூக்கமா, இதென்ன! பிள்ளை களே வாருங்கள், எல்லாம் தயாராயிற்று" என்று பேசும் சத்தம் என் காதில் விழுந்தது.

உடனே நான் எழுந்து, என் சோம்பலையிட்டுச் சற்று வெட்கப்பட்டேன், கதவிலிருந்து குளுங்காற்று என் முகத்தில் விசையாய்ப்பட்டது. நான் வெளியே எட்டிப் பார்க்கவே, திருகி, முடிச்சுகளுள்ள மரக்கொப்புகளையும், மூங்கில் பத்தைகளால் பின்னப்பட்ட ஒரு வேலைப்பாட்டையும், சிறிய குடிசைகளின் முகடுகளையும், மாந்தோப்பையும் கண்டதுடன், அதிதூரத்தில் தெரிந்த மலைத்தொடச்சிகளின் கறுப்பையும் கண்டேன். பின்பக்கத்துப் பிராந்தாவில், விநோதமான பாத்திரங்களில் போதுமான குளிர்ந்த தண்ணீருமிருந்தது.

நான் முகங்கழுவித் தண்ணீர் சொட்டுச் சொட்டாய் விழுந்து கொண்டிருக்கும்போது, வேலைக்காரி என்னைப் பார்த்துச் சலாம் பண்ணி, குழந்தைப் பிராயத்தில் நான் உங்க ளைப் பார்த்திருக்கிறேன் என்று சற்று அச்சத்தோடும், மரியாதையோடும் பேசினாள். நாள் சந்தோஷத்துடன் சிரித்து, மகா துடுக்குடன் நடந்து, தேயிலைத்தண்ணீர் குடிக்கப் போ னேன். எனக்குமுன் பையன்கள் அங்கே உட்கார்ந்து, பலகாரங்களை அதக்கிக் கொண்டிருந்தார்கள். என்ன? தோசை

கள், பலகாரங்கள், மாம்பழம், தேயிலைத்தண்ணீர் சுடச்சுட, எப்பக்கமும் நல்ல கண்காட்சி, எனக்குக் கொண்டாட்டமாகத்தானிருந்தது. டிங்! டிங்! டிங்! "அதென்ன?" என்று கேட்டேன். அது காலை ஆராதனைக்கு அடிக்கும் கோவில் மணி. இன்னுமொருமணி அடிக்கிறபோது நாங்களெல்லாரும் கோவிலில் ஆயத்தமாயிருக்க வேண்டியது.

நாங்கள் உடுப்புடுத்திப் புறப்பட்டோம். இதற்குள்ளாக ஜனங்கள் தங்கள் அக்கிளில் புஸ்தகம் வைத்தவர்களாய்க் கோவிலுக்குள் போகிறதைக் கவனித்தோம். இரண்டாம்மணி அடிபடுகிறபோது, பாகைதரித்த ஒரு மனுஷன் விரைந்து வருகிறதைக் கண்டோம். பலத்த காற்று அப்போது அடித்ததால் தலைப்பாகை விழுந்துவிடாமல் அவன் அதிகப் பத்திரமாகப் பிடித்து நடத்துவந்தான். திடீரென்று அவன் நின்று, புன்னகை கொண்டு, சலாம் செய்தான். இப்படி அலங்கோலப்பட்ட ஸ்திதியில் சந்தித்தோமே என்கிற கூச்சம் அவன் முகத்தில் விளங்கினது.

"இவர்தான் பாட்டுக்கு அண்ணாவியார், முதலாம் பாட்டுக்குமுன், இராகம் துவக்கும்படி இப்படி விரைந்துபோகிறார்" என்று பாஷ்கார் சொன்னார்.

நாங்கள் ஆலயத்துக்குப் போனோம். எல்லாருடைய கண்களும் எங்கள்மேலிருந்தது. தாங்கள் பிந்திவந்த சிலரைத் தொடர்ந்துபோய், பின்னுக்கிருந்த ஒரு ஆசனத்துக்குப்போய், சிரித்த முகத்துடனிருந்த நாட்டுப் பாதிரியாரைக் கண்டு கொண்டோம். அவர் சற்று விலகி உட்கார்த்துகொண்டு, தமது பக்கத்திலிருந்த காலியிடத்தில் எங்களை வரும்படி விரும்பினார். உடனே வெள்ளைக்காரப் பாதிரியாரும், அவர். மனைவியும் வந்து சேர்ந்தார்கள். ஜனங்கள் பக்திவிநயமாயும். பெருந்தன்மையாயும் இருந்தார்கள். ஆராதனை முழுவதிலும், புதிதாய் வந்திருந்த எங்களை எல்லாரும் கவனமாய் நோக்கினார்கள். வெள்ளைப் பாதிரியாரும், அவர் மனைவியுங்கூட எங்களைக் கவனிக்கப் பின்தாங்கவில்லை. ஆராதனை முடிந்தது; எல்லா ஜனமும் ஒன்றுபோல் எழுந்து நின்று "சலாம் பப்பா! சலாம் மம்மா!" என்று ஏகமாகக் கூவினார்கள். காலைதோறும் வெள்ளைக்காரப் பாதிரியாரையும் அவர் மனைவியையும் இப்படி சலாம்பண்ணுவது அவர்கள் வழக்கமாயிருந்தது.

அந்த ஊரே கண்ணுக்கு எவ்வளவு சத்தோஷத்தைக் கொடுத்தது! அது எக்காலத்திலும் அதிசயமுள்ள இடந்தான். பால் தேவையானால், பால்காரன் மத்தேயுவின் வீட்டுக்கோட வேண்டியது. உடனே மத்தேயு தன் பசுவுடன் வந்து, பல்லைக் காட்டி ஒரு சலாம் பண்ணுவான். வண்டி வேண்டுமா, பவுல் இருக்கிறான்; லூக்காவும் யோவானும் உங்களுக்கு வேலையாளாகக்கூடும். நீங்கள் வெளியே போனால், காட்டு வேலைக்குப் போகும் மோசேயும் ஆபிரகாமும் உங்களுக்கு வழிகாட்டுவார்கள், சாராளும், நகாமியும் தங்கள் ஒக்கலையில் பிள்ளைகளை இடுக்கிக்கொண்டு உங்களைச் சலாம் பண்ணு வார்கள். எப்பக்கத்திலும் வேதப்பேருள்ளவர்களால் குழப்பட் டிருக்கிறதைக் காணலாம். இனி நாம் சந்திக்கும் முற்பிதா யார், தீர்க்கதரிசி எவர்? தீர்க்கதரிசியின் புத்திரி எவள் என்று அதிசயப்பட்டுக்கொண்டுதான் போவாய்.

அப்படி அதிசயப்பட அதிக நேரமும் உனக்குக் கிடை யாது. ஊரில் முகாமையுள்ளவர்கள் இதற்குள்ளாக உன்னைத் தங்கள் வீட்டுக்குள் கெம்பீரத்துடன் அழைத்துக்கொண்டு போயிருப்பார்கள். இங்கே அந்தக் கிறிஸ்தவனின் மனைவியும் மக்களும் சூழ நின்று, உனக்குத் தகுந்த மரியாதையும் உதவியும் செய்ய ஆயத்தமாயிருப்பார்கள். அந்தச் சின்ன வீட்டின் சாமான் களெல்லாம் சீராக ஒழுங்கு படுத்தப்பட்டிருக்கின்றன; அதன் முன் அழகான ஒரு சிறிய தோட்டமுமிருக்கிறது. உன் சிநேகிதன் செய்யும் மரியாதை உனக்குப் பூரண இன்பமாயிருக்கிறது. வேறு வீடுகளுக்குப் போனாலும், இப்படியே உன்னை மரியாதைப்படுத்துகிறார்கள். நீ கைத்தொழில் கட்டிடத்தைக் கடந்து போகும்போது, தச்சருடைய கொட்டாப்புளியின் தடா புடலையும், மரம் அறுக்கிறவர்கள் பாடிப்பாடி வால் இழுப் பதையும் கேட்கலாம். எப்பக்கத்திலுமிருந்து, ஆதி தாளம், ஏகதாளம், ரூபகதாளம், சாப்புத்தாளம் முதலிய சகலவித தாளங் களும் ஏகோபித்துக் கேட்கிறாற்போலிருக்கும்; பள்ளிக் கூடங் களிலிருந்தெழும்பும் சப்தம் பல்லவி பாடினாற்போலாகும். ஒண்டிசண்டியாய் நடக்கிறவர்கள் தங்கள் காதில் விழும் ஒரு இரைச்சலை, அல்லது கீதத்தைப் பிடித்துக்கொண்டு தங்கள் மட்டில் உறுமி, அல்லது ஈசலடித்துப் பாடிப் போவார்கள். பொறு, பொறு, பிள்ளைகளுடைய பாட்டுச்சத்தம் கேட்கிறது:-

"கர்த்தா என் காவலாளரே
குறைச்சல் எனக்கில்லையோ"

என்று பாடுகிறார்கள்.

அதிகாலையில் மணியடித்தவுடனே, அரைத்தூக்கத் துடன் பிள்ளைகள் எழுந்து நின்று இந்தப் பாட்டைப் பாடு கிறதைக் கேட்கலாம். மோசே, ஜேம்ஸ், ஜானி இவர்களில் யாராவது காட்டில் களைபிடுங்கிக் கொண்டிருக்கிற சமையத் திலும் இதைப் பாடுகிறதை நீ கேட்கலாம். தூரத்திலுள்ள கிச்சிலிமரத்துக்குள்ளிருந்தும், சலசலவென்றோடும் ஆற்றோரத் திலும் நீ இந்த இன்ப கீதத்தைக் கேட்கலாம். அந்த ஊரிலுள்ள ஒவ்வொரு குடித்தனக்காரனும் தான் இந்தப் பல்லவியைக் கூடப் பாடும்படிக் கடமைப்பட்டவன் என்பதை உணர்ந்து கொள்ளுகிறான். ஊரின் எப்பக்கத்திலுமிருந்து கேட்கும் இக்கீத தொனியும், அதின் எதிரொலியுமானது அவ்வூரின் ஜீவியமின்னதென்று திரட்டிக் காட்டிவிடுகிறது. அந்த அற்பக் காட்சியிலிருந்து, இன்றைக்கும் என் மனதிலுண்டாகிற ஞாபக மானது மா இன்பமும். ஆனந்தமுமாயிருக்கிறது. அப்போது கண்ட எத்தனையோ மகிழ்ச்சியுள்ள முகங்களும், பாலியமும், யௌவனமுமான சாயல்களும் இன்றைக்கு என்முன் நிற்கிறதுபோல எனக்குத் தெரிகிறது. அவர்களில் அநேகர், வெகு காலத்துக்குமுன் கடந்துபோய்விட்டாலும், பேதமையும் களங்கமுமற்று என்னைப்பார்த்துப் பழகின முகங்களோடு இன்னும் என் மனதுக்குமுன் நிற்கிறார்கள்.

ஒருநாள் எங்கள் தாயார் தன் வழக்கமான அமர்ந்த சுபாவத்துடன், நாமெல்லாம் அங்கிருந்த மிஷனரியைப் போய்ப் பார்த்து வருவோமென்று சொன்னாள். "நாம் போய் அவர்களை மரியாதை செய்யும்படி கண்டுகொள்ளவேண்டியது; நீயும் என்னோடுகூட வரவேண்டும், உன்னைப் பார்க்க அவர் களுக்குப் பிரியமிருக்கும்" என்று கூப்பிட்டாள். நான் எப் போதும் உடுத்துகிறதைவிடச் சற்றுக் கவனமாய் உடுத்து, பழைய சப்பாத்தைத் தூர எறிந்துவிட்டு, நல்ல தாவணியையும் போட்டுக் கொண்டேன். அந்தப் பங்களாவில் ஒரு வாலிப மிசி இருந்ததை நான் கவனித்து, ''அவளுடன் சிநேகம் பண்ணிக் கொண்டால் நன்றாயிருக்குமென்று பெரிய நினைவெல்லாம் நினைத்து அவளுடன் பல காரியங்களையும்பற்றிப் பேசலாம், வாசிக்கும்படி புஸ்தகங்களை வாங்கித் திரும்பக் கொடுத்து விடலாம். இங்கிலிஷ் வாலிபப் பெண்களைப்பற்றி எல்லாம்

விசாரித்தறிந்துகொள்ளலாம்!" என்றெல்லாம் மனதில் கோட்டை கட்டினேன். நம்முடைய சகோதரியும் இப்படிப் பட்டவர்களை அடுத்து நேசம்பண்ணிக் கொண்டதினால்தானே அநேக விஷயங்களை அறிந்துகொள்ள இடங்கிடைத்தது என்றும் எண்ணினேன்,

ஆ, அந்தப் பங்களாத் தோட்டமும், அதைச் சுற்றியும் எவ்வளவு இன்பமாயிருந்தது! நாங்கள் அந்த நாட்டுப்புறத்துக் கோட்டையிலிருந்தபோது. என் சகோதரி அவ்விடத்திலிருந்த கலெக்டர் வீட்டுக்கும், இன்னும் இரண்டொரு துரைசானிகள் வீட்டுக்கும் என்னைக் கூட்டிக்கொண்டு போனதுண்டு. அந்த ஞாபகம் அப்போது என் மனதில் வந்தது, அந்த நல்ல துரைசானி, என் தலையைத் தடவி, உள்ளே கூட்டிப்போய், பட்சமாகப் பேசி, என் சகோதரியைப்போல இனிமையும், அன்பும் கனிவு மாய் என்னை நடத்தினதை ஞாபகம் பண்ணினேன். இப்படி நான் நினைத்து முடியுமுன், பிராந்தாப்பக்கத்தில் அறையி லிருந்த மிசிகள், மெதுவாய் ஒவ்வொருவராய்த் தலைகாட் டினார்கள். அவர்களை வரும்படி நான் சைகை காட்டி அவர்களுடன் சிநேகம் பண்ணிக் கொள்ளலாமென் றெண்ணினேன், அச்சமையத்தில் வளர்ந்தவரும் பருத்த வருமான ஒரு துரை, தடித்தனமாய் நடந்து வருகிறதுபோல் வந்தார். என் தாயார் நாட்டிலுள்ள பிராமணத்திகளைப்போலவே புடவை கட்டியிருந்தாள். அவள் என்ன சொன்னாலும் தன்னுடைய உடையை மாற்றிக்கொள்ள விரும்பவில்லை.

இந்தத் துரை நம்மைக் கிறிஸ்தவர்களென்று நினைப் பாரா என்ற எண்ணம் என் மனதில் வந்தது; அவர் வந்தவுடனே "உங்களுக்கு வேண்டியதென்ன? நான் உங்களுக்கு ஏதாவது சகாயம் பண்ணக் கூடுமோ?" என்று கேட்டார். உடனே என் மனம் மடிந்துவிட்டது. "இல்லை. துரைகளே, தங்களைப் பார்க்கமாத்திரம் வந்தோம்; உங்களுடைய ஊரில் வந்திருப் பதால், பார்க்க நினைத்துக்கொண்டோம்" என்று என் தாயார் சொன்னாள். உடனே அவர் "ஓ, அப்படியா? சரிதான்! சோக்கிரா மிசிமாரைக் கூப்பிடு" என்று சொல்லிவிட்டு, அப்பால் என்ன செய்கிறதென்று தெரியாமல் கவலைப்படுகிற வரைப்போல் சும்மாய் நின்றார். வழக்கமாய் அவரிடம், சுதேச கிறிஸ்தவர்கள் உதவிபெற்றுக் கொள்ளப் போகிறதை நினை த்து, இவர்களுக்கு என்ன செய்யலாமென்று திகைத்து, நாற்காலி கொடுக்க முதலாய் மனமற்றிருந்தார். அப்பால் அவரு

டைய துரைசானி வந்தாள்; அவள் சலாம் செய்து, உட்காருங்கள் என்று சொல்லி, தான் ஒரு நாற்காலியில் உட்கார்ந்தாள்.

நான் என் தாயாருக்கு ஒரு நாற்காலியை இழுத்துக் கொடுத்து, அவள் பக்கத்தில் நின்றுகொண்டேன். நான் துவக்கத்திலேயே என் எண்ணத்திலிருந்து ஏமாந்துவிட்டதால், அந்த மிஷனரி தமது நிலைமைகளை உயர்த்தினதைப்பற்றிச் சட்டைபண்ணவில்லை. அவர்களுடைய மக்களில் ஒரு மிசி வந்தாள்; நான் மெதுவாய்க் கூச்சத்துடன் அவளண்டை உறவு பிடிக்கப் போனேன். காரியம் அநுகூலப்படுமோ அல்லவோ என்கிற சந்தேகமுமிருந்தது. அவள் பிராந்தாச்சுவரில் சாய்ந்து கொண்டு, சற்றுச் சிரித்தாற்போலச் சாடைகாட்டி, அதே சமயத்தில் என் உச்சிமுதல் உள்ளங்கால்வரையும் ஒரே பார்வையில் பார்த்துத் தன் தோளையும் சுளித்தாள். என் உடையிலிருந்த குறைவுகளையெல்லாம் நான் நினைத்துக் கொண்டேன். இப்படித் தன்னையறியாமல் இவள் என்னைத் தாழ்வாக நினைத்த விஷயமானது எனக்குத் திகைப்பா யிருந்தாலும், வேணுமென்றுதான் இப்படிச் செய்தாளோ என்பது எனக்குச் சந்தேகமாயிருந்தது. “நான் பேச்சுக் கொடுத்தால் அவள் நம்முடன் சிநேகமாகலாம்” என்று மனச் சோர்பிலே நான் எண்ணி என் மனதில் விசேஷமாயிருந்த காரியத்தைப்பற்றிப் பேசினேன். ஏதாவது வாசிக்கிறதற்கு இன்பமான கதைப் புஸ்தகங்களுண்டா என்று நான் கேட்டேன். அவள் தன் கண்ணிமைகளைத் தூக்கி விழித்தாள். உடனே நான் இப்படித் துணிகரமாகக் கேட்டுவிட்டதால் இப்படி விழிக் கிறாளோ என்று உணர்ந்தேன்.

எப்படியும் அவள் “நீ வாசிப்பாயா? நான் வாசிப்பதை நீ வாசிக்க முடியாது, அது உனக்கு விளங்காது” என்றாள். “நான் பிரயாசப்பட்டு அறிந்துகொள்வேன்'' என்று சொன்னேன். அவளோ தன் புஸ்தகங்களை ஒருவருக்கும் இரவல் கொடுக் கிறதில்லை என்று ஒரே பேச்சில் அடக்கிவிட்டள்.

அப்பால் ஒன்றும் பேசவில்லை. தான் எனக்குள்ளே, “இங்கே நான் ஏன்தான் வந்தேன்? என்று நினைத்து, நமது தாயார் எழுந்து வரமாட்டாளா” என்று பார்த்தேன். கடைசியாக அவள் எழுந்தாள், நாங்கள் விடைபெற்றுத் திரும்பினோம். என் மனம் அதிகமாய்க் கலவரப்பட்டது. “அம்மா நீங்கள் இவ்வளவு சீக்கிரத்தில் எழுந்துவிட்டது நல்லதாச்சுது. இல்லையானால் நான் வீட்டுக்கு ஓடிப்போயிருப்பேன், இனிமேல் மிஷனரிமார்

வீட்டுக்கு என்னை ஒருநாளும் கூட்டிப் போகாதேயுங்கள்'' என்று சொன்னேன்.

''வாய் மூடு! நீ கெட்ட பிள்ளை; அவர்கள் உன்னைச் சிநேகிதியைப்போல நடத்தும்படி நீ எப்படி எதிர்பார்க்கலாம். உனக்கு வித்தியாசம் தெரிகிறதல்லையா? அவர்கள் வெள் ளையாயிருக்கிறார்கள், நீ கறுப்பல்லவா? அவர்கள் இவ்வளவு பட்சம் காட்டினதற்கே நாம் நன்றியுள்ளவர்களாயிருக்க வேண் டுமே" என்றாள்.

''ஆனால் அம்மா! கலெக்ட்டர் துரைசானியும் வெள்ளை தானே, நான் அக்காளுடன் அந்த அம்மாள் வீட்டுக்குப் போயிருந்தபோது எவ்வளவு வித்தியாசமிருந்தது. எங்களை உள்ளே கூட்டிப்போய், அக்காளைத் தன் பக்கத்தில் உட்கார வைத்து, என்னோடுகூட எவ்வளவு கனிவும் பட்சமுமாய்ப் பேசினார்கள்; எனக்கு எவ்வளவு மனசு சந்தோஷமிருந்தது. நீ என்னென்ன படிக்கிறாய் என்று கேட்டு, தேத்தண்ணீரும் பல காரமும் கொடுத்தார்கள்; கூடப் பிறந்த சகோதரிபோலவே என்னை நடத்தினார்கள்'' என்று சொன்னேன்.

"சங்கதியெல்லாம் விளங்கிப்போயிற்றே; பெரிய மனுஷி யைப் போல உன்னை நடத்தி, தேத்தண்ணீரும் பலகாரமும் கொடுக்க வேண்டுமாக்கும்" என்று தாயார் சொன்னாள்.

உடனே நான், 'அப்படியல்ல அம்மா, அப்படிச் செய்ய வேண்டுமென்று நான் சொல்லவில்லை'' என்று சற்று அழுகு ரலோடு பேசி அதிக ஆத்திரப்பட்டேன். இப்படி நமது தாயார் நமது வார்த்தையைத் தப்பாய் அர்த்தப்படுத்திவிட்டாளே என்கிற விசனமும் எனக்கிருந்தது. நான் பாஷ்காரிடத்தில் போய்ப் பேசினபோது, அவர் சங்கதி முழுவதையும் வேறு மாதிரியாகத் திருப்பினார். அவர் சொல்வார்:- "காரியங்கள் எனக்குத் திட்டமாய் விளங்குகிறது. அவர்கள் இப்படி நடத்தி னதற்குக் காரணமெல்லாங்கூடி. நம்மை இன்னாரென்று அவர்கள் அறியாமையினாலேதான். கிறிஸ்தவர்களுக்குள் பட்சத்தையறியாத பலருண்டென்பதை நீ அறிவாயே, இந்த மிஷனரியும், அவருடைய மனைவியும் நம்மைக் குறித்து இன்னும் அதிகமாய் அறியும்பொழுது, நம்மை இதைவிட நன்றாய் நடத்துவார்களென்பது நிச்சயம். பட்டணத்துக்குள் அ-என்னும் மிஷனரி இருக்கிறாரே. அவரைத் திருஷ்டாந்தரமாகப் பார்; அவரைப்போல நமது குடும்பத்தை நேசிக்கிறவர்கள் எவர்களுமில்லை. நீ அவரைப் பார்க்க

வேண்டும். அதுவன்றி, அங்கே ஆ - என்னும் துரையும், அவருடைய துரைசானியு மிருக்கிறார்கள்; நமது சகோதரிக்கும் அவர்களுக்கும் அதிகச் சிநேகமுண்டு. இவர்களெல்லாரும் நம்மை நன்றாய் அறி வார்கள். நம்மை அறியாத அந்நியரெல்லாரும் நம்மை ஒன்று போல நடத்தும்படி நீ எதிர்பார்க்கக்கூடாதே" என்றார். அத்தோடு என் மனக்கொதிப்பு அமர்ந்தது.

எங்களைச் சுற்றிலுமிருந்த ஜனங்களால் மனதுக்கு அதிகச் சந்தோஷமிருந்தது. திருஷ்டாந்தரமாக பள்ளிக்கூடத்து மேற்றிரன் எப்போதும் சிரித்த முகமும் சீதேவியுமாயிருப்பாள். அவளைச் சுற்றிலும் சிறு பிள்ளைகளும் பெரிய பெண்களும் உட்கார்ந்துகொண்டு, சட்டைகள் வெட்டுகிறதும், நொடிகள் பேசுவதுமாயிருப்பார்கள். நான் எப்போதும் என்மட்டில் அடக்கமும், கூச்சமுமாகத்தானிருப்பேன்; ஒவ்வொருவரையும் பற்றி அவள் கண்டபடிப் பேசத்துணிவது எனக்குப் பிடியாது; அவள் அதையெல்லாம் கவனியாமல் சிரிக்கிறதும், தமாஷ் பேசுவதுமாகவே இருப்பாள். அவள் எல்லாவிஷயத்துக்கும் பொதுவான காரியக்காரிபோலிருந்தாள். அடிக்கடி மருந்துப் புட்டிகளையும் சீசாக்களையும் எடுத்து அங்குமிங்கும் நடந்து திரிவாள்; அவள் நாவசைத்தால் அவ்வளவும் அகடவிகடமாய்த் தானிருக்கும். முகத்தில் மாத்திரம் எப்போதும் சிரிப்பிருக்கும். நாட்டுப்பாதிரியார் எல்லாவற்றையும் கண்காணிக்கும் பொது அதிகாரிபோலிருந்தார். எங்களுக்கு ஏதாவது தேவையானால் அவரிடத்தில் சொல்லுவோம்; அவர் எங்களுக்குச் சப்பாத்தி, மிட்டாய் இவைகளைச் சவதரிக்கவுங்கூட உதவி செய்துவந்தார்.

ஒருநாள் மணிச்சத்தம் கேட்டது. வேலைக்காரர் வந்து, துரைசானி அம்மாள் ஸ்திரீகளுக்கென்று ஒரு வேதவாசிப்புக் கூட்டம் வைக்கப்போகிறதாகச் சொன்னாள். அது நாங்கள் வசித்த இடத்துக்குச் சமீபமான ஒரு பள்ளிக்கூடத்து அறையில் நடத்தப்பட்டது. நானும் தாயாரும் வேலைக்காரியும் புறப்பட் டோம். வேலைக்காரி எங்களை வழிநடத்தினாள். எங்களுக்கு முந்தி அனேக பெண்டுகள் வந்திருந்தார்கள். பெண்டுகள் உட்கார்ந்திருந்த பலகைகளுக்கு எதிரில் சில நாற்காலிகள் போடப்பட்டிருந்தன. அந்த நாற்காலிகளில் எங்களை உட்கார வைத்தார்கள். நாங்கள்மாத்திரம் தனித்து அங்கே நாற்காலி யிலிருந்தது, மனதுக்கு அவ்வளவு நன்றாயிருக்கவில்லை; ஆனால் எங்களுக்கு வேறு போக்குமில்லை. பாதிரியார்

அம்மாள் சீக்கிரம் வந்து எங்களுடன் உட்கார்ந்தாள். வழக்கப் படி ஆளுக்கொரு வாக்கியத்தை வரிசையாய் வாசிக்கையில் திக்கினவர்களும், இடறினவர்களும், எழுத்துக் கூட்டின வர்களும் பலர் உண்டு.

அப்பால் போதனை நடந்தது. நேரம் செல்லச் செல்ல வேறு அநேகரும் வந்தார்கள்; அந்த அறை நிரம்பிப்போயிற்று. அந்தப் போதனையாவது "கேட்டீர்களா?" "உங்களுக்கு விளங்குகிறதா?"என்ற வாசகங்களால் அடிக்கடி தடைப்பட்டது. பொய் பேசுவதும், களவுசெய்வதும் பலமாகக் கண்டிக்கப் பட்டது. என்னத்தினாலோ என் மனதில் அவ்வளவு சுகமிருக் கவில்லை. நாங்களும், மிஷனரியின் மனைவியும் ஒரே வரிசையில்தானிருந்தோம்; பலகையில் உட்கார்ந்திருக்கிறவர் களைவிட நாம் உயரத்திலிருக்கிறோமே என்ற எண்ணத்தால் என் மனம் குழம்பிக் கொண்டேயிருந்தது. கூட்டம் முடிந்த வுடனே நான் ஆத்திரத்துடன் வெளியே ஓடிவிட்டேன், என் தாயார் நின்று பேசிக் கொண்டிருந்தாள். நான் அவள் வரு மட்டும் வெளியே காத்திருந்தேன். குடிசைகளெல்லாம் பக்கத் திலிருந்தது. சற்றுத் தூரத்தில் சண்டை போடுகிற சப்தமும் கேட்டது; அது எனக்குச் சற்று ஆச்சரியத்தைக் கொடுத்தது.

பக்கத்திலிருந்த ஒரு வீட்டில், கூட்டத்துக்கு வந்திருந்த ஒருத்தி தன் புதிய தாவணியை இடுப்பில் கட்டிக்கொண்டு துரைசானி பேசுவது போலும், போதனை செய்வதுபோலும், அழுத்தியும், இரைந்தும். அமர்ந்தும் பேசிச் சாடைகாட்டினாள். மேலும் கூட்டத்தில் மகா பக்தியுள்ளவர்கள்போல் முகங் காட்டின நாலைந்து பெண்டுகள், கூட்டம் முடிந்தவுடன். அப்பாலே சற்றுத் தூரத்தில் நின்றுகொண்டு வாயில் வராத வார்த்தைகளையெல்லாம் பேசினார்கள். துரைசானி என் தாயாரோடும், நாட்டுப்பாதிரியார் மனைவியோடும் வெளியே வரவே எல்லாச் சத்தமும் அடங்கிவிட்டது.எப்பக்கத்திலுமிருந்து "அம்மாள் வருகிறார்கள்" என்ற சப்தம் கேட்டது. எல்லாப் பெண்களும் தலைகளைத் தாழ்த்திச் சலாம் செய்தார்கள்.

நாங்கள் வீட்டுக்கு வருகிற வழியில் தாயார் என்னைப் பார்த்து, மிஷனரியின் அம்மாள் நம்மெல்லாரையும் தேத் தண்ணீர் சாப்பிடக் கூப்பிட்டிருக்கிறாள். அ - என்ற பாதிரி யாரின் சகோதரன் வந்திருக்கிறாராம். அவர் வந்து நம்மைப் பற்றிப் பேசினகாரியங்களால்இப்படிக்கூப்பிட்டிருக்கிறார்கள். நம்மைப்பற்றி அதிகப் பிரியமாக விசாரித்தாராம் என்று சொன்னாள். நாங்கள் வீட்டுக்குப் போனபோது, அந்தப் புதிய

துரை, ஏற்கனவே எங்கள் வீட்டுக்கு வந்துபோனதாக அறிந்தோம். அவர் மகாபட்சமுள்ளவர். எங்களுக்குப் பல சகாயங்களையும் செய்திருக்கிறார். நாங்கள் அவருடைய சொந்த ஆட்களாயிருந்தால் இவ்வளவு பட்சம் எங்களுக்குக் காண்பித்திருக்க மாட்டார். பாஷ்காருக்கு எது தேவையோ அதை அவர் பெரிதென்று நினைக்கவில்லை, அவர் நெடுநேரம் அவருடன் பேசிக்கொண்டிருந்து, திராட்சரசமும், போஜனங் களும் அனுப்பி, பிதாவைப்போல அவரை ஆதரித்துவந்தார். அவர் பார்க்க வரும்போதே “பாஷ்காரே! என் பையனே” என்று சொல்லுவார். அவர் பட்சத்தோடு அவர்மேல் நமது கைகளை வைக்கும்போது முகம் குளிர்ந்து, அவருக்காகக் கரிசனையுள் ளவர்போல் விளங்குவார். பாஷ்காருக்குக் கொஞ்சம் பல முண்டானால் அவரைப்போல அதற்காகச் சந்தோஷப் படுகிறவர்கள் வேறொருவரும் இரார்கள். ஆ! நான் மிஷனரிகளைப்பற்றி, எவ்வளவு தப்பிதமாக எண்ணிக் கொண்டேன்!

கிறிஸ்துமார்க்க சத்தியங்கள் நிலைப்படாத நாட்டுப்புறத்துக் கிறிஸ்தவர்களை ஓரிடத்தில் குடியேற்றி, அவர்களைச் சீர்ப்படுத்துவது நலமென்று செய்த ஏற்பாடுகள் உசிதமல்லவென்று அநுபோகசாமிகளான பல மிஷனரிகள் இப்போது அறிகிறார்கள். ஆகவே, இப்படிப்பட்ட கிறிஸ்துவர் களைப்பற்றி நான் சொல்லும் குறிப்புகளைக்கொண்டு எல்லாக் கிறிஸ்தவர்களும் இப்படித்தானிருப்பார்களென்று தீர்மானித்து விடலாகாது.

இந்த ஊரிலிருந்த மிஷன் ஆசாமிகள் வாரத்துக்கு இரண்டு அல்லது மூன்றுதடவை பக்கத்துக் கிராமங்களில் பிரசங்கிக்கப் போவார்கள். அதற்கென்று ஒரு விசேஷமான வண்டியிருந்தது. அதில் ஏறிப்போக எனக்கும் பிரியமிருந்தது. அந்த ஊர்கள் கண்ணுக்கெட்டும் தூரத்தில், சமீபத்திலும் தொலைவிலும் காணப்பட்டது; கட்டி கட்டியாயிருந்த அந்தப் பசுமை, கண்ணாரும் காட்சியாயிருந்தது. சில ஊர்கள் மேடு களால் மறைக்கப்பட்டிருந்தன. சில பட்டிகள் கொஞ்சம்மாத்திரம் தெரியத்தக்கதாக அதிதூரத்திலிருந்தது; அநேக இடங்கள் மலையடி வாரத்தில் கும்பல் கும்பலாகத் தெரிந்தது. மேகங்கள் அதின்மேல் தங்கும்போதும், சூரியன் அதின்மேல் பிரகாசிக்கும் போதும், அந்திநேர செங்கதிர்களால் அது ஜொலிக்கும்போதும், அவற்றைப் பார்க்க எனக்கு ஆனந்தமாயிருந்தது. நாட்டையர்

எங்கேயாவது தபால்வண்டியில் போனால் என்னைத் தம்முடன் கூட்டிப்போவதாக வாக்களித்திருந்தார்; என்றாலும் நாட்டு வண்டியிலேறிப் பயணம் செய்வதையும், மேடு பள்ளங்களில் திடீரென்று அடிபட்டு அலம்பல் படுவதையும் போலொத்த வேடிக்கை வேறொன்றில்லை என்னலாம்.

ஒருநாள், நானும் கூடப்போய் வருகிறேன் என்று என் தாயாரையும், பாஷ்காரரையும் நலவுபடுத்திச் சம்மதம் பெற்றுக்கொண்டேன். என்னுடைய மற்றச் சகோதரர் என்னுடன் வர, இடங்கிடையாததால் என்னைக் கண்டபடிப் பரியாசம் பண்ண ஆரம்பித்தார்கள். அவர்கள் என்னை வேதம் போதிக்கும் பெண் என்று அழைத்து, சில சிறு புஸ்தகங்களையும் கிழிந்த புஸ்தகத்தாட்களையும், கக்கத்தில் வைத்து, சரியான ஒரு வேதம் போதிக்கும் பெண்பிள்ளையைப்போலப் பாராட்டினார்கள்; மேடுகளில் இடறாதே; பள்ளங்களில் விழுந்து விடாதே; ஆற்றுவெள்ளத்தில் உருண்டு போகாதே; சுகத்தோடு போய்ச் சந்தோஷத்துடன் திரும்பிவா என்றெல்லாம் பரியாசம் பேசினார்கள்.

வண்டி தயாரானபோது, நான் வண்டியிலேறும்படி ஓடினேன், அப்போது பன்னிரண்டு மணியிருக்கும். மந்தாரத்தால் சூரியன் மறைந்து இன்பமான வெளிச்சமிருந்தது. குளுங்காற்று மலையிலிருந்து அடித்து மனதை மகிழப்பண்ணிற்று. இரண்டு பெண்டுகள் எனக்குமுன் வண்டியிலேறியிருந்தார்கள். பிரசங்கியார் தாம்பூலத்தை அதக்கிக் கொண்டு, வண்டியிலேற ஓடி வந்தார். அவருடைய பிள்ளைகள் பின்னாலே ஓடிவந்து "அப்பா நல்ல மாம்பழம் வாங்கிவாருங்கள்" என்று கேட்டார்கள். ஒரு பிள்ளையை அவர் பார்த்து "என் புஸ்தகத்தைப் போய் எடுத்துவா, மறந்துவிட்டேன்'' என்று சொல்லி, எங்களிடத்தில் மன்னிப்புக் கேட்கிறவரைப்போல "இன்று மெத்தவும் பிந்திப் போனோம்; எங்கே போகலாம்? நான் யோசிக்கட்டும் சரி. தவளேஸ்வரத்துக்கும் தர்ம சங்கரத்துக்கும் போவோம், ஓட்டப்பா! தூகாபாய் எங்கே?" என்றார்.

"வயற்காட்டுக்குள் அவளைக் காணலாம்" என்று வளர்ந்து மெலிந்த ஒரு ஸ்திரீ வேத புஸ்தகமும் கையுமாயிருந்து சொன்னாள், வண்டி கொஞ்சந்தூரம் போகவே, தூகாபாய் ஓடி வந்தாள். பருத்துச் சளித்த அவள், வண்டியேறுமுன் மூச்சிளைத்துப்போனாள். கடைசியாகப் பிரசங்கியார் வண்டியேறி, காலை வண்டிக்குப் பின்னாலே தொங்கப் போட்டு உட்கார்ந்திருந்தார்.

நாம் சீக்கிரம் ஆற்றைக் கடப்போம் என்று யாரோ ஒருத்தர் சொன்னார்கள்; என் கண்ணெல்லாம் அதில் கரையில் கச்சைபோல விளங்கின பச்சையின்பேரில் ஊன்றியிருந்தது.

"நான் பணங்கொண்டு வந்தேனா? இன்று தருமசாலாவில் சந்தையாச்சுதே" என்று தூகாபாய் ஆவலுடன் சிரிக்கிறாற்போல் சொன்னாள். பின்னும் அவள் சங்கதி கேட்டீர்களா? என்றாள்.

"என்ன சங்கதி?" என்று ஒவ்வொருவரும் ஆசையுடன் கேட்டார்கள். "ஊர் முழுக்க அதுதானே ஓசை" என்று அந்தப் புஷ்டியுள்ளவள் சிரித்து, "சங்கதி இதுதான். தானியேல் நேற்றிரவு குடித்துப்போட்டு. ரோட்டுவழியாக மேற்றிரன் அம்மாள் வீட்டுக்கு நேரே ஓடினான். என்ன சத்தம்! ஆட்கள் ஓடுகிறதும் சிரிக்கிறதும், கூக்குரலிடுகிறதுமாயிருந்தார்களே!" என்றாள்.

"என்னப்பா! பயங்கரமாயிருக்கிறதே" என்றொருத்தி சொன்னாள்.

"ஏதோ சங்கதி நடக்கிறதென்று எனக்குத் தெரிந்தது. ஆனால் அவன் அந்தத் திசையாக ஓடின காரணமென்ன? அந்த மேற்றிரன் எப்போதும் சிரிக்கிறதும். கண் வெட்டிப் பார்ப்பதும் வழக்கந்தானே" என்று குள்ளமும் மூலையிலிருக்கும் குதிர்போலுமுள்ள ஒருத்தி சொன்னாள். அவள் சிரிப்பு "எக்காலத்திலும் எனக்குப் பிடியாது" என்று வளர்ந்து மெலிந்து வேதபுஸ்தகம் வைத்திருந்தவள் சொன்னதுடன் "நேற்று அவள் பாதிரியாருடைய வீட்டுக்குள்ளிருந்து சிரித்த சிரிப்புப் பொறுக்க மாட்டாமல் என்ன விசேஷம் என்று பார்க்கப்போனேன், அப்போது ஜேம்ஸ்துரை தமது இரண்டு விலாப்பக்கத்திலும் கையை வைத்துக்கொண்டு சிரித்து, பின்னும் சிரிக்க இயலாமல், ஐயோ வாருங்கள். ஊசாபாயை நிறுத்தச் சொல்லுங்கள் என்று ஓலமிட்டார். அவர் கண்களிலிருந்து கண்ணீரும் ஓடினது" என்றாள்.

"குடிக்கிறது வேதத்துக்கு விரோதமாயிருக்கிறது" என்று அந்த பூதபுஷ்டியுள்ளவள் தன் பேச்சைத் தொடர்ந்து கொள்ள ஆரம்பித்து "குடிப்பானேன், அப்பால் பைத்தியங்காரன்போல் ஓடுவானேன்? ஜேம்ஸ் என்னும்தச்சன், நான் கேள்விப்பட்டபடி, அவனை வாசலிலிருந்து பலவந்தத்தோடு பிடித்திழுத்து வந்தானாம்" என்றும் சொன்னாள்.

"வாசலிலிருந்தா? நான் ரோட்டிலிருந்தென்றல்லோ கேள்விப்பட்டேன்" என்று பிரசங்கியார் சொன்னார்.

"எல்லாச் சங்கதியையும் பெரிய யாக்கோபு பார்த்துக் கொண்டு தானேயிருந்தான்; என்றி ஓடிவந்து எல்லாவற்றையும் எனக்குச் சொன்னானே."

"எவ்வளவு தோஷமப்பா" என்று வேறொருத்தி பெருமூச்சுடன் சொன்னாள்.

தூகாபாய் வாய்விட்டு "ஆ, அன்றையதினம் லாசரு வீட்டில் நடந்த வேடிக்கை தெரியுமா? பெரிய யோகவா இருக்கிறானே, அவன் பூர்த்தியாய்ப் போட்டுக்கொண்டு, முகம் சிவந்து, 'முடிந்தது, முடிந்தது, எல்லாக் காரியமும் முடிந்துவிட்டது. இந் நிமிஷமே மையும் பேனாவும் கொண்டு வாருங்கள், எனக்கு என்றான்" என்றாள்.

"என்ன விசேஷம்" என்று லாசரு கேட்டான்.

"என்ன விசேஷமா! அந்தக் கலியாணம் இங்கே என் கண்முன் நடக்கப்போகிறது. அந்தக் கண்டிப்பான வாலிப மிஷனரியின்கைக்குள்நாம்என்றென்றைக்கும்அடிமைகளாகிப் போவேமே, அவர் தொலைந்துவிடுவாரென்று எண்ணியிருந் தோம். இப்போது நமது முந்தின மிஷனரி இங்கிலாந்துக்குப் போயிருக்கிற தருணத்தில், அவர் நமது மிஷனரியின் மகளைக் கலியாணங்கட்டப் பிரயத்தனப் படுகிறாரே.'

"பிரயத்தனப்படுகிறாரா? இல்லை மனுஷனே, எல்லாக் காரியமும் தீர்மானமாகிப் போச்சுதே; அவர்கள் இத்திசையாய்ச் சவாரிபோய் எத்தனையோ மணி நேரத்துக்குப்பின் வந்தார் களே. பேர்காட்டாமல், அவர்கள் தகப்பனாருக்கும் தாயாருக்கும் ஒரு மொட்டைக்கடிதம் போடு, உடனே அவர்கள் வந்து விடுவார்கள், அல்லது தங்கள் மகளை அழைத்துக் கொள்ளு வார்கள். அவள் செய்யும் அந்தப்புர வேலைகளைச் சொல்லி முடியாது. இரண்டு மணிநேரம் போதிக்கிறதும், வேதம் போதிக்கும் பெண்களுக்கு ஒரு கூட்டம் நடத்துகிறதும் தெரியா தோ? அதில்லாமல்தான் காரியங்கள் நடக்கலாமே."

"அவள் பேசுகிற மராட்டிப்பாஷையைக் கேட்டாலோ" என்று வளர்ந்து மெலிந்த ஸ்திரீ, இடையில் பேச்சுக்கொடுத்து, "ஒரு வார்த்தையும் எனக்கு விளங்குகிறதில்லை, இந்துப் பெண்கள் தங்கள் தாவணியைக்கொண்டு வாயை மறைத்துக் கொள்ளுகிறார்கள். ஒருதரம் அவர்கள் சிரிக்கிறதை அவள் கவனித்து என்னை விளக்கிச் சொல்லக் கேட்டாள். அப்போது

தான் பட்ட அவஸ்தை கொஞ்சமல்ல. நான் பெருந்தன்மையா யிருப்பதுபோலக் காட்டிக்கொண்டு அம்மா நீங்கள் என்ன சொன்னீர்கள்' என்று கேட்டேன். தான் சொன்னதை மறுபடிச் சொன்னாள். எனக்கு ஒன்றும் விளங்கவில்லை. அவளுக்குக் கோபம் வந்துவிட்டது; அவள் உரத்து என்னவோ சொன்னாள், அது "அவர்கள் தகப்பன்மார் தலைகளை உடைக்க வேண்டும்" என்பதுபோலக் கேட்டது. என்ன சொல்ல! என்று பாதித் தாவணியைச் சுருட்டி வாய்க்குள் வைத்தாலும் சிரிப்பு என்னால் தாங்க முடியாமற்போயிற்று. கடைசியாகத் தொண்டை கம்மி இருமலுண்டாகிறதுபோல் பலமாய் இருமிச் சாலம் பண்ணி னேன். நான் சிரிக்கிறதுமாத்திரம் துரைசானிக்குத் தெரிந்தது மெய்யானால், எட்டுநாள் சம்பளம் தொலைந்தது" என்று சொன்னாள்.

"இன்னும் கேளுங்கள் என்று அவள் பின்னும் தன் பேச்சில் தொடர்ந்து அந்தமாதிரி மொட்டைக் காகிதத்தை அவர்கள் எழுதவில்லையா? லாசரு தன் தொடையில் அடித்துக் கொண்டு இது பலத்த அடியாயிருக்கும். அந்த வாலிப மிஷனரி இனிமேல் இந்தப்பக்கம் தலைகாட்டமாட்டார். அவர் நமக்கு மிஞ்சின ஆள் என்று சொன்னானே" என்றும் சொன்னாள்.

பிரசங்கியார்லே வெகுநேரம் சும்மாயிருந்துவிட்டு, "நீங்களெல்லாரும் ஒருமாதிரி ஆட்கள். இயல்பிவ சிரித்தமுகமாயிருந்து, சற்று அதிகமாகச் சிரிக்கிற ஒரு ஏழை மனுஷியைக் குற்றஞ் சொல்லுகிறீர்கள். ஆனால், அவளில்லா விட்டால் என் பிள்ளைகளுக்கு என்ன கெதி? அவள் எல்லாப் பிள்ளைகளுக்கும் உடுப்புத் தைக்கிறாள். வியாதிவந்தால் பராமரிக்கிறாள். அவள் நல்மனமுள்ளவளாயிருப்பதால் அப்படிச் சிரிக்கிறாள். அதில் தப்பிதமிருக்கிறதென்று எனக்குத் தெரியக்காணோம்" என்றார். அவர்கள் அவர் பேச்சைத் தடுக்கும்படிப் பார்த்தார்கள். அவர்களில் ஒருத்தி "ஆண் பிள்ளைகள், உங்களுக்கு என்ன தெரியும்?" என்று முறு முறுத்தாள். ஆனால் அவரோ தமது பேச்சை விடாமல், "பொறு ங்கள்; பொறுங்கள்; கொஞ்சம் திராட்சரசம் குடிப்பது தோஷ மல்ல, அதினால் அவன் குடிகாரனாகமாட்டான்; கலியாண விஷயமிருக்கிறதே, அதைப்பற்றி உங்கள் எல்லாரையும்விட எனக்கு அதிகமாய்த் தெரியும். அந்த மிசியை அவர் கலியாணம் செய்யப்போகிறதில்லை. ஆனால் புது மிஷனரியின் காலத்தில் அந்த வைக்கோல் படப்பில் தீ வைத்ததார்? அதைச் சற்றுச்

சொல்லுங்கள், அதை நினைத்து, சிரித்து இரண்டுநாள் நான் தூங்கவுமில்லை" என்று சொன்னார்.

அந்த பூதபுஷ்டிக்காரி மறுபடியும் வாய்விட்டு 'இல்லை. சங்கதியை எல்லாம் நான் சொல்லுகிறேன். வைக்கோல் படப்பு நாளுக்குநாள் குறைந்ததாம்; அப்படிக் குறைகிறது என்று மிஷனரி நினைத்துக் கொண்டாராக்கும். அதைப்பற்றி வண்டி யடிக்கிற எரேமியாவிடத்திலே கேட்டு, நீதான் அந்தக் குறை வுக்கு உத்தரவாதம் பண்ணவேண்டும் என்று சொன்னார். இப்படிப்பட்ட காரியம் இதற்குமுன் ஒருகாலத்திலும் நடந்த தில்லை; மறுநாள் இரவில் படப்பில் தீப்பிடித்து எரிந்தது. அதெப்படி தீப்பிடித்ததோ, ஒருவரும் அறியார்கள்'' என்றாள்.

"ஹா! கா! கா" என்று பிரசங்கியார் சிரித்தார். எங்கள் வண்டி ஆற்றுக்குள் போனது. சேறு கலந்த தண்ணீரும் வண்டி யின் அலம்பலும், வண்டி குடை விழுகிறாற்போலாயிற்று.

பின்னும் ஆரம்பித்தது "அது நல்ல கண்காட்சி யாயிருந்தது; அதுமுதல் பாதிரியார் ஏழைக்கிறிஸ்தவர்கள் பேரில் பட்சங்காட்டினார். இது சுவாமியால் நடந்தது என்று ஜனங்கள் பேசிக்கொள்ளுகிறார்கள்" என்று சொல்லிக் கொண் டார்கள்.

''வேடிக்கையாயிருக்கிறது. ஹா! கா! கா!''

"ஏழைகள் வழக்கை ஏகன்தான் எடுத்துக்கொள்ளுகிறார், இடிவிழுந்து தீப்பிடித்திருக்கலாம்" என்று தூகாபாய் சொன் னாள்.

"ஹா! கா! கா!" என்று முன்னிலும் அதிக சத்தத்துடன் பிரசங்கியார் சிரித்தார்; அத்துடன் வண்டி சேற்றில் புதைந்ததால் எல்லார் தலையிலும், மடீரென்று அடிபட்டது. பிரசங்கியார் சிரிப்பு பெண்டுகளுக்கு அவ்வளவு பிரியமாயிருக்கவில்லை. அப்பால் வண்டியிலிருந்த அசைப்பும் அலம்பலும், அதிகச் சங்கடத்தைத்தான் உண்டாக்கிற்று.

"இப்படிச் சிரிக்கக் காரணமில்லை" என்று சங்கதியைச் சொன்னவள் பேசினாள்; ஆனால் பிரசங்கியார் "ஹா! கா! கா!'' என்று வெகுநேரம் மறுபடியும் சிரித்து, "நீ பேசுவது விகட மாயிருக்கிறது. தீப்பிடித்தது சுவாமியுடைய செயலாக்கும். ஏய்!" என்றார். இப்போது வண்டி ஜலத்திலிருந்து சேதமின்றி கரையேறினது.

பருத்த அந்த மனுஷி பின்னும் சொல்வாள்:- "நல்லதுதான், இந்த மிஷனரிகள் காலத்தில் இப்படி நடக்கவும் வேண்டும். ஒரு மிஷனரி வந்து நமது பையன்களையெல்லாம் காட்டுவேலைக்கு அனுப்புகிறார். வெட்டுகிறதும். கொத்து கிறதும், பயிரிடுவதும் கிணறுகள் தோண்டுவதும், தோட்டம் போடுவதுமான வேலைகளில் அவருடைய பாதிநேரம் போய்விடுகிறது. அவருடைய போதனையெல்லாம் விதைப் பையும், அறுப்பையும்பற்றித்தான்; ஞாயிற்றுக்கிழமைகளிலுங் கூட அவர் வயல் காடுகளில்தான் உலாவுவார். பள்ளிக்கூடம் பழுதாய்க் கிடக்கிறது. வாத்திமாரைத் தள்ளிவிடுகிறார். பாதிரி யாரும் உபதேசிமாரும். கரம்பல் மண் கொண்டுவரும் கூடை களை எண்ணுகிறதற்கு மைதானங்களில் நிற்கிறார்கள். இன்னொருவர் வருகிறார், அவர் மேஜைகள். நாற்காலிகள், பலகைகளைப் பழுதுபார்க்கிறார். இங்கிலிஷ் பாஷையைப் பள்ளிக்கூடங்களில் படிப்பிக்கிறார். பெண்களை இந்தப் பரீட்சை அந்தப் பரீட்சைக்குப் போகப்பண்ணுகிறார், எல்லாவ ற்றுக்கும் திட்டமான கணக்கு வைக்கிறார். நேரம் தப்பி மணியடித்தால் அபராதம் போடுகிறார். சலாம் பண்ணா விட்டாலும் அபராதம்தான். முந்தினகாலத்துப் பாதிரிமார்தான் சரியான பாதிரிகள், அப்பா, சாப்பாடில்லை என்று நீ சொன்னால் உடனே ஒரு ரூபாய் கிடைக்கும். அபராதமும் கிடையாது. அக்காலத்தில் கணக்கும் கிடையாது. ஆறுமாசம் பிரசங்கத்துக்கென்று போவார்கள். அப்போது இந்துக்களால் அடிபடுவதுமுண்டு; கல்லெறிபடுவது முண்டு, ஏழைக் கிறிஸ்தவர்களை அவர்கள் வீடுகளில் போய்ப் பார்ப்பார்கள். நிசமாக எவ்வளவு துணிகளும், கம்பளிகளுந்தான் கொடுப் பார்கள்!"

"என்னைக் கேளேன், என் பெல்லா பிறந்தபோது ஒரு பெட்டி உடுப்புக் கொடுத்தார்களே. நமக்கென்று எத்தனையோ உடுப்புகள் சீர்மையிலிருந்து வருகிறதென்றும், எல்லா வற்றையும் விற்றுப் போடுகிறார்களென்றும் மிமி ஆயாள் சொல்லுகிறாள் - கஞ்சத்தனம் பிடித்தவர்கள், அந்தப் பணமெல் லாம் எங்கே போகுதோ" என்று பருத்த பெண்பிள்ளை சொன் னாள்.

''ஆம், அம்மா, அந்த நாளெல்லாம் போச்சுது. பிள்ளைக்கு வியாதி வந்தால், துரைசானி தன் வீட்டிலிருந்து ரொட்டி, காப்பி, கஞ்சி எல்லாம் அனுப்புவார்கள்'' என்று ஒருத்தி சொல்லி ஒரு பெருமூச்சும் விட்டு "இந்தக்காலத்தில் உன் பிள்ளை சாகட்டுமேன், துரைசானிக்குக் கவலையில்லை; மூச்சுப் பேச்சுக்கூட இராது!" என்றாள்.

''ஹா" கா! கா! காப்பி, ரொட்டி, கஞ்சியும், துணியுமா! ஏய்!" என்று பிரசங்கியார் குலுங்கக் குலுங்கச் சிரித்தார்.

"ஆம், அந்தக் காலத்துப் பாதிரிமார் ஆட்களைக் குணப் படுத்தவும், ஊர் குடியேற்றவும் என்ன பாடெல்லாம் பட்டார்கள்" என்று பருத்த ஸ்திரீ தன் பேச்சைத் தொடர்ந்து, 'இவாள் வருகிறதற்கு முன் வருத்தமான வேலையின் பாகமெல்லாம் முடித் தார்கள். இவர்கள் ரொம்பத்தான் செய்வார்கள். ஒருத்தனை கிறிஸ்துமார்க்கத்துக்கு இவர்கள் கொண்டு வரட்டும் பார்ப்போம். என்ன? அவர்கள் பெருமை என்ன? அவர்களுடைய கர்வமான பார்வையாலும் கண்ணாடிக் கண்ணாலும் ஒருவனுடைய புத்தியையும் கெடுத்து ஆட்களைப் பயப்படுத்தி விடுகிறார்களே" என்று சொன்னாள்.

அப்போது பிரசங்கியார் "நீங்களெல்லாரும் ஒரு மாதிரியான ஆட்கள், நீங்கள் சொல்லுகிறதைப் பார்த்தால், இவர்களெல்லாரும் வயிறு பிழைக்க வந்தவர்கள், அவர்கள் பிரசங்கிக்க வந்தவர்களாக்கும்" என்று சொல்லி "ஹா! கா! கா!" என்று மறுபடியும் சிரித்தார். பிரசங்கியார் சொன்ன எதிர்வாசகங்களும். சிரிப்பும் அந்தப் பெண்டுகளுக்கு அவ்வளவு பிடிக்கவில்லை; ஆனால் அவர்கள் இதெல்லாம் ''இவருக்குத் தெரியாது" என்று சொல்லலித் தங்களை ஆறுதல்படுத்திக் கொண்டார்கள்.

எங்கள் பயணமும் கிட்டத்தட்ட முடிந்தது. நான் கேட்ட சமாசாரங்களால் மனம் பேதலித்தது. நன்மை செய்தலை முதலாய் இவர்கள் எவ்வளவு தீமையாகப் பாவித்து, துரும்பைத் தூணாக்கி, வெறுப்பும், மன இடுக்கமுமாய்ப் பேசி வருகிறார்கள். குற்றம் பிடிக்கவேண்டுமென்பதே இவர்கள் கவனத்திலிருக்கிறது என்று உணர்ந்தேன். ஆனால், என் மனதிலுண்டான பெருங்கவலை எல்லாம் கூடி இப்படி இரக்கமற்றுக் குறைகூறுகிற ஆட்கள் இத்துக்களுக்குச் சமாதானத்தையும் அன்பையும் குறித்து எப்படிப் பிரசங்கிக்கக்கூடும்? என்பது தான். எப்படியோ இந்தப் பயணத்தின்மேலிருந்த பிரியம்

என்னைவிட்டு எடுபட்டுப்போயிற்று; வீடுவந்து எப்போது சேரலாம் என்றிருந்தேன். ''அதோ இருக்கிறது ஊர்" என்று ஒருத்தி சொல்லி ''சந்தை கலைந்துவிட்டதோ என்னவோ?" என்றாள். "நீங்கள் வாணியர் தெருவில் போய்ப் பிரசங்கியுங்கள், நான் சந்தையை எட்டிப் பார்த்துவிட்டு, பாற்காரர் தெருவில் பிரசங்கித்து வருகிறேன்" என்று பருத்தவள் சொன்னாள். உடனே அவரவர் இடுப்பிலிருந்து பைகளைப் பிடுங்கினார்கள். ''நல்ல காரிக்கத் துணி வாங்கிவா" என்று ஒருத்தி சொன்னாள். ''எனக்குச் சில காய்கறிகளும் உருளைக்கிழங்கும்" என்று வேறொருத்தி சொன்னாள். ''நெய் கிடைத்தால் மறந்துவிடாதே" என்று பிரசங்கியார் சொன்னார்.

அவர்களும் பல திசைக்கும் போனபோது, அவர்களுடன் போக மனமற்று நான் வண்டியிலே உட்கார்த்திருந்தேன். ஆனால் என் தலைமயிரைக் கலைத்துச் சுழன்று அடித்த காற்று குளிர்ச்சியாயிருந்தது. ஆண்களும் பெண்களும் கீரை, காய் முதலியவைகளைத் தலையில் சுமந்து மலையிலிருந்து கும்பல் கும்பலாய் வந்தார்கள். எப்பக்கத்திலும் கண்ணாரும் காட்சி யிருந்தது. பாட்டுச்சத்தம் தூரத்தில் கேட்டது. அந்த இடத்துக்கு வண்டியை ஓட்டச் சொன்னேன். அதிகமாய் வாயாடின ஸ்திரீ இவ்விடத்தில் பாடிப் பிரசங்கிக்கிறதைக் கண்டேன். அவள் கண்ணில் வைராக்கியம் விளங்குகிறது, அவள் வார்த்தைகள் தீர்க்கமும் சாதுரியமுமாயிருந்தது. பாட்டுகள் தாராளமும், மனோற்சாகமுமாயிருந்தன. நாட்டுப்புறத்திலுள்ள ஏழை ஜனங் கள் கவனமாய்க் கேட்ட விஷயம் அவளை முதலாய் உற்சாகப் படுத்திவிட்டது. வண்டியில் நடந்த பேச்சையெல்லாம் நான் மறந்து கிறிஸ்துவுக்காகச் சில வார்த்தைகளைப் பேசினேன். கடைசியாக அந்தப் பயணம் முழுவதும் அப்பிரயோசனமாய்ப் போகவில்லை. நானும் இன்று கொஞ்சப் பிரயோசனமுள் ளவனாயிருந்ததை நினைத்து, சந்தோஷத்தால் பூரித்துப் பாஷ்காரிடம் வந்து சேர்ந்தேன்.

நாங்கள் வாயால் சொல்லமுடியாத சந்தோஷ நாட்கள் திரும்பி வந்தன. மரணத்தின் நிழல் எங்களைப் பின்தொடராமல் நின்றுவிட்டது. பாஷ்கார் முன்னிலும் அதிகப் பெருந்தன்மை யுடையவராக விளங்னார். அவர் தோப்புகளிலும், ஆற்றங் கரையிலும், மைதானங்களிலும், அடிக்கடி உலாவப் போய் வெகுநேரம் பின்னிட்டு வீடுவந்து சேருவார். வீட்டிலிருக்கும் போது பூரண பெலமும், சந்தோஷமும், முகமலர்ச்சியுமாய் எப்போதுமிருப்பார்.

எங்களுடைய விடுதலை காலம் முடியும்போது, அந்த ஊரில் நடந்த ஒரு சங்கதி எங்களெல்லாருக்கும் மிகுந்த கலக்கத்தையுண்டாக்கிவிட்டது. ஒரு வாலிபன் வியாதியாயிருந்தான், என் தமையனார் அடிக்கடி அவனைப் பார்க்கப் போவார். அவன்பேரில் அவர் மனம் பூண்டிருந்தது. அவனுக்குக் குலைநோவுண்டாகிச் சங்கடப்பட்டானாம். திடீரென்று, ஒருநாள் அவன் இறந்துபோனான் என்ற செய்தி வந்தது. அதை வந்து என் தாயாருக்குச் சொன்னவுடன் மெத்தவும் கலவரமுண்டானது. தாயார் என்னை மெதுவாகக் கூப்பிட்டாள். அவள் கண் நிறையக் கண்ணீர் நின்றது. "பாஷ்காருக்குச் சொல்லாதே, சாயங்காலம் அடக்கமாம்" என்று மெதுவாகச் சொல்லி "நீங்கள் எல்லாரும் நாலுமணிக்கு வெளியே போய்விடுங்கள். நான் உங்களுக்குக் கொஞ்சம் அல்வாவும், வடையும் சுட்டுத் தருகிறேன். நீ கொண்டுபோய்ச் சாப்பிட்டு நேரம் பிந்தி வாருங்கள். நாம் இந்த இடத்தை விட்டுச் சீக்கிரத்தில் போய்விட வேண்டும்" என்றும் சொன்னாள்.

"ஏனம்மா? ஏன் இப்படிப் பயப்படுகிறீர்கள்?"

"இல்லை பிள்ளாய், நாம் ஊர் போய்ச் சேரவேண்டும்" என்று சொல்லி, ஒரு மாதிரியாக வளைந்து, திரும்பி, தன் கண்ணீரை மறைக்கும்படி வகை பண்ணியும் முடியாமல் "கர்த்தர் மகா வல்லமையுள்ளவர், அவருடைய கை குறுகின தில்லை" என்றும் சொன்னாள்.

"இல்லை" என்று நான் ஆச்சரியத்துடன் சொன்னேன். அப்பால் அவள் மனம் ஆறி, கவலையை ஒழித்து, எங்களுக்கு அற்பமான பகல் சாப்பாட்டைத் தயார்பண்ணி எங்களுடன், மற்றச் சகோதரரையும் அனுப்பினாள். அவர்கள் காலத்திலுமில்லாத பிரகாரம் அமைதலாயிருந்தார்கள்; தாயார் அந்தச் சாவைப்பற்றி ஜாடையாய்ச் சொல்லியிருப்பார்களென்று நான் நினைத்தேன். நாங்கள் ஊரைவிட்டு வெகுதூரம் போனபின், சாவு மணியின் சத்தம் கேட்டது. பாஷ்காருக்கும் அது கேட்டது. அவரோ புன்னகை கொண்டார். நாங்கள் சாயரட்சை வீட்டுக்குத் திரும்பும்போது, அவர் என்னைப் பார்த்து "சகுனி, 6 ஒரு சங்கதியையும் எனக்கு மறைத்து வைக்கமாட்டாயே" என்று கேட்டார்.

"இல்லை" என்று சொன்னேன். சொல்லும்போதே மனம் துடித்தது.

"ஏழை மாற்கு இறந்துபோனது தெரியுமா?"

நானும் என் சகோதரரும் அசந்து போனோம்.

"ஏன் எனக்குச் சொல்லாமலிருந்தீர்கள்? நான் பயப்படுவேன் என்றா?. நேற்றிரவு மரிக்கும்போதே எனக்குத் தெரியுமே" என்று சொல்லி, புன்னகைகொண்டு "நீ என்ன சின்னப் புத்திக்காரி, மரணம் பயப்படத்தக்க காரியமல்லவே. அது சந்தோஷமான விடுதலையல்லவா என்று சொன்னார்.

நகரத்திலுள்ள எங்கள் வீட்டுக்கு நாங்கள் திரும்பி வந்தபின், முதலாவது எங்களைப் பார்க்கவந்தது ஒரு ஐரோப்பிய துரைதான். அவர் வளர்ந்து, அழகேந்திரனாயிருந்தார். நாகரிகமும், உயர்ந்த ஒழுக்கமும், மரியாதையும், சகஜமுமாயிருக்கிறதாகத் தெரிந்தது. அவர் தனது வீட்டுக்குள் வருகிறது போலத் தயாராக எங்களுடைய இடுக்கமான படிக்கட்டை ஏறி, எங்களை அன்புடன் பார்த்துச் சிரித்துக் கொண்டார். நாங்கள் ஒழுங்காய் உடுத்தி, சீராயிராததை அவர் கவனிக்கவே இல்லை. உங்கள் தாயார் வீட்டில்தானா? என்று கேட்டார். நாங்கள் ஆம் என்று சொல்லி, ஓடித் தாயாரிடம் சொல்வதற்குப் பதிலாகப் பாஷ்காரிடத்தில் சொன்னோம். அதற்குள்ளாக அந்தத் துரை ஒரு நாற்காலியை இழுத்து. அதில் உட்கார்ந்து கொண்டார். அப்போதுதான் நான் முதல் தடவையாக, நம்முடைய நாற்காலிகளெல்லாம் பார்வைக்கு அந்தமில்லாமல் பெரிதாயும். அழுக்குப் பிடித்ததாயுமிருக்கிறதே. இப்பேர்ப்பட்ட பிரபுக்களை இதில் உட்காரவைப்பது, அவாள் அந்தஸ்துக்குத் தாழ்வாகாதா என்று நினைத்தேன். நான் வெட்கப்பட்டு, மறைந்து கொண்டேன். பாஷ்காரும் தாயாரும் அவரிடம் போனார்கள். மூவரும் கூடிப் பேசிக்கொண்டிருந்தார்கள். தாயார் என்னைக் கூப்பிட்டார்கள், நானோ வெளியே ஓடிப் போய்விடுவோமோ என்று நினைத்தேன். அந்த துரை மகா நல்லவர். அவர் என் தாயாருடன் அன்புடன் பேசி, இங்கிலிஷ் தெரியாததையிட்டுக் குறைவாய் எண்ணாமல், அவளை மராட்டிப்பாஷையில்,

"தாயார்" என்று அழைத்தார். நான் என் தலையைக் காட்டினபோது, அவர் தமது கையை என்னிடத்தில் நீட்டி "இது உங்கள் இளைய மகளா?" என்று கேட்டார்; தாயார் சற்றுப் பெருமையுடன் எனக்குக் கொஞ்சம் இங்கிலிஷ் தெரியுமென்று சொன்னாள். அவர் என்னை எட்டிப்பார்த்துச் சிரித்துக் கொண்டார். அவர் பட்டிக்காடுகளுக்குப் போனதையும், அங்கே கண்டதையுமெல்லாம் பேசிக்கொண்டிருந்தார். என்

தாயார் அவர்பேரில் பாசம்பூண்டிருக்கிறதை அவள் முகத்தால் தானறிந்துகொண்டேன். கொஞ்சநேரம் பேசியானபின்பு, நான் அதிசயப்படத்தக்கதாக, தாயார் சத்தமிட்டு,

"நீங்கள் எங்கள் வீட்டில் வந்து விருந்து சாப்பிட வேண்டும். வியாழக்கிழமை என்னுடைய இளையமகளுடைய பிறந்தநாள்" என்று சொன்னாள். அந்தத் துரையோ, நான் ஆச்சரியப்படத்தக்கதாக தாயாருக்கு நன்றியறிதல் சொல்லி, தாம் வந்து விருந்துண்ணுவது தமக்குச் சந்தோஷமாயிருக்கும் என்று சொன்னார். அப்போது நான்

"ஐயோ நமது தாயாருக்கு எவ்வளவு பேதமைக் குணமி ருக்கிறது. இப்படிப்பட்ட பிரபுவை நமது வீட்டுக்கு விருந்து ண்ணக் கூப்பிடுகிறாளே, என்று எனக்குள் நினைத்தேன். அப்பாலவர்கள் தாராளமாய்ப் பேசிக்கொண்டிருந்த சம்பாஷ ணையால் என் மனதிலிருந்த அச்சம் அகன்று விட்டதால், இப்படிப்பட்ட பெரியவர் நமது வீட்டுக்கு வந்து விருந்துண்பது நல்லதுதான் என்று தைரியப்பட்டுக்கொண்டேன். ஆ, அவர் வந்ததினால் எங்களுக்கிருந்த மனமகிழ்ச்சியையும், ஆனந் தத்தையும் இவ்வளவென்று அறிந்துகொண்டது மெய்யானால், அதுவே அவருடைய சந்திப்புக்கு நிறைவான லாபமாயிருக் கிறதென்று உணர்ந்துகொள்ளுவார். என் தாயார், அவரைத் தன் மகள் என்று சொன்னாள். அவரும் தாயாரை

"நீங்கள் என் தாயாராக நான் எப்போதும் நினைத்துக் கொள்ளுகிறேன். நான் இவர்களை என் சகோதரர் என்று கூப்பிட நீங்கள் இடங்கொடுக்க வேண்டும்" என்று சொன்னார். அவர்போன பிற்பாடு பாஷ்கார், என் தோளைத் தட்டி

இவர் தான் மிஸ்தர் அ-: அவர் முற்றிலும் வேறு மாதிரியான ஆள் என்று நான் சொல்லவில்லையா?" என்று சொன்னார்.

அதற்கு நான்; "மிஸ்தர் அ-என்பவரா? மிஸ்தர் அ-இவர்தானா? ஒரு மிஷனரிதானா? இவர் ஒரு மிஷனரியா? என்ன? நான் அவரை ஒரு பிரபு என்று நினைத்தேனே!" என்று சொன்னேன். என்னுடைய மற்றச் சகோதரர் குலுங்கக் குலுங்கச் சிரித்தார்கள்.

அப்போது பாஷ்கார் எனக்காக ஏற்பட்டு "நல்லது, போதும், சிரிக்கவேண்டாம். அவர் உள்ளபடி பிரபுதான், எல்லாப் பிரபுக்களையும் திரட்டினாலும், இவர் அவர்கள் எல்லாரையும்விடப் பிரபுதான்" என்று சொன்னார்.

☙ ☙ ☙

7. அதிகாரம்

பாஷ்கார் மரணம், துரைசானிகளுடன் சஞ்சரித்தல், காட்டில் விருந்துக்குப் போனது.

அன்று இரவாயிருந்தது. மங்கலும். குறைந்ததுமான வெளிச்சம் அறைக்குள் பிரகாசித்தது. படர் செடிகள் வளர்ந் திருந்த ஜன்னலின் வழியாய், அழுகுரல்போலக் கேட்கும் காற்றின் தொனியானது, அன்றிருந்த அமைதலைக் கெடுத்தது. அக்காற்றைத்தவிர வேறொன்றுமில்லை. சந்திர பிம்பமானது, மர இலைகளை முத்தமிட்டு, ஆடின அதின் நிழல்களை வீட்டுக் குள் காட்டினது. பலர் வீட்டுக்குள் நடமாடினார்கள்; ஆனால் சத்தம் கேட்காமல் அமைச்சலாயிருந்தது. ஒரே காரியத்தை அவர்கள் கண்கள் நோக்கின. ஒரே பொருளிலேதான் அவர்கள் பார்வை ஊன்றி நின்றது. முகம் வெளுத்து, மெலிந்து, பலவீனத் துடன் கட்டிலில் படுத்திருந்த ஒரு வாலிபனைத்தான் அவர்கள் கவனித்துக்கொண்டிருந்தார்கள்.

அவர் சற்றுத் தூங்குகிறாற்போலக் கண்ணில் தெரிந்தது; ஆனால் அவர் முகத்தின்மேல் நிழல்கள் கடந்துபோயின; நெற்றியில் குளிர்ச்சியும் வேர்வையுமிருந்தது. உதடுகள் சிரிக் கிறாற்போலிருந்து ஏதோ முணுமுணுத்தது. பக்கத்தில் நின்ற வர்கள் அமைதலுடன் அங்கலாய்த்து சிந்தின கண்ணீர் கொஞ் சமல்ல. அவர்கள் தங்கள் கண்ணீரை ஆத்திரத்துடன் துடைத்துக்கொண்டார்கள். மெதுவாக நடந்த ஒரு ஆள் புதிதாக வந்த ஒரு ஆளிடத்தில், “பேசவேண்டாம், தூங்குகிறார்” என்று காதில் ஓதினார். நரைத்த தலையுடைய ஒரு பெரிய அம்மாள் தரையில் உட்கார்ந்து, தன் தலையைக் கட்டில் சட்டத்தில் சாயவைத்துக் கொண்டிருந்தாள். ஒரு ஆள் ஜன்னல் வழியாக ஆகாய வெளியை நோக்கி, இனியேது நம்பிக்கை இனியேது பிழைப்பது என்ற ஏங்கலோடும் மனவியாகுலத்தோடுமிருந்தார். ஒவ்வொருவர் மனதிலும் பயங்கரமான ஒரு எண்ணமிருந்தது. அதை மறைக்கும்படி அவரவர் பிரயாசைப்பட்டார்கள். நடக்கப்போகிற சங்கதியை அறியாத ஒரு ஆள்மாத்திரம் அக்கட்டிலின் ஓரத்தில் நின்றதாகத் தோன்றினது. அவள் ஒரு சிறுபெண்; அவன் நோயாளியை ஒரு கண்ணாலும், பக்கத்தில் நின்றவர்களை இன்னொரு கண்ணாலும் கவனித்துக்கொண்டி ருந்தாள். திடீரென்று அந்த நோயாளி அசைந்தார்; உடனே மெதுவாய் நடந்து திரிந்த அம்மாள், வர வரத் தலைகுனிந்து, தாழ்ந்தாள்.

“பாஷ்கர், பாஷ்கார், சுகமா?” என்று கனிவுடன் கேட்கப் பட்டது.

‘'ஆம், சுகந்தான்” என்று சிரித்த முகத்துடன் பேசி “கவலைப்பட வேண்டாம். நான் சீக்கிரம் சுகமாயிருப்பேன்'' என்று சொன்னார். அவர் சற்று எழுந்திருக்க முயன்று, கூடா மையால் மறுபடியும் களைத்துப் படுத்தார். அவருக்குக் கிட்ட இருந்த சிறு பெண் “சுகந்தான்'' என்ற வார்த்தையை பாதிமயக் கத்துடன் கேட்டு, அவர் கையைக் கெட்டியாய்ப் பிடித்துக் கொண்ட “சுகந்தான்! சுகந்தான்! சீக்கிரம் சுகமானீர் என்று சொல்லி அழுதாள். அவர் “பேசாதே” என்று சொல்லி விரலைக் காட்டி “நான் என் தகப்பனாரை என் சொப்பனத்தில் கண்டேன், நான் போகப்போகிற அதிசய லோகத்தைப்பற்றி அவர் எனக்குச் சொன்னார். நான் உங்களுடன் அதிகக்காலமிருக்க மாட்டேன்” என்று சொன்னார்.

“அப்படிச் சொல்லாதேயும்” என்று அந்தப் பெண் அலறி அங்கலாய்த்தது. எல்லார் தலைகளும் தாழ்ந்து அவரைப் பார்த்துக் கொண்டிருந்தன. “உமக்குச் சுகந்தான், சுகந்தான்” என்று சொல்லி அவருடைய கையைத் தங்கள் கையால் பிடித்துக்கொண்டு, தங்கள் பிடியின் பலத்தால் மரணநதியால் அடிபட்டுப்போகிற ஜீவனை, இழுத்து நிறுத்துகிறவர் களைப்போலக் காணப்பட்டார்கள். அவர்களுடைய தாபந்தத் தினிமித்தம், அவர் சிரித்து, கடைசியாகப் பெருமூச்சுவிட்டார்.

சும்மாயிருங்கள்! அதென்ன? நோயாளி எழுந்து வாசலுக்கு நேரே கை காட்டினார். அவருடைய ஜாடையை எல்லாரும் கவனித்தார்கள். எல்லாருடைய கண்களும் வாசலை எதிர் நோக்கினது. அப்படியே சுமார் பத்து நிமிஷம் அமை தலுற்றுப் பார்த்துக்கொண்டிருந்தார். அவர் எதிர்பார்த் ததென்ன? “பாருங்கள், அவர் வருகிறார்”, “அது யார் பாஷ்கார்!” ஆனால், அவர் மறுமொழி சொல்லுமுன், வளர்ந்து தோன்றின ஒரு துரை வந்தார். அவருடைய முகத்தை ஒருவன் பார்த்தால், அது மெலிந்திருக்கிறதென்றும், தன்னை ஒறுத்து ஜீவித்ததால் களைத்துப்போனவரென்றும், கஷ்டமான வேலைகளைச் செய்து, நெற்றித்தோல் சுருக்கு விழுந்திருக்கிறதென்றும் காணலாம்.

இவை எல்லாவற்றோடும் அவருடைய முகத்தில் விளங்கின பிரகாசமானது, அவர் தேவனோடு சஞ்சரிக்கிறவர் என்பதைத் தெளிவாகக் காட்டினது. அவர் யார்? இப்படிப்பட்ட அர்த்தராத்திரியில் அவர் நோயாளியைப் பார்க்க வந்ததென்ன?

அவரைக் கண்டவுடனே நோயாளிக்கும் அங்கிருந்த எல்லாருக்கும் மனதில் ஒரு சந்தோஷ முண்டானது. அவரை அவர்கள் சந்தோஷத்தோடும். அன்போடும் வினவினாலும். அவர் அதைப்பற்றிக் கவனிக்கவில்லை. அவர் கட்டிலண்டை போய் ஜெபம் செய்து ஆசீர்வாதமும் கூறினார். அவர் வந்திருந்தது, வீட்டுக்கு ஒரு தெளிவையும் சொல்லமுடியாத ஆசிர்வாதத்தையும் பிறப்பித்தது. நோயாளி தன் கனிந்த பார்வையால் அவரைப் பார்த்து, நன்றியறிதலாக விளங்காத பிரகாரமாய் என்னவோ அவரிடத்தில் சொன்னதற்குப் பதிலுத்தரமாக, “சகோதரமே! நான் வரவேண்டுமென்பது உன்னுடைய ஆவலாயிருந்ததென்று எப்படியோ என் மனதில்பட்டது. ஆதலால் வந்தேன்; நீ என்னை எதிர்பார்த்தாயாக இயேசு கிறிஸ்துவின் ஆசிர்வாதம் உன்மேல் இறங்குவதாக, அவருடைய சமாதானம் உன்னோடு தங்குவதாக” என்று சொன்னார்.

அவர் தமது தடியை எடுத்துக்கொண்டு, நோயாளியின் கையை அன்பின் அனலால் பிடித்து, ஆறுதல் சொல்லி அப்பால் புறப்பட்டுப் போனார். அவர் வந்ததாலுண்டான அமைதலும், ஆறுதலும், ஒரு தேவதூதன் வந்துபோனாலும் அந்த வீட்டிலிராது. அவர் யார்? அவர் இவ்வுலகத்துக்குப் பாத்திரமில்லாத ஒருவர்; அவர் ஒரு பக்தனும். பணிவிடைக்காரனும், இரக்கத்தின் தூதனுமாயிருந்தார். அவருடைய ஜீவியம் முழுவதும், தேவனுக்கும் மனிதருக்கும் ஊழியம் செய்வதில் செலவிடப்பட்டது. உபத்திரவமும், துன்பமும் எங்கே உண்டோ, அங்கே அவர் அழைக்கப்படாமலும், கேட்கப்படாமலும் தானாகவே வந்து, நோயாளியைத் தேற்றி, கைம்பெண்ணை ஆதரித்து, திக்கற்ற பிள்ளைகளைப் பராமரிப்பார். அவரைப் புகழும்படி நாம் நமது உதடுகளைத் திறந்தாலும் அது துணிகரமாம்.

நான் ஒருத்திதான் பாஷ்காரின் தலைமாட்டில் உட்கார்ந்து, முகத்திலுண்டான மரண வேர்வையைத் துடைத்து, சுகமா சுகமா! என்று என் மனக்கவலையுடன் அன்னம் பாறிக் கொண்டிருந்தேன். அவர் சற்று தூங்கி விழித்தபின் சந்தோஷமும், முகக்களையும் உள்ளவர்போல் தோன்றினது. ஆனால் அவர் பேசின வார்த்தைகளோ என் மனதை ஊடுருவினது. “நீ துக்கப்படக்கூடாது. நீ அழக்கூடாது” என்று என்னிடம் சொல்லிவிட்டு, என் தாயாரைப் பார்த்து “நாம் அனைவரும் பிரயாணிகள், நான் முந்திப் போகிறேன், நீங்கள்

பின்னாலே வாருங்கள்" என்றார். என் தாயார் சஞ்சலத்தால் துவண்டு, ஆதரவற்றவளாக அவர் கையின்மேல் தன் தலையைச் சாய்த்தாள்; நானோ அன்பாலும், சந்தோஷத்தாலும் இலங்கின அவருடைய முகத்தைப் பார்த்துக் கொண்டிருந்தேன். நான் அவரை ஊன்றிப்பார்த்து, "உமக்குச் சுகந்தானே, இப்போ சவுக்கியந்தானே" என்று கேட்டு அவர் சொல்லும் மறுமொழிக்கு ஆவலுடன் காத்திருந்தேன். அவர் சற்றுச் சிரித்தாற்போல் முகங்காட்டி, உயரக் கையைக் காட்டினார். ஆனால் தம்மைச் சுற்றிலும் நின்றவர்களை அவர் பார்த்துப் பார்த்து, அங்கலாய்த்தார். அவருடைய கண்களிலிருந்து கண்ணீர் சொட்டுச் சொட்டாய் விழுந்தது.

அரவங்கேளாத அந்த அர்த்தராத்திரியில் நடந்தவைகளெல்லாம் அடியாளுக்குச் சொப்பனங் கண்டாற்போலிருந்தது. அவர் பக்கத்தில் என் சகோதரி உட்கார்ந்திருந்தாள்; அவள் பேசின வார்த்தைகள் என் காதில் விழுந்தது. "பாஷ்கார் நீ பரம வீட்டுக்குப் போகிறாய்; என் அன்பை அப்பாவுக்கும், டோராவுக்கும், கந்தரையாவுக்கும். முந்திப் போகிறவர்க ளெல்லாருக்கும் சொல்லு" என்றாள். அவர் நல்லதென்று தலையை அசைக்கிறதைக் கண்டேன். அப்பால் எல்லாம் அமைதலாயிருந்தது.

தம்பிமாரை வரச்சொன்னார்; அவர்கள் சூழவந்து நின்றார்கள். எல்லாரிலும் இளையவனை அவர் தமது கையால் பலமாய்ப் பிடித்துக்கொண்டார். மற்றவர்கள் குனிந்து நின்றார்கள். "நல்ல தீவட்டி பிடிக்கிறவர்களாயிருங்கள். தம்பிமாரே, நல்ல பிள்ளைகளாயிருங்கள். நாம் மறுபடியும் சந்திப்போம்" என்று சொன்னார். அவர்கள் ஒவ்வொருவராய் விலகிப் பின்னுக்குப் போனார்கள். பாஷ்காருடைய கை என்னைப் பிடிக்கத் தடவினது. அவர் என் கையை இறுகப் பிடித்துக் கொண்டதால், அந்தப் பிடி எனக்கு ஒரு அதிர்ச்சியைப் பிறப்பித்தது. ஏதோ ஒரு பலம் என்னை மோதிக் குலுக்குகிறதுபோல இருந்தது. அண்ணாட்சி சாவது நிச்சயமா? இப்பொழுது என்னுடைய முறை வந்துவிட்டதா? என்னை வழியனுப்பப்போகிறாரா! நான் பலமற்று விழுந்துபோனேன், "பாஷ்கார்! பாஷ்காள்! நீர் சாகக் கூடாது! நீர் சாகமுடியாது! நானும் உன்னுடன் வரவேண்டும்" என்று அலறினேன்.

"சும்மாயிரு" என்று அவர் சொன்னார்; தான் அவர் கழுத்தைப் பிடித்துக் கட்டிக்கொண்டேன். என்னவோ ஒன்று

கையிலிருந்து விழுந்ததுபோலிருந்தது. அந்தகாரம் என்னைச் சூழ்ந்துகொண்டது. நான் எங்கே இருந்தேனோ அதை அறியேன். நான் விழித்தபோது, "அவளை மெதுவாகத் தூக்கி விடுங்கள். எல்லாம் முடிந்துபோயிற்று. அவர்மரித்துப்போனார்" என்ற சத்தம் என் காதுகளில் தொனித்தது.

உடனே நான் எனக்குண்டான நஷ்டத்தை உணர்ந்தேன். என் சஞ்சலத்தையும் நிர்ப்பந்தத்தையும் யாரால் சொல்ல முடியும். என் உயிரும் பாஷ்காரின் உயிரும் ஒன்றாய்க் கட்டப் பட்டிருந்தது. இப்போது அக்கட்டு வெட்டுண்டு, நாம் உயிரோடிருந்தாவதென்ன என்ற மனம் வந்தது. எங்கள் குடும்பத்திலுண்டான நஷ்டம் ஒருநாளும் மாறாது போலக் காணப்பட்டது. நாங்கள் ஆதரவற்றுத் தனித்ததுபோலும் உணர்ந்துகொண்டோம்; எங்களைக் கவனிக்கவும் நடத்தவும் நாதியற்றுப்போனதால் இவ்வுலகம் வருத்தமும், மந்தாரமு மாயிருப்பதாகத் தெரிந்தது. பாஷ்கார் இறந்து, அநேக காலமட்டும். நாங்கள் எங்களுக்கு தாயைத்தவிர வேறே தஞ்சமில்லை என்று உணர்ந்து, அந்திபட்டால் அவளைச் சுற்றிக்கொண்டிருப்போம்.

அவள் எங்களைத்தன் கரங்களால் அணைத்துக்கொண்டு "ஆம், சுவாமிதான், சுவாமி ஒருவரே நமக்கு இருக்கிறார்" என்று சொல்லுவாள். ஆனால், எப்படியோ, தேவனுடைய நடத்து தல்கள் எனக்கு விளங்கவில்லை. வெகு காலமாய் என் எண்ணங் கள் வியாகுலமும் தேவ துரோகமுள்ளதுமாயிருந்தது. நான் மனச்சஞ்சலம் பூண்டு "கர்த்தாவே என்? ஏன் கர்த்தாவே என் தமையனாரை எடுத்துக் கொண்டீர்" என்று அழுவேன். ஒரு வருஷத்துக்கதிகமாக, நமக்கு இனி சகாயத்துக்கு வழி இல்லை என்ற எண்ணம் நிலைப்பட்டது. அவ்வளவுகாலமும் மனம் அவஸ்தைப்பட்டுக்கொண்டேயிருந்தது. அப்பால் நாம் இப்படி மனம் நொந்து காலந்தள்ளாமல் ஏதாவதொரு பிரயத்தனத்தில் தலையிடவேண்டுமென்று ஆசித்தேன். என்றாலும், சுக்கானில் லாத படவுபோல் பல நினைவால் என் மனந்தள்ளாடி ஒன்றிலும் தலையிடக்கூடாதே போயிற்று. நான் பிசகுகளைச் செய்து விட்டு, சுவாமிபேரில் ஆவலாதியைச் சுமத்தி "என் தமையனார் ஏன் என்னைவிட்டு எடுபட்டார்?" என்று அபயமிடுவேன். சில சில சமயங்களில் நான் என் பாடங்களில் மனம் வைத்து, பாஷ்கார் செய்கிறதுபோல நாமும் செய்துவந்தால், அவருக்கு நமதுபேரில் பாசமுண்டாகும் என்றெண்ணிக்கொள்ளுவேன்;

ஆனால் என்னை வழிநடத்தும் கரம் போய்விட்டதால், படிப்பை நிறுத்திவிடுவேன்.

அப்போது என் தமையனாருடைய மரணத்தால் நேரிட்ட சங்கடங்களும், வாழ்வின் நஷ்டங்களும் என் மனதில் கடந்து போகும். நான் பிழைக்க என்ன வழி செய்யலாம், எந்த முயற்சியை எடுத்துக் கொள்ளலாம், நமது எண்ணத்தை ஊன்றும்படியாக எதைத் தெரிந்து கொள்ளலாம் என்பது என் சிந்தையின் கவலையாயிருந்தது. தமையனார் இறந்து விட்டாரே. நமக்கு யாதொரு வேலையில்லையா? நாம் எண்ணின பொன்போன்ற பெரிய எண்ணங்களெல்லாம் எங்கே போயிற்று. நமது தமையனாருக்கு உதவி செய்வது போலும், அவருக்கிருந்த அனலால்கொளுத்தப்பட்டதுபோலும், அவர்மாதிரியாலும், போதனையாலும்பரவசப்பட்டதுபோலும், நமது வேலை சரிவர முடித்துவிட்டோம் என்ற உணர்ச்சியுடன் காலட்சேபம் பண்ணினதுபோலுமிருந்த நமது ஜீவியம் எங்கே போயிற்று? அவையனைத்தும் போனவழி எது? என் தமையனார் "கல்லறைக்குள் இறங்கிக் காணாதே போய் விட்டார். நான் பைத்தியம் பிடித்தவள்போல் அதின்மேல் விழுந்து அழுதும் வியர்த்தமடைத்தேன்.

அக்கம்பக்கத்திலுள்ளவர்களைப் பார்க்கும்படி என் தாயார் என்னைக் கூட்டிப்போனார்கள். என் வயசொத்த பெண்களோடும், பையன்களோடும் நான் உட்கார்த்திருப்பேன். அவர்கள் சிரிப்பையும் சந்தோஷத்தையும், அவர்கள் அற்பத்தில் மகிழ்வதையும் பார்த்து, நாமும் இப்படி ஆனந்தித்தால் நல்லதாச்சுதே, ஜீவனத்தின் கஷ்டத்தை அறியாமலும், சகலமும் வெறுமைஎன்பதைஉணராமலும்காலங்கழித்தால்எவ்வளவோ நலம் என்றெண்ணிக்கொண்டேன். வர வர எனக்குள் மாறுதலுண்டானது. என் சஞ்சலம் அவ்வளவு கோஷ்டமாயி ருக்கவில்லை. நான் தரிசனை காண்பதுபோலப் பாராட்டிக் கொண்டேன். என் தமையனாரை நான் கூப்பிட்டு வைத்துக் கொண்டு அதிகநேரம் அவருடன் பேசிக்கொண்டிருக்கிறதாக எண்ணி ஆனந்தங்கொண்டேன்.

அது நிச்சயமாயிருந்ததா? என் மனதிற்கு அது நிச்சயம்போலவே இருந்தது. என் மனதின் உணர்ச்சிகளை யெல்லாம் அவரிடத்தில் சொல்லி, ஆச்சரியப்படத்தக்கவிதமாய் ஆறுதலும் சந்தோஷமுமான மறுமொழிகளை அவரிடத் திலிருந்து பெற்றுக் கொண்டதுபோல உணர்ந்தேன். நான்

அவரை நட்த்திரங்களிலும், சந்திர ஜோதியின் குளிர்ந்த வெளிச் சத்திலும் கண்டேன். அடிக்கடி அவர் என்னைக் கூப்பிடு கிறதுபோல நினைத்து, கிழக்கு வெளுக்கும்போது எழுந்து வெளியே வந்து, உட்கார்ந்து, முந்தின காலங்களில் என்னுடன் பேசுவது போல இன்றைக்கும் தமது சகோதரியிடம் வந்து, அவளுக்காகக் கவலைப்பட்டுக் கொள்வதாக நினைத்து ஆனந்த பரவசமாவேன். என் நினைவுகள் என்னை உற்சாகப் படுத்தின. ஒவ்வொருநாளும் அதிகப் பெலனும் அதிக ஆறுதலும் எனக்குக் கிடைத்தது. அந்த அமைதலான சமயங்களில், சுவாமிதான் அவரை என்னிடம் அனுப்பினாரோ? அவருடைய ஆவி என்னுடைய ஆவியுடனே பேசுவானேன்? அப்படிக் கில்லையானால், நான் நினைக்கிறபிரகாரம் நிறைவேறுவது, சரியான ஜீவியமல்லவென்றும், தேவன் தெரிந்து வைத்து நமக்குத் தரும் ஜீவியமே சரியான ஜீவியமென்றும், தேவசித் தத்துக்கு விரோதமாக எதிர்ப்பது பாவமென்றும், உலகத்தில் நாம் செய்யவேண்டிய அலுவல்கள் அனந்தமிருக்க, முடம் போலச் சும்மாயிருந்து, வீணான எண்ணங்களில் பைத்தியம் பிடித்து நாட்களைக் கழிப்பது தோஷமென்றும் எனக்குச் சொன்னது யார் என்றும் எனக்குத் தெரியவில்லை.

இந்தக் கருத்தெல்லாம் சீக்கிரமல்ல, நாளாவிருத்தியில் எனக்குள் புலப்பட்டது. மேலும் பாஷ்கார், மோட்சத்தில் வீற்றிருந்து பாவமும், சாபமுமுள்ள இந்த லோகத்திலிருக்கையில் வீணில் ஆசித்து வாஞ்சித்த எல்லாக் காரியங்களையும் பெற்று, வாயால் சொல்ல முடியாத சந்தோஷத்தையும், சமாதானத் தையும், ஆசிர்வாதங்களையும் அநுபவித்து வாழுகிறார் என் றும், தாம் இவ்வுலகத்திலிருக்கையில் வாயினால் சொன்ன அவையனைத்தையும், தேவனுக்குக் கீழ்ப்படிந்து நடப்பதால் சம்பூரணமாய் அநுபவித்துவருகிறாரென்றும், அதிசயமான வகையாய் என் இருதயத்தில் உணர்ந்து நிச்சயப் பட்டுக்கொண்டேன். இந்தக் காலத்திலுங்கூட எனக்கு உபத்திர வங்களும் கலக்கங்களும் சம்பவிக்கிறபோது மரித்துப்போன சகோதரனுடைய நினைவின் உணர்ச்சியாவது என் மனதை ஆண்டுகொள்ளுவதால், எனக்கு ஆறுதலுண்டாகி, என் உபத்திரவங்களை மறந்துவிடுகிறேன்; அல்லது என் சங்கடங் களிலிருந்து விடுதலையாகும் வழியைக் கண்டுகொள்ளுகிறேன்.

பாஷ்கார் இறந்து சிலநாளானபின் என் சகோதரி பட்ட ணத்துச் சிநேகிதரைப் பார்க்கும்படிப் போனாள். நான் ஒரு மாதிரி பிரமைகொண்டு, ஒன்றும் செய்யாமலிருப்பதை அவள் கவனித்து, என்னைத் தன்னுடனிருக்கக் கூட்டிக் கொண்டு போனாள். ஒருநாள் வீட்டிலுள்ள சில புஸ்தகங்களை எடுத்துத் திறந்து பார்த்துக் கொண்டிருக்கும்போது, இரண்டு துரை சானிகள் வருகிறார் என்ற செய்தி கேட்டது. நான் என்மட்டில் பதுங்கிக்கொள்ள முயலுமுன் அவர்கள் சாலை அறைக்குள் வந்துவிட்டார்கள். முதலாவது வந்த துரைசானி என் சகோதரியின் கையை இறுகப் பிடித்துக் கொண்டு, ஆவலுடன் ஒருமுத்தம் கொடுத்தாள். அவளைப் பார்க்கும்படி நான் கருத்துக் கொண்டேன், அவள் வளர்ந்து, முகமலர்ச்சியாயிருந்து, என் சகோதரியின் தோளின்வழியாய் என்னைப் பார்த்து புன்னகை கொண்டாள்,

தன்னைப்போல எல்லாரும் சந்தோஷமாயிருக்க விரும்புகிறது. போலக் காட்டும் ஒரு கண் சிமிட்டல் அவளுக் கிருந்தது. மற்றத் துரைசானிகள் மாதிரிக்கும் இவள் மாதிரிக்கும் கவனிக்கத்தக்க வித்தியாசமிருந்தது. அவள் சொல்வதைக் கவனிப்பதும், இன்னும் என்ன சொல்லுவாளோவென்று நினைப்பதும் என் வேலையாயிருந்தது. தான் போய்ச் சந்தித்த வீடுகளைப்பற்றி, அவள் அதிகப் பிரஸ்தாபமாகப் பேசி, என் சகோதரி போய்வரும் அந்தப்புர ஸ்திரீகள் இன்னு முண்டா னால், அதைப் போய்ப் பார்க்கும்படி சிபாரிசு கொடுக்கவும் கேட்டாள். அப்பால் அவள் என்னிடம் திரும்பி, இரண்டு கை களையும் கெட்டியாய்ப் பிடித்துக்கொண்டு, கேள்விகள்மேல் கேள்விகளைக் கேட்டாள். என்னால் உத்தரவு சொல்லாமல் தீராதேபோயிற்று. அவள் கண்கள் பெரிதும், செங்கல்நிற நயனமாயுமிருந்தன; முகம் நீண்டு, மூக்கு கட்டையாயிருந்தது; நெற்றியோ அகன்று உயர்ந்திருந்தது. அவளை நான் விரும்பினேன். திடீரென்று அவள் என் சகோதரியுடன் சற்றுப் பக்கமாய்ப் போய்த் தனித்துப் பேசினாள்.

அவளுடன் கூட வந்தவள் சிரித்துக்கொண்டு என் கையைப்பிடித்துஇழுத்துத்தன்னண்டைவைத்துக்கொண்டாள். நாங்கள் சற்றுநேரம் பேசுகிறதற்குள்ளாக, அடுத்த துரைசானி என்னிடம் வந்து "அப்போது, அது முடிந்தது; வருகிற மாசம் என்னிடம் வந்து, என்னோடிருக்க வேண்டியது, நீ ஆசைப் படுகிறபடியெல்லாம் படிக்கலாம். ஆனால் நீ என்னோடு அதிக

தாராளமாகப் புழங்கி, ஒவ்வொரு காரியத்தையும் எனக்குச் சொல்லவேண்டும். உன்னோடு அடிக்கடி சண்டைபோட வேண்டுமென்றிருக்கிறேன். ஆ! நீ மகா அடக்கக்காரி, நீ என்ன நினைக்கிறாய் என்று நான் அறிய மாட்டேனோ?" என்று பேசி, தாபந்தத்தோடு என்றாலும் சற்று தடித்தனமாகவும், முகத்தைத் தேய்க்கிற வகையாயும் ஒரு முத்தமிட்டாள். இந்த இரண்டு துரைசானிகளோடும் நான் சிலகாலம் தங்கியிருக்கவேண்டு மென்று என் சகோதரியும் சொன்னாள். எனக்கும் அது பிரியமாயிருந்தது; நான் அங்கே போகத்தான் வேண்டுமென்று தீர்மானம் பண்ணிக்கொண்டேன்.

நான் ராபர்ட்ஸ் மிசியிடம் போனவுடன், அதுதான் என்னை ஏற்றுக்கொண்ட அந்தத் துரைசானியின் பேர், அவள் முதலாவது சொன்னதெல்லாம் கூடி. நீ சிறுபிள்ளை; இங்கிலாந்தில் பதினாலு பதினைந்து வயதுப் பெண்களைச் சின்ன பிள்ளைகள் என்று சொல்லுவோம். நீ பெரியவனைப் போலெண்ணி நாணிக்கோணியிராமல் சிறுபெண்ணைப்போல நடந்துகொள்ளவேண்டியது என்பதுதான். என்னுடைய படிப்பைப்பற்றிப் பேசினபோது, நீ என்ன படிக்கிறாய் என்று கேட்டாள்.

"சரித்திரம், பூமிசாஸ்திரம் முதலியது" என்றேன்.

"சரித்திரத்தில் எந்தப் பாகம்?"

"கிரேக்க சரித்திரத்தில், எல்லைகள், நீர்வளம், நிலவளம் இவைகளை முடித்து, இப்போ வாசிக்கிறது."

"இந்தச் சின்ன புஸ்தகத்தின்பேரில் எனக்குப் பிரியமுண் டாயிற்று" என்று சொல்லி, இது ஒரு கதைபோலிருக்கிறது; இதன் பேரைச் சொன்னால் சந்தோஷப்பட்டுக் கொள்ளுவாள் என்று நினைத்து அப்படிச் சொன்னேன். அவளோ, முறுமுறுவென்று என்னத்தையோ உறுமியிட்டு "நல்லது, அதைப்பற்றி யோசிப்பேன். உனக்கு அதிகப் பிரயோஜனமுள்ள வேறொன்றை நான் தேடிப் பார்க்கவேண்டும். இங்கிலிஷைப் பற்றி என்ன? தாராளமாக வாசிப்பாயா?"

வாங்பெல்லோ என்பவருடைய கவிப் பிரபந்தத்தைத் திறந்து கொடுத்தார்கள். சிறந்த பாசத்தில் "மரங்கள் தழைத்த போது, கண்காட்சி இன்பமானது" என்ற வரிகள் ஆரம்பித்தது. நான் அதைத் தாராளமாக வாசித்தேன்.

"இது அதிக விரைவாச்சுதே"

"எனக்கிது பாராமல் தெரியுமே" என்று சொல்லி என் கெட்டிக்காரத்தனத்தைக் காட்டப் பார்த்தேன்; புஸ்தகத்தை

மூடிவிட்டு வாய்ப்பாடமாக எல்லாவற்றையும் சரமாரியாய் விட்டேன். ஒருகாலத்தில் அதைப் படிக்கும்படி ஒரு ஆசை வந்தபோது அதை முழுவதும் மனப்பாடம் பண்ணிவிட்டேன். எனக்கு அது அதிகச் சந்தோஷத்தைக் கொடுத்தது.

அவள் புஸ்தகத்தை மூடிவிட்டு "நல்லது, சங்கதியைக் கேள், நீ கொஞ்சம் அதிகம் படித்துவிட்டாய். ஒரு குதிரை அதிக விரைவாய் ஓடும்போது, அதன் எஜமான் என்ன செய்கிறான்?" என்று கேட்டாள்.

அவன் என்ன செய்வான் என்பது எனக்குத் தெரியாது; ஆனால் அத்த ஒப்பனை அவ்வளவு நல்லதல்லவென்று நான் நினைத்துத் திடீரென்று "நான் குதிரையல்ல" என்று சொன்னேன்,

"நல்லது. நல்லது, அந்தக் காரியத்தைக்குறித்து நாம் இப்போது வழக்குப் பேசிக்கொள்ளவேண்டியதில்லை என்று சிரித்துக்கொண்டு சொல்லி, "உனக்குக் கொஞ்சம் வேலையிருக்கவேண்டுமென்று நான் நினைக்கிறேன். இன்று சாயந்தரம் என்னுடைய சின்ன பள்ளிக்கூடத்தில் நீ படிப்பிக்கவேண்டும். இப்பொழுது ஒருநாள் பாடம் முடிந்துவிட்டது" என்றாள்.

எனக்குப் பிரமிப்புண்டாகும்படி அவள் புஸ்தகங்களை மூடி ஒரு பக்கத்தில் வைத்துவிட்டாள். மத்தியான சாப்பாட்டு நேரம் வந்தபோது, அடுத்த துரைசானியை முதலாவதாகப் பார்த்தேன். அவள் சிரித்து, தன் பக்கத்திலிருந்த ஒரு இடத்தை எனக்குக் காட்டினாள். ஆனால் ராபர்ட்ஸ் என்னை ஒருக்காலும் தனிமையாய் விடவில்லை. அவள் இன்னொரு மிசியுடன் பேச ஆரம்பித்து, "இங்கிலாந்தில் சிறு பெண்கள், மூத்தாருடன் பந்தி மேசையில் உட்காருகிறதில்லை; ஆனால் இந்தப் பெண்ணுக்கு நாம் இடங்கொடுப்போம்" என்று சொன்னாள், என் சகோதரியின் வீட்டில் நானிருக்கும் போது கரண்டி முள்ளை உபயோகிக்கும் மாதிரியை ஒருவாறு அறிந்திருந்தேன்.

ஆனால் அந்தத் துரைசானிகள் நான் சாப்பிடுவதையே பார்த்துக் கொண்டிருந்ததால் என் கைகள் பதறின. அவர்கள் சிரிக்கத்தக்க கோரணிகளையெல்லாம் செய்துவிடுவேன் என்று பயந்திருந்தேன். இதற்குள்ளாகவே, கண் சிமிட்டலையும் சிரிப்பையும் கவனித்தேன். அநேக நல்ல பதார்த்தங்களை நான் வேண்டாமென்று சொல்லி விட்டேன், என்னை ஒரு துரைசானி கவனித்துக் கொண்டே இருந்தாள்; "அது சரி, உனக்கு

வேண்டியதில்லையானல், அதைச் சாப்பிட வேண்டாம். இங்கிலாந்திலுள்ள பெண்கள் இவைகளைச் சாப்பிடவும் மாட்டார்கள்'' என்று சொன்னாள். கடைசியாகக் கறியும் சாதமும் வந்தது. அதில் கொஞ்சம் போட்டுக் கொண்டு வயிற்றை வளர்த்துக் கொண்டேன்.

இன்னொரு துரைசானி, இந்தியாவில் வெகுகாலம் வசித்தவள்; அவள் தன் தலையைத் தூக்கிக் கொண்டு, நீ வளரும் பிள்ளை, நன்றாய்ச் சாப்பிட வேண்டும் என்றாள். "அவளுக்குக் கொஞ்சம் கஞ்சி கொடுங்கள்'' என்று ராபர்ட்ஸ் மிசி சொன்னாள். அதுமுதல் பலமாதிரியாய்ச் செய்யப்பட்ட கஞ்சியை எனக்குக் காலையிலும் மாலையிலும் கொடுத்து வந்தார்கள். காலையில் நான் சாப்பிட உட்கார்ந்திருக்கிற இடத்திலும், மாலையில் என்னுடைய அறையிலும் அந்தக் கஞ்சியை வைக்க வேண்டுமென்று தலைமை வேலைக் காரனுக்குத் திட்டம் செய்தார்கள். ஆனால் அந்தக் கஞ்சியில் கொஞ்சம் மாத்திரம் நான் குடிப்பேன். என் சகோதரர் அடிக்கடி வருவார்கள்; அவர்கள் வரும்போது, தாயார் பல பலகாரங்களை அனுப்பி வைப்பதுண்டு,

நான் அந்தத் துரைசானிகளுடன் வசித்தது, என் சகோதரர் என்னை மதிக்கச் செய்தது. அவர்கள் முறைப்படி என்னைப் பார்க்க வருவதுண்டு. எங்கள் வீட்டிலுள்ள கடைக் குட்டித் தம்பி என்பேரில் அதிகப் பிரியப்பட்டிருந்தான். "அக்கா! நீ வீட்டில் இல்லாதது நன்றாயில்லை" என்று சொல்லி, வடை பலகாரம் கொண்டு வந்து எனக்குத் தெரியாமல் என் அறையில் வைத்துவிட்டுப் போவான். இன்னும் கொஞ்ச நேரம் இருந்து போ என்று துரைசானிகள் அவனை விரும்பிக் கேட்பார்கள்; பயத்தோடும் பாசத்தோடும் அவன் பங்களாவில் நடமாடுவது அவர்களுக்குச் சந்தோஷமாயிருந்தது; அவனை அந்தப் பங்களாவின் சின்ன துரை என்று சொல்வார்கள். பகற்காலத்தில் பள்ளிக்கூட வேலை எனக்கு இன்பமாயிருந்தது. ராபர்ட்ஸ் மிசிதான் அதின் விசாரணைக்காரி.

நான் படிப்பிக்கும் முறையை அவள் எனக்குக் கற்பிப்பாள், அது என் மனதுக்கு அதிகச் சந்தோஷமாயிருக்கும். நான் பாடங்களை விளக்கிச் சொல்லும் போதும், அந்தந்தச் சமயத்துக் கேற்றாற்போலப் புதிய கருத்துகள் எனக்குள் எழும்பு வதும் எனக்கே ஆச்சரியமாயிருக்கும். கறுப்புப்பலகை, பெரிய படம், சித்திரங்கள் இவைகளண்டை நின்று நான் படிப்பித்ததால்,

சந்தோஷத்தால் அகமகிழ்ந்து, எனக்குக் கிடைத்திருக்கும் உத்தியோகத்தை நினைத்து, பெரிய நினைவு நினைத்துக் கொள்ளுவேன்.நான் படிப்பிக்கும் ஊக்கத்தை ராபர்ட்ஸ் மிசி கவனித்துச் சிரித்து நான் சிறுபிள்ளை என்பதை மறந்து விடுவாள். நாம் பெரியவள்தானே, நாம் விசேஷமானவள் என்பதை யாரிடத்தில் கேட்க வேண்டுமென்று, நான் என்னைக் குறித்து நினைப்பேன். ராபர்ட்ஸ் மிசி யிருக்கிறாளே அவள் என்னைத் தனக்குச் சரியொத்த வயசுக்காரி போல நினைத்துக் கோபமாயும், உத்தண்டமாயும் அடிக்கடி சண்டை போடுகிற துண்டு, சற்றப்பால் இடுப்பை இறுகக்கட்டி முத்தமிடுவாள். அவள் ஒருமாதிரிப் போங்குக்காரி, நாங்கள் அடிக்கடி சச்சரவு பண்ணிக் கொள்ளுவோம்.

சிலதடவை நம்மை வேணுமென்று தொல்லைப் படுத்தும்படி இப்படியெல்லாம் பேசி வருகிறாள் என்ற எண்ண முதலாய் எனக்கு வராது. ஒருநாள் எங்களுக்கு அதிகச் சிநேகிதியும், அதிக மரியாதையுள்ள குடும்பத்தாளுமான ஒரு ஆளைப் பற்றிப் பேசுகிறபோது "ஆடி.... மிசியே, அந்த வேதம் போதிக்கும் ஸ்திரீயை நீ சந்திப்பு அறையில் வைத்துப் பேசிக் கொண்டிருந்தாயே, அதேன்? இங்கிலாந்தில் இப்படிப் பட்டவர்களை சமையல் அறையில்தான் கண்டு பேசுவோம். உள்ளபடி, அவளென்ன? வேலைக்காரிக்கு அதிகமில்லையே" என்று கேட்டாள்.

உடனே எனக்கு எரிச்சலும் ஆத்திரமும் வந்துவிட்டது. ''சமையற்புரையிலா?" என்று கேட்டேன். நான் கேள்விப்பட்ட அநேக சமாசாரங்களால் அதிகக் கோபம் எனக்குள் எழும்பினது, மேலும், நாங்களெல்லாரும் இத்த நாட்டின் பெரியதனக்காரரா யிருக்கிறோமென்றும், இவ்விடத்தில் வந்திருக்கிற இங்கிலிஷ் துரைசானிகளெல்லாரும் மத்திம அந்தஸ்துள்ளவர்களென்றும் நான் கேள்விப் பட்டிருந்ததால், அதை நன்றாய் அவளுக்கு உணர்த்திக் காட்ட வேண்டுமென்று தீர்மானித்து, தைரியத் துடன் "நீங்கள் எங்களை யாரென்று நினைக்கிறீர்கள்? நாங்கள்தான் இத்தேசத்துச் சரியான பிரபுக்களாக்கும்" என்று சொன்னேன். எப்படியோ என் வாய் குளறி அந்த வார்த்தையைப் பிசகாய் உச்சரித்தேன், அவள் உடனே கொல்லென்று நகைத்து நான் தப்பாகச் சொன்ன வார்த்தையைத் திரும்பத் திரும்ப நான் சொன்னபடிச் சொல்லிக் கொண்டிருந்தாள், ''அதெப்படியு மிருக்கட்டும். நீங்கள் எப்படியும் மத்திம அந்தஸ்துக்காரர்தான், அவளோ பிராமணகுலத்தாள், தரித்திரப்பட்டு உங்களிடம்

சம்பளத்துக்கு வந்து வேலை செய்கிறான். அவள் வேலைக் காரியல்ல, உங்கள் தேசத்தில் நீங்கள் பிராமணரல்ல, சூத்திராட்கள்!" என்று நான் சொன்னேன். என் கண்ணில் கண்ணீர் வந்துவிட்டது. தொண்டையும் கம்மிப் போயிற்று.

அப்போது கோபதாபத்தால் பொங்கின அந்த அம்மாள் அடுத்தவளைப் பார்த்து "மிஸ் டி.... சிறு பெண்கள் எப்போ தாவது சாப்பாட்டு மேசையிலிருந்து இப்படிப் பேசுவார்களா? இதை நான் ஆட்சேபிக்கிறேன். இது எனக்கு உதவாது - எனக்கு இது உதவாது என்று திட்டமாய்ச் சொல்லுகிறேன்" என்றாள். இப்படிச் சொல்லும்போது அவள் காட்டின கோபமும், சாதனையும் என்னை நடுநடுங்கப் பண்ணினது. மிஸ் டி... என்னை எட்டிப் பார்த்துத் தலையை அசைத்தாள். என் கண்ணீர்களை நான் உடனே துடைத்துக் கொண்டேன், நான் ''கெட்ட," "துஷ்ட," "கீழ்ப்படியாத,' "மரியாதையற்ற,' "இடும் புள்ள" இன்னும் என்னதெல்லாமோ உள்ளவள் என்று சொல்லும் அவதூறான வார்த்தைகளைக் காதால் கேட்கையில் "என்ன பண்ணுவேன்'' என்று எனக்குள்ளே சொல்லிக் கொண் டேன். மத்தியானச் சாப்பாடு முடிந்தது.

ராபர்ட்ஸ் மிசி வீச்சென்று எழுந்து தன் அறைக்குள் பாய்ந்தாள். நான் என்னுடைய அறைக்குள் போய் அழுது கொண்டிருந்தேன். நான் எனக்குள்ள "சுதேசிகள் சுதேசி கள்தான். நாளையதினம் நமது தாயாரையும், இவளொரு வேதம் போதிக்கும் ஸ்திரீதானே என்பாள்; நமக்கு இந்த இடம் உதவாது" என்று சொல்லிக் கொண்டு முன்னிலும் அதிகமாய் அழுதேன். சுமார் ஐந்து நிமிடமானபின் என் அறையின் கதவு திறக்கப்பட்டது. ராபர்ட்ஸ் மிசி தடதடவென்று வந்து என் கையைப் பிடித்துக் கொண்டு, ஓயாமல் முத்தமிட்டு "எல்லாம் சரிப்பட்டுப் போயிற்று, அதைப்பற்றி இனி பேசமாட்டோம்" என்று சிரித்துக் கொண்டு, குணம் மாறினவள் போல சொன்னாள்.

''வேதம் போதிக்கும் ஸ்திரீகளைச் சமையற் புரைக்கு அனுப்ப மாட்டீர்களல்லவா?" என்று கேட்டேன். அவள் தலையை ஆட்டிக் கொண்டு, சிரிப்போடு போய்விட்டாள்.

சாயங்காலங்களில் நாங்கள் பெரும்பாலும், பங்களாமுன் கொட்டகையில் உட்கார்ந்திருப்போம். அது எங்களுக்கு இளைப்பாறும் நேரமாயிருந்தது. நான் என்னத்தைப் பேச வேண்டுமோ அதையெல்லாம் அச்சமயத்தில் தாராளமாகப்

பேசலாமென்ற உத்தரவிருந்தது. எங்கள் முன்னுக்கு ஒரு மேசையிருந்த போதிலும், நான் ஒரு தாழ்ந்த நாற்காலியில் சற்று எட்டி உட்கார்ந்து, மடியில் கைகளை மடக்கி வைத்துக் கொண்டிருப்பேன். என் கண்ணுக்கெட்டும் சந்திர நக்ஷத்திரங்களை நான் என் மனம் போனபடி எல்லாம் நினைத்துச் கொள்வதண்டு; அடிக்கடி என் எண்ணங்கள் பாஷ்கார்பேரில் பாய்ந்துவிடும்; ஆனால் என் சிந்தையிலிருந்து தடுக்கப்பட்டும் பேசும்படி ஏவப்படுவேன். துரைசானிமார் பெரும்பாலும் பூத்தையல்கள் தைப்பார்கள்: நான் ஒருநாளும் தையல் கொண்டு போகிறதில்லை. ஒரு நாள் ராபர்ட்ஸ் மிசி என்னைக் கண்டித்து “நீ ஏதாவதொரு தையலை ஏன் கொண்டுவரவில்லை” என்று கேட்டாள்.

நான் என்னைக் குற்றவாளி என்றுணர்ந்து, தையலெடுக்கும்படி எழுந்தபோதே, நாம் இப்போது சும்மா இருக்க வேண்டிய தென்றல்லோ நினைத்திருந்தேன்” என்று எப்படியோ வாயில் வந்துவிட்டது.

‘‘ஆம், ஆனால் அப்படி வெளிக்குத் தோன்றக்கூடாது; சோம்பலாயிருப்பது எனக்கு ஆகாது.”

இந்த வாசகத்தின் கருத்து என் மனதைக் குத்தினது. நான் மேசைமுன் நின்றேன். என் கண்காட்சியின் மனோ தோற்றமெல்லாம் அகன்றுவிட்டது. நான் அவளை ஏறிட்டுப் பார்த்து அப்படி வெளிக்கு மாத்திரம் தோன்றக் கூடாதாக்கும்? அப்படியா? அதினால் என்ன நன்மை? அது தப்பான நடவடிக் கையல்லவா?”

அவளுக்கு வந்த எரிச்சலா! சொல்லி முடியாது; நான் என் அறைக்குத் தப்பியோட வகை பண்ணினபோது, அவள் என்னைப் பலவந்தமாய்ப் பிடித்து உட்கார வைத்து; “தப்பா னதா! உட்கார்ந்து சோம்பலாயிரு. நாங்கள் ஒவ்வொருவரும் உன்னை வெட்கப் படுத்துவோம்” என்று சொன்னாள். அடுத்த துரைசானி அவளைச் சாந்தப்படுத்தும் படியாக ‘‘உள்ளபடி நான் ஒரு வேலையும் செய்யவில்லை, நானும் சும்மாய் உட்கார்த்திருப்பது நல்லதுதான்” என்றாள்.

“உட்காரு,” ‘‘உட்காரு” என்று ராபர்ட்ஸ் மிசி சொன்னாள் இதற்குள் அவளுடைய கோபாக்கினி எல்லாம் தணிந்து செல்லத்தில் ஆரம்பித்தாள்.

மற்றத் துரைச்சானி அடிக்கடி என் காதண்டை ஓதி ‘‘அவள் ஐரிஷ் பெண், மனதில் ஒரு நினைவும் வையாள்’”

என்பாள். அன்று என்னை எட்டிப்பார்த்துச் சிரித்துக் கொண்டிருந்தாள்.

எனக்குண்டான பெரிய சங்கடங்களெல்லாம். என் வாய்க் கொழுப்பால்தான் வந்தது. பெரு நினைவு நினைக்கிறது எனக்கு வழக்கமாகிப் போயிற்று, பாஷ்கார் இப்படி என்னை வழக்கபடுத்திவிட்டார். அடிக்கடி எனக்கும் என் சகோதரருக்கும். உண்டாகும். சச்சரவுகளில், தான் என்னைப் பேணிக் கொள்ளும்படி நியாயம் பேசும் வழக்கமானது என் கருத்துகளை உறுதிப்படுத்தும். இப்படியெல்லாம் நியாயங்களைப் பேச என்னைக் கெட்டிக்காரியாக்கி விட்டது. சிறு பிராயமுதல் என் காரியத்தை விடாதபடி காலங்கழித்து வந்திருக்கிறேன். அமைதலின் அழகின்னதென்பது, அக்காலத்தில் எனக்குத் தெரியாது. ஒருநாள் நான் முன்கொட்டகையில் அரைத் தூக்கமும், அரைக் கனாவுமாய் இருக்கையில், ஒரு ஆள் வருகிறதாகப் பேச்சுக் கேட்டேன். அவளுடைய பேரைக் கேட்டவுடனே, ராபர்ட்ஸ் மிசி, திடீரென்று "ஓ, என்ன சங்கடம்! அவள் கடுந்தொனப்பியாச்சுதே! என்னிடத்தில் பேச வேண்டுமாக்கும். அதே போதுமே" என்று மனமடிவாகச் சொல்லி நடந்து போனாள். வயதுசென்ற ஒரு அம்மாள் கொட்டகைப் படிக்கட்டில் இவளைச் சந்தித்துக் கொண்டாள்.

இவளைக் கூட்டிவந்த போதே "உங்களைப் பார்ப்பது மெத்தவும் சந்தோஷமாயிருக்கிறது. சுகமெப்படி?" என்று ராபர்ட்ஸ் மிசி அதிகத் தாபந்தத்தோடு பேசினாள். இது வேறே ஆள் போலிருக்கிறது. ராபர்ட்ஸ் அம்மாள் இவளைக் கண்டு இப்படி ஆச்சரியப் படுகிறாளே என்று எனக்குள் நினைத்துக் கொண்டேன். அவர்கள் நல்ல சந்தோஷமாயும். இணக்கமாயும் பேசிக் கொண்டிருந்தார்கள். ஆனால் அவள் திரும்பிப் போனவுடனே ராபர்ட்ஸ் மிசி பேசின ஜாடை என் மனதில் பலத்த சங்கடத்தை வருவித்தது. அவள் சொல்வாள்: "என்ன தொனப்பி அப்பா! அவள் எழும்பி விட்டது, எனக்கு எவ்வளவு சந்தோஷமாயிருக்கிறது? நிசமாய் இப்படிப்பட்ட நேரங்களில் நம்மிடம் ஒருவரும் வரக்கூடாது. என்றாள்.

"அவளா, அவளா? அவளைப் பார்த்து மெத்தவும் அதிசயப் பட்டீர்களே" என்று சொன்னேன்.

"நீ என்ன பேசுகிறாய்?" என்று சினந்து திரும்பி எரிந்து பார்த்தாள்.

''இல்லை அந்த அம்மாளை அவ்வளவு ஆச்சரியமுள் ளவளைப் போலப் பேசினீர்களே, அவளைக் கண்டதற்காக அதிகச் சந்தோஷப் படுகிறதாகவும் சொன்னீர்களே.''

“ஓ! கோ!” என்று சத்தமிட்டு அலறி, தன் இரண்டு கைகளையும் உயர்த்தினாள்.

“மிஸ் டி உனக்கு உதவாது, இந்த இடம்.”

அவள் பேச்சை நான் தடுத்து ''இந்த நேரத்தில் தாராளமாகப் பேசலாம் என்று சொன்னீர்களே” என்றேன்.

“தாராளப் பேச்சு, உனக்கு மேற்பட்ட அதிகாரிகளுடன் அல்ல, என்னோடு அல்ல” என்று மேஜையில் பெருவிரலை யூன்றி, “நீ கெட்ட பிள்ளை” என்று சொன்னாள்.

இது சற்று மிஞ்சின பேச்சாய்ப் போயிற்று, பக்கத்தி லிருந்த துரைசானி கொல்லென்று நகைத்தாள், ராபர்ட்ஸ் மிசி கூடிச் சேர்ந்து சிரித்தாள்,

நாள் சென்றபின், இதெல்லாம் கல்மிஷ குணத்தோடு பேசப் பட்டதல்ல என்று அறிந்து கொண்டேன். இது அவர்கள் வழக்கமென்றும், சபை ஒழுக்கத்தில் வழக்கமாய் அவர்கள் பேசும் பதங்களையே வேண்டுமென்று உபயோகித்து வந்ததாகவும் அறிந்தேன். இதை வாசிக்கிறவர்கள், நான் எவ்வளவு வாயாடியாயிருப்பேன் என்று அறிவீர்கள். இந்த இரண்டு துரைசானிகளையும் நான் நேசித்து, அநேக மாசங்களை இவர்களுடன் பின்னிட்டேன். ஒரு வேளா வேளை யுண்டாகிற சடுத்தங்களோடு, நான் அவர்களுடன் மனச் சந்தோஷத்துடன் வாழ்ந்தேன். அதிகக் காலத்துக்குப்பின் எனக்கு ஜுரமுண்டாகி அவஸ்தைப்பட்டபோது என் தமக்கையார் என்னைக் கூட்டிக் கொண்டு போய்விட வேண்டி யதிருந்தது.

நான் வீட்டுக்கு வந்தபோது ஒரு வேலையும் செய்ய இயலாமல் பலவீனமாயிருந்தேன். என்றாலும் தாயாருடைய ஆதரவில் வந்துவிட்டதும் அவளுடைய கரிசனையும் எனக்கு அதிக இன்பத்தைக் கொடுத்தது. வெகுகாலமாய் இதை ஆசித்தும் வாய்க்கவில்லை. என்னைப்பற்றித் தப்பாய் நினைத்துக் கொள்ளுகிறவர்கள் இவ்விடத்திலொருவ ருமில்லை. என் மனம் பூரிக்கும்படியான பூரண மகிழ்ச்சியுடன் என்னுடைய நாட்களைப் பின்னிட்டேன். நான் சுமார் ஒருவருஷக் காலமாக விஸ்தாரமான பங்களாவிலும், அறை யிலும் வாசம் பண்ணிப் பழகிவிட்டதால், எங்கள் சிறிய வீடும்,

முடுக்கான அறைகளும், சின்னதாயும் வீட்டு வேலைகள் சங்கடம் போலும் காணப்பட்டது.

நாகரிகமான போங்காய் ஜீவித்ததும், பிரியமான வேலையை நடப்பித்ததும், தேச்சியுள்ளவர்களுடன் சம்பாஷித்து வந்ததும் என் மனதுக்கு ஒருவகையில் மகிழ்ச்சியை உண்டாக்கினது. ஒரு ஆளின் மனோதத்துவங்கள் விருத்தியாக்கப்பட்டு, தான் மற்றவர்களைவிடச் சில பல விஷயங்களில் தாழ்ந்தவளல்ல என்ற எண்ணம் ஊர்ஜிதப்பட்டு, பூர்வகால சாதாரண ஜீவியம் மாறிப் புதிய மாதிரியான ஜீவியத்தில் அவள் பழகிவிடும் போது, இரண்டையும் சமாதானப்படுத்துவது கூடாது. எவ்விஷயமும் அப்படியே இருந்தது. ஏதோவொன்று குறைவாயிருக்கிறதுபோலத்தோன்றினாலும், அதின்னதென்று தெரியாதே போயிற்று. என் சொந்தக் கையால் அற்ப சொற்பக் காரியங்களை நடப்பிக்க இயலாமல் போயிற்று. இப்போது நான் என் சொந்த இடத்துக்கு வந்துவிட்டபடியால், எவ்வகையிலும் எனக்கு இளைப்பாறுதலிருந்தது. நாடோடிய ஜீவியமும், தனித்திருப்பதும், தட்டிக் கேட்பாரில்லாமலிருந்த சுயாதீனமும் என் மனதுக்குச் சந்தோஷத்தைக் கொடுத்தது. என்னிஷ்டம்போல, இங்கே நான் படிக்கலாம், பேசலாம், தான் விரும்பினதைச் செய்யலாம்.

என் சத்தோஷத்தில் சப்பாத்தையும் மேஜோடையும் கழற்றிவிட்டு எல்லாவகையான வேலைகளிலும் கையிடலாம். சிறு பிள்ளைகளோடும், என் தாயாரிடம் பேச வருகிறவர்களோடும் நான் என் மனம்போலச் சம்பாஷித்து ஆனந்தங் கொண்டேன்! அதுவன்றி எங்கள் தெருவிலும் வீடுகளிலும் நெய், பால், தயிர் முதலிய சாமான்களை விற்கவரும் நாட்டுப் புறத்து ஜனங்களுடன் நான் பேச்சுக் கொடுக்க அதிக ஆசைப்படுவேன். அந்த நாட்டுப்புறத்தார்; தயிரோ தயிர் பால் வாங்கலையோ பால் பால் - பால்! கீரையோ கீரை! அரைக்கீரை! தண்டங்கீரை என்று கீதப் போங்காய்க் கூவும்போது என் காதுக்கு இனிமையாயிருக்கும். அவர்கள் வீடுகளிலுள்ள கவிச்சு அவர்களைச் சுற்றியிருக்கும். அப்போது கடலோரத்திலும், விஸ்தாரமான மைதானத்திலுள்ள குடிசையிலும், வயல் வெளிகளிலுமுள்ள காற்றுக்கும் இதற்கும் எவ்வளவு வித்தியாசமிருக்கிறதென்று நான் நிதானிக்க இடமுண்டாகும்.

தானியமடிக்கும் சத்தமும், ஆண், பெண், பிள்ளைகளின் குரலோடு கேட்கும் ஆடுகளின் சத்தமும், மாடுகளின் முக்காரமும் என் காதில் தொனிக்கும். கதிர் அறுத்த வயல்களில் அங்குமிங்கும் அடைந்திருக்கும் ஆட்டு மந்தைகளும், மஞ்சள் நிறமாகத் தோன்றும் வைக்கோல் படப்புகளும் என் மனதில் வரும். ஆ! கஷ்டப்படும் இந்தச் சமுசாரிகள், ஒரு ஊரில் எவ்வளவு ஒழுங்கீனமாகக் காலங்கழித்து வருகிறார்கள்! அதைப் பற்றிய உணர்ச்சியும் அவர்களுக்கிருக்கிறது. நான் அடிக்கடி அவர்களுடைய வீட்டு நடவடிக்கைகளைப் பற்றி அவர்களிடம் கேட்டிருக்கிறேன். பெருமூச்சு விட்டவர் களுமுண்டு, பின்னுக்கு எட்டிப் பார்த்தவர்களுமுண்டு. ஒவ்வொருவரும் தானியக் களஞ்சியத்தண்டை ஓரோர் குடிசைகளில் வசித்தார்கள். ஒவ்வொரு வீட்டிலும் நிறைய பிள்ளைகளும். முற்றத்தில் மாடுகளுமிருந்தன. இரண்டு வருஷமாயிற்று, வயிற்றுக்காகப் பிச்சைக்கு வந்தோம். நிலமெல்லாம் அடமானமாகி விட்டது" என்று பரிதாபத்தோடு அவன் சொல்லுவதுடன், "அடுத்த தீவாளிக்கு ஊருக்குப் போவேன்" என்று சொல்லி, மலர்ந்து முகத்தைக் காட்டுவான். என் காரியத்தைத் தாயார். கவனித்து அதிசயப்பட்டாள். அவள் ஒருநாள் என்னைப் பார்த்து, "துரைசானிகளுடன் சகவாசம் பண்ணின; நீ ஒரு பெரிய துரைசானி போலிருந்து கொண்டு, உள் சின்ன வீட்டைச் சட்டைப் பண்ண மாட்டாய் என்றல்லோ நான் எண்ணியிருந்தேன்" என்று சொன்னாள்.

"எந்த இடமும் நம்முடைய வீட்டுக்கு வருமா, அம்மா" என்று நான் சிலதரம் சொல்லுவேன்; என் சகோதரரோ "அவளு டைய காரியாதிகளெல்லாம் வேறு" என்று சொல்லுவார்கள். "ஆம், ஆம், எவ்வளவு சாதாரண சாப்பாட்டிருந்தாலும், அவளுக்குப் போதுமானது. பூச்சு அரித்த புஸ்தகத்தாள்கள் மாத்திரம் அவளுக்கு இருந்தால், இதுதான் அவளுக்கு உயர்ந்த வீடு" என்று என் தாயார் சிரித்துக் கொண்டு சொல்லுவார்கள்.

வீட்டிலிருப்பது எனக்கு அலுப்பாயிருக்கவில்லை; ஆனால் நோய் கொண்டது போல நினைப்பதும், தியானிப்பதும் என் மனதில் அதிகரித்தது. எனக்கு அசவுக்கியமும் மனத்தளர்ச் சியுமாயிருக்கிற வேளைகளில் அது அதிக பலப்பட்டது. நான் துரைசானிகளுடனிருந்த காலத்தில் நடந்த இரண்டு மூன்று காரியங்கள் எங்கள் மனதைச் சஞ்சலப்படுத்தினது. எங்களுடைய சிநேகிதரில் இருவர், யாதொரு காரணமின்றிச்

சங்கடப்பட்டார்கள். ஒருகாலத்தில் தைரியமும் திடமுமாயிருக்க அவர்கள் இப்போது விருத்தாப்பியராயிருந்தார்கள். பரோபகார குணம் அவர்கள் வீட்டில் குடி கொண்டிருந்தது.

அவர்களுடன் பழகி, அறிமுகப்படுகிறவர்கள் எல்லாரும், நல்ல நரை வயதுள்ளவர்கள், வாலிபப் பிராயமுள்ளவர்களுக்கு எவ்வளவு சிறந்த மாதிரியைக் காட்டுகிறார்கள் என்று அறிவார்கள். அவர்களுடைய நரைத்த தலையானது. இப்போது சஞ்சலத்தால் தாழ்ந்துவிட்டது; முன்காலத்திலிருந்த முகச் செழிப்பும் தைரியமும் மாறி மனக்கசப்பும் கவலையும் அவர் களைச் சூழ்ந்து கொண்டிருந்தது. வருஷத்துக்கொருதரம் எங்களைப் பார்க்கும்படி வருகிற அந்த நல்ல விருத்தாப் பியனுடைய வீடு நாட்டுப் புறத்திலிருந்தது. கிறிஸ்தவர்கள் எல்லாரையும் அவன் நன்றாய்ச் சவரட்சணை செய்து வந்தான். அவ்விடத்துக்கு நாங்கள் போனால் தன் சொந்தப் பிள்ளை களைப் போலவே நடத்துவான். அவனுடைய மனைவி எங்களைச் சிறு பிராயத்தில் எடுத்துக் கொண்டு திரிந்து வளர்த்த தாதியாயிருந்தாள். அவன் எங்கள் வீட்டுக்கு வருகிறது எங்களுக்கு எப்போதும் சந்தோஷமாயிருக்கும். ஏனெனில் அவன் வரும்போதெல்லாம் பலவகையான சாமான்களுடன் வருகிறதுண்டு. திரும்பவும் ஊருக்குப் போகும்போது, எங்களில் யாராவது ஒருத்தரைத் தன்னுடன் கூட்டிக்கொண்டு போவான். அவனுக்குப் புத்திர பாக்கியமில்லாமையால், அவனும் அவன் மனைவியும் எங்கள்மேல் தாபந்தங் கொண்டிருந்தார்கள். புது வருஷத்தன்று நான் அணியும் புஷ்பம், அவன் அனுப்புகிறதாய்த் தானிருக்கும். அவன் வருகிற வழியில் அகப்படுகிற சிவந்திப் பூக்களையெல்லாம் பிடுங்கிப் பத்திரமாய்க் கொண்டுவந்து, தன் நடுங்கின விரல்களால் என்னுடைய கொண்டையில் சொருகுவான். அதை என் சகோதரர் பார்த்துச் சிரித்துக் கொண்டு, புது வருஷம் என் தலையில் வந்து உட்கார்ந்து இருக்கிறதென்று சொல்லுவார்கள்.

ஆனால் இப்போது அவனுக்கு தேரிட்ட சங்கடமென்ன? மனமுடைந்து, நடைமுடங்கி, தள்ளாடி வழிநடந்து, தன்னுடைய வருத்தங்களையெல்லாம் என் தாயாருடன் சொல்லி அங்கலாய்த்தான். ஒருவனை அவன் நம்பி, நம்பிக்கையுடன் தன் பணங்களை அவனிடத்தில் கொடுத்து வைத்தான். அந்த சிநேகிதன் நம்பிக்கைத் துரோகம் செய்துவிட்டான். அதிலிருந்த கெடுதலெல்லாம்கூடி அதை ரூபிக்க யாதொரு எழுத்துமில்லை.

தஸ்தாவேஜு ஆதாரமும் இல்லாதே போயிற்று. ஒருகாலத்தில் அவ்விருவரும் அண்ணன் தம்பி போலிருந்தார்கள். இப்போதோ ஒருவன் பணக்காரனாய், ஊரில் பெரியவன் என்று பேரெடுத்து விட்டான். இன்னொருத்தன் தன் விசனத்தால் பைத்தியக் காரனாகி, நரைத்த தலை தாழ்ந்து, கண், கண்ணீரால் நிறைந்திருந்தது. இது பண்டைக் கதைதானே - தந்திரமும். சூதும் பணப்பிரமையும் கொண்ட பிசினிகள் உலகத்தில் விருத்தியடைந்து வாழ்வதும், பேதமையுள்ள உத்தமர் சங்கடப்பட்டுத் தவிப்பதும் லோக வழக்கந்தானே. யாதொரு கவலையும் எண்ணமுமில்லாத சந்தோஷமான பால்ய சுபாவம் என்னில் மாறி, இவ்வுலகத்தில் சங்கடங்களும், இடைஞ்சல் களும் இப்படியா என்ற உணர்ச்சி எனக்கு வந்தது. எப்பக்கத்தைப் பார்த்தாலும் இப்படிப்பட்ட குறைவிருக்கிற தென்றுக் காட்டும் பட்சமும் தாபந்தமுங்கூட வம்பும் பித்தலாட்ட முமானதென்று எனக்கு விளங்கியது.

நோய்பிடித்து, பலவீனப்பட்ட என்னுடைய மனதுக்கு ஒருவன் இன்னொருவனைக் கெடுத்து வாழும்படி பிரயாசப் படுகிறது போலும். ஒருவனுக்குண்டான வாழ்வும் ஜெயமும் மனுமக்களின் பொது நன்மையென்றெண்ணாமல், பிறர் தாழ்வும் தன் வாழ்வும் விரும்பும் பொறாமையுமாய் இருக்கிற தென்று தெரியவந்தது. சகோதரர் வாஞ்சையும், மற்றவர்கள் நன்றாயிருக்க முயல்வதும், மூத்தோருக்கும், பெரியோருக்கும் மரியாதையாய் அடங்கி நடக்க ஆசிப்பதுமான, இவை முதலிய எல்லாக் காரியங்களும் அகன்றுவிட்டதுபோலக் காணப் பட்டது. ஜனங்கள் கஷ்டப்படுகிறதும், வேலை செய்கிறதும் உள்ளது தான்; ஆனால் என்ன காரணத்துக்கு? சற்றுத் தலையெ டுத்திருக்கிறவனை ஜெயிக்கும் படியாகத்தான். அதற்கென்று நடுராத்திரியில் எண்ணெய் எல்லாம் செலவாகிறது. தூக்க மெல்லாம் கலைந்துவிடுகிறது. முகமெல்லாம் ஜெபகோலமாய் ஜொலிக்கிறது. "பார்! எட்டிப் பார்! என்ன மாதிரி நடக்கிறான்! எவ்வளவு பெருமை எவ்வளவு வஞ்சகம்! அவன் தலையை மடக்கிவிட்டால் எவ்வளவு நன்றாயிருக்கும்!" என்கிறார்கள். உத்தமும் பிரபுத்துவமுமான சுபாவம் ஒன்றும் இல்லாமல் அற்றுப் போயிற்று.

அர்ணியின் வீட்டுக்குப் போய் நான் நடமாடினபோது, பார்த்த நகைகளும், மற்றச் சாமான்களும், ஆபரணங்களும் என் உடம்பைச் சிலிர்க்கப் பண்ணிற்று. ஒவ்வொன்றையும் திரும்பத்

திரும்ப எண்ணினாலும்; லாபம் நஷ்டம் இரண்டுமே அவர்கள் சிந்ததையிலிருந்தது; பணமும் நகையும் அழகும். அந்தஸ்து மெல்லாம் சந்தைக் கடைக்கு வந்து சீரழிகிறது போல எனக்குக் காணப்பட்டது. நான் வேடிக்கைப் பார்த்துக் காலம் போக்கினேன். இப்படிப்பட்ட எண்ணங்களில் என் மனம் ஓடி, ஒன்றும்செய்ய இயலாமல் சோர்ந்து போனேன்.

கபடமற்ற கன்னிப் பெண்ணாகிய பெரிமாவின் ஆயுசும் இதற்குள்ளாக முடிந்து விட்டது. காட்டுப் புஷ்பத்தைப் போல் அவள் சிலநாள் தன் அலங்காரத்தைக் காட்டி அப்படியே மறைந்துவிட்டாள். இவ்வுலகத்தின் கஷ்ட நஷ்டங்கள் அவள் சுமக்கும் பாரத்துக்கு மிஞ்சிவிட்டது. சிலகாலம் மாத்திரம் சந்தோஷத்தை உண்டாக்கின அந்த நம்பிக்கையற்ற அன்பின் மேல் தன் சிந்தையைச் செலுத்தினதினாலோ, அல்லது தன்னைச் சுற்றிலுமிருந்த உலக வாழ்வைக் கண்ணுற்றுப் பிரமை கொண்ட தலையை உயர எடுத்ததினாலோ. இந்த ஜீவனின் நிலையாமையையும்; மாயையையும்; ஏமாற்றலையும் கவனித்து, திகிலடைந்ததினாலோ எதினாலோ அவள் தன் கண்களை என்றென்றைக்கும் மூடிக் கொண்டாள்? தேக சுகத் துக்காக வேறொரு இடத்துக்குக் கொண்டு போகப்பட்ட அவள்” திரும்ப வரவில்லை.

என்மட்டில் அவள் இவ்வுலகத்திலுள்ள சத்தாங்கத்தை உணர்ந்து லீலிப் புஷ்பம் போலிருந்தாள். அவளிடத்தில் யாதொரு கபட சிந்தை இருந்ததில்லை. அவள் கண்ணுக்கு இவ்வுலகமானது தன் மனம் போலச் சுத்தமாயிருந்தது. அவ்வித நேசம் அவளுக்குப் பிரதிபலனாகக் கிடைக்கவில்லை. என் எண்ணத்துக்கு அவள் இன்னும் உயிரோடிருக்கிறது போலத்தான். சிலதடவை சொப்பனங்களில், அவள் சிரித்த முகத்துடன் சந்தோஷத்துடன், தான் ஒளிந்து கொண்டிருக்கும் ஒரு பழைய கோபுரத்திலிருந்து வெளிப்புறப்படுகிறது போலும், வெற்றியடைந்தவளைப் போலக் கலகலவென நகைத்து, ‘அவர் வருவாரென்று நான் சொல்லவில்லையா? அதோ வந்து விட்டார்” என்று சொல்லுகிறபோதும், வேறு தடவைகளில், நான் வெகு நாட்களாய்ப் பறிகொடுத்த பெரிமா, ஓர் மலைக் குகைக்குள் இருந்துகொண்டு “ஆ” நான் எவ்வளவு சந்தோஷ மாய் இருக்கிறேன்; என்னை வெளியே கொண்டு போகாதே, நீ என்னுடன் வந்து குடியிரு. உலகத்தைப் பற்றி எனக்கு அக்கரையில்லை’’ என்று சொல்லுகிறது போலும் காண்கிறேன்.

அப்போது, என் வாயிலிருந்து, "ஆ, நீ எங்கேயோ மறைந்து கொண்டிருக்கிறாய். நீ கண்டுபிடிக்கப் படுவாய் என்பது எனக்குத் தெரியும்" என்ற வார்த்தைகள் வந்துவிடும். ஆ, மனதைக் கலக்கும் சொப்பனங்களே அகலுங்கள்; இனி அவள் இல்லை. இவ்வுலகம் அவளுடைய உத்தமத்துக் கேற்றதல்ல. அவள் மரித்துச் சிலகாலமான பின், துக்கத்தால் மூழ்கியிருந்த அவளுடைய தகப்பனாரைக் கண்டேன். உடனே துக்கசாகரத்தின் அலைகள் என் மனதில் மோதின. மறுபடியும் ஒருதரம் அந்த மலைகளையும் மேடுகளையும், பள்ளத்தாக்குகளையும் பாறைகளையும், ஆறுகளையும், ஊற்றுகளையும், பஞ்சு முகில்களையும் பார்த்து வேண்டுமென்ற ஆவல் எனக்குண்டானது; ஒவ்வொரு நாளும் நான் நித்திரைக்குப் போகையில் மலைகளின் கிரகங்களும், மரங்களில் சலசலப்புகளும் என் மனதுக்கு முன்னிருந்தன.

இப்படிப்பட்ட காலத்தில் குறிக்கப்பட்ட ஒரு உத்தியோகமில்லாத எங்கள் இரண்டாம் சகோதரன் எங்களைப் பார்க்க வந்தான். அவன் தன் காட்டுக் குடியிருப்பின் வண்டோலங்களையெல்லாம் வர்ணித்துச் சொல்லி, எங்களெல்லாரையும் அவ்விடத்துக்குக் கூட்டிக் கொண்டு போகிறதாகச் சொன்னான். எனக்குண்டான சந்தோஷம் கொஞ்சமல்ல. ஊரிலுள்ளவர்களெல்லாரும் இவன் ஒன்றுக்கும் உதவாதவன், இவன் ஒரு வேலைக்கும் ஆகமாட்டான் என்று சொல்லியிருந்தார்கள். எங்களுடைய நாட்டுப் பாதிரியாருக்கு அவனைப் பற்றி எவ்வளவேனும் நல்ல எண்ணமிருக்கவில்லை. அவனை எப்போதும் எங்களுக்குமுன் இழுத்துவிட்டு, இவன் ஒருநாளும் விருத்தியாய் வேலை செய்ய மாட்டான் என்று சொல்லுவார். எப்படியிருந்த போதிலும், கட்டை பாவின அவனுடைய காட்டு வீட்டையும், அவ்விடத்துக் குடியிருப்பையும் நான் காண விரும்பினேன். என் தாயாருக்கு அவன் செல்லப் பிள்ளையாயிருந்தான். அவன் தாயாரைப் பார்த்து, "அம்மா வாருங்கள். இவர்கள் உடம்பு தேறிப் பலமுண்டாகிறதா இல்லையா பார்ப்போம்" என்றான்.

ஆகவே நாங்கள் எங்கள் காடோடியுடன் முதலாவது புகைக் கப்பலிலும், அப்பால் நாட்டு வண்டியிலும் ஏறிப் போனோம். அவன் அதிகார டம்பன், எங்களிடம் அநேக வேலைகளை வாங்கினான். பண்டைய காலத்துச் சட்டப்படியே எங்களை நடத்தினான். திருஷ்டாந்தமாக, நாங்கள் அவனை

பேர்சொல்லிக் கூப்பிடாமல், எஜமான் என்று கூப்பிட உத்திரவாயிற்று. மூத்தவர்களைப் பேர் சொன்னால் அது மரியாதைக்கேடாம். என் சுபாவம் அந்த மாமுலுக்கு முற்றிலும் விரோதப்படவில்லை என்று கண்டேன். அவனைப் போலப் புஸ்தகங்களையும் படிப்பையும் தள்ளிவிட எனக்குப் பிரியமில்லாதே போனாலும், அவனைப் போலக் காட்டில் வசிக்கவும், வனக்காட்சிகளை கண்டு களிக்கவும் ஆசையாயிருந்தது. அவன் வீடு ஒரு மலைச்சரிவின் பல வினோத காட்சிகளின் மத்தியிலிருந்தது. அது சுத்த காடுதான். அங்கிருந்து பார்த்தால் கடற்காட்சியையும் மலைக் காட்சியையும் மாற்றி மாற்றிப் பார்க்கலாம். என்னைப் பிடித்த நோயும் கவலையும் அவ்விடத்தில் அற்றுப் போயிற்று. பேதமையுள்ள ஜனங்களின் மத்தியிலும், கண்ணுக்கேற்ற அலங்காரமான காட்சிக் கிடையிலும், பூரண பெலனுடையவள் போலிருந்தேன். நான் மனோராச்சியமாக நிதானித்த சகலத்தையும் இவ்விடத்தில் இயற்கைப் பிரகாரம் கண்டு கொண்டேன்.

என் தமயன் தமது மரவியாபாரத்தை நடத்தி, சாயங் காலங்களில் பெரும்பாலும் எங்களைப் படவிலேற்றிக் கடலில் கொண்டு போய் வருவார். முன்காலத்தில் கடற் கொள்ளைக் காரர் தங்கின அங்கிரியா என்ற பழைய கோட்டையானது சில இடங்களில் இடிந்து கிடப்பதையும், சில இடங்களில் பாறை தெரிவதையும், அதின் கொத்தளங்களும், அரண்களும் கடலுக்குள் அழிந்து கிடப்பதையும் பார்க்கிறது ஆச்சரிய விநோதமாயிருந்தது. என் சகோதரர் அடிக்கடி என்னைப் பாறையின்மேல் தனியாய் நிறுத்திவிட்டு, அக்கம் பக்கங்களில் வேட்டையாடப் போய், திரும்பிவந்து என்னைக் கூட்டிக் கொண்டு வருவார்கள். பல விநோதமான ஆட்களையெல்லாம் இங்கே சந்திப்போம். எங்களுடைய யாத்திரையின் ஆவலானது பல சங்கடங்களையும் கொடுத்தது; அடிக்கடி வழி தப்பி விடுவோம்.

ஒருதடவை நாங்கள் வழிதப்பி ஒரு கூனிக் கிழவியின் வீட்டுக்குப் போவோம். அவள் கிடுகிடு கிழவி, கண் தெரியாது. அவள் ஒரு தடியைத் தூக்கி எங்களை அடிக்க வந்தாள். ஆனால் அச்சமயத்தில் காட்டாள் மாதிரி, கடுத்த முகமும், கவிந்த குணமு முள்ள ஒரு சிறு பெண், இடுப்பிலே ஒரு பிள்ளையை வைத்துக் கொண்டு, எங்களுக்காக ஏற்பட்டு, நாங்கள் இன்னாரென்று சொல்லி அவளுடைய கோபதாபங்களைத் தணித்தாள்.

நாங்கள் அவளைப் பார்த்து, "அதிகப்' பசியாயிருக்கிறது, ஏதாவது தின்னக் கொடு" என்று கேட்டபோது. அவள் சிரித்துக் கொண்டு சில மிளகு வற்றலையும், நச்சாணி என்னும் தானியத் தால் சுடப்பட்ட தோசைகளையும் கொடுத்தாள். நச்சாணி என்றால் கூத்து என்று அர்த்தம். அது லேசில் ஜீரணிக்க மாட் டாத ஒரு தானியமாம்; அதைத் தின்று வழக்கப் படாதவர்களுக்கு. ஜீரணிக்குமுன் கூத்தாடும் கோரணிகளையெல்லாம் செய்யு மாம். கடைசியாக அந்தப்பெண்தான் எங்களுக்குச் சரியான வழியைக் காட்டி, ஏன் வழி தப்பி வீட்டீர்களென்று எங்களைக் கடிந்து சினந்து கொண்டாள்.

இன்னொரு தடவை நான் ஒரு பாறையில் உட்கார்ந்து வாசித்துக் கொண்டிருக்கையில், அலைகள் எப்பக்கமும் என்னைச் சூழ்ந்து அடித்தன. வாசிக்கையில் ஊடே யூடே படவேறிப்போன பையன்களை எட்டிப் பார்த்துக் கொள் ளுவேன். கூப்பிடு தூரத்தில் செம்படவர் வலைகளைப் பழுது பார்த்துக் கொண்டிருந்தார்கள். எனக்கு என்ன செய்ய வேண்டுமோ அதை அவர்கள் உடனே செய்வார்கள். எனக்கெப் போதாவது பெருமை யுண்டானதானால், அப்போது தானென்று சொல்ல வேண்டும். எனக்கு அப்போதிருந்த சந்தோஷம் போலும் சந்தோஷம் ஒரு இராணிக்கும் இருந்திராது. அச்சமயத்தில் யாரோ ஒரு ஆள் வருகிறதைத் தூரத்தில் கவனித்தேன்.

சீக்கிரத்தில் கம்பளி உடுப்பு போட்ட ஒரு வளர்ந்த இங்கிலிஷ் துரை கிட்ட வருகிறது தெரிந்தது. யாரை இந்த இடத்தில் கண்டாலும், ஒரு இங்கிலிஷ் துரையைக் காணுகிறது எவ்வளவு அசாத்தியம் என்று நான் நினைத்தேன். என் மனதின் இன்பம் என்னை விட்டு விலகினது. ஒருவித கர்வமும் கலவ ரமும் எனக்குண்டானது. நான் ஏறிட்டுப் பார்க்கவே, நான் உட்கார்ந்திருந்த நாலு திசையிலும் அலைகள் அடித்து, நான் ஒரு தீவுக்குள்ளிருக்கிறது போலாயிற்று. இதைப் பக்கத்திலிருந்த செம்படவர் கவனித்து என்னை ஏறிட்டுப் பார்த்துக் கொண்டிருந் தார்கள். இந்தத் துரை, மலைகளையெல்லாம் கடந்து இங்கே எப்படி வந்து சேர்ந்தார் என்று அறிய என் மனதில் ஒரு நினைவுண்டாயிற்று. ஆனால் நான் அத்திசைக்கு என் கண்ணைவிடாமல், புஸ்தகத்திலே கவனத்தைச் செலுத்தினேன்; காதிலோ அந்த ஆளின் நடையின் சத்தம் தொனித்தது. திடீரென்று அவருடைய நடையில் தொனி அதிகமாய்க்

கேட்டது. உடனே நான் நமக்கெதிரிலிருக்கிற கல்லில் அவன் வந்து நிற்கிறானென்று அறிந்து கொண்டேன்.

அவன் தொண்டை கம்மிச் செருமுவது போல ஜாடை பண்ணி, கல்லுகளைப் பொறுக்கித் தண்ணீரில் எறிந்து கொண்டிருந்தான். அவன் ஒரு பெரிய கல்லைத் தூக்கிப் போட்டு, தண்ணீரில் ஓசை கேட்கவே நான் சாதாரணமாகப் பார்க்கிறது போல, அவனை உச்சி முதல் உள்ளங்கால் வரையும் பார்த்துக் கொண்டு, அப்புறம் ஒன்றையும் சட்டைப் பண்ணாதவள்போல வேறு பக்கமாய் பார்த்துக் கொண்டிருந்தேன். என் சகோதரருடைய படவு, அந்தக் கோட்டையின் பக்கத்தில் தெரிகிறதும், மறைகிறதுமாய் காணப்பட்டது.

"நீ வாசிக்கிறதென்ன ஒரு புத்தகமா?" என்று கேட்டான்.

"ஆம்!" என்று அவனை எட்டிப் பார்க்காமல் சொன்னேன்.

"சுவாமி சாட்சியாய் - நீ உட்கார்த்திருக்கிறதைப் பார்த்தால் உன் காலமெல்லாம் இந்தக் காட்டுக்குள் இங்கிலிஷ் துரையைக் கண்டு தேர்ந்தவளைப் போலிருக்கிறதே.

"இங்கே நான் இங்கிலிஷ் ஆட்களைப் பார்த்ததில்லை. ஆனால் நான் இங்கிலிஷ் துரைகளை மற்ற இடங்களில் பார்த்திருக்கிறேன்.

"ஹா! கா! கா! நீ சொல்லுகிற அந்த துரைகளைப் பற்றி உனக்கென்ன தெரியும்?"

"நீ துரை போலத் தோன்றுகிறாய், ஆனால் நீ இன்னாரென்று சொல்லுமுன் பேசுகிறாய், நீ எப்போது தேவை இல்லை என்பது உனக்குத் தெரியவில்லை. அதோ கடலோர மெல்லாம் உன் முன்னிருக்கிறது; ஆனால் நீ சொல்லுகிறபடி, காட்டிலிருக்கிறபடியால், நான் உனக்கு மன்னித்து விட வேண்டியதாயிருக்கிறது."

அவன் எட்டிப் பார்த்து முகங்குறாவினவன் போலக் காணப்பட்டு, "உள்ளதுதான். உன் மடியில் புஸ்தகமிருக்கிறதை நான் கவனித்து, சில அறிவுள்ள சம்பாஷணைகளைச்செய்து கொள்ளலாமென எண்ணினேன். உன் கவனத்தை நான் தடை பண்ணுகிறதானால் மன்னிக்கவும்."

"அல்ல, அல்ல, நான் சீக்கிரம் போவேன்" என்ன வகையாய்ப் போவேன் என்று நான் சொல்லவில்லை.

"நீ வாசிக்கிற புஸ்தகமென்ன?"

"ஸ்பென்சர் எழுதிய அலங்கார இராணி.'

அவன் கண்ணிமைகள் உயர்ந்தன. நான் அவனைப் பார்த்து "நீ இதை வாசித்திருக்கிறாயா?" என்று கேட்டேன்.

"இது உனக்குப் பொருள் விளங்க நீ மகா கெட்டிக்காரியாயிருக்க வேண்டுமே. உனக்கு இருபங்கு வயசுள்ள ஒரு இங்கிலிஷ் பெண்ணுக்கு இது நன்றாய் விளங்க மாட்டாது."

"விளங்குகிறதென்று நீ சொல்வதின் கருத்தின்னதென்று எனக்குத் தெரிகிறதில்லை. அதின் அருத்தத்தை நான் உத்தேசித்துக் கொள்ளுகிறேன். நான் எவ்வளமே கெட்டிக் காரியல்ல ஆனால் கெட்டிக்காரியாயிருக்க ஆசையுண்டு,"

"இதற்குள்ளாகப் படவு வந்தது; எனக்கு அதிக தைரியம் உண்டானது. பக்கத்தில் பலத்துடன் அடித்த அலையின் மும் முரமும் எனக்குப் பெரிய காரியமாகப் படவில்லை. என்னைச் சுற்றிலும் தண்ணீர் வந்துவிட்டது; நிற்கும்படி ஒருசிறு தரை மாத்திரமிருந்தது. அந்த இங்கிலிஷ்காரன் வெரு ஆச்சரியத் துடன் என்னை எட்டிப் பார்த்துக் கொண்டிருந்தான்.

"நீ எப்படி கரை சேருவாய், நீந்திப் போனாலன்றி வேறு வழியில்லையே" என்று துரை சொன்னான். அத்தோடு, ஒரு பலத்த அலைமோதி என்னை அடித்துக் கொண்டு போகிறது போல் காலுக்குள் வந்தது; உடனே அவன், பழையபடி "சுவாமி சாட்சி" என்றான்.

"அதோ என் படவு வருகிறது" என்று நான் பெருமையுடன் சொன்னேன். படவு அக்கோட்டையின் ஒரு மூலையைக் கடந்து நேராய் என்னை நோக்கி வந்தது. ஒரு செம்படவன் குதித்து, நான் லேசாய்ப் படவில் குதித்து ஏறும்படி படவைத் திருப்பினான். நான் சட்டென்று ஏறிக் கொண்டேன். அவன் பாறையில் தட்டாமல் படவை அசைத்துத் தள்ளினான், படவு ஓடினது. இதெல்லாம் அந்த இங்கிலிஷ்காரனுக்குப் பிரமிப் பாயிருந்தது. அவன் தன்னை அறியாமலே தன் தொப்பியைக் சுழற்றி ஆட்டினான், நாங்களோ வெற்றியடைந்தார்போல் எங்கள் கைக்குட்டைகளை வீசி வீசி துடுப்பு வலித்துப் போனோம்.

அத்திசையிலிருந்த மலை மேடுகளிலிருந்து பார்த்தால், கடலுக்குள் வெள்ளைப்புடவை கட்டி நடந்து வரும் ஸ்திரீகளைப் போன்ற மரக்கலங்களும், புகைக் கப்பல்களும் இங்குமங்கும் சுட்டிச் சுட்டியாய்த் தெரியும். கட்டி நீலம் போன்ற கருங்கடலின் அலைகள் புரண்டு வந்து, அப்பாலிருந்த

மலையிலிருந்து எங்களைப் பிரித்து விடும் காட்சி கண்ணுக்கு இன்பமாயிருக்கும். கரடும் முரடுமான இந்த காட்டுக்குள் என்மட்டில். மனதிலும் உடலிலும் நல்ல சுகமிருந்தது; எங்களுக்கு இவ்வளவு சந்தோஷத்தைக் கொடுத்த இந்த இடத்தையும், எங்களைப் பலவிதக் காட்சிகளிலும், முயற்சிகளிலும் உற்சாகப் படுத்தின சகோதரனையும் விட்டுப் பிரிந்து போவது அவ்வளவு சந்தோஷமாயிருக்கவில்லை. நாங்கள் புறப்படுகிற போது, ஜெயத்துக்கடையாளம் போல அவன் ஒரு வெடிதீர்ந்து, நீங்கள் உங்கள் பாடங்களையெல்லாம் நன்றாய்ப் படித்து வர வேண்டுமென்று உணர்த்தி, கண்ணில் கண்ணீர் ததும்ப, "காட்டாளான உங்கள் அண்ணாட்சியாகிய என்னை மறந்துவிட வேண்டாம். அடிக்கடி வாருங்கள். புஸ்தகங்களையும் கொண்டு வாருங்கள், குடிசையென்று நினையாதேயுங்கள். உங்கள் வருகைக்காக எப்போதும் ஆவலுடன் காத்திருப்பேன்" என்று சொன்னான்,

நாங்கள் ஊருக்குத் திரும்பி வந்தபோது, சுதேச கிறிஸ்தவப் பெண்கள் உயர்ந்த கல்விகளைக் கற்றுத் தேறும்படி ஒரு கல்விச்சாலை நூதனமாய் ஏற்பாடாகி இருப்பதைப் பற்றிய பெரும் பேச்சு நடந்தது. அதற்குப் பல துரைசானிகள் உபாத்திச் சிமாராய் இருந்தார்கள். அதில் சேர்ந்து படிக்கிறவர்களெல்லோருக்கும் இங்கிலிஷில் உயர்த்த கல்விகள் கற்பிக்கப் பட்டன. அதையடுத்த ஏற்பாடுகளெல்லாம் சீராயிருந்தன. நாட்டுப்புறங்களில் வசித்து நெடுங்காலம் பட்டணம் பாராத அநேகர் தங்களை பெரிய பெண்களை அந்தப் பள்ளிக்கூடத்தில் விடும்படி வந்திருந்தார்கள்.

இந்த வாலிபப் பிள்ளைகளை கோவிலிலும், பல கூட்டங்களிலும் வரக் காண்பேன், அவர்கள் ஒவ்வொருவரும். குறிக்கப் பட்ட ஒரு விசேஷ முயற்சிக்கென்று தங்களை ஆயத்தப்படுத்தி வந்தார்கள். இந்த முறையாவது, என்னையும் அதில் சேர்ந்து கொள்ள ஏவிவிட்டது. ஏதாவதொரு நோக்கத்தை மனதில் நிர்ணயித்து, அதற்கேற்றபடி முயற்சி செய்து வர வேண்டு மென்பதுதான் என் விருப்பமாயிருந்தது. ஆனால், பள்ளிக் கூடத்துக் கட்டுப்பாட்டுக்குள்ளிருப்பது என்னால் முடியாத விஷயம் போலச் சில வேளைகளில் எண்ணமுண்டாக்கும். நான் பெரும்பாலும் பையன்களுடன் கூடி வாசம் பண்ணினதில், என்மட்டில் அடக்கமாயிருந்து காலங்கழிக்கிற போங்கில் பழகியிருந்தேன். எனக்கிருந்த எண்ணமெல்லாங்கூடி. நூறு

பேருடன் நூற்றோராம் பேராயிருந்து, நமக்கொத்த வயதுப் பெண்கள் நம்மைக் கவனிக்கவும். நகைக்கவும், கண்டபடி நம்மைப் பற்றி தாராளமாகப் பேசிக் கொள்ளவும் இடமுண் டாகுமே; அவ்விடத்துச் சட்டங்களையும் ஒழுங்குகளையும் எப்படி நிறைவேற்ற நம்மாலாகும்! நமதிஷ்டம் போல நடக்க இடங்கொடுப்பார்களா? நாம் விரும்புகிறபடி நிறைவேற வேறு வழியில்லையா? என்ற நினைவுதான்.

இப்படிப்பட்ட எண்ணங்கள் என் மனதில் அடிக்கடி குறுக்கிட்டு, அதே சிந்தையாய் எனக்குள் ஆலோசித்துக் கொண்டிருந்தேன், என்றாலும், அந்தப் பெண்களின் ஸ்திதி யையும், அவர்கள் பொறுப்பான ஒரு ஆளின் பேரில் சார்ந்திருப் பதையும், ஒரு குறிப்பான வேலைக் கென்று அவர்கள் படிப்பிக் கப்பட்டு, கவனமாய்ப் பாதுகாக்கப் படுவதையும் பார்த்து எனக்கு ஒருவித பொறாமையுண்டானது. ஆனால் நான் என் மனதில் உண்டான வில்லங்கங்களை ஜெயித்துக் கொண்டேன்.

☘ ☘ ☘

8. அதிகாரம்

கல்விச் சாலை சேருதல், வைத்திய துரைசானி

அந்தப் புதிய கல்விச்சாலையில் சேர்ந்துகொள்ள நான் தீர்மானம் பண்ணிக் கொண்டேன். நான் முதலாவது அங்கே போன நாள் எனக்கு நல்ல ஞாபகமிருக்கிறது. நானும் என் தாயாரும் அங்கே சேர்ந்த போது, விஸ்தாரமான ஒரு நீண்ட மேல்வீட்டுச்சாலைஅறைக்குப்போகும்படிவழிகாட்டினார்கள். அநேக துரைசானிகள் அங்கேயிருந்தார்கள். ஒரு துரைசானி சிரித்த முகத்துடன் எங்களை வினவும்படி எழுந்து வந்தாள். அவள் கொஞ்ச வயதும், முகலட்சணமில்லாவிட்டாலும், இனிமையும் சந்தோஷமுமாய் எங்களைப் பார்த்துக் கொண்டிருந்தாள். நான் என் தாயின் பிறகாலே ஒதுங்கிப் போனேன்.

துரைசானி எங்களைக் கூட்டிக்கொண்டு, அந்தச் சாலை அறையின் கோடியில், ஸ்தூலித்தவளாய் வீற்றிருந்து, வயதில் முத்து, கண்ணாடி, போட்டுக் கொண்டிருந்த பெரிய ஒரு துரைசானியிடம் கொண்டு போனாள். இந்தத் துரைசானி தனித்து, தன்மட்டில் பிரமாண்டமான ஒரு நாற்காலியில் ஜன்னல் பக்கமாய் உட்கார்ந்திருந்தாள். எழுந்து மேஜை யண்டை ஒரு வளர்ந்த துரைசானியைக் கண்டேன்; அவள் தன் தலையை நிமிர்த்திக் கொண்டு. தன்னை மறந்தவளைப் போல் எட்டிப் பார்த்தாள்; வேறொரு அம்மாள் இன்னொரு மூலை யிலிருந்து எங்களைக் கரிசனையுடன் கண்ணுற்றாள். அவளுடைய ஜாடைகள் ஆண்பிள்ளைப் போங்காயும், முகம் வசிகரமற்றதாயும் இருந்தாலும், அவள் பார்வையானது எங்கள் பேரில் கரிசனைப் பட்டிருப்பது போல விளங்கினது. கின்னாப் பெட்டியண்டையிலும், மெல்லிய ஒரு துரைசானி உட்கார்ந் திருந்தாள், ஆனால் என் போக்கில் ஆத்திரத்தில் நான் அவளைக் கவனிக்கவில்லை.

அந்த அறையின் ஒரு பக்கத்திலிருந்து. அடுத்த பக்கத் துக்குப் போகுமுன் நெடும்பயணம் பண்ணினது போலிருந்தது; நான் நடந்து போகப்போக என் தாயாரைத் தொட்டுக் கொண்டு போகத் தீவிரப்பட்டேன். அந்தப் பெரிய துரைசானி தாயைப் போல எங்களை உருக்கமாய்க் கண்ணோக்கிச் சிரித்த முகத்துடன் எங்களுடன் கை குலுக்கினார்கள். நான் என்னை அறியாமலே ஒரு மூலையிலிருந்த துரைசானியை எட்டிப்

பார்த்தேன்; அவள் இயல்பாகப் பார்த்த பார்வையே என் மனதைக் கவர்ந்து கொண்டது. எப்படியோ என் ஸ்தீதியை அவள் நன்றாகக் கவனித்து, என்னிமித்தம் அதிக உரித்துள்ளவளாக விளங்கினாள். எப்பக்கத்திலுமிருந்து என்னைக் கூர்மையுடன் பார்க்கும் கண்களால் என் மனதில் எரிச்சலுண்டானது. ஏனெனில் ஐந்து துரைசானிகளின் கண்கள் என் மேல் ஊன்றி நின்றன. அவர்கள் பார்த்த பார்வையால் தங்கள் மனதில் என்னவோ நம்மைக் குற்றம் பார்க்கிறது போலிருந்ததால், என் மனதில் சற்று எரிச்சலுண்டாயிற்று. நான் பயம்பிடித்து, ஒன்றைப் பற்றியும் கவலைப்படாதவள் போல, ஜன்னல் வழியாக மரங்களையும் செடிகளையும் பார்த்துக் கொண்டிருந்தேன். அவர்களுடைய கண்ணோட் டங்கள் என் நெஞ்சை ஊடுருவிப் பாய்ந்ததால் என்னுடைய பழைய குதர்க்க குணம் எழும்ப ஆரம்பித்தது, நான் இவர்களுக் குச் சமமில்லையா? அப்படியிருக்க இந்த மாதிரியாக இவர்கள் என்னைப் பார்ப்பானேன்? என்று எனக்குள் சொல்லிக் கொண்டேன். எப்படியும் நம்மை மற்றப் பிள்ளைகளைப் பார்க்கிலும் வித்தியாசப் பட்டவர்கள் போல் அவர்கள் நினைத்துவிடக் கூடாது. நாளாக ஆக நான் அவர்களுக்குச் சம மானவள் என்று அறிவார்கள் என்று மனதில் எண்ணிக் கொண் டேன். என் தாயார் என்னைப் பற்றி அவர்களுடன் பேசினபோது,

“என் மகள் வீட்டில் ஒண்டியாயிருக்கிறாள். அவள் கொஞ்சம் அளவுக்கு மிஞ்சிப் படிக்கிறாள்; ஆதலால் மற்ற பிள்ளைகளைப் போல இவளுமிருக்க வேண்டுமென்று இங்கே கூட்டி வந்தேன். மற்றவர்களைப் போலக் கொஞ்சம் படிக்கவும், கொஞ்சம் விளையாடவும் வேண்டும்; துவக்கத்தில் பள்ளிக் கூடத்துச் சட்டங்களுக்கெல்லாம் அவளைக் கீழ்ப்படுத்தாமல் சற்றுச் சுயாதீனமாயிருக்க ஏற்பாடு செய்யுங்கள். வகுப்புக்கு வந்தால் வரட்டும், வரவில்லையானால் அவள் மனம் போலி ருந்து கொள்ளட்டும். அவள் சற்றுப் பலவீனமாயிருக்கிறாள். அதற்குரிய விசேஷ தாரிப்புத்தொகை எவ்வளவுண்டோ அதையெல்லாம் நான் தந்து விடுகிறேன்” என்று சொன்ன வார்த்தைகள் என் காதில் விழுந்தது. அப்போது அந்தப் பெரிய அம்மாள் சிரித்துக் கொண்டு, பள்ளிக்கூடமானது ஒழுக்க முதலியதைப் படிக்க வேண்டிய பிள்ளைகளுக்காகத்தான். சிறு வயது முதல் பெரிய பெண்டுகளைப் போலச் சுயாதீனமாயிருந்த

பெண்களுக்கல்லவே என்று சொல்லி, என்னை எட்டிப் பார்த்துச் சிரித்துக் கொண்டாள்.

கொஞ்ச நேரம் பேசியான பின்பு என்னுடைய அறைக்கு என்னைக் கூட்டிப் போனார்கள். ஒருவருமில்லாத ஒரு நீண்ட சாலை அறைவழியாய் நாங்கள் கடந்து, படுக்கைகள் நிறைந்திருந்த ஒரு அறையையும் நடந்தோம். என் உடம்பு முழுவதும் சிலிர்த்துவிட்டது. கடைசியாக வீட்டின் பின் பக்கத்திலிருந்த சிறிய ஒரு அறைக்குக் கொண்டு போகப் பட்டேன். அங்கே இரண்டு கட்டில்களிலிருந்தன. நானும் இன்னொரு பெண்ணும் அந்த அறையில் வாசம் பண்ண வேண்டியதாயிருந்தது. இந்த அறை மனதுக்குச் சந்தோஷத்தைக் கொடுத்தது. ஒரு சின்ன மேஜையும், ஒரு கண்ணாடியும், சுவரில் புஸ்தகம் வைக்கும் ஒரு அடுக்குப் பலகையும் அங்கே இருந்தது. அதின் ஜன்னல் பெரிதாயும், கிணறும் அடர்ந்த விருட்சங் களுமிருந்த ஒரு தோட்டக்காட்சியை நன்றாய்ப் பார்க்கக் கூடியதாயுமிருந்தது.

பூஞ்செடிகள் செழித்துப் படர்ந்து கிடந்த ஒரு வில்வளை வான பந்தலின் வழியாகவும், பட்டைகள் கறுத்துப் பழைய நாள் மரமாய்க் காணப்பட்ட அநேக உத்திரத் தண்டுகள் மூல மாயும், விளையாடும் ஸ்தலமும், அதில் கொக்குகள் சிறகு விரித் தாற்போல வெள்ளை உடுப்புகள் அசைய ஓடியாடித் திரியும் பிள்ளைகளையும் நான் பார்த்தேன். அந்திநேர வெயில் அந்த மரங்களின் நிழலை நீளமாக்கினதுடன், அதின் செங்கதிர்கள் தன்னை அறியாமலே மரத்தின் முடிச்சுகளையும், வெட்டுண்ட கிளைகளின் முண்டுகளையும் பிரகாசிப்பித்து, கிழ மரங்களின் இலைகளையெல்லாம் இப்போதுதான் புதிதாய்த் துளிர்த்து விளங்கும் இளமரங்கள் போலத் தோன்றப் பண்ணினது.

சாயரட்சைக் காற்றில் அவ்விடத்தில் விளையாடின பிள்ளைகள் போட்ட சத்தமும், பேசின இரைச்சலும் வினோத இராகமாகக் கேட்டது. என் மனதில் கவலையிருந்த போதிலும், நான் என் தாயாரைத் தைரியமாய்ப் பார்த்து, இனி நீங்கள் வீட்டுக்குப் போங்கள், நான் சந்தோஷத்துடன் இவ்விடத்தி லிருப்பேன் என்று சொன்னேன். என் தாயார் மனம் பேதலித் தவளைப் போல என்னை எட்டிப் பார்த்து, முத்தமிட்டுப் போகும்படி இரண்டொரு அடி வைத்து மறுபடியும் சட்டென்று திரும்பி,

"வீட்டுக்கு வா, இங்கே இருப்பதைப் பற்றி கவனிக்க வேண்டாம். பையன்கள் இதற்குள்ளாக வீட்டுக்கு வந்து விடுவார்கள். இவ்னொரு சமயத்தில் உன்னைக் கொண்டுவந்து விடுவேன்'' என்று சொன்னார்கள். "இதென்ன பைத்தியம் அம்மா" என்று நான் மகா தெம்புடன் சொல்லி, என் தாயாரை வழியனுப்பும்படி வாசலண்டை கூட்டி வந்தேன். கண்ணீர் சொட்டொன்று என் தாயார் கண்ணிலிருந்து விழுந்தது. அவள் என்னை முத்தமிட்டுத் தன் வண்டியிலேறினாள். வண்டி கண்ணுக்கு மறையும்மட்டும் நான் எட்டிப் பார்த்து நின்று, அப்பால் கதவைச் சாத்திக் கொண்டு, ஜன்னல் வழியாக எட்டிப்பார்த்து,என்மனதுக்குமந்தாரமும்மகிழ்ச்சியுற்றதுமாய்க் காணப்பட்ட என் பின் காரியங்களைக் குறித்துச் சிந்திக்கிற கவனத்திலிருந்தேன். சற்று நேரத்திற்குப் பின், நானெழுந்து அந்த அறைக்குள் நடந்து காலம் போக்கினேன், இரண்டொரு நிமிஷத்திற்குள் கதவில் தட்டும் சத்தம் கேட்டு அருண்டேன். சற்றுக் கூச்சமும் பயமுமுள்ள ஒரு பிள்ளை உள்ளேவரக் கண்டேன்,

"உங்கள் தாயாரை நான் அறிவேன். என் பேர் ராகேல்; ஆனால் உன்னை நான் கண்டிருப்பதில்லை. தோட்டத்தில் உலாவலாம் வா என்று சொல்லி என் கையைப் பிடித்துக் கூட்டிக் கொண்டு போனாள். அவள் பயத்தோடும் சற்றுக் கூச்சத்தோடும் என்னை அழைத்துக் கொண்டு போனபோது என் மனதை அவள் பக்கம் வசப்படுத்தி விட்டது. அவளும் என்னைப் போல சிநேகிதரற்றிருந்தாளோ? அப்படி இல்லையா னால், அவள் இப்படிச் செய்கிற முகாந்தரமென்ன?

"நீ இம்மட்டும் உள்ளேயிருந்து என்ன செய்து கொண்டிருந்தாய் ராகேல்?" என்று கேட்டேன்.

அவள் என்ன சொல்லவென்று தெரியாமல் தலையை அசைத்தாள். அத்தால் காரியமின்னதென்று நானே உத்தேசித்துக் கொண்டேன். அவளும் என்னைப் போலத்தான் யோசனை பண்ணிக் கொண்டிருந்தாள்.

"நீ தான், வெகுகாலமாய் இவ்விடத்திலிருக்கிறாயே, பின்னை ஏன் யோசிக்கிறாய்?" என்று கேட்டேன்,

"நான் - நான்'' என்று திக்கிக் கொண்டு, "எனக்கு நேரம் கிடைக்கிறதில்லை. ஆதலால் இந்த ஒழிந்த நேரத்தை அமைதியாயிருந்து கழிக்கப் பிரியப் படுகிறேன்; நான் சீக்கிரம் வீட்டுக்குப் போகிறேன். ஒருவேளை நாளைய தினம் போய்

விடலாம். அப்புறம் இப்படிப்பட்ட நற்காலம் எனக்கு எப்போது கிடைக்குமோ தெரியவில்லை?" என்றாள்.

"வீட்டுக்கா போகிறாய்? என்னத்துக்கு ராகேல்?"

"என் சிறிய தாயார் இறந்து போனாள் என்ற சேதி வந்தது. நான் அந்தப் பிள்ளைகளைப் பாதுகாக்கும்படிப் போக வேண்டியதிருக்கிறது. என் சிறிய தாயார்தான் என்னை இவ் விடத்துக்கு அனுப்பினாள்" என்று சொல்லி, தன் கண்ணீரை மறைக்கும்படி தலையைத் திருப்பிக் கொண்டாள். நான் அவள் கையைப் பலமாகப் பிடித்துக் கொண்டேன்; இதற்கு மிஞ்சி என்னால் ஒன்றும் செய்ய முடியாமலிருந்தது.

"நாம் இங்கே உட்கார்ந்திருப்போமா?" என்று, சுவர் ஓரமாய்க் கிடந்த ஒரு ஆசனத்தைச் சுட்டிக் காட்டினேன்.

அவள் சிரித்துக் கொண்டு, சம்மதக்குறியாய்ச் சிரக்கம் பனஞ்செய்தாள். நாங்கள் அதில் உட்கார்ந்திருந்து, விளை யாடுகிற பிள்ளைகளைக் கவனித்துக் கொண்டிருந்தோம். அவர்கள் ஓடுவதையும் சாடுவதையும் குதிப்பதையும் நான் கவனித்து, இத்தக் காட்சிகளின் மத்தியில் நாமும் இப்படி சந்தோஷமாயிருந்தால் எவ்வளவு பாக்கியமாயிருக்கும் என்று நினைத்துப் பெருமூச்சு விட்டேன். அத்துடன் "அவர்களைப் போல் நாமிருக்க முடியாது" என்ற எண்ணம் என் மனதில் வந்தது.

அவள் என்னைப் பார்த்து, "அப்படி நீ கவலைப்பட வேண்டியதில்லை, உன் இஷ்டப்படி இங்கே நீ செய்யலாம்" என்று சொன்னாள்.

"ஆனால் நான் மாத்திரம் ஒரு மாதிரியாய்க் காணுவது எனக்கு இஷ்டமில்லை. நான் உட்கார்ந்திருந்து கவனிக்கும்படி ஆசிக்கிறேன். நீ எப்போதும் என்கிட்ட இருப்பாயா?" என்றேன். அவள் எட்டிப் பார்த்துச் சிரித்து என் கையை நெரித்தாள். அந்தப் பாச நெருக்கத்தால் என் மனதில் ஒரு அதிர்ச்சி கடந்துபோனது. அவளுடைய பிந்திய ஜீவியமும், சீக்கிரம் தன்னைவிட்டுப் பிரிந்துவிடுவதும், அவள் ஒண்டியாய்ச் சிறுபாலகரைப் பேண வேண்டியதும், அவ்விடத்தில் அவளுக்குச் சரியான சிநேகிதி கிடைக்க மாட்டாள் என்பதும், அவள் அங்கே போனபின், தான் சிலகாலம் பின்னிட்ட இந்த இடத்தின் நினைவும், இங்கு அவள் அனுபவித்த சந்தோஷமும் எல்லாம், என் மனதில் வந்தது. அந்த ஏழைப் பிள்ளையைப் பற்றி நான் பரிதாபப் பட்டேன். என் கண்ணில் கண்ணீரும்

ஓடினது. நான் வீட்டைவிட்டுப் பள்ளிக்கூடத்துக்கு வந்திருப் பதைவிட்டு அழுகிறதாக அவள் உத்தேசித்து 'வரவரச் சந்தோஷ மாயிருப்பாய்'' என்று மெதுவாய் என் காதிலோதிப் பெருமூச்சும் விட்டாள்.

“ராகேல், நானும் உன்னோடு கூட வந்து, உனக்கு உதவி செய்யலாம் என்று ஆசைப்படுகிறேன். அங்கே நீ ஒண்டி யாய்த்தானே இருப்பாய் - இல்லையா?” என்று கேட்டேன்.

அவள் சிரித்தாள். அச்சமயத்தில் மணிச்சத்தமும் கேட்டது.

“சாப்பாட்டு நேரமாயிற்று, எழுந்திரு என்னைப் பற்றி நீ ஒன்றும் கவலைப்பட வேண்டாம், வா” என்று இழுத்துக் கொண்டு போனாள். இரண்டு தோழிமார் சந்தோஷமாயிருப்பது போல நாங்கள் இருவருமிருந்தோம்.

நான் இராகேலண்டை உட்கார்ந்திருந்தேன். என்றாலும் நாங்கள் இருவரும் அதிகநேரம் கூடியிருக்கவில்லை. ஏனெனில் அவளுடைய பயணத்தைப் பற்றிய ஒழுங்குகளைத் தீர்மா னிக்கும்படி அவளுக்கு மேல்மெத்தைக்கு வர உத்தரவு வந்தது. எனக்கெதிரில் ஒரு வளர்ந்த பெண் உட்கார்ந்திருந்தாள். எல்லாப் பிள்ளைகளும் வெள்ளை உடுப்புக்களைக் கட்டிப் பந்தி மேசையைச் சுற்றி உட்கார்ந்திருந்தார்கள். உட்கார வந்தவர்கள் எல்லாரும் என்னை ஏறிட்டுப் பார்த்தார்கள். “புதிதாய் வந்த பெண் இவள்தானா” என்று கிளிக் என்று சிரித்து, தன் முகத்தைப் பக்கத்திலிருந்தவள் முகத்துக்கு நேரே திருப்பிக் கொண்டாள்; அதே சமயத்தில் எதிரிலிருந்த வளர்த்தவள் தலையைக் கீழே போட்டுக் கொண்டு பதில் உத்தரவு சொல்லு கிறவளைப் போல என்னத்தையோ உறுமினாள்.

அம்மாதிரியான நொடிப் பேச்சு அந்த மேசை முழுவதிலும் பேசிக் கொள்ளப்பட்டது. எனக்கு மறுபக் கத்திலிருந்து ஒரு பருத்த பெண் “ஏனப்பா, என்ன மாதிரியா விருக்கிறான்'' என்று சொல்வது என் காதுக்குக் கேட்டது. சாப்பிடுகிற போது நடந்த பேச்செல்லாம். சுடுசொல்லும், விகடமும். யூகமுமாயிருந்தது. வேளாவேளை குழப்பமும் ஆபாசமான சந்தடியுமாய் இருக்கும். அந்தக் சிலுக்குப் பெட்டி இருக்கிறாளேஅவள்தான்சகலவிகடத்துக்கும்அண்ணாவியாய் இருந்தாள். உபாத்திமார் படிப்பிற்கும் ஜாடையையும், நடக்கும் ஜாடையையும் அவள் காட்டி ஒவ்வொரு பெண்ணைப் பற்றியும் சிரிக்கத்தக்க சித்திரப் பேச்சுகளைப் பேசுவது அவள் வழக்கம்,

நம்முடைய பேரில் எங்கே தன் அகடவிகடங்களை ஆரம்பித்து விடுகிறாளோ என்றுபயந்து, அவள்பேரில்கவனமாயிருந்தேன்.

சாப்பாடு முடிந்தது. அதன்பின் இராப்பாடம் படிக்க வேண்டிய நேரமாம். நான் இருந்த இடத்திலே உட்கார்ந்து மற்றப் பிள்ளைகளைக் கவனித்துக் கொண்டிருந்தேன். ஏழு மணி அடித்தது. உடனே சலசலவெனப் பிள்ளைகள் கடந்து போகிறதைக் கண்டேன். பாதிபேர் ஒரு வழியாயும், பாதிபேர் வேறு வழியாவும் நடந்து போனார்கள். கால்மணி நேரத்துக்கு அமைதலிருந்தது. அதன்பின் அவர்கள் எல்லாரும் அவரவர் விளக்குக்குச் சமீபமான இடத்தைப் பிடிக்கும்படி படபடப்புடன் உட்கார்ந்தார்கள். இந்த நேரத்தில் காதுகளைக் கடிக்கிறதும் கலகலத்துப் பேசுவதும் தவிர வேறு பிரயோசனமான வேலை ஒன்றும் நடக்கவில்லை. பிள்ளைகள் ஒருவரோடொருவர் சகஜமாய்ப் பேசிக் கொண்டார்கள். ஒருவர் கையெழுத்தை இன்னொருத்தர் குற்றஞ் சொன்னார்கள். மொத்தமாய்ச் சொன்னால் கட்டுப்பாடில்லாமல் அவரவர் சந்தோஷத்துடன் கழித்து வருவதுபோல் விளங்கினது. நான் ஒண்டியாயிருப்பதை உணர்ந்து, மெதுவாய் எழுந்து, ஜன்னல்பக்கமாய் நடந்து. வெளியே வந்து, அன்று நிலவு வெளிச்சமாயிருந்ததால், அங்கிருந்த மரத்தின் கீழ் வைக்கப்பட்டிருந்த ஒரு ஆசனத்தில் போய் உட்கார்ந்தேன். உடனே "அது யார்?" என்று மேல் மெத்தையிலிருந்து கூப்பிடுகிற ஒரு சப்தம் கேட்டது.

"நான்" என்று பயத்தோடு சொன்னேன்.

"நான் என்றால் யார்?"

"சுகுணா" என்றேன்.

"அங்கே என்ன செய்கிறாய்?"

"ஒன்றும் செய்யவில்லை."

"இது நீ ஒன்றும் செய்யாமலிருக்கத்தக்க நேரமில்லையே, உள்ளே போய் ஏதாவதொன்றைச் செய்."

இப்படிக் குறிக்கப்பட்ட நேரங்களில் குறிக்கப்பட்ட ஒரு வேலையைச் செய்வது, எனக்கு நூதன சட்டமாகக் காணப் பட்டது, "நாம் இப்போது அலுத்துப் போனோமா" என்று எனக்குள் கொண்டு, மனதில் சற்றுச் சந்தோஷமாகத்தான் இருந்தேன். நான் உள்ளே போனபோது, பிள்ளைகள் ஜெபத்துக்கென்று மேல்மெத்தைக்குப் போனார்கள். அவர்கள் இரண்டு இரண்டு பேராகக் கைப்பிடித்துப் போனார்கள். இப்படி ஒழுங்காய் போவதும், கடைசியாய் ஒருமுறைக்காகக்

கைகுலுக்கித் திரும்புவதும், வெகுகாலம் என் மனதுக்கு அதிகப் பிரியமில்லாத மாதிரியாய் இருந்தது. துரைசானிகள் வரிசையாய் உட்கார்த்திருக்க ஒவ்வொரு பிள்ளையும், முறையாய் நடந்து தொல்லை பண்ணுவதுபோல வேண்டா வெறுப்புக்காகக் கைநீட்டிக் கொண்டிருந்தவர்களுக்கு, மாற்றி மாற்றி கைகொடுத்துத் திரும்புவது என் மனதுக்குச் சங்கடமா யிருந்தது.

மறுநாள் நான் சந்தோஷத்துடன், இவையொன்றையும் நாம் கவனிக்கக் கூடாதென்று தெளிந்து விட்டேன் பள்ளிக் கூடத்தில் உயர்ந்த வகுப்பிலிருந்த மூன்று பிள்ளைகள் என்னைச் சுற்றிச்சுற்றி வந்தார்கள். அவர்கள் என்னைப்பற்றி ஒன்றும் கவனிக்காததால், அதிக திறமையுள்ளவர்களாக்கும் என்று நான் நினைத்துக் கொண்டேன். முந்தின இரவிலும் அவர்கள் மகா கரிசனையுடன் படித்ததைக் கண்டேன். அவர்கள் நீ எந்த வகுப்பிலிருக்கிறாய் என்று கேட்டு, மத்தி மேசையில் விரித்திருந்த சில படங்களையும், புத்தகங்களையும் காட்டும் படிப் பிரயாசப்பட்டார்கள்.

தாங்கள் வரைந்த படங்கள் சிலவற்றை எனக்குக் காட்டி, இப்படிப்பட்ட படங்களை நீ வரைந்திருப்பதுண்டா என்று கேட்டார்கள். இல்லை என்று நான் சொன்னபோது, அப்படியா னால் கீழ் வகுப்பில் தான் உன்னைப் போடுவார்களென்று தீர்மானித்தார்கள். உடனே சிரித்த முகத்துடன் வளர்ந்த ஒரு துரைசானி வந்தாள். அவள் என்னைப் பார்த்து, நிமைகளை நிமிர்த்தி, நாற்காலியை இழுத்து உட்கார்ந்து, "நல்லது பெண் ணே உன்னுடைய படிப்பைப் பரிசோதிப்போம்" என்றாள். அவள் என்ன கேட்டாலும் தீர்க்கமாய் உத்தரவு சொல்ல வேண்டுமென்று தீர்மானித்துக் கொண்டேன். ஏனெனில் உயர்ந்த வகுப்பில் சேர்த்துக் கொள்ள வேண்டுமென்ற ஆவல் எனக்கு மிச்சமாயிருந்தது. ஆனால் நீ எந்த வகுப்பில் படித்தாய் என்று அவள் கேட்டவுடனே அசந்து போனேன். வகுப்பு என்னப்பட்டதையே நான் அறியேன், நான் வெகுநேரம் பதில் சொல்லாமல் நின்றதைப் பார்த்திருந்த சிறு பெண்கள், கண்வெட்டிப் பார்த்துக் கொண்டே இருந்தார்கள்.

"வகுப்பு என்பது இன்னதென்று எனக்குத் தெரியாது. இதற்குமுன் நானொரு பள்ளிக்கூடத்துக்கும் போனதில்லை" என்று சொன்னவுடனே எல்லாப் பிள்ளைகளும் கொல்லென்று சிரித்தார்கள். நான் வெட்கப்பட்டுப் போனேன். அந்தத்

துரைசானி புன்னகை கொண்டாள். இவளை இனிக் கவனிப்பதில் லாபமில்லை என்று பிள்ளைகள் நினைக்கிறாற்போல, அவரவர் புஸ்தகங்களைத் திறந்து ராயல் ரீடர் ஐந்தாம் புஸ்தகத்தில் வாசிக்க ஆரம்பித்தார்கள். என் முன்னும் ஒரு புஸ்தகத்தைத் தள்ளிவிட்டார்கள். அந்த வகுப்பிலுள்ள மற்ற மூன்று பிள்ளைகளும் வரிசையாய் நின்றார்கள். அந்த வாசப் புஸ்தகத்தை அதற்குமுன் நான் பார்த்ததில்லை. நான் அதில் சில வரிகளை வாசித்த பின்பு சற்று மெதுவான சத்தத்துடன் "இதெவ்வளவு லேசாயிருக்கிறது. அதிக லேசு" என்று சொன்னேன்,

"லேசா?" என்று துரைசானி சொல்லி, "இன்னும் பார்ப்போம்" என்று தனக்குள் உறுமிக் கொண்டு, புஸ்தகத்தை என் கையிலிருந்து பிடுங்கி, சில நீளமான வார்த்தைகளுக்கு எழுத்துக்கூட்டச் சொன்னாள். அது எனக்கு இலேசான பதங்களாயிருந்தபடியால் யாதொரு பிழையுமில்லாமல் எழுத்துக்கூட்டிச் சொன்னேன். அவள் "ஹிம் - ஹிம்" என்று உளத்திக்கொண்டு புஸ்தகத்தைக் கீழே வைத்தாள். நான் பரீட்சையில் ஜெபமடைந்தேன் என்று எண்ணி உசாராயிருந்தேன்.

"இதை வாசித்து, தாற்பரியம் சொல்லு" என்று வேறொரு புஸ்தகத்தை கொடுத்தாள்.

அதை நான் எளிதில் சொல்லிவிட்டேன்; அது ஒரு கவிப் போங்கான சில வரிகளாயிருந்தன.

அப்பால் மறுபடியும், ஹிம் என்ற உறுமல் கேட்டது. கடைசியாக. அந்த வகுப்பிலிருக்கும்படி உத்தரவாயிற்று. அது எனக்குச் சொல்லமுடியாத ஆனந்தமாயிற்று. ஆனால் நிற்கிறதும், பிழைகளைத் திருத்திக் கொண்டு இடம் முந்துகிறதும், அதைக் கவனித்துக் கொண்டிருப்பதும் என்னால் முடியாது. பக்கத்திலிருந்த பிள்ளைகள் எனக்குத் தொடை இடியும், முழங்கை இடியும் கொடுத்த போதிலும், அதொன்றையும் நான் சட்டை பண்ணாமல், வெட்கப்பட்டு, தலை கவிழ்ந்து உட்கார்த்த இடத்தைவிட்டு அசையாமல் இருந்து கொண்டேன். சரவை எழுதுகிற நேரம் வந்தபோது, எல்லாரும் முதுகுக்கு முதுகு திரும்ப வேண்டுமென்று உத்திரவு பிறந்தது. இது எனக்கு மகா வருத்தமாயிற்று: 'என்ன வந்தாலும் நான் அடுத்தவள் எழுதுவதைப் பார்க்க மாட்டேன், நானிருக்கிற இடத்தில்தானே இருந்து கொள்ளுகிறேன்" என்று சொன்னேன்.

"நல்லது! உன்னிஷ்டம் போல் உட்கார்ந்து கொள், நீ மற்றவர்கள் எழுத்தை எட்டிப் பார்க்க மாட்டாய்" என்று உபாத்திச்சி உத்தரவு கொடுத்தாள்.

அப்புறம் பல பாடங்கள், ஒன்றின்பின் ஒன்றாக தொடர்ந்து வந்தன. அதிலெல்லாம் நான் அவர்களெல்லாருக்கும் வெகுவாய் முந்தியிருந்தேன்; ஆனால் பதங்களுக்கு இலக்கணம் சொல்லும் வேலை வந்தபோது என் ஓட்டம் நின்றுவிட்டது.

நான் என்ன சொல்ல வேண்டுமென்று தெரியாமல் சும்மா நின்றபோது, "இந்த வார்த்தைக்கு இலக்கணம் சொல்லு" என்று வாத்திச்சி கத்தினாள்.

"என்ன? இலக்கணத்தில், ஒரு வார்த்தைக்குப் பதச்சிறப்புச் சொல்வதொன்றும் உனக்குத் தெரியாதா? இலக்கணத்தின்படி இது என்ன சொல்,"

"பெர்சொல்" என்றேன். வகுப்பிலிருந்த பிள்ளைக ளெல்லாரும் தங்கள் வயிற்றுக்குள் இம் என்று சிரித்தார்கள்.

"அப்புறம் சொல்லு."

அப்புறம் சொல்ல வேண்டிய தின்னதென்று தெரியாமல், "இனி எதைச் சொல்ல வேண்டும்!" என்று கேட்டேன்.

"இலக்கணப் பாடம் படித்தாயா?"

"ஆம், படித்தேன்."

"அப்போது உனக்குத் தெரிய வேண்டுமே."

"நீங்கள் கேள்வி கேளுங்கள். நான் உத்தரவு சொல்லு கிறேன்" என்று கூச்சத்துடன் சொன்னேன்.

"பேசாதே" என்று சொல்லி, மற்றப் பிள்ளைகளைப் பார்த்து ஒருத்தி இலக்கணம் சொல்லட்டும், மற்றவர்க ளெல்லாரும் கேட்கட்டும் என்று உபாத்திச்சி சொன்னாள்.

அப்போதுதான் ஒரு பதத்துக்கு இலக்கணம் சொல்வதின் இரகசிய ஞானம் விளங்கினது, இடம், பால் முதலிய குறிப்புகளை நான் அதற்குமுன் சொல்லுகிற வழக்கமில்லை. "அந்த மாதிரிச் சொல்ல வேண்டுமானால் நானும் சொல்லு வேன், ஆனால் அந்த ஒழுங்கு மாத்திரம் எனக்குத் தெரியாது" என்று சொன்னேன். உடனே உபாத்திச்சி கொல்லென்று சிரித்துவிட்டு, அடுத்த தடவை இந்தப் பாடம் வருமுன் நீ அந்த ஒழுங்கையும் படித்துக் கொள்ள வேண்டுமென்று சொன்னாள்.

அன்று சாயரட்சை என்னை மேல்மெத்தைக்கு வர உத்தரவு வந்தது. தீ - அம்மாள் என்னைப் பார்த்து, நீ அந்த வகுப்புக்கு மிஞ்சின தேர்ச்சி உடையவளாயிருக்கிறதாக

உபாத்திச்சிமார் சொல்லுகிறார்கள். ஆதலால் அந்தப் பிள்ளைகளுடன் உன்னை உட்கார்த்து படிக்கச் சொல்வதில் பிரயோசனமில்லை. தனிமையாய்ப் படிப்பிக்கச் சொல்லு கிறார்கள், "ஆனால் அப்படி தனித்துப் படிப்பிக்க முடியாது. நீ மற்றப் பிள்ளைகளுடனிருந்து படிக்க இஷ்டமா? அல்லது வகுப்பைப் பார்த்துக் கொள்ள இஷ்டமா? நீயே தீர்மானிக்க வேண்டியது" என்று சொன்னாள்.

ஒரு வகுப்பைப் பார்ப்பது எனக்கு அவ்வளவு பிரியப் படவில்லை. நான் மனச்சோர்வோடு "ஏதாவது படிக்கத்தான் பிரியப்படுகிறேன். இவ்வுலகத்தில் படிக்க வேண்டிய எத்தனையோ விஷயங்களிருக்கின்றன" என்று சொன்னேன்.

துரைசானி சிரித்துச் சற்றுநேரம் யோசனை பண்ணி, நீ ஒரு புதிய பாஷையைப் படிக்கப் பிரியமா? பிரியமானால் முனுஷியை ஒழுங்கு செய்யலாம் என்றாள்.

அதை என் மனதில் வைத்துக் கொண்டு, அந்தப் புதிய பாஷையால் என்ன லாபமடைவேன் என்று சற்று மனக் கலக்கத்திலிருந்தேன்.

"அந்தப்புர ஸ்திரீகளுக்குப் பிரயோசனமாக ஏதாவதொரு அலுவலை நீ செய்யலாமே."

இச்சமயத்தில், முதலாம் நாளில் என்னை கரிசனையுடன் எட்டிப் பார்த்துப் பாசங்காட்டின துரைசானி கவுரதையுடன் என்னை நோக்கித் திடீரென்று "நீ வைத்தியம் படியேன்" என்றாள்.

வைத்தியமா? அது என்னால் முடியுமென்று நினைக்கிறேன்" என்று என்னை அறியாமலே சொன்னேன். அந்த யோசனை என் மனதுக்கேற்றதுபோலிருந்தது. "நாளைய தினம் இரண்டு மணிக்கு என் அறைக்கு வா" என்று முன்போலச் சட்டென்று சொல்லிவிட்டு, உடனே போய்விட்டாள். நான் மனதில் கலவரப்பட்டு, நீ - அம்மாளுடைய அபிப்பிராயத்தை அறிய விரும்புகிறதுபோல் அவளைப் பார்த்துக் கொண்டி ருந்தேன். அப்போதவள் என்னை நோக்கி "அவள் வைத்தியம் பார்க்கிற துரைசானி என்பது உனக்குத் தெரியுமே, உன்பேரில் அவள் இவ்வளவு கரிசனைப்படுவது உனக்கு நல்ல காரியந்தான். வைத்திய சாஸ்திரம் படித்துக் கொள்வாயா?" என்று கேட்டாள். "என்னத்தையும் படிக்கிறேன்' என்று சற்றுத் துடுக்குடன், எனக்குள்ளிருந்த சத்தோஷத்தினால் சொன்னேன்.

"அப்படியானால் காரியம் முடிந்தது" என்று முகமலர்ச்சியுடன் பேசி "இப்போது நீ கீழே போகலாம். ஆனால் அதைப்பற்றி

அதிகக் கவலையுடன் நீ நினைக்கவேண்டியதில்லை. தம் முடைய தாலந்துகளும், காலங்களும் கர்த்தருக்கென்று செலவிடப்படவேண்டியது. நான் காலைநேரங்களில் முனுஷியை உனக்கு அனுப்புகிறேன். இனிமேல் உனக்குப் போதுமான அலுவல்களிருக்கும் என்று நினைக்கிறேன்" என்று சொன்னாள்.

ஒரு மந்திரக்கோல் என்மேல் பட்டு, எல்லாக் காட்சிகளையும் திடீரென்று எனக்கு மாற்றிவிட்டதுபோலக் காணப்பட்டது. அந்தக் கல்விச்சாலையானது என் கண்ணுக்கு முற்றிலும் நூதன இடம் போலாயிற்று. அங்கிருந்த ஒவ்வொரு பொருளும் என்னை மருட்டுவது போலாயிற்று. நான் என் அறைக்குள் புகுந்து தியானசித்தையில் மூழ்கினேன். சில நிமிஷங்களுக்குமுன், நாம் செய்யத்தக்கதொன்றும் நமக்கிங்கே இல்லை என்ற உணர்ச்சியிருந்தது; இப்போது நான் செய்யும்படி எவ்வளவு விஸ்தாரமான வேலைகளிருக்கின்றன, எனக்கு முன்னிருக்கும் நன்மைகளும் வாழ்வுகளும் எவ்வளவு அதிகமாயிருக்கின்றன என்றுணர்ந்து கொண்டேன்.

இப்பொழுது என்னைக் கட்டியிருந்த விலங்குக ளிலிருந்து. விடுதலையாகிச் சுயாதீனமாயிருப்பேன். ஸ்திரீ ஜாதிகளுக்கு இயல்பாயிருக்கும் சங்கடங்களையும் இடுக் கண்களையும் நான் நினைத்து மனங்கொதித்தேன். புருஷ ஜாதிக்கு ஸ்திரீ ஜாதி எள்ளளவும் தாழ்ந்ததல்ல என்று காட்ட எப்போது நமக்குச் சமயம் வாய்க்கும் என்று ஆவலுடன் வாஞ்சித்திருந்தேன். ஒரு ஸ்திரீக்குக் கலியாணந்தான் உயர்ந்த வாழ்வு என்று சொல்வதும், அவள் வீட்டுக்கடுத்த சில்லறை அலுவல்களில் தன் நேரத்தைப் பின்னிட்டு, நாகரிகமாய் உடுத்தவும், தன்னை அழகாய் அலங்கரிக்கவும் கவலைப் படுவதுதான் அவள் ஆயுளின் நோக்கம் சுயாதீனத்தின் சந்தோஷமாவது மனோவிருத்தியின் மகிழ்ச்சியாவது அவளுக்கு இல்லை என்று சொல்லும் கருத்துகளானது என் மனதுக்கு எவ்வளவோ சஞ்சலத்தைக் கொடுத்தது. என் மனதின் நினைவுகள் என்னைப் புண்படுத்தின. புருஷாட்களைத் தூரத்தில் வைக்க மனம் வந்தது. தானும் ஒரு ஆண்பிள்ளையும் சமந்தான், தாழ்வில்லை என்று காட்டுமட்டும். ஒரு ஆண்பிள்ளை யின் முகத்திலும் விழிக்கக் கூடாதென்று சிலதரம் நினைத் ததுமுண்டு. ஆகவே அடிமைத்தனத்திலிருந்து, கிரயத்தால் விடுதலையான ஒரு சிறுமியைப்போலச் சந்தோஷப்பட்டேன்.

நான் மனமகிழ்ச்சியான பைத்தியமானேன் என்னலாம். இதை வாசிக்கிறவர்கள் நான் மிதமிஞ்சி வர்ணிப்பிலிறங்கி விட்டேன் என்று நினைக்கலாம். அப்படி வர்ணியாமல் சங்கதிகளின் யதார்த்தத்தையே நான் சொல்லுகிறேன் என்பது நிச்சயம்.

பந்திவேளையில் நானிருந்த சந்தோஷத்தை மற்றப் பெண்கள் கவனித்து அதிசயப்பட்டார்கள். அவர்கள் பேசின அகடவிகடங்களில் நான் கூடிக்கொண்டு, பூரண மகிழ்ச்சியுடன் சிரிக்கிறதும் விளையாடுகிறதுமாயிருந்தேன். அவர்கள் எல்லாரும் என்னைப் பட்சத்துடன் ஏற்றுக்கொண்டார்கள். ஒரு நிமிஷத்துக்குள் என்னுடைய புத்தியீனமான அடக்க குண மெல்லாம் அகன்று விலகிற்று. நான் கெட்டிக்காரி என்று பேரெடுத்தேன். எப்பக்கத்திலிருந்தும், எனக்கு இதைச் செய்து கொண்டு, அதை முடித்துக்கொடு என்று பலவேலைகள் வந்துகொண்டேயிருக்கும். ஒரு துரைசானி தனக்குக் கடிதமெழுதக் கேட்பாள், இன்னொருத்தி இந்தக் கணக்கைத் தொகையிடு என்பாள்; ரிப்போர்ட்டை எழுதவும், பேர்த் தெழுதவும் எனக்கு வேலைகள் வரும். இப்படி வரும் வேலை களனைத்தும் என் மாயையைத் திருப்திப்படுத்துவது போலிருந் ததால், யாவற்றையும் செய்து முடிப்பேன். அந்தப் பெண்கள் என் மனதைப் பகட்டினார்கள். அவர்களெல்லாரும் என்னை நேசிக்கிறதும் நான் அவர்களை நேசிக்கிறதுமாயிருந்தோம்.

நான் பள்ளிக்கூடத்தில் சேர்ந்தபின் வந்த முதலாம் வெள்ளிக் கிழமையில் பகலிலிருந்த கஷ்டமான வேலைகளால் களைத்து, அந்திச் சாப்பாட்டுக்குச் சுமார் ஒருமணி நேரத்துக்கு முன் படுத்துக்கொண்டேன். அப்படியே தூக்கம் வந்துவிட்டது. இன்பமான சொப்பனங்கள் என்னைக் கடந்துபோயின. சமாதானமும் ஆறுதலான இளைப்பாறுதலும் என்னைக் கவிந்துகொண்டது. விஷ்ராம்பூரும் பாஷ்காரும் என் கண்முன் நின்றார்கள். அமிர்தமான இராகங்கள் என் காதில் தொனித்தன. நான் விழித்தபோது, யாதொரு ஆள் அரவமுமில்லாத மட்டற்ற அமைச்சலிருந்ததால் இதென்ன அமைதலோவென்று திகைத் தேன். உடனே மேல்மெத்தையிலிருந்து மடமடவெனப் பிள்ளை கள் இறங்கிவரும் சப்தம் கேட்டது. இரண்டு பெண்கள் - என் சிநேகிதிகள், என் அறைக்குள் வந்தார்கள். நான் பாதித் தூக்கத்துடனே, இதென்ன? எல்லாம் அமைதலாயிருக்கிறதே. ஜெபவேளை வந்துவிட்டதோ என்று கேட்டேன், அவர்களோ எனக்கு ஆச்சரியமுண்டாக, ஜெபமெல்லாம் முடிந்தாயிற்று என்று சொன்னார்கள்.

''நான் வராததையிட்டு தீ - அம்மாள் ஏதாவது சொன்னார்களோ?" என்று சட்டென்று எழுந்து ஆத்திரத்துடன் கேட்டேன்,

''அவள் முகத்தில் அவ்வளவு சந்தோஷமிருக்கவில்லை" என்று ஒரு பிள்ளை சொல்லி அவ்வளவு விசேஷமில் லாததுபோலக் காட்டி ''உனக்குச் சுகமில்லையோ' என்று மாத்திரம் கேட்டாள்; அதற்கு மிஞ்சி ஒன்றுமில்லை என்றாள்.

"நாளையதினம், நான் அலுத்துப்போனதால் படுத்துத் தூங்கி விட்டேன் என்று சொல்லவேண்டும்" என்று சற்று மனவருத்தப்பட்டுக் கொண்டேன். ஏனெனில் சட்டங்கள் ஒன் றையும் மீறக்கூடாதென்றும், எல்லாருக்கும் பிரியமாய் நடந்து வரவேண்டும் என்றும் நான் அதிகமாய்க் கவலைப்பட்டேன். பிள்ளைகளுடைய பாசமும், நம்பிக்கையும் நமக்கிருக் கிறதுபோலத் துரைசானிமாருடைய மதிப்பும் இருக்கிறது. நாம் ஜெபத்துக்குப் போகாதது, பள்ளிக்கூடத்துச் சட்டத்தை மீறினதாக எண்ணப்படலாம் என்று என்மட்டில் நினைத்துக் கொண்டேன்.

' 'ஜெபத்துக்கு முன் பீ-மீசியுடைய வகுப்பும் நடந்தது. அதற்கு நீ வராவிட்டாலும் பரவாயில்லை. எல்லாப் பிள்ளை களும் அதற்குப் போகவேண்டுமென்று மிசி நினைக்கிறது மில்லை" என்று இன்னொரு பிள்ளை சொன்னாள்.

நான் பெருமூச்சுவிட்டு, என் மனதை ஆற்றிக்கொண்டு நித்திரைக்குப் போனேன். அதன்பின் ரெண்டு வெள்ளிக் கிழமைகள் கடந்தன. நான் பெரும்பாலும், ஜெபத்திற்குமுன் தூங்கிவிழுந்தேன்; என்றாலும் ஜெபத்துக்குத் தப்பாமல் போகும்படிக் கவனமாயிருந்தேன்.

ஒருநாள் தீ-அம்மாள் என்னை மேல்மெத்தைக்கு வரச்சொல்லித் தனக்கெதிரிலிருந்த நாற்காலியில் உட்காரச் சொன்னாள். தனக்காக என்னவோ எழுதும்படிக் கேட்கப் போகிறாளாக்கும் என்று நான் நினைத்து, அதின் மாதிரியைப் பற்றி நமக்குச் சொல்லப்போகிறாள் என்று உத்தேசித்து, சிரித்த முகத்துடன், அவள் சொல்வதைக் கவலையாய்க் கேட்டுக் கொள்ள அவளைப் பார்த்தேன். ஆனால் அவளுடைய முகம் கவுரதையாய்க் காணப்பட்டது. என்னை எட்டிப் பார்க்கவும் அவள் பிரியப்படவில்லை.

இது எனக்குள் சந்தேகத்தைப் பிறப்பித்தது. ஏதோ பிசகு நடந்திருக்கிறது என்று நான் நினைத்து, அவளைப் பார்த்து,

என்னை வரச்சொன்ன காரணமென்ன என்று நேரே கேட்டேன். அவள் சற்றுநேரம் அமைதலாயிருந்து, பெருமூச்சு விட்டு, முகத்தையும் பழிப்பாகச் சற்றுச் சுளித்துக்கொண்டாள். அது என் மனதில் அம்பு ஊடுருவினதுபோல அவ்வளவு வேதனையாயிருந்தது. இதென்ன அதிசயமப்பா என்று நானிருக்கையில் "எனக்கு மெத்தவும் துக்கமாயிருக்கிறது. நாங்களெல்லாரும் உன்னைக் கவனித்தோம், உன்னுடைய ஆவிக்குரிய பக்தி விரயம் நாங்கள் விரும்புகிறபடி இல்லை" என்றாள். அது இடிவிழுத்தாற் போலிருந்தது.

அவள் பின்னும் சொல்வாள், "நீ வேதம் வாசிக்கிறதில்லை என்றும், ஜெபம் செய்கிறதில்லை என்றும் நான் கேள்விப் பட்டேன், பிள்ளைகளுடன் சாயங்கால ஜெபத்துக்கும் நீ போகிறதில்லை, பீ-மிசியின் வேதபாட வகுப்புக்கும் நீ போனதில்லை. இந்த பக்தியுள்ள அம்மாள் எத்தனையோ வேலைகளையெல்லாம் போட்டுவிட்டு அந்தக் கூட்டத்தை நடத்துகிறாள். அவளுடைய போதனையானது, பிள்ளைகளுக்கு அதிகப் பிரியமாயிருக்கிறது. அவர்கள் அவளை நேசிக் கிறார்கள், கும்பிடுகிறார்கள். ஆனால் நீ மாத்திரம் அந்த நேரத்தில், என்னதான் செய்வாயோ, என்னவோ ஒரு வேலைவில் தலையிட்டு, ஞான போதனைகளை அடைய ஒரு மணி நேரத்தைச் செலவிட மொறுமொறுக்கிறாயாக்கும். உன்னுடைய அறிவு பெரியதென்று நீ எண்ணிக் கொள்ளலாம்; ஆனால், பிசாசும் கெட்டிக்காரனாகத் தானிருக்கிறான்" என்றாள்.

இதைக் கேட்டவுடனே, இரண்டொரு நிமிஷம் நான் ஊமை போலிருந்தேன். என் கைகள் இரண்டும் வலிப்பு வந்ததுபோல ஒன்றையொன்று பிடித்து அழுத்தினது. இதற் கெல்லாம் முகாந்தரமென்ன வென்று கண்டுபிடிக்க என்னால் இயலாமற்போயிற்று. கடைசியாக "நான் கெட்டிக்காரி என்று யார் சொன்னது? நான் செய்த குற்றமென்ன? இப்படி என்னிடத்தில் பேசுவானேன்? இது என்னிடத்தில் பேசப்பட வேண்டிய வார்த்தைகளல்ல" என்று சொன்னேன். என் கண்ணிலிருந்து கண்ணீரும் வடிந்தது. நான் ஜன்னல் வழியாய் அங்குமிங்கும் பார்த்தேன். என் தாயின் நினைவும், நான் பள்ளிக்கூடத்தில் சேர்ந்த அன்று என் மனதிலுண்டான எண்ணங்களும் என் ஞாபகத்தில் வத்தன. இவ்வளவு கேட்கத் தானா நாம் வந்தோம். இதற்காகத்தானா நமது பலத்தோ

டெல்லாம் வேலை செய்தோம் என்றெண்ணினேன். அது அந்த நிமிஷத்தில் வந்த பலவீனமாக மாத்திரமிருந்தது. நாம் நமது நியாயத்தைச் சொல்லவேண்டுமென்ற தைரியமுண்டானது. "என்பேரில் குற்றம் சொல்லுகிறீர்களே அதென்ன?" என்று கேட்டேன்,

துரைசானி, வெறுப்பான முகத்தைக் காட்டிப் பழிப்பாகப் பேசுவதுபோல் "நான் சொன்னவைகள் உனக்கு விளங்காதது போல பாசாங்கு பண்ணாதே. நான் சொன்னதெல்லாம் உனக்கு நன்றாய் விளங்குகிறதே" என்றாள்.

என்னுடைய பழைய குணம் எனக்குள் திரும்பிவர ஆரம்பித்தது.

"நான் விளங்கிக்கொள்ளும் காரியங்கள் என்ன? இப்படிப்பட்ட கடுஞ்சொல்லை எல்லாம் நீங்கள் எப்படிச் சொல்லலாம்? முதலாவது, நான் என் வேதபுஸ்தகத்தை வாசிக்கிறதில்லை என்றும், ஜெபம் செய்கிறதில்லை என்றும் நீங்கள் சொல்லுகிறீர்கள். அது உங்களுக்கு எப்படித் தெரியும்" என்று கேட்டேன்.

"அதெப்படி என்று உனக்குச் சொல்லமாட்டேன்; ஆனால் நிச்சயமே நிச்சயம் என்று நான் அறிவேன்" என்று என்னைச் சுடாமல் சுடும்படிச் சிரித்தாள்.

"சரி, யார் உங்களுக்கு அதைச் சொன்னாலும், அவர்கள் சுத்தப் பொய்யைச் சொல்லியிருக்கிறார்கள். இது நான் உங்களிடத்திலாவது, மற்றெந்த மனுஷரிடமாவது வழக்குப் பண்ணவேண்டிய விஷயமல்ல, இது எனக்கும் என் கர்த்தாவுக்குமடுத்த காரியம்" என்று சொன்னேன். என் தொண்டையும் அடைத்தது. அந்தத் துரைசானியின் கண்ணிமைகள் உயர்ந்த ஜாடையால், என் பேச்சொன்றையும் நம்பாமலிருக்கிறதை நான் உணர்ந்து அதிகக் கோபம் வந்தது. "நான் எத்தனை தடவை ஜெபிக்கிறேன் என்றும், எந்த இடத்தில் ஜெபிக்கிறேன் என்றும் உங்களுக்குச் சொல்வேனானால், மாய்மாலக்காரி என்னும் பெருங்குற்றவாளியாவேன். என்னைப்பற்றி இதையெல்லாம் சொன்னவள் தான் இத்தனைதரம் ஜெபம் பண்ணினேன் என்று சொன்னாற் போலிருக்கிறது" என்றும் சொன்னேன்.

பிள்ளைகளில் யாராவது என்னைப்பற்றி இப்படிச் சொல்லியிருப்பார்களென்று நினைக்க எனக்கு யாதொரு இடமிருக்கவில்லை. அவர்களுடைய வகுப்பைக் குறித்தாவது,

படிப்பைக் குறித்தாவது எனக்கு யாதொரு சம்பந்தமிருக்க வில்லை. அவர்கள் வேலைக்கும் என் காரியத்துக்கும் முற்றிலும் பேதமிருந்தது. சாப்பிடுகிற நேரத்தில் அல்லது படுக்கப் போகிறதுக்குமுன் சற்றுநேரம் அவர்களுடன் சம்பாஷித் தாலுண்டு. அச்சமயத்தில் ஜன்னல் பக்கமாக நின்று, இலைகளுக்கிடையிலே தெரியும் நக்ஷத்திரங்களின் பகட் டையும், மரங்களில் தெரியும் நிலவு வெளிச்சத்தையும் பார்ப் பேன். அப்போது இனி நடக்கும் காரியங்களை ஒரு திரை மறைக்கிறதுபோலும், முன்நடந்தவைகளைச் சொப்பனத்தில் கண்ட தங்கம்போலும் காண்பேன். அப்போது நாங்கள் அவரவர் வீட்டுச் செய்திகளையும், சிறுவயசின் நடபடிகளையும் பேசிக் காலம்போக்குவதுமுண்டு.

இவையொன்றும் மறக்கக்கூடாத இன்பமான வரலாறு களாயிருக்கும். நாங்கள் எல்லாரும் அவ்வளவு ஐக்கியமாயிருந்த படியால், நம்மைப்பற்றி இல்லாததும், பொல்லாததும் சொல்வது யாராயிருக்கலாமென்று அதிக எரிச்சலாயிருந்தேன். ‘அவள் யாராயிருந்தாலும் சரி, அப்படிப்பட்டவள், பிள்ளைகளுடைய ஐக்கிய ஜெபக்கூட்டத்தைப் பற்றியும், பீ-மிசியினுடைய வேத வாசிப்புக் கூட்டத்தையும் எனக்குச் சொல்லியிருந்தால் சரியாயிருக்கும்” என்று சொன்னேன்.

‘‘நீ சொல்லுகிறதைப் பார்த்தால், அந்தக் கூட்டங் களைப்பற்றி உனக்குத் தெரியாதென்பதா?”

‘‘அப்படியே சொல்லுகிறேன். நான் வெள்ளிக்கிழமை தவிர ஒவ்வொரு நாளும், வைத்திய துரைசானியின் அநுமதியின்பேரில், வியாதியஸ்தர் வந்து தங்கள் காரியங் களைச் சொல்லும் அறையில் படுக்கப்போகுமட்டுமிருக்கிறேன், நான் அப்போது முற்றிலும் அலுத்துப்போய் சாயங்காலங்களில் தூக்கத்தால் தலை அசைந்து அயர்ந்துபோகிறேன்” என்று சொன்னேன்.

“எல்லாம் அதிசயமாயிருக்கிறது. அப்படியானால் காலையில் எத்தனை மணிக்கு உன் வேலையை ஆரம்பிக் கிறாய்?”

“நான் அதிகாலை ஐந்துமணிக்கு எழுந்து, ஏழுமணி வரையும் வாயுதீபத்தில் படித்துக் கொண்டிருப்பேன்.”

“நல்லது இப்போது உனக்கு எல்லாம் தெரியும், நான் உன்னுடைய நடக்கையைப்பற்றி, நற்சாட்சி கேட்கும்படி நடக்கவேண்டியது; நீ போகலாம்.”

நான் பின்னும் நின்றுகொண்டு “நான் யாதொரு தப்பிதமும் செய்யவில்லை. இப்படி என்னை நடத்துவது சரியல்ல: காரியங்கள் தெரியாதது என்னுடைய குற்றமல்ல. இப்பொழுதுங்கூட அந்தக் கூட்டம் எப்போது? அந்த ஐக்கிய ஜெபக்கூட்டம் என்பதென்னவென்று தெரியாமலிருக்கிறேன்'' என்று சொன்னேன்.

''வாய் மூடு, நீ இப்படியெல்லாம் பேசக்கூடாது” என்று பாசமுகத்துடன் சிரித்தார்கள்; ஆனால் என் உதடுகள் துடித்தன. சும்மாயிருக்க என்னால் கூடாமற்போயிற்று. கடைசி வெள்ளிக்கிழமை பக்திவிருத்திக் கூட்டம் என்றும், நான் பள்ளிக்கூடத்தில் சேர்ந்த நாளில் இரண்டு பிரிவாகப் பிள்ளைகள் போனது, ஒன்றுக்கொன்று கட்சியாய் நடத்தப்பட்ட அந்தக் கூட்டங்கள்தான் என்றும் நான் அறிந்து கொண்டேன்.

இந்தச் சம்பாஷணையனைத்தும் ஒரு வெள்ளி சாயரட்சையில் நடந்தது. நான் மேல்மெத்தையிலிருந்து தாழ இறங்கவே என் மனம் புண்ணாக நொந்தது. பீ-மிச்சியின் கூட்டத்துக்காக ஆயத்தங்கள் செய்யப்பட்டன. இரண்டு பெரிய பிள்ளைகள் முதலாளிகளாயிருந்து சகலத்தையும் ஒழுங்கு படுத்தினார்கள். அவர்கள் நாற்காலிகளையும் பென்சுகளையும் வரிசைப்படுத்தி, வேதவசனச் சீட்டுகள் அநேகத்தை மேசையின் மேல் பரப்பிப்போட்டார்கள். பீ-மிசி வரும்போது, ஒரு பெண் ஓடி, வெளி அறையிலிருந்து அவளைக் கூட்டிக்கொண்டு வந்தாள். மிசி அவள் கழுத்தில் கைகோர்த்து நடந்துவந்தாள். இருவரும் ஒருவர் பக்கத்தில் ஒருவர் உட்கார்ந்து கொண்டார்கள். அவள் மேசையைச் சுற்றிலும் பார்த்து, ஒவ்வொருவருக்கும் தன் மலர்ந்த முகத்தைக் காட்டினாள்.

அவளுடைய கண் என்னைப் பார்த்தவுடனே அதிசயப் பட்டவளைப் போலக் காணப்பட்டாள். பக்கத்திலிருந்தவளுடன் ஏதோ காதில் ஓதினாள். உடனே என் மனதில் எரிச்சல் உண்டாயிற்று. என்னையும் அன்புடன் பார்க்கவேண்டுமென்று ஆசைப்பட்டேன். ஆனால் அப்படிப்பட்ட காலத்துக்கு நான் பொறுமையுடன் காத்திருக்க வேண்டியது. கவனத்திலும், சுறுசுறுப்பினாலும் அவளுடைய தயவைச் சம்பாதித்துக் கொள்ளலாமென்று நான் நினைத்துக்கொண்டேன். கூட்ட நேரத்தில் அநேக கேள்விகள் கேட்கப்பட்டன; “இருங்கள்!” “நீங்கள் இருங்கள்'' என்ற வார்த்தைகள் எங்கெங்கே வருகின்றன என்று தேடி ஆராயப்பட்டது. வேதவாசிப்பின்

கால அட்டவணைக்கென்று இப்படிப்பட்ட வாசகங்களைத் தேடினார்கள். ஒருதடவை ஒருவருக்கும் சொல்லத்தெரியாமற் போன ஒரு கேள்விக்கு நான் உத்தரவு சொல்ல முயன்றேன்; துரைசானி அது சரிதான் என்று சொல்லி, "அநேகர் தங்கள் புத்தியினாலே அறிவார்கள். ஆனால் மனதினாலே ஒன்றையும் அறியார்கள்; அவர்கள் இருதயம் தூரமாயிருக்கிறது. நாம் மகாகெட்டிக்காரராயிருக்கலாம். என்றாலும் இருதயம் சரியாய் இராதபட்சத்தில் யாதொரு பிரயோசனமுமில்லை. ஒருத்திக்கு கூட்டத்துக்கு வரப் பிரியமில்லையானால் ஏன்தான் வரவேண்டும்?" என்று சொல்லி, ஒரு பிள்ளையை எட்டிப் பார்த்துச் சிரித்தாள்.

அந்தப் பிள்ளை நீ பீ-மிசியின் ஜெபக் கூட்டத்துக்குப் போகாவிட்டாலும் குற்றமல்ல என்று சொன்னாளே அவளாயிருந்தாள், நான் தான் குணப்படாதவள் என்றும் அன்று சொன்ன போதனையின் மிச்சமான பாகம் என்னைப் பற்றினதுதான் என்றும் நான் அறிந்தேன். எல்லாப் பிள்ளைகளும் அச்சமயத்தில் கீழே பார்த்துக் கொண்டிருந் தார்கள்; அது அவர்களுடைய தயவுதான். ஆனால் என் பக்கத்தில் ஒரு பிள்ளையிருந்தாள். அவள் முகம் குழந்தையின் ஜாடையாகவே இருக்கும். இதற்குமுன் நான் இவளை அவ்வளவாகக் கவனிக்கவில்லை. அவள் என் கையைப் பிடித்து மேசையின்கீழ்வைத்து நசித்து, தாழப் பார்த்துக் கொண்டு "வெட்கமாயிருக்கிறது - அதைக் கவனிக்காதே" என்று மெதுவாகச் சொன்னாள். என் மனதில் எவ்வளவேனும் சந்தோஷமிருக்கவில்லை. ஐயோ, அன்று நடந்த போதனை யால், ஒரு தரம் அவபக்தனாயிருந்தால் என்றென்றைக்கும் அவபக்தன்தான் என்ற படிப்பைப் படித்தேன். சிறு பிராயத்திலு ண்டாகும் அபிப்பிராயம், விசேஷமாகப் பள்ளிக் கூடங்களில் கிடைக்கும் கெட்டபேர், ஆயுசுபரியந்தம் மனதை விட்டுக் கலைகிறதில்லை. கூட்டம் முடிந்தவுடன் நான் ஒருவரையும் பார்க்கப் பிரியப்படாமல், தோட்டத்தில் போய் அழுதேன்.

என் உணர்ச்சி கடுத்தமாகி, என் சஞ்சலம் அடக்க முடியாதே போயிற்று. காரியங்கள் மகா அற்பமாயிருந்த போதிலும், அவைகள் ஒரு ஆளின் சுபாவத்தின் வளர்ச்சிக்கும் நடைக்கைக்கும் எவ்வளவு பலத்த அநுகூலமாய் அல்லது பிரதிகூலமாயிருக்கிறதென்பதை இதினாலே அறிந்து கொள்ளலாம். முந்தின இந்த நடவடிக்கைகளையெல்லாம்

நான் இப்போது என் மனதில் நினைத்து, இவைகளெல்லாம் என் மனதுக்கு ஏன் அவ்வளவு வருத்தத்தையும் சங்கடத்தையும் உண்டாக்கினது என்று உணருகிறேன். இந்தக் கூட்டம் முடிந்தவுடனே, பைத்தியம் பிடித்தாற்போல எனக்குண்டான துக்கத்தின் தன்மையை இன்றைக்கும் நினைவு கூருகிறேன். நம்மைப்பற்றி எல்லாரும் தப்பாய் நினைத்து, தப்பாக மற்றவர்களுக்குச் சொல்லிவிடுகிறார்கள் என்று உணர்ந்தேன். மேலும் நம்மைப்பற்றிச் சரியாய் அறிந்துகொள்ளக் கூடியவர்கள் இவ்விடத்தில் ஒருவரும் இல்லை என்றும் எண்ணினேன். ஒவ்வொருவரும் என்னிடத்தில் குற்றம் பிடிக்க ஆயத்தமாயிருந்து, என்னைக் குறித்துக் கேவலமாக நினைத்துக்கொண்டார்கள்.

ஆனால் இந்த எண்ணமானது அற்ப அறிவாலும், இடுக்கின கருத்தாலும் நேசிக்கும் மனுஷ தயவைப்பார்க்கிலும் மேலானதும், உன்னதமும், ஒருவனுடைய குறைவையும் நிறைவாக்கிவிடுகிறதுமான தேவகடாட்சத்தை' நாடும்படி என்னை ஏவிவிட்டது; உடனே நான் பாஷ்காரின் தேவனும் என் தேவனுமானவருக்கு என் ஜெபத்தை மனதில் ஏறெடுத்தேன். அச்சமயத்தில் வல்லமையில் மட்டற்றவரும், இரக்கத்தில் அளவில்லாதவரும், மனுஷனைப்போல் இவ்வுலகத்தில் வாசம் பண்ணினவரும், மனுஷருடைய நோக்கங்களையும் கருத்துக்களையும் அறித்தவரும், அவர்கள் வாஞ்சையைத் திருப்திப்படுத்தக் கூடியவருமாயிருக்கிற தேவனும் மனுஷருமான கிறிஸ்து இயேசுவின் தயவு எனக்கு வேண்டியதாயிருந்தது. அவர் முந்தின காலத்தையும் பிந்தின காலத்தையும் அறிந்தவர். அவருக்கு ஒன்றும் இரகசியமல்ல. அவருடைய சகாயமே எனக்கு வேண்டியதாயிருந்தது. அப்படியே அவர் எனக்குச் சகாயராக வந்தார். நான் சந்தோஷத்தைக் கண்டடைந்தேன். ஆ, அதின் ஆனந்தத்தை என்ன சொல்ல! அழிந்துபோகிற இந்தச் சடலத்துக்கு அது மட்டுமிஞ்சின வாழ்வாயிருந்தது. நான் அவருடைய பாதங்களை விசுவாசத்தால் தழுவி,

"நான் உம்மைப் போகவிடேன், நீர் இல்லாமல் என்னால் ஒன்றும் ஆகாது, பின் நடப்பதை நீர் அறிவீர், நீரே என்னை வழிநடத்தியருளும்; என் பக்கத்திலிரும், ரட்சகா, அப்போதெல்லாம் சரியாய் வரும்!" என்று கெஞ்சினேன். இந்தச் சந்தோஷமென்ன? இது நிசமானதா? ஏன் எல்லாம் மாறினதுபோலக் காணப்பட்டது? ஒரே நிமிஷத்தில் நான் இவ்

வுலகத்தினின்றும், அதின் துக்கங்களெல்லாவற்றினின்றும் கடந்துவிட்டேன், இதற்குமுன் நடந்ததும், இனிமேல் நடப்பது மெல்லாம் சந்தோஷமாக விளங்கினது. பிள்ளைகளைப்பற்றிய நினைவு வந்தபோது என் மனதில் கொஞ்சமாகிலும் கசப்பு உண்டாகவில்லை; அவர்களை முத்தமிடவும், பிராண சிநேகி தராக எண்ணவும், நான் உங்களை நேசிக்கிறேன், என்னை அறியாத சந்தோஷம் எனக்குள் நிறைந்திருக்கிறதென்று அவர்களுக்குச் சொல்லவும் ஆசைப்பட்டேன். ஒருதடவை நான் கண்ணைத் திறந்தேன். அப்போது பாஷ்கார் சிரித்தமுகத் துடன்கிட்ட நின்றார். அவருடைய கண்களில் வெற்றிக்குறியை விளக்கும் ஜோதி தோன்றிற்று. "நீ கண்டுபிடித்தாய், கெட்டி கெட்டி: இயேசுவுக்குச் சமீபமாயிருந்துகொள், எல்லாம். சரி யாகும்" என்றார்.

"வெகுகால மிருக்குமா, பாஷ்கார்.''

"ஆம் என்றென்றைக்கு மிருக்கும்."

என் மனோகியானத்தைத் தடுக்கும்படியான ஒரு அரவங்கேட்டது. மெலிந்து வளர்ந்த ஒரு பிள்ளை மரங்களுக் கூடே பாதையில் குறுக்கிட்டு என்னை எட்டிப் பார்த்துச் சற்றுக் கூச்சத்துடன் புன்னகைகொண்டாள். அவள் அவ்வளவு மரியாதையுள்ள பெண்ணல்ல என்று நான் நினைத்திருந்தேன். "இங்கே என்ன செய்கிறாய்?" என்று பயத்துடன் கேட்டாள்.

"ஒன்றுமில்லை" என்றேன். ஒருவரையொருவர் பார்த்துக் கொண்டோம். அவளுடைய பார்வையிலே அன்பின் நீரோட்டம் விளங்கினது. அவளுடைய முகமலர்ச்சியும், புன் சிரிப்புமானது, அவள் பேசின வார்த்தையிலும் அதிக இன்பமா யிருந்தது. நாங்கள் ஒருவரோடொருவர் சம்பாஷியாவிட்டாலும் ஒருவரையொருவர் நன்றாய் அறிந்துகொண்டோம். அவள் என்னவோ கலவரப்பட்டவள்போல, தன் கையை நீட்டி ஒரு புஷ்பக்கொத்தைப் பிடுங்கி "இது அழகாயிருக்கிறதல்லவா" என்று சொல்லி ஓடினாள். நான் அப்புஷ்பங்களை மோந்து பார்த்து கூட்டமாய் நின்ற பிள்ளைகளுடன் கூடிக் கொண்டேன். என்னைப் பார்க்கவே அவர்கள் அதிர்ச்சியடைந்தார்கள்.

என்னைப்பற்றிய நம்பிக்கையில்லாததுபோலும், பிரமிப்பது போலும் அவர்கள் ஜாடையினால் அறிந்தேன். என்னை அவர்கள் சமூசயப்பட்டுப் பார்க்கிறதுபோல் சரித்துப் பார்த்தார்கள். நானோ சந்தோஷமுள்ளவளாக முன்போலப் பேசிக்கொண்டிருந்தேன். எனக்குள் மனம் படபடத்தது, வெகு

நாளுக்குமுன் கேட்டு மறந்த ராகம் ஞாபகத்தில் வருவதுபோல் "இயேசு சமீபமாயிருக்கிறார். எல்லாம் நன்றாய் முடியும்'' என்ற வாசகம் என் காதில் இரைந்து கொண்டிருப்பதுபோலிருந்தது. இதற்குப்பின், எல்லாம் எனக்குச் சந்தோஷமாயிருந்தது. பாடங்கள் எனக்கு விசேஷித்த இன்பமாயிற்று. ஒவ்வொரு வருக்கும் பிரியமாய் நடப்பதைப்பற்றி எனக்கு அக்கறையிருக் கவில்லை. என்னை யாராவது குற்றம் பிடித்தால், அல்லது என்பேரில் குற்றம் சாட்டினால் அதையிட்டு நான் கவலைப் படவில்லை.

அந்த துரைசானிகளையாவது, என் குணத்தைப்பற்றித் தப்பாய் நினைத்தவர்களையாவது மனதில் வெறுக்கும்படியான எண்ண முண்டாகவே மாட்டாது. பிள்ளைகளெல்லாரும் எனக்குப் புது மாதிரியாகக் காணப்பட்டார்கள். அவர்கள் ஒவ்வொருவருடைய நற்சுபாவங்களைப்பற்றி மாத்திரம் நான் கவனிக்கிறவனாயிருந்தேன். நமக்குப் பார்க்கமாத்திரம் கண்ணும் அநுதாபப்படமாத்திரம் மனமுமிருக்குமானால், ஒவ்வொருவரிடத்திலும் நாம் கண்டுபிடிக்கத்தக்க புதையல் எவ்வளவோ இருக்கிறது!

அங்கிருந்த ஒரு பிள்ளையின் சுபாவம் எல்லாருடைய கவனத்துக்கும் வந்துகொண்டிருந்தது. அவள் அடிக்கடிச் சங்கடங்களுக்குள் அகப்படுவாள். தலை சீர்குலைந்திருக்கும். வேத புஸ்தகத்தை இழந்துவிடுவாள், பாடப் புஸ்தகங்கள் தாள் தாளாயிருக்கும், பாடங்களைப் படிக்கமாட்டாள், முகத்தைக் கோணுவாள். எச்சரிப்பை அதட்டுவாள், எரிச்சல் மிஞ்சி வகுப் பிலிருந்தும் எழுந்துபோய்விடுவாள். இப்படியாகத் தண்டனை எழுதுவது முதலான சிட்சைகளில், அவளுக்கு இரட்டிப்பான பாகம் வரும். ஆனால் மற்ற அநேக பிள்ளைகளைப் பார்க்கிலும் இவள் அதிகமாய்ச் சிரிப்பாள். மிதிகள் முதுகுக்குப் பின்னே, போனால் போகட்டும் என்பாள். ஆனால் பக்கத்திலிருப்பவர் களெல்லாரும் அவளைக் கண்டபடி ஏசுவார்கள். துரைசானிமார் அடிக்கடி அவளை "எடுப்புக்காரி", "மாரீசக்காரி", "அடங் காதவள்'' என்று சொல்லுவார்கள். அவர்களும் அவமதிப்பான வார்த்தைகளைப் பெற்றுக் கொள்ளுவார்கள்; அப்படிச் சொல்லும்போதே தலையை ஆட்டிக்கொள்ளுவாள், அல்லது முதுகைத் திருப்பிக்கொள்ளுவாள். ஒரு வேளாவேளைகளில் எரிச்சலால் சற்றுக் கண்ணீர் வரும். பின்னும் சற்றுநேரத்துக்குள் கலகலவெனச் சிரித்துக்கொண்டு திரிவாள். அவள் மனதில் ஏதாவது சங்கடமிருந்தால், அதையிட்டு அநுதாபப் படுகிறவர்

கள்பேரில் எரிச்சலோடு பாய்வாள். அதோடு புன்னகை கொள்ளவும் மறக்கமாட்டாள். அவளுடைய ஜீவகாலமெல்லாம் அவளுடன் ஜீவிக்க எனக்கு மனந்தான். அவள் எவ்வளவு பெருந்தகைமையாயிருந்தாளோ அவ்வளவு தைரிய நெஞ்சுள்ளவளாவுமிருந்தாள்.

அவ்விடத்தில் எனக்கு அதிகக்கருத்தை உண்டுபண்ணின பிள்ளை வேறொன்றிருந்தது. அவள் வந்தது துர்அதிஷ்டம் போலிருந்தது. அவளுடைய வருணாச்சாரம் அவளுக்கு விரோதமாயிருந்தது. முதலாவது எல்லாரும் அவளுக்காக அநுதாபம் காட்ட வேண்டியது போலத் தோன்றிற்று. அவளைப்பற்றி நாங்கள் பலவிதமாய் நினைத்ததுபோல வேறொருத்தரைப் பற்றியும் நினைக்கவில்லை. அவள் குஜராத்திலிருந்து தனிமையாய் வர இருந்தாள். அவளைக்குறித்து எங்களுக்கு உயர்ந்த எண்ணங்கள் எல்லாம் உண்டாயின. மெத்தவும் அழகாயிருப்பாள், அதிகக் கெட்டிக்காரியாயிருப்பாள் என்றெல்லாம் நினைத்தோம்.

அவள் புகைவண்டி ஸ்தானத்தில் வரவேண்டிய நாளில் வராததாலும், வேறெங்கேயாவது தங்கினதாகத் தெரியாததாலும், ஒவ்வொருவருக்கும் அவளைப்பற்றிய கவலையுண்டாயிற்று. அன்றிரவு பள்ளிக்கூட முழுவதிலும் ஒரு கலக்கமுண்டானது. பிள்ளைகள் கூடி ஆச்சரியத்துடன் உடல் குலுங்குகிறதுபோலக் கண்டபடிப் பேசிக் கொண்டார்கள். இடத்துக்கிடம் தந்தி சமாசாரங்கள் அனுப்பப்பட்டன. காலையில் அந்தப் பிள்ளை வந்து சேர்ந்தாள். ஆனால் இந்தப் பெண் நாங்கள் எதிர்பார்த்திருந்த பிள்ளையல்ல. இவள் கறுத்துச் சளிந்திருந்தாள். புகைவண்டி வந்தவுடனே, இந்தப் பிள்ளையைக் கூட்டி வர யாதொரு வண்டியாவது, சேவகனாவது இல்லாததால், அந்த ஸ்டேஷனில் வேலையாயிருந்த அவளுடைய சகோதரன் அவளைத் தன் வீட்டுக்குக் கூட்டிப்போயிருந்து, மறுநாளில் அவனே பள்ளிக் கூடத்துக்குக் கொண்டுவந்தான்.

அவன் மகா பயங்காளிபோல விழித்தான். அந்தப் பிள்ளை நிர்ப்பந்தக் கோலமாயிருந்தான். இவ்வளவு மனவருத்தத்தையும் கவலையையும் உண்டுபண்ணின இந்தக் கறுத்த அலங்கோலமான பெண்ணைப் பழிப்போடும், புறக்கணிப்போடும் பார்த்துக் கொண்டிருந்த, வளர்ந்த பிள்ளைகளை இவள் மனவருத்தத்துடன் எட்டிப் பார்த்தாள். மேலும் அவள் ஜாதியில் தாழ்ந்தவளாயுமிருந்தாள். இவள் இப்படிப்பட்ட

கல்விச்சாலைக்கு எப்படி வரத் துணிவாள்? இது ஒரு சாப்பாட்டுப் பள்ளிக்கூடம் என்று நினைத்தாளோ? இது அந்தக் கல்விச்சாலையின் மதிப்பைத் தாழ்த்துகிறது போலிருந்தது. நானும் மற்றப் பிள்ளைகளுடன் கூடி சொல்லக் கூடாத கோபமாய்த்தானிருந்தேன். அவளுடைய பெட்டி உள்ளே தள்ளப்பட்டது. அவள் உடம்பு சிலிர்த்தவள்போல அதின்மேல் உட்கார்ந்திருந்து தன் கைக்குட்டையைப் பிசைந்து, தன்னை வெறுப்போடும். இழிவோடும் கண்போட்டு அங்கு மிங்கும் கர்வத்துடன் போகிறதும் வருகிறதுமாயிருந்த பெண் களை எட்டிப் பார்த்துக்கொண்டிருந்தாள்.

அவள் தன் பாதரட்சையின் வாரைக் கட்டப்போகிறது போல் கீழே குனிந்தாள். அப்போது இரண்டு மூன்று சொட்டுக் கண்ணீர் தரையில் விழுந்தது. அவள் சொல்லமுடியாத நிர்ப்பந்தத்திலிருந்தாள். அவளுடைய கண்ணீர் என் மனதை உருக்கினது. அது அவளுடைய குற்றமல்ல; அவளண்டை நான் என்னை மறந்தவளாய்ப் போய் உட்கார்ந்து "அதை எண்ணாதே, நினையாதே, அது உன்னுடைய குற்றமல்ல, உன் னால் அது கூடாது. நீ அதையிட்டு ஆயாசப்படக்கூடாது" என்று சொன்னேன். உடனே அவள் முகத்திலிருந்த மனமடிவும், அசங்கியமும் விலகினது. ஒருவருக்கொருவர் சிநேகமானோம்; ஏனெனில் அவள் அதிகமாய் அழுது கண்ணீர் சிந்தினாள். அதுமுதல் அவள் என்னைப் பற்றிக்கொண்டாள், துவக்கத்தில் அவளைத் தொட்டு அநேக விகடங்களும், அவச்சொற்களும் பேசிக்கொள்ளப் பட்டாலும் வரவர அவையனைத்தும் நின்றுவிட்டன. அவள் அந்த வரலாறொன்றையும் அறியாதவள் போலக் காணப்பட்டாள். தனக்குச் சம்பவித்த தீமைகளை யெல்லாம் சகித்துக் கொண்ட அவளுடைய சுபாவத்தைப்பற்றி தான் ஆச்சரியத்துடன் எண்ணிக் கொண்டேன்.

பேதமையும், கீழ்ப்படிதலும் பொறுமையுமாயிருப்பதில் அவள் எனக்கு மேலதிகாரியைப்போல உணர்ந்துகொண்டேன்; அவளுக்கும் எனக்குமிருந்த நேசமானது மரணத்தால் மாத்திரம் பிரியக்கூடியது.

நாம் அதிசயத்துடன் கவனிக்கத்தக்க வேறு பிள்ளை களும் அங்கிருந்தார்கள். ஆ, எங்கள் சிநேகவாஞ்சை எவ்வளவு! அந்தப் பாக்கியமான நாட்கள் மனதில் எவ்வளவு தெளிவாயிருக் கிறது. படிப்பில்லா நாட்களில் பிள்ளைகள் தையல் வேலை செய்வதுபோலப் பாசாங்குக்காகப் பழைய தையல் துணிகளைக்

கையிலெடுத்துக்கொண்டு சாலை நிழலுக்குள் போல் உட்கார்த் திருப்பதும், ஊரில் அகப்பட்ட சங்கதிகளையெல்லாம் பேசிக் கொண்டிருப்பதும் என் ஞாபகத்தில் வருகிறது. அந்த ஜீவிய மானது, அஷ்ட கருமங்களையும் நடத்தி முடிப்பதுபோல இன்பத்தைக் கொடுத்தது. அவையெல்லாவற்றையும் சந்தோஷத்துடன் நிறைவேற்றிவந்தோம். அப்படிப்பட்ட சில நாட்கள் மறுபடியும் கிடைத்தாலோ! தோழிப்பெண்களுடன் கூடிக் குலாவவும், மனத்தாராளத்துடன் சிரிக்கவும் உலாவவும், சுகதேகத்தால் தெம்பு பண்ணவும் மறுபடியும் சமயம் வாய்த் தாலோ! எத்தனை வாக்குகள் கொடுக்கப்பட்டன! எத்தனை ஒழுங்குகள் கட்டுப்பாடாயின! அந்தப் பிரியமான சிநேகிதிகளை நான் திரும்ப ஒருதரம் காண்பேனா? அவர்களெல்லாரும் திரும்பவும் ஒருதடவை, ஒருமணிநேரம் கூடிவந்து முற்காலத்தில் இப்படியிருந்தோம் என்று காட்ட வகையுண்டா? ஐயோ! சிலர் அதிதூரங்களிலிருக்கிறார்கள், சிலரோ, ஒரு காலத்திலும் விழிக்கக்கூடாத நித்திரையிலிருக்கிறார்கள். மறுபடியும் ஒரு தடவை அவர்கள் முகங்களைப் பார்க்க என் இருதயமானது வீணில் அழுது ஏமாந்துபோகிறது.

நான் வேலைசெய்ய வேண்டியதிருந்த வைத்திய துரைசானி இருக்கிறாளே அவள் ஒரு விந்தைக்காரிதான். அவள் மனம் கவர இடமில்லாதவளுமாயிருந்தாள். அவளுடைய கோமாளித் தனங்கள் கொஞ்சமல்ல. அவளைப்பற்றிப் பிள்ளை களுக்கு அச்சந்தான். அவள் எதைச் செய்யமாட்டாள் என்று கண்டுபிடிக்க வகையிராது. பலநாள் அவள் தன் அறையின் கதவை அடைத்துக்கொண்டே காலம் போக்குவாள் என்பது யாவருக்கும் தெரிந்தவிஷயம். அச்சமயங்களில் காலடிச்சத்தம் அவள் காதில் விழுந்தாலும் அவள் கலவரப்படுவாள். அவளு டைய அறையண்டை பிள்ளைகள் மூச்சை அடக்கிக் கொண்டுதான் போவார்கள். அவள் போங்குக்கும் மற்றத் துரைசானிகள் போங்குக்கும் அதிக வித்தியாசமுண்டு. அவர்கள் சந்தோஷமும் இணக்கமுமுள்ளவர்களாயிருந்து, அடிக்கடிப் பிள்ளைகளுடன் புழங்குவார்கள்.

இவளோ எவ்விஷயத்திலும் தன்னை அப்புறப்படுத்தி, பிள்ளைகள் விஷயமாய்க் கரிசனையற்ற போங்கை எப்போதும் காட்டினாள். ஜெப நேரங்களில் அவள் எல்லாருக்கும் பின்னால் இருட்டில் உட்கார்ந்து, வேதவாசிப்பில் சாதாரணமாய்த் தானும் கூடி ஒரு வசனம் வாசியாமலிருப்பாள், ஒரு வேளா

வேளையில் மாத்திரம் வாசிக்க ஏற்பட்டால், அது ஒரு பெரிய தொல்லைபோலப் படபடவென்று ஆத்திரத்துடன் வாசித்து முடிப்பாள். அவள் வாசிக்கும் சத்தங்கூட நன்றாய்க் கேட்க மாட்டாது. நான் பள்ளிக்கூடத்துக்கு வந்த அன்றையதினம் ஒருமூலையில் ஒரு துரைசானியிருந்ததும், என்னைச் சந்தோஷமுகத்துடன் கண்ணோக்கினதும், நான் பிள்ளை களுக்குப் பின்னால் மறைந்ததும், மிசிமார் என்னைப் பார்த்து இப்படி அப்படியென்று குறைபேசாதபடிப் பிரயத்தனப் பட்டதும், கைகொடுக்க வைக்கும் எல்லாம் காரியமில்லாத உத்தேசங்களா? அவள் கை குலுக்கினது குளிர்ச்சியும் அனு தாபத் தாழ்ச்சியுமாயிருந்தது.

அவள் கை குலுக்கும்போதே விரல்கள் தளர்ந்து விழுந்தது. நான் முதலாம்நாள் பாடம்படிக்கையில் எனக்குப் படபடப்பாயிருந்தது. அவளுடைய வாசலைத் தட்டும்போதே நான் நடுநடுங்கினேன். அவள் திடீரென்று பிரமாண்டமான புஸ்தகங்களை இடுப்பில் இடுக்கிக்கொண்டு, தான் வியாதியஸ் தரைப் பார்வையிடும் அறைக்கு என்னை வரும்படிக் கட்டளையிட்டாள். முன்னே நட என்று சொல்லி, அவள் பின் னே வருகிறபோது என் நடைகள் தடுமாறினது. ஒரு கைதியை முன்னால்விட்டுச் சேவகன் பின்னால் வருகிறதுபோல இருந் தது. நான் கதவண்டை வந்து நின்றேன், அவள் விரைந்து நடந்து கதவைத் திறந்து என்னையும் உள்ளே தள்ளினாள்.

இதற்குமுன் நான் அவ்வறைக்குள் போனதில்லை. அதற்குள் மற்ற ஆட்கள் மெதுவாய்க் காலெடுத்து வைத்துப் போவதும் வருவதும், வாய் அடக்கி மெதுவாகப் பேசிக் கொள்வதும் எனக்குத் தெரியும். இப்போதோ பயங்கர தோற் றமான ஒரு ஆள் என்னை ஏறிட்டுப் பார்க்கிறதைக் கண்டேன். நான் அதிசயப்படத்தக்கதாக அங்கே சந்தோஷத்தை யுண்டாக்கத்தக்கதாய்ப் புஷ்பங்களாலும், நல்ல செடிகளாலும் அலங்கரிக்கப்பட்ட ஒரு அறையிருந்தது. ஜன்னல் தோட்டத் தைப் பார்க்கத்தக்கதாயிருந்தது. அந்த அறையில் பல விசித் திரமான சாமான்களடங்கிய தட்டுப்பலகைப் பெட்டியும், ஒரு மேசையும் இரண்டு நாற்காலிகளுமிருந்தன. துரைசானி அந்த மேசையின்மேல் தான் கொண்டுவந்த புஸ்தகங்களை வைத்தாள். நான் உட்காரும்படி ஒரு நாற்காலியைத் தூக்கப் போனேன்; உடனே "நில்லு" என்று அதிரச்சொல்லி அப்புறம் தானே போய் இரண்டு நாற்காலிகளைக் கொண்டு வந்தாள்.

அவள் மகா தீர்க்கத்தோடும், தெளிவோடும் என்னிடத்தில் கேள்விகளைக் கேட்டு, குறிப்பான உத்தரவைச் சுருக்கத்தில் சொல்லச் சொன்னாள். இந்தக் கடுஞ்சங்கடம் முடிய ஒரு மணிநேரம் சென்றது. அப்புறம் அவள் புஸ்தகத்தை மூடி, ஒரு வார்த்தையும் பேசாமல் எனக்குக் கதவைத் திறந்துகொடுத்தாள், நான் என்னால் கூடியவிரைவில் வெளியேறி வந்தேன்.'

ஆனால் காலஞ்செல்லச் செல்ல அவளுடைய ஆத்திரங்களும், படபடப்பும் என் மனதுக்கு அவ்வளவு வருத்தமாகக் காணப்படவில்லை. கடுத்தமான அவளுடைய பார்வை எனக்குச் சகஜமாய்ப் போய்விட்டது. அவள் என்னைப் பரீட்சிக்கும் சமயங்களில் நான் கள்ளப் பார்வையால் அவள் முகத்தைப் பார்க்கும்படி முயன்று, அது என்பேரில் கரிசனையும், புன்னகையுமாயிருக்கிறதைக் காண்பேன். பல தருணங்களில், விசேஷமாய் வழக்கத்துக்கு மிஞ்சி வருத்தமான கேள்விகளைக் கேட்கும்போது, என் உத்தரவுக்கு ஆவலுடன் எதிர்பார்க்கிற ஜாடை அவளுடைய முகத்தில் விளங்கினது, உத்தரவு சொல்லியான பின்பு மனத்திருப்தியும், சந்தோஷமுமுண்டானதாகத் தெரிந்துவிடும்.

ஆ, அவள் மனத்திருப்தியானாள் என்பதை விளக்கும் அந்த அற்ப அடையாளத்தை நான் எவ்வளவாக விரும்பினேன். என்னாலான முயற்சியையெல்லாம் எடுத்து என் பாடங்களைப் படித்து வந்தேன். ஒருநாள், தான் வியாதியஸ்தரைப் பார்வையிடும் அறையை என்னுடைய படிக்கும் அறையாக உபயோகிக்கச் சொன்னாள். இந்தச் சலாக்கியம் கொடுத்ததற்காக அவளுக்கு அதிக நன்றியறிதலுள்ளவளாயிருந்தேன். ஏனெனில் பள்ளிக்கூடத்துச் சந்தடியும் குழப்பமும் என்னால் தாங்க முடியாமலிருந்தது. அன்றையதினமே வேறு இரண்டு நாற்காலிகள் அந்த அறைக்கு அனுப்பப்பட்டன. அதில் உட்கார்ந்து படிக்கிற நாற்காலி ஒன்று, தாழ்ந்த சாயும் நாற்காலி ஒன்று, மேலும் அகலமான சித்திரங்களும், புஷ்பங்கள், செடிகளின் படங்களும் மேசையின்மேல் விரிக்கப்பட்டிருந்தன. எந்த நாற்காலியிலாவது உட்கார நான் பயந்து சன்னல்கிட்ட இருந்த ஒரு பெட்டியின்மேலிருந்து படித்தேன். அந்த அறையிலிருந்த தனிமையும் சாவகாசமும் எனக்குள் நன்றியறிதலை எழுப்பிவிட்டன.

ஒருநாள் அந்த நாற்காலிகளில் தொங்கின சீட்டுகளைக் கவனிக்க ஏவப்பட்டேன், ஒவ்வொரு சீட்டிலும், “உட்கார்” என்று பெரிய எழுத்தில் எழுதப்பட்டிருந்தது. என் மனது குத்தினது. நாம் நாற்காலியில் உட்காராததை அவள் கவனித் தாளோ? என்ற எண்ணம் வந்தது. இவ்வளவு தயவுக்கு நாம் பாத்திரமா என்று பின்வாங்கி, இதற்காக மனதில் அவளுக்கு நன்றியறிதலுள்ளவளாயிருந்தேன். இப்படி அவள் தன்னுடைய அன்பைக் கோமாளித்தனமாய்க் காட்டுகிறாளே என்கிற நினைவும் எனக்கிருந்தது.

மற்றவர்களுக்கு விகடமும், விடுகதையும்போலிருந்த இந்தத் துரைசானியை நான் நன்றாக நேசித்தேன். அவளுடைய சொற்சக்தி என்னை எல்லையில்லா வண்ணம் ஆண்டு கொண்டது. என்மேலுள்ள அவளுடைய கரிசனையானது வார்த்தைகளினாலாவது, வேறெந்தப் பட்சமான ஜாடையி னாலாவது வெளிப்படுத்தப்படவில்லை. அவையனைத்தும் உணரப்பட்டன. அவளுடைய பலமான கைகுலுக்குதலாலும், பாசமான பார்வையினாலும், படபடப்புடன் ஒன்றும் பேசாமல் புஸ்தகங்களை வாசிக்கக் கொடுப்பதாலும் எனக்கிஷ்டமான பாடங்களை அல்லது புஸ்தகங்களைத் தெரிந்துகொள்ளும்படி இடங் கொடுத்தாலும் அது விளங்கினது

பங்களாவில் சந்திப்பு அறையின் மூலையிலிருந்து அவள் அடிக்கடி கனிவோடு பார்க்கிறதுமுண்டு. என் வருத்தங் களொன்றும் அவளுக்குத் தெரியாமலிருக்கவில்லை. என்ப தையும் நான் உணர்ந்தேன். சந்தேகமில்லாமல் அவள் ஒருமாதிரி ஆள்தான்; பட்சமாயிருக்கிற சமயத்திலும், அவள் படபடத்துக் கத்தி வெட்டுப்போலத்தான் பேசுவாள், சிநேக மாய்ப் பேசும்போதே சினந்துகாட்டுவாள். வியாதியஸ்தரைப் பார்க்கும் அறையிலும், பாடம் படிப்பிக்கிற நேரங்களிலும், ஒன்றையும் வருத்தமென்று பாராள்; சபையா சாரமோ, தடுதாளித் தனமோ ஒன்றும் செய்யாள். அத்தப் பாடத்தை நன்றாய்ப் படித்துக் கொடுத்துவிட வேண்டுமென்பதுதான் அவளுடைய கவலையாயிருக்கும். ஒரு அந்நிய பலம் அவளி லிருந்து புறப்படுகிறாற் போலிருக்கும்.

இந்த வைத்திய துரைசானிதான் அந்தக் கல்விச் சாலையின் ஆதாரம் போலிருந்தாள். இவன் போங்கெல்லாம் ஒரு மாதிரியாயிருந்தது. பள்ளிக்கூடத்து ஏற்பாடுகள் ஒன் றையும் சட்டைசெய்யமாட்டாள். பிள்ளைகள் கவலையற்றி

ருந்தார்கள். முரண்டு பண்ணினார்கள் என்றிப்படிக் குற்றப் படுத்தப்பட்டு விசாரணைக்கு வந்தால், அவள் தன் மூலையிலிருந்து, பரியாசம் சொல்லிச் சிரிப்பாள். மற்றத் துரை சானிகளோ அதைவிட்டு மனமுறிவாய்க் காணப்படுவார்கள். அவளொருத்தி மாத்திரம் தனக்கிஷ்டமான கோயில் எதுவோ அதற்குப் போவாள். அமெரிக்கரான மற்றத் துரைசானிகள் மனங்கலங்கத் தக்கவகையாய், அவள் அடிக்கடி சர்ச்சுமிஷன் கோயிலுக்குப் போய் தலைப்பில் உட்கார்ந்துகொள்வாள்.

அந்த ஆலயத்துக்குப் போனால்தான் நல்ல பிரசங்கம் கேட்கலாம். என்றும் சொல்லிக்கொள்ளுவாள். சில சமயங்களில் அவள் ஒரு கோயிலுக்கும் போகமாட்டாள். அப்போது அவள் ஜன்னல் பக்கமாய் உட்கார்ந்து, ரோட்டில் போகும் வண்டி களைப் பார்த்துக் கொண்டிருப்பாள்; அல்லது சந்திப்பு அறையில், தான் வழக்கமாய் உட்காரும் இருண்ட மூலையில் தன் நாயுடன் கூடியிருப்பாள். ஒருதடவை நிலா வெளிச்சக் காலத்தில், ஒரு பிள்ளை அந்த நீண்ட அறையில் நடந்து போனபோது, இவன் உட்கார்ந்திருந்தது தெரியாமல் இடறி விழுந்துவிட்டாள். இன்னொருதடவை ஒரு இருண்ட மூலையிலிருந்து இன்பமான கீதசத்தம் வருகிறதாகக் கேட்டது.

காலம் செல்லச் செல்ல இப்படிப்பட்ட நேரங்கள் எனக்கேற்ற இன்பமான சமயங்களாயின. அமைச்சலாயிருந்த இருட்டு நேரங்களில் அநேக நற்காரியங்களை நான் படித்தேன்; லோகத்தின் இயற்கைகள் தங்கள் மகத்துவக் கோலமாய் அப்போது எனக்கு விளங்கின. அதின் மேன்மை இவ்வள வென்பதைக் கண்டுகொண்டேன். வெளியே என் கண்ணுக்குத் தெரிந்த தமது நாட்டின் காலாகோலக் காட்சிகள்தான் மறை வான மாட்சிமைகளையெல்லாம் விசேஷ தெளிவாக எனக்குக் காட்டின. கருத்தும், ஆழ்ந்த யோசனையுமுள்ள ஒரு ஆத்துமா இதின் காரணமென்ன? அதின் முகாந்தரமென்னவென்று யோசிக்கிறதும். மனதிலிருந்துண்டாகும் சுத்தாங்கமும், மகத்துவமுமான எண்ணத்தை நொய்மையுள்ள புறம்பான சடங்குகளும் நிபந்தனைகளும் குதர்க்கப் படுத்தும்போது அவைகளைச் சட்டை செய்யாமல் தள்ளிவிடுகிறதுமாயிருக்கிற தென்றும் கண்டேன்.

எல்லாத் துரைசானிகளும் என்னைக் கவைக்குதவாதவள் என்று தீர்த்துக் கைவிடப் போகிற சமயத்தில், அவள் என்னைக் கை தூக்கத் தன் கையை நீட்டி, என்னைக்குறித்து மற்றவர்கள்

நினைத்தபிரகாரம் தான் நினைக்கவில்லை என்று அநேக விதமாக விளங்கப்பண்ணினாள். ஒருநாள் நான் வியாதியால் கோயிலுக்குப் போகாமல் என்னுடைய அறையில் படுத் திருந்தேன். ஒரு அரவமும் கேட்கவில்லை. அப்போது திடீ ரென்று என் கதவு திறக்கப்பட்டது. புஷ்டியும், பலமுள்ள தேகியு மாயிருந்த அந்த வைத்திய துரைசானி உள்ளே வரக் கண்டேன். வந்தவுடனே தன் வழக்கம்போலப் படபடத்து "மேலே வா" என்று மாத்திரம் சொல்லிவிட்டுப் போனாள். சரியான உடுப்பு உடுத்தினாயா? மேல்மெத்தையில் ஏற உன்னால் கூடுமா? என்றிப்படி ஒன்றும் கேட்கவே இல்லை. எனக்குண்டான கலக்கம் கொஞ்சமல்ல, என்றாலும் காலதாமதம் செய்யாமல் எழுந்து. இருந்தபடியே போனேன். ஒரு அறையிலாவது வெளிச்சமிருக்கவில்லை. ஜன்னல்வழியாய் வந்த நட்சத்திர வெளிச்சத்தைக்கொண்டு என் வழியை அறிந்து நடந்து போனேன். துரைசானி அன்புடன் சிரித்து என்னை வரவழைத்து என் தோளில் பாசத்துடன் கையை வைத்தாள்.

"நீ படுத்தபடியே வருகிறாயல்லவா? இதால் மூடிக் கொள்" என்று சொல்லி ஒரு சால்வையால் என்னைச் சுற்றி, "யார் வந்தாலும் பயப்படுகிறவளல்ல" என்றாள்.

"இல்லை."

"நீ கோயிலுக்குப் போக அவ்வளவு சுகமில்லையல்லவா, ஏய்?

"சுகமில்லை, ஆனால் உள்ளபடி."

"பேசாதே! வாய் அடக்கு. அவர்களெல்லாரும் வந்து விட்டால் நீ, என்ன செய்வாய்

"ஒன்றும் செய்யமாட்டேன். நான் பக்தியற்றவள் அல்லவென்று அவர்கள் எண்ணின எண்ணம் உறுதிப் பட்டுப்போம்."

"அப்போ, நான் பக்தியில்லாதவளா?"

"இல்லை. எப்படியும் உங்கள் காரியம் வேறு; நீங்கள் உங்கள் இஷ்டம்போல எப்படியும் செய்யலாம்."

'ஹா! கா! கா! அது பைத்தியம்" என்று சொல்லி "வீட்டிலிருந்து தியானிப்பது கோயிலுக்குப் போகிறதைவிட அப்படிச் செய்ய என்னால் முடியுதில்லை" என்றேன்.

"ஆம், ஆனால் பிரசங்கம் நன்றாயிருந்தால், கோயிலுக்கும் போகிறது நல்லதுதான்,"

"ஆனால் இப்படி நினைப்பது பாவமில்லையா?" என்று நான் எப்படியோ நினைத்துச் சொல்லிவிட்டேன்.

"ஆகா! பாவம் எது? சின்னப் பிள்ளைபோலிராதே. நீ அதற்கு மிஞ்சினவன் என்று நினைத்தேன், இப்பொழுது நீ ஏதாவது தப்பிதம் செய்துவிட்டதாக உணருகிறாயா?"

"இல்லை. இன்று ராமுழுவதும் உங்கள் பக்கத்திலிருக்க எனக்கு இஷ்டம்தான்" என்று சொன்னேன்.

"உனக்கு அலுப்பாயிராதா? அப்போ உனக்குச் சுகவீனமில்லையோ?"

"உங்கள் கிட்ட இருக்கவும் பேசவும் எனக்கு வியாதியில்லை."

"கோயிலுக்குப் போவதால் ஏதாவது தீமைசெய்கிறது போல உணருகிறாயோ?"

"இல்லை."

"பின்னை ஏன் நீ போகவில்லை?"

"எனக்கு அதிக அலுப்பாயிருக்கிறது. நல்ல சுகமில்லை; கோயிலிலிருக்கும் கூட்டம் என்னை அதிக அலுப்பாக்கும். நான் அலுத்துப்போயிருக்கையில் பிரசங்கத்தைக் கேட்க முடியாது; உள்ளபடி கோவிலுக்குப் போகத்தக்க சுகம் எனக் கில்லை. இதனால் நான் பாவஞ்செய்கிறதாக நினைக் கிறதில்லை, என் செய்கை பாவமோ?"

"காரியம் அதுவல்ல; போகிறதில் லாபமில்லை என்று நீ நினைக்கிறாய். நீ வீட்டிலிருப்பது நியாயந்தான். ஆனால் நாம் பாவம் செய்கிறோமோ? நல்லதோ என்றல்லவா கவலைப் படுகிறாய். அப்படித்தானே? -உன்னால் கூடியமட்டும் நான் சுகமில் லாதிருக்கிறேன். என்று விசுவாசிக்கும்படிப் பிரயாசைப் படுகிறாய்" என்றாள்.

நான் என் தலையைப் பின்னுக்குச் சாய்த்துக் கொண்டேன்; எல்லாக் குற்றத்துக்கும் நீங்கியிருக்கிறோம் என்று அறிந்துகொண்டது மனதுக்கு ஆறுதலாயிருந்தது. இந்த அற்புத ஸ்திரீ பேசுவதும் எனக்கு ஆனந்தமாயிருந்தது. அவள் என் மனதின் எண்ணங்களை வெளியிடப்பண்ணி, என் எண்ணங்களை வழிநடத்தி, எனக்குள் மேலாம்பரமா யுண்டாயிருந்த பல கருத்துக்களை உறுதிப்படுத்தி, என்னுடைய சந்தேகங்களை அகற்றிவிட்டாள். இரண்டு மூன்றுதரம் நான் மனம் பொங்கி அவள் கைகளை இறுகப்பிடித்துச் சந்தோஷ மானேன். அவளில் நமக்கொரு சிநேகிதியும், வழிகாட்டியு

மிருக்கிறதாக உணர்ந்துகொண்டேன். நேரம் எப்படிக் கழிந்த தென்று எங்களுக்குத் தெரியாமற்போயிற்று. அப்பால் மற்ற துரைசானிகள் வந்து சேர்ந்தார்கள். அவர்கள் நம்மேல் எரிச்சலடைவார்களே என்று பயந்து திடீரென்று எழுந்து கீழே இறங்க ஆத்திரப்பட்டேன்; அவளோ என்னைக் கீழே இருத்தி வைத்தாள். நான் அங்கே இருக்கப் பார்த்தது. அவர்களுக்கு அதிசயமாயிருந்தது. வைத்திய துரைசானி தமாசாக அவர் களைப் பார்த்து "மருந்து" என்றாள்.

தீ - அம்மாள் கலவரப்பட்டு "என்ன? அவ்வளவு வியாதியா?" என்று கேட்டாள்.

"இல்லை, கொஞ்ச மருந்துதான் தேவை, வேறொன்று மில்லை" என்று சொல்லி, வாய்க்குள்ளே "ஆத்துமாவுக்கு மருந்து" என்று அடக்கிச் சொல்லிச் சிரித்தாள்.

ஒருவருஷம் விரைவாய் கடந்தது. நான் என் பாடங்களில் வைத்திய துரைசானிக்குப் பூரண திருப்தியைக் கொடுத்தேன். ஒருநாளில் மழை சோனாமாரியாய்ப் பெய்து, மந்தாரமேகத்தால் எத்திசையும் இருண்டு, கறுத்திருக்கையில் நான் தனித்து, படிக்கிற அறையில் குளிரினால் ஆடிக்கொண்டிருந்தேன், என் தாயாரையும், சகோதரரையும், இனிமேலுள்ள என் ஜீவகாலத் தையும் பற்றிய நினைவுகள் என் மனதில் பல எண்ணங்கள் வந்து, கண்கசிந்து கண்ணீரும் ஓடினது. நான் ஏதாவது ஒரு வேலையில் தலையிட்டு அவர்களுடைய சவரட்சணை யைப்பற்றி ஒழுங்குசெய்யவேண்டும் என்ற யோசனையா யிருந்தேன். அப்படிப்பட்ட காலம் வரமாட்டாதது போலத் தோன்றினது. ஆயாசத்தால் என் கையிலிருந்த புஸ்தகமும் நழுவி விழுந்துவிட்டது. ஜன்னல்மட்டத்தில் நான் என் தலை யைச் சாய்த்துக்கிடந்தேன்,

அப்போது பாரமான ஒரு கை என் தோள்மேல் வைக்கப் பட்டதாக உணர்ந்தேன். உடனே பதறிவிட்டேன். அது வைத்திய துரைசானியின் கைதான். அவள் ஒரு முழதூரத்தில் நின்றுகொண்டு, ஒரு கடுதாசியை எனக்கு நேரே நீட்டி, ஏதோ ஒரு தொல்லை அத்துடன் அவளுக்கு நீங்கிவிட்டதுபோல முகத்தைக் காட்டினாள். முகத்தில் சந்தோஷக்குறி ஒன்றுமிருக் கவில்லை. "இதை வாசித்து இன்னும் ஒருவாரத்துக்குள் உன் தீர்மானத்தைச் சொல்லு" என்று சற்று எடுப்பாயும் அதிகார மேரையாயும் சொன்னாள்; நான் காகிதத்தை வாங்கி, அதைத் திறக்கும்படி பயந்து இரண்டொரு நிமிஷம் மலைவாயிருக்கும்

போது, அவள் சற்றுத் தாமதித்து “திறந்து வாசி” என்றாள். என் மனம் இதென்னவோ என்று பதைத்தது, நான் அவளை எட்டிப்பார்த்தபோது, முகத்தில் ஒரு சிரிப்பு உள்ளுக்கு இருக்கிறாற்போலத் தெரிந்தது. ஆனால் அவள் திடீரென்று போய்விட்டாள். அது ஒரு ஆச்சரியமான கடிதமாயிருந்தது. அது அவள் சொந்தக் கையெழுத்தில் ஆரம்பித்து, ஒரு அந்நிய கையெழுத்துடன் முடிந்திருந்தது.

அவள் உத்தியோக மேரையாய்ச் சொல்லுகிறதுபோல், தான் சீக்கிரத்துக்குள் இத்தேசத்தை விட்டுப்போகிறதாகவும், திரும்ப வர மார்க்கமிராததாகவும், ஆனால் என்னுடைய படிப்பு விஷயமாக நான் இங்கிலாந்தில் போய்க் கல்விகற்க ஏற்பாடுகள் செய்திருக்கிறதாகவும், டாக்ட்டர் துரை என் தேக சுகத்தின் ஸ்திதியைக் குறித்து நற்சாட்சி கொடுத்தால் ஒரு தனவாட்டி எனக்கு நேரிடும் பாதிச் செலவைத் தன் சொந்தத்தில் கொடுப்பதாகவும், மிஷனில் மற்றப் பாதி கொடுப்பதாகவும் கண்டிருந்ததுடன் “நான் காத்திருக்கக்கூடாது, சீக்கிரம் போக வேண்டும்; ஆனால் நான் உன்னை அமெரிக்காவில் சந்திக்கக் கூடுமென்பது நிச்சயம், நீ இங்கிலாந்துக்கு வந்துவிட்டால். அமெரிக்காவுக்கு வரவும் நான் ஏற்பாடு செய்யக்கூடும்” என்றும் எழுதியிருந்தது.

இந்த ஆலோசனை எனக்கு இடி இடித்தாற்போலிருந்தது. என்ன செய்யவேண்டுமென்று தெரியாமல் சற்றுநேரம் சும்மாயிருந்தேன். ஒவ்வொரு காரியமும் நிச்சயமற்றதுபோலக் காணப்பட்டது; அநேக மணிநேரம் நான் அறையில் அங்குமிங்கும் நடந்து யோசித்தும் அவையொன்றும் நிச்சயமல்ல; இவை சொப்பனம் போலத்தான் என்ற எண்ணங்கள் என்னை ஆண்டுகொண்டன. என்ன பிரயத்தனங்கள் செய்தாலும் அந்த எண்ணத்தை உதறிவிடக் கூடாதேபோயிற்று. தீ அம்மாளுக்கு இக்கடிதத்தின் வரலாறுகள் தெரிவிக்கப்பட்டிருந்ததென்பது நிசம்தான்; அவள் இந்த ஆலோசனை உனக்கு மிகவும் நல்லது. உனக்கு யோகம் வந்துவிட்டது. நீ அதிர்ஷ்டசாலிதான் என்று துத்தியமாய்ப் பேசினாள்.

விடுதலைக்காலம் சமீபித்தது; வழக்கமான ஜெபக் கூட்டங்களும், தமாஷ் கூட்டங்களும் நடந்தன. நான் இங்கிலாந்துக்குப் போகிற விசேஷந்தான் எல்லாருடைய வாயிலுமிருந்தது. இங்கிலாந்துக்குப் போகிற பிள்ளையை

ஒவ்வொருவரும் பார்த்துக்கொள்ள ஆசைப்பட்டார்கள். அங்கு படித்த பெண்களின் சகோதரர், முன் என்னை எவ்வளவேனும் கவனிக்கக் கவலைப்படாதேபோனாலும், இப்போது என்னைப் பற்றிப் பேசவும், விசேஷித்துக் கவனிக்கவும் இடமாயிற்று. சில நாட்கள் சென்றபின், வைத்திய துரைசானி போய்விட்டாள். அவளை விட்டுப் பிரிதல் என் மனதுக்கு அதிகச் சஞ்சல மாயிருந்தது. அவள் புறப்பட்டபோது, எல்லா நம்பிக்கையும் எனக்குள் அற்றுப்போகிறது போலக் காணப்பட்டது. என் பேரில் அப்போது வைக்கப்பட்ட கவனம் ஒரு வேடிக்கை யாயிருந்தது. கலியாணத்துக்கடுத்த ஆலோசனைகள் வினோதமான போங்குகளாக வந்தன. தங்களுக்கு பெண் களைத் தேடிக்கொண்டிருந்த பலர், அதற்குமுன் என் கண்ணுக்குத் தென்படாமலிருந்தாலும், என்பேரில் நேசம் வைக்கத் தீவிரித்தார்கள்; அவர்களில் அநேகர் என் மனதை வருத்தப்படுத்தத்தக்க நல்லெண்ணங்களையும், பாசங்களையு மெல்லாம் வெளியிட்டார்கள்.

❂ ❂ ❂

9ஆம் அதிகாரம்
முடிவரை - சென்னை வைத்தியசாலையில் கல்விகற்றது, கலியாண உறுதிப்பாடு

பெண்கள் எவ்வளவு கவனிக்கிறவர்களும், குற்றம் பிடிக்கிறவர்களுமா யிருக்கிறார்களென்பது, ஒருவேளை சிலருக்கு மாத்திரம் நன்றாய்த் தெரியவரலாம். ஒரு சனிக்கிழமை சாயந்தரத்தில் நாங்கள் விடுதலைகாலத்துக்கு முன் கொடுக்கப்படும் எங்கள் இனாம்களைப் பார்த்துக்கொண்டு, கூட்டமாகக் கூடியிருக்கிற சமயத்தில் பின்வரும் சம்பாஷணை நடந்தது.

"ஆகா! அவன் எவ்வளவு கெட்டிக்காரனாயிருக்கிறானென்று யாரோ நினைக்கிறதாக எண்ணுகிறான்?" என்று கெக்கலிப்புள்ள பெண் சொல்லி "அவனுடைய ஒவ்வொரு பேச்சும் அதைக் காட்டுகிறது" என்றாள்.

"அதெப்படி?"

"அவனுடைய நடையே ஸ்திரமாயிருக்கிறதே, நீ பார்க்கவில்லையா? அடுத்த தடவை வேணுமானால் பாரேன்?"

'நம்மை அவன் எட்டிப்பார்க்கிறானாக்கும். நாம் அவனுடைய பார்வைக்குத் தாழ்வுபோல" என்று வேறொரு பிள்ளை சொன்னாள்.

"தாழ்வா? ஆ, தாழ்வுமாத்திரமா? என்னத்தையெல்லாமோ படித்து முடிந்தவன்போல, அவன் ஒரு மாதிரி நினைவோடு, நம்மை எட்டிப்பாராதபடி மேல்மெத்தையில் போனானே; துரைசானிமார்தான் தன் பேச்சைக் கேட்கத் தகுந்தவர்கள் என்றெண்ணிக்கொள்ளுகிறான்."

"ஆனால் தீ-அம்மாள் சற்றுமுன் தானே அவனைப்பற்றிப் புகழ்ந்துபேசி, அவன் ஒரு முயற்சியுள்ள மாணாக்கன், அவனைப்பற்றி நாம் பெருமைப்பட்டுக் கொள்ளவேண்டுமென்று சொன்னார்களல்லவா?" என்று மூன்றாவது பெண்ணொருத்தி சொன்னாள்.

"ஹா! கா! கா!" என்று எல்லாரும் சொன்னார்கள்.

"சங்கதி தெரியுமா?" என்று வளர்ந்து ஸ்தூலித்த ஒரு பிள்ளை சொல்லி "அவன் சென்னியில் அறைந்து, அவன் உடலைக் குலுக்கலாமோ என்று நினைத்தேன். அப்படி அவன் கண்ணைச் சரித்துப் புறக்கணித்துப் பார்த்தானே. அதில் காரணம் தெரியவில்லையே, அவன் நம்முடைய வெகுமதி

ஜாபிதாவைப் படித்துப்பார்க்கிற சமயத்தில், பெண்டுகள் என்னத்தைப் படித்து முடிக்கப்போகிறார்கள், இந்த வெகுமதிகளைக் கொடுப்பதெல்லாம் பரியாசக்கூத்துத்தான் என்பதுபோல ஜாடைகாட்டினானே" என்றும் சொன்னாள்.

தீ - அம்மாளை அடிக்கடிப் பார்க்கவந்து, துரை சானிகளுக்கு அதிக சிநேகமாயிருந்த ஒரு வாலிபனைப்பற்றி இப்படிப் பேசிக் கொண்டார்கள். ஆனால் பெண்பிள்ளைகளால் பிரியமாய் எண்ணப்பட்ட வேறொரு ஆளும் அங்கே இருந்தான். இது புதிதாகப் பாரிஸ்ற்றர் என்ற பட்டத்தைப் பெற்று வந்தவர் தான். பாரிஸ்ற்றர்என்றபதம், ஒருமந்திரவல்லபம்போலிருந்தது. அந்தப் பட்டப்பேரே அநேகர் அவனை நேசிக்க இடம் பண்ணிற்று. என்றாலும் சிலர் மனதிலிருந்த எண்ணம் வித்தியாசப்பட்டே இருந்தது. வாய்மதங்கொண்ட ஒரு பெண் தலையை ஆட்டிக்கொண்டு, அவனென்றால் எனக்கு ஆகாது. "அதிக இளக்கன் அதிக இன்பவாயன், தன்னால் தான் பிழைக்கும் புத்தியுள்ளவன். அவனை அரைமணி நேரம் சும்மாயிருக்க யாராவது செய்யக் கூடுமானால், அதற்கு என்ன செய்யவேண்டுமோ அதையெல்லாம் செய்வேன்; அல்லது அவள், நாம் நம்பி மோசம்போனோமே என்ற நினைவால் குத்தப்படவேண்டும்" என்று சொல்லி, அப்பால் முகத்தைச் சுளித்துக்கொண்டு "என்னை அவன் கவனிக்க என் முகம் பளபளப்பாயிருக்கிறது. அழகுள்ள உங்களில் யாராவது அவனை முகமிறங்கப் பண்ணும்படி விரும்புகிறேன். அப்படிப் பண்ணினாலும் அவனுக்குச் சுரணை வரும் என்பது எனக்குச் சந்தேகந்தான். ஒரு வெறுப்பை அல்லது சுடுசொல்லை அவன் கேட்டாலும், அதையெல்லாம் உதறிவிட்டு. மனதைத் தேற்றிக் கொண்டு, அடுத்த நிமிஷத்தில் இன்னொரு பக்கத்தில் நின்று திருக்கூத்தாடுவான்" என்றும் பேசினாள்,

"சும்மாயிரு, முனைபிடித்த துஷ்டப்பெண்ணே! அவ்வளவுதூரம் அவன் கெட்ட மனுஷனல்ல, சில சமயங்களில் நல்ல இணக்கமுள்ளவனாயிருக்கிறான். விசேஷமாய் ஒரு ஆளுக்கு"என்று சொல்லி, ஒருத்தியின்பிறகாலேகலவரப்பட்டுச் சிரித்து ஒளிந்துநின்ற ஒரு பெண்ணைப்பார்த்துக் கண் காட்டினாள்.

"அதற்குரிய தகுதியுமுண்டு. தகுதியில்லாதிருந்தும், பிரபுக்களைப் போல மாரீசம்பண்ணப் பார்க்கிறவர்களை நான் முற்றும் வெறுக்கிறேன்" என்று வேறொரு பெண் சொன்னாள்.

“கேளுங்கள்! கேளுங்கள்! கேளுங்கள்!” என்று அந்தக் கெக்கலிப்புக்காரி ஆரம்பித்து “செட்டியார் மகள் வாய் திறந்துவிட்டாள். செட்டித்தனந்தான் இவள் இரத்தத்திலும் ஓடுகிறது. ஒரு கெஜத்துக்கு இரண்டு ரூபாய் விலை அம்மா, பிசகில்லை - உள்ளதுதான். அவ்வளவு நன்றாய்ப் பெறும், பாருங்கள் புத்தம்புதிது அம்மா, நல்ல சரக்கு - அவர்கள் சரக்கு மிதம், புதியதுபோலக் கண்ணுக்குத் தெரியும். ஆனால் பிரயோசனமில்லை;இதுநாட்படக்கட்டும்.வாங்கிப்பாருங்கள்!. என்றிப்படி பரியாசத்தில் ஆரம்பித்து எல்லாரும் சிரிக்குமட்டும் சவளிக்கடை செட்டி பேசுகிற பிரகாரம் பேசி. அந்தப் பிள்ளை வெட்கப் பட்டு, முகம்வாடி தலையைக் கீழே போடும்படிப் பண்ணினாள்.மற்றப்பிள்ளைகள்அவளைச்சமாதானப்படுத்தித் தைரியப்படுத்தினார்கள்.

''சங்கதியைக் கேளுங்கள். பெண்களே நீங்கள் இப்படி நடத்துவந்தால் உங்களை ஒருவனும் கட்டமாட்டான், நீங்கள் கிழப்பெண்ணாகி, கன்னம் சுருங்கி, பார்வைக்கு அந்தங் கெடுவீர்கள்; அப்புறம் உங்களை தேடுவாரும் தீண்டு வாருமிராது'' என்று வளர்ந்த ஒரு பெண் சொன்னாள்.

''அப்படியல்ல, நாங்கள் சிலரைக் குற்றஞ்சொன்னால் மற்றவர்களை வேண்டாமென்று புறக்கணிக்கிறதாகுமா?”

கெக்கலிப்புக்காரி வாய்திறந்து ''சங்கதி தெரிந்து விட்டது. இங்கே ஒரு ஆள் பணத்தை மணம்புரியப் போகிறது” என்று சொல்லி, செட்டியார் மகளை எட்டிப்பார்த்து “ரெட்டைக் குதிரைச் சாரட்டு வருது. நான், - எனக்கா? மூடப் பயலாயிருந்தாலும், அழகுள்ளவன் வேண்டியது, அழகில் லாதவன் வீட்டில் அரைநாழிகை தங்கமாட்டேன், ஆனால்'' என்று என்பேரில் கண்காட்டி “மற்ற மற்றப் பெண்களெல்லாம் நல்ல, நல்ல மாப்பிள்ளைகளைத்தான் கட்டிக்கொள்வார்கள். சகுணா இருக்கிறாளே (உடனே சிரித்தாள், நான் அவளைக் கலக்கத்துடன் எட்டிப்பார்த்தேன்) அவள், கூனி நடந்து வேஷ்டி கட்டிவரும் ஒரு கிழமாணாக்கனைத்தான் கட்டுவாள், அவன் கண்டு மறக்கும் கண்ணுடையவனாயிருப்பான்; அவன் மூக் கிலிருந்து கண்ணாடி அடிக்கடி விழுந்துவிடும். அவன் கட்டப் பார்வைக்காரனாய் இருப்பதால், நீ இன்னாரென்று அறியாமலே உன்கிட்ட வந்து விழுவான். அவன் மகா கெட்டிக் காரனாயிருப்பான். அவன் சாஸ்திரிதான். ஆனால் கடுத்த படிப்பினால் கயிறுபோலிருப்பான். ஹா! கா! கா! உன்

கலியாணத்துக்கு மாத்திரம் என்னை வரவழைக்காதே, என்னால் அவ்வளவுநேரம் சிரிக்காமல் இருந்துவிட முடியாது" என்றாள்.

இன்னும் அங்கே ஒரு ஆளிருந்தார் - அவர் ஒரு டாக்ட்டர். அவரைப் பற்றி வண்ணத்துக்குக் கிண்ணம் பேசுவார் ஒருவருமிருக்கவில்லை. அவரைப்பற்றி ஒருவித மதிப்பும், ஒரு இன்பமும் எல்லாருடைய எண்ணத்திலுமிருந்தது. அவர் லட்சணம் பொருந்தியவராய், வளர்ந்து பார்வைக்கு சபைக் கேற்ற அலங்கார புருஷனாய்க் காணப்பட்டார். அவர் எல்லாருக்கும் வந்தனம் சொல்லி, தமது அரைக்கண் பார்வையினால் எல்லாவற்றையும் பார்த்து, வேண்டா வெறுப்பாயிருப்பது போலத் தோன்றினார். அந்த அரைக்கண் பார்வை எனக்கு இரகசியம் போலிருந்தது. ஆனால் பிற்பாடு, அது அதிக விவேகத்தையும் யூகத்தையும் விழிப்பையும் குறிக்கிறதென்று அறிந்துகொண்டேன்.

பலரும் கூடிவந்திருந்த ஒரு முகப்பழக்கக் கூட்டத்தில்தான், முதலாவது இந்த மூவரைப்பற்றிய கவனிப்பும் எனக்குண்டானது. அது சுதேசிகளும் ஐரோப்பியரும் கூடி வந்த பெரிய கூட்டமாயிருந்தது. நானும் வேறு மூன்று பெண்களும் அக்கூட்டத்திற்கு வரவழைக்கப் பட்டிருந்தோம். நான் அதிக இளைப்பாயிருந்தேன், என்றாலும் சுமார் அரைமணி நேரம்போல வருத்தத்துடன், பக்கத்திலிருந்தவர்களுடன் பேச்சுக்கொடுத்தேன். என்னை இங்கிலாந்துக்குப் போக இருக்கிற பெண் என்று மற்றவர்களுக்குச் சிபாரிசு செய்தார்கள். எனக்கு மங்கள வார்த்தைகள் கிடைத்தன. என்னைப் புகழ்ந்து பேசும் வார்த்தைகளும் என் காதில் விழுந்தன. எனக்குச் சந்தோஷத்தைத் தரமாட்டாத சில வாசகங்களையும் காதால் கேட்டேன். சிலருடைய கண்களில் என்னைப்பற்றிய ஒரு ஆச்சரியமெல்லாம். ஒரு சுதேசப்பெண் கல்வி விருத்திக்கடுத்த வகையில் பிரயோசனப்படுவாளோ என்பதைப் பற்றினதாகவே இருந்தது.

அந்த ஐந்து துரைசானிகளுடைய கண்களும் எங்கள்பேரில் நோக்கமாயிருந்தன. நாம் நம்முடையமட்டில் சந்தோஷமாயிருப்போம் என்ற கருத்துடன், ஜன்னல் பக்கத்திலிருந்த பூஞ்செடிகள் மறைவில் ஒதுங்கி நிற்பது நலமென்று தீர்மானித்துப் போனேன். அங்கே நல்ல கண்காட்சி கிடைக்குமென்பதும் என் ஆசைதான், அது மகா இன்பமா

யிருந்தது. கண்ணாருங் காட்சிகளை அங்கே கண்டேன். நல்ல உடையுடன் ஆட்கள் அங்குமிங்கும் திரிவதும், ஒருவரை யொருவர் பார்ப்பதும், பேசுவதும், புன்னகைகொள்வதும் ஒரு வேளாவேளைகளில் இன்பமான கீததொனி கடலின் மெல்லிய அலைபோல் அந்த அறையைக் கடந்து, வெளியேறுவது மெல்லாம் மகா ஆனந்தத்தைக் கொடுத்தது. எனக்கிருந்த மனமகிழ்ச்சியும், இளைப்பாறுதலும், கொஞ்சமல்ல; இப்படி ஆனந்தங்கொள்ளுகையில், அந்த பாரிஸ்ற்றருடைய சப்தம் கேட்டுத் திடுக்கிட்டேன்,

“சுகமெப்படி? உன்னைப் பார்க்க அதிக சந்தோஷப் படுகிறேன்” என்று சொன்னார். அவர் இங்கிலிஷ் துரை பேசுவதுபோல வார்த்தைகளை அதக்கி மிதமிஞ்சின பாசங்காட்டி, மெதுவாய் ஆடி. கண்ணாடி போட்டுக்கொண்டு, மேல்சொக்காவை ஆடவிட்டு, புத்தான் துவாரத்தில் ஒரு ரோசாப் புஷ்பத்தையும் குத்தி, தங்கத்தால் செய்யப்பட்ட கடியாரச் சங்கிலியையும் பிசைந்துகொண்டு, “என்ன அந்திமயங்கும் வேளையில் சந்திரனுதித்தாற் போலிருக்கிறதே, ஏய்? வாலிபப் பெண்கள் இதையெல்லாம் வீடுகளில் செய் வார்கள். போனதடவை உன்னைக் காணவில்லை. இது முற்றிலும் மந்தமாயிருக்கிறது. ஒரு உற்சாகமுமில்லை; அரை மணிநேரம் இருக்க என்னால் முடியாது; தொல்லையால் சாகிறதுபோலாகிறது” என்று சொல்லி, ஒரு நாற்காலியில் சரிந்தார்.

‘‘ஆனால், ஏன் அப்படிச் சொல்லுகிறீர்? நான் சத்தோஷத்தை அனுபவிக்கிறேன். இத்தனைபேர் கூடி வந்திருக்கும்போது, நாம் படிக்கவும், சந்தோஷிக்கவும் தக்க அநேக விஷயங்களிருக்கிறதே. மட்டுக்கு உட்கார்ந்து கவனிக்க ஆசைப்படுகிறேன்.”

“ஓ! இதெல்லாம் உதவாத கூட்டம். சொந்த தேசத்திலுள்ள கூட்டங்களை நீ பார்த்தாலோ! அங்கே தாங்கள் செய்வ தெல்லாம். வேறுமாதிரி என்று நிச்சயமாய்ச் சொல்லுகிறேன்.”

அவர் அந்தி மயங்குதல், சந்திரோதயம்போல், என்று சொன்ன உட்கருத்து வார்த்தைகளெல்லாம், சொந்த தேசம் என்ற பதத்தைப்போல எனக்கு அவ்வளவு ரோசத்தைக் கொடுக்கவில்லை. இவர் பேசும்போதெல்லாம் இப்படியே பேசுவது வழக்கமென்று, பிள்ளைகள் பிரஸ்தாபமாய்ப் பேசிக் கொள்வதை நான் அறிந்திருந்தேன். அந்த வார்த்தை என்

நெஞ்சில் படபடவென அடித்தது. அது என் மனதை அவ்வளவு தொட்டதால், நான் அதைப்பற்றிய என் அபிப்பிரயாத்தைச் சொல்லும்படி நினைத்தேன்.

''சொந்த தேசம் என்கிறீரே, அதின் கருத்தென்ன?' என்று நான் கேட்டேன். இப்படித் திடீரென்று நான் கேட்டவுடனே, ஆள் அசந்துவிட்டார்.

''அது உனக்குத் தெரியாதா? சொந்த தேசம் இங்கிலாந்து தேசம்- அது உள்ளபடி என் சுவிகார தேசமாயிருக்கிறது" என்று மெத்தனமுள்ளவர்போல் பேசினார்.

"நிச்சயமாய் அது உமது சொந்த தேசமல்ல. உமது வீடு இங்கேயிருக்கிறது. தாயார் இங்கு இருக்கிறாள், தகப்பனாரும் இங்கேதான். மற்றவர்கள் வீட்டைத் தன் வீடென்று, தன் மகன், ஒரே செல்ல மகன் சொல்வதைக் கேட்டால், அந்த விருந்தாப்பியர் என்ன சொல்லமாட்டார்கள்?"

''ஓகோ! நீ வேடிக்கையாய்ப் பேசுகிறாய், ஆனால் உனக்குக் காரியம் தெரியுதில்லை. அசறு பிடித்த அந்தக் கிழடுகளுக்கும் எனக்கும் இப்போது ஒத்துவரமாட்டாது. அவர்கள் என்பேரில் கரிசனை கொள்ளார்கள். மேலும், ஐயோ! அவர்களுடைய காரியாதிகளைப் பார்த்தாலோ - சகிக்க லொண்ணாது. என்னைப்போலொத்த ஒருவன் அவர்களுடைய கோரணிகளையும், பழைய நாள் போங்குகளையும் தாங்கிக் கொள்ளக்கூடுமா? இவ்விடத்தில் ஒவ்வொரு விஷயமும் மந்தம் பிடித்ததுபோலிருக்கிறது."

"ஐயோ, ஏழைக் கிழஆத்துமாக்கள்! அவர்களுடைய போங்கில், காரியமாயுள்ளது ஒன்றுமில்லை என்று சொல்லு கிறீராக்கும். எல்லாம் நமது மனதுக்கேற்றாற்போலப் புத்தம் புதிதாயிருக்க வேண்டுமாக்கும், அப்படித்தானல்லவா?"

"நீ அவர்கள்பேரில் பரிதாபப்படலாம்; ஆனால் இங்கிலாந்து சீமை கண்ட ஒருவனுக்கு இதெல்லாம் எப்படி யிருக்குமென்று உணக்குத் தெரியாது. ஒவ்வொரு காரியமும், இவ்விடத்தில் மப்பும் மந்தாரமும்போலிருக்கிறது. உயிரோடி ருப்பதில் லாபமில்லை என்றாற்போலாகிறது."

"ஆனால் உமக்கு இஷ்டமானால் அதைப் பிரயோசனப் படத்தக்க ஜீவியமாக்கிக் கொள்ளலாமே. மனுஷன் சந்தோஷ மாயிருக்கவும் விளையாட்டில் காலம்போக்கவும் மாத்திரம் பிறக்கவில்லையே. உம்மைப்போலத் தேர்ச்சிப்பெற்ற ஆட்க ளுக்கு இங்கே அதிக வேலை இருக்கிறதென்றல்லோ நினைத்துக்கொண்டேன்.'"

''ஆம், வேலையுண்டு; ஆனால், இங்கே, இந்த மடமை பிடித்த இடத்தில் அல்ல.''

''ஆனால், உம்மைப்போலொத்த திறமைசாலிகளெல்லாரும் போய்விட்டால், இந்தியாவில் எப்படி அறிவு விஸ்தாரப்படும்; மேலும் இன்னொருவருடைய தேசத்தை நீர் உமது சொந்த தேசமென்று பாத்திபம் பேசக்கூடாதே. அவன் அப்படிச் சொல்லச் சம்மதியான். அது நியாயமுமல்ல - சட்டங்களையெல்லாம் நீர் திட்டவட்டமாய் அறிவீரே''

அவர் என் பேச்சைச் சட்டை செய்யாதவர்போல் சிரித்து, தம்மிடத்தில் சுயதேசத்தைப்பற்றிய தாபந்தம் அவ்வளவு உண்டாக மார்க்கமில்லை என்பதுபோலக் காட்டி "வாலிபப் பெண்களுக்கு பெரும்பாலும் சுருக்குத்தட்டுவது இயல்புதான்; காரியம் அவர்களுக்குத் தெரியாது'' என்று சொல்லி நகண்டார். இவ்வளவு தைரியமாகப் பேசிவிட்டோமே என்று நான் எனக்குள்ளே ஆச்சரியப்பட்டேன். ஆனால் இங்கிலாந்துக்குப் போய் இவரைப்போலத் திரும்பிவந்த பல வாலிபரைப்பற்றிக் கேள்விப்பட்டிருக்கிறேன். அவர்கள் பண்ணும் கோரணிகளைப் பற்றி எனக்குள் அதிக எரிச்சலிருந்தது.

நான் அதிகநேரம் தனித்திருக்கவில்லை; டாக்ட்டர், ஒய்யாரமாய் நடந்து, பழகின ஆள்போல் பாராட்டின எனக்குச் சமீபத்திலிருந்த நாற்காலியில் உட்கார்ந்தார். இம்மட்டும் அவர் தமது பெருந்தன்மையோடும், பரோபகாரிபோலும் என்மட்டில் விளங்குவார்; அவருடைய சங்காத்தம் நமக்கு வேண்டாமென்றிருந்தேன், இப்போது அவருடைய சகஜமான போங்கு என் மனதை வருத்தப்படுத்தினது. மேலும் ஐந்து சோடி கண்கள் என்னைப் பார்த்துக்கொண்டிருந்தன; விசேஷமாய்ப் பெரிய கண்ணாடிபோட்டிருந்த தீ - அம்மாளின் கவனம் என்பேரில் அதிகமாயிருந்தது. '"சற்று காற்றுக் குடிக்கத்தான் இங்கே வந்தேன்; என்னுடைய இடத்திற்குப் போகலாமென்று நினைக்கிறேன்' என்று சொல்னேன்.

'இல்லை, அப்படி ஆத்திரம் வேண்டாம். இந்த இடத்தைப்பற்றி எனக்கு ஆட்சேபமில்லை" என்று என்னைத் தாமதப்படுத்த ஏதோ தனக்குப் பாத்திபமிருக்கிறதுபோல, தமது அரைக்கண் பார்வையுடன் சொன்னதுடன் "அப்படியோ, நீ இங்கிலாந்துக்குப் போகிற நோக்கத்திலிருக்கிறாயாக்கும்" என்றார்.

"ஆம், இங்கிலாந்துக்குப் போய் வைத்தியம் படிக்க,"

''இங்கேயே இருந்துவிடுவதைப்பற்றி உன் விருப்பமென்ன; நீ போகவேண்டிய அவசரமில்லை, தெரியுமா?

''அதைப்பற்றி எனக்கொன்றும் தெரியாது, இவ்விடத்திலிருந்து கொண்டு ஒன்றும் செய்யாமலிருக்க எனக்கு இஷ்டமிராது,''

"ஒன்றும் செய்ய அவசரமில்லாதிருந்தால்"

"அப்படியிருந்தாலும், எனக்கு இஷ்டமில்லை."

"உனக்குக் காரியம் தெரியவில்லை. எல்லாப் பெண்களும் படிப்பில் காலம்போக்கி, தங்கள் ஜீவனத்துக்கேற்ற காரியங்களைத் தாங்களே பாத்துக்கொள்ள முயலுவது அவசரமில்லையே. மாப்பிள்ளை அகப்படாதவர்கள்தானே அப்படிச் செய்யவேண்டிய அவசியமிருக்கிறது.''

இப்படிப் பேசின சமயத்தில் தன் அரைக்கண்ணினால் என்னைக் கூர்மையாய்க் கவனித்தார். எனக்கு நெருப்புப் பற்றினதுபோலிருந்தது. எனக்குண்டான எரிச்சல் கொஞ்சமல்ல, "மாப்பிள்ளை கிடைப்பதைப் பற்றி நீர் பேசுவது எனக்கு விளங்கவில்லை; நான் கலியாணத்தின்பேரில் பிரியப் படுகிறதில்லை" என்றேன்.

''ஆனால், நான் சொல்வதின் கருத்தை நீ பிடிக்கவில்லையே; தகுந்த மாப்பிள்ளைகள் என்பதுதான் என் கருத்து."

அதின்பின் என்னபேச்சு வரப்போகிறதென்பதை நான் உத்தேசித்து அதிகக் கோபமாயிருந்தேன். "உமது கருத்து இன்னதென்று எனக்கு இப்போது தெரிகிறது. தகுந்த மாப்பிள்ளை என்றால், உம்மைப்போல என்றுதான். ஆனால் நீர் என்னைக் கேட்டபோதிலும், உலகமுழுவதும் எனக்கு வந்தும், நான் உமக்கு வாழ்க்கைப்படமாட்டேன்'' என்றேன், அவர் உடம்பை முறித்து, தமாஷ் பேசுவதுபோல ஜாடை பண்ணினார்.

"நான் பொதுப்பேச்சாகத் தமாஷ் பண்ணினேன்; ஆனால் உன்னைக்குறித்து நான் அநேக காரியங்களைக் கேள்விப்பட்டிருக்கிறேன். அதின்பேரில் மனதில் தீர்மானம் பண்ணிக் கொண்டேன்."

இன்னும் நீர் பேச்சை நஷ்டப்படுத்தவேண்டாம். என் தீர்மானத்தைச் சொல்லிவிட்டேன்" என்று சொல்லிவிட்டு எழுந்தேன்.

நான் எழுந்து வந்தபோது, எப்படியோ நாம் குற்றஞ் செய்துவிட்டோம் என்று உணர்ந்தேன். நான் குரூரமாய்ப்

பேசினேனோ? என் உடல் முழுவதும் வெட்கத்தாலும், கோபத்தாலும் படபடத்தது. அப்பால் அந்தச் சம்பிரதாயப் பேச்சுகளெல்லாம் என் மனதில் வந்தன; என்றாலும் எரிச்சல் எரிச்சல்தான். என் தோழிப்பெண்கள் என்னை விநோதமாகப் பார்த்தார்கள். துரைசானிகளின் கண்களும் என்மேல் ஊன்றியிருந்தன. நான் ஆத்திரத்துடன் கூட்டத்தோடு கூட்டமாய் நின்றுகொண்டேன்,

"சுகமெப்படி" என்று ஒரு மாணாக்கன் சொல்லித் தன் கையையும் என்னிடம் நீட்டினான். எங்களைச் சந்திக்கும் போதெல்லாம். இப்படி அவன் விவேகமில்லாத வகையாய் மரியாதை காட்டுவது வழக்கம். அவன் ஜாடையெல்லாம் பெண்களைப் பழிக்கிறதென்பது எங்களுக்கு நன்றாகத் தெரியும். ஆனால், அவனுடைய பித்தலாட்டமான கரிசனை அதிகக் கூர்மையாய் என் மனதில் பட்டது. நான் எரிச்சலும், தாழ்வுமடைந்திருந்த அந்த நேரத்தில் இவன் வந்து குறுக்கிட்டது எவ்வளவேனும் ஆரோக்கியமாயிருக்கவில்லை. ''நீ இங்கிலாந்துக்குப் போய்விட்டாய் என்றல்லோ எண்ணினேன், நீ போவதைப்பற்றி அவ்வளவு அதிகப் பேச்சு எழும்பினதே. மிஸ்- போய்விட்டது என்ன மோசம். இப்போது நீ ஆசையுடன் படித்த படிப்பெல்லாம் முடிந்ததாக்கும்" என்று, தன் உதட்டை உள்ளுக்கு இழுத்துக் கடித்து, வாயில் ஒரு பக்கத்தின் வழியாய்ப் பேச்சைவிட்டான்.

"அது முடிகிறதேது. அதைத் தொடர்ந்து படிக்கும்படி இங்கிலாந்துக்குப் போகிறேன்.''

''ஓகோ! இங்கிலாந்துக்குப் போகிறாயா? அதைப்பற்றி உனக்கு நிச்சயமிருக்கிறாற்போல் காணுதே. வாய்க்கும் கைக்கும் மத்தியில் வல்லதியக்கங்களுண்டு; உன் தேகபலம் அதற்குச் சரிப்படாதே போகலாம்; நீ கவைக்குதவாதவளாக உடல் கெட்டுத் திரும்பிவரலாம்; வேறு தடைகளும் இடையிலுண்டாகலாம். நெடுங்காலத்துக்குப் பிந்தின காரியத்தை நினைப்பதும் புத்தியீனம்" என்று அவன் சொன்னதுடன், டம்பாச்சாரித்தனமாக "கையிலிருக்கும் ஒரு குருவி, காட்டிலிருக்கும் இரு குருவியைவிட நலமானது; இந்தியாவிலே இருப்பதைப் பற்றி உன் அபிப்பிராயந்தான் என்ன?"

"படிக்கமாத்திரம் வழியுண்டானால், இங்கேயே சந்தோஷத்துடன் இருப்பேன். நானும் என்மட்டும் நெடுங்காலத்துக்குப் பிந்தி நடப்பதான சம்பவத்தை விரும்புகிறதுமில்லை."

''ஆனால் நீ விரும்புகிறபடி. அல்லது ஆசைப்படுகிற அளவு படிக்கக்கூடாதேபோனாலும், கொஞ்சமாயாவது படிக் கலாமல்லவா?"

"கொஞ்சமாகவா, எவ்விடத்தில் அப்படிப் படிக்கலாம்?"

"இந்தியாவில்தான், உனக்கிஷ்டமானால்;" அவன் பேச் செல்லாம். தெளிவில்லாத மயக்கமாயிருந்தது.

"இந்த வேறு இடமெது? அதெங்கேயிருக்கிறது? ஏனெனில், நான் எல்லாக் காரியங்களும் ஒழுங்காகி, இங்கிலாந்துக்குப் புறப்படுமட்டும். நான் சும்மாயிருக்கிறதற்குப் பதிலாக அவ்விடத்திற்குப் போய் கொஞ்சம் கற்றுக் கொள்ளலாமே" என்றேன். அப்போது அவன் தன் உதடுகள் அகலப் புன்னகை கொண்டான்.

"நாம் கலியாணம் பண்ணிக்கொள்ளலாமல்லவா?"

''கலியாணமா? கலியாணம் பண்ணவா?" என்று நான் அவன் வாய்ச்சொல்லையே பிடித்துக்கொண்டு, அழுத்திக் கேட் டேன்; அப்போது அவன் சிரித்துக்கொண்டு, எனக்குள் கலியாண எண்ணத்தைச் செலுத்தும்படி "ஆமாம்! பெண்கள் என்ன செய்யக்கூடும்? அவர்களுடைய படிப்பின் அந்த மெல்லாம் கலியாணந்தான்' என்று சொல்லப் போகிறது போலத்தோன்றினது. அவனுடைய அடக்கமான புறக்கணிப்பும் மறைவான சுடுசொற்களுமெல்லாம் என் மனதில் பளிச்சென்று பட்டது. இவன் பெண்கள் காரியத்தை எவ்வளவாய் அறியக்கூடாதவனாயிருக்கிறான் என்று உணர்ந்து கொண்டேன். நான் அமைதலாயிருக்கும்படி நினைத்தாலும், என் உதடு என்னத்தைச் சொல்லலாம் என்று துடித்து மன ஆத்திரத்துடன் கூடிப் படபடத்தது.

"கலியாணமே கடைசி வாழ்வு என்பது எல்லாப் பெணகளின் அபிப்பிராயமல்ல, உங்களின் அநேகர் இங்கிலிஷ் காரருடைய ஒழுக்கத்தையும், உடையையும், இன்னும் மேலாம்பரமான காரியங்களையும் பின்பற்றி, அவர்களுடைய அகன்ற மனப்போங்கைப் பின்பற்றாமலிருக்கிறது எனக்கு உள்ளபடி வெறுப்பாயிருக்கிறது. அவர்கள் மனப்போங்கானது பெண்களுக்கு ஆண்களுக்கொத்த சமமான சலாக்கியத்தைக் கொடுக்கிறது; பெண்களின் மேன்மையையும், சுயநயமின்மை யையும் பற்றி அவர்களுக்கு மதிப்பைக் கொடுக்கிறது" என்று இவ்வளவும் சொல்லிவிட்டுத் திடீரென்று அவனைவிட்டு விலகிப் போய்விட்டேன்.

அவன் ஒருமாதிரியாகச் சிரித்து “சவ்வாஸ்’ என்று சொன்னது, நான் ஆசாரமற்றவண்ணமாய் நடந்து கீழே இறங்கப்போகிற சமயத்தில் என் காதில் விழுந்தது. மற்றப் பெண்கள் அதிகநேரம் அங்கே பின்னிட்டார்கள். அவர்கள் திரும்பிவந்தபோது, அவ்வளவு சீக்கிரத்தில் நான் வந்துவிட்டதையிட்டு, குற்றஞ் சொன்னார்கள். தீ - அம்மாள் என்னைப்பற்றிக் கோபப்பட்டதாகவும், நான் ஒரு மாதிரிக்காரி என்று சொன்னதாகவும் அவர்கள் என்னிடம் சொன்னார்கள். வேறு அநேக தமாஷ்கள் நடந்ததென்றும். விடுகதைகள் போடப்பட்டதென்றும் அறிவித்தார்கள். அவைகளில் டாக்டர் வெளியிட்ட சமர்த்தாயிருந்ததாம். பங்குப் பிரித்துப் பாடினதில் பாரிஸ்ற்றருஞ் சேர்ந்திருந்தாராம்: என்னமோ மாதிரி விளையாட்டுகளும், வேறென்னவெல்லாமோ நடந்ததாம். அதை நான் கேட்கப் பிரியங்கொள்ளவுமில்லை. என் மனமெல்லாம் கலவரப்பட்டிருந்தது. அன்று அவ்வளவு அமைச் சலான துக்கங்கூட எனக்கிருக்கவில்லை.

விடுதலைகாலம் வந்தது. அ - என்னும் மிஷனெரி அக் காலத்தில் மிஷன் முதலாளியாக இருந்தபடியால், நான் இங்கிலாந்துக்குப் போவதைப்பற்றிய ஒழுங்குகளைச் செய்யும் வேலை அவர் பொறுப்பிலிருந்தது. அவர், ஏதோ ஆச்சரியமாய்ப் பின்தங்கினார். ஒரு வைத்தியனுடைய நற்சாட்சிப் பத்திரம் வேண்டியதென்று சொன்னார்; அப்படியே சம்பாதித்து ஒப்புவித்தபோது, அவர் அவ்வளவாகத் திருப்திப்படாமல், என்னை முரதாவில் கண்டு பேச விரும்பினார். எனக்குண்டான கலவரம் கொஞ்சமல்ல. பாஷ்கார் மரித்ததுமுதல் இந்த மிஷனெரியை நான் பார்க்கவில்லை. இப்பொழுது சுமார் பெரிய பெண்ணாக வளர்ந்திருந்தேன். அவர் விஷயத்தில் நான் ஏமாறிவிட இடமிருக்குமா? அவர் மகா உத்தமரும் பிரபுத்துவமுமுள்ளவர் என்பதும் என் மனதின் தீர்மானமா யிருந்தது. ஆனால் இச்சமயத்தில் அவர் அமைதியும், சாத்மீகமும், கடுஞ்சிந்தனையுமாயிருந்தார். முன் பார்த்ததற்கு இப்போது அவர் பார்வை வேறு மாதிரியாயிருந்தது. அவர் பாய் என்ற பட்டப்பேருடன் என் முழுப்பேரையும் சொல்லி அழைத்தார் .நான் என்னைப் பாஷ்காரின் சகோதரி என்று வெளியிட்டபோது அவர் சிரித்துக்கொண்டு ஆம், நீ பாஷ்காரின் சகோதரி, பாஷ்காரின் சகோதரிதான்” என்று சொல்லி, பின்னும் சற்று யோசனை பண்ணி “நீ இங்கிலாந்துக்குப்போக ஆசைப் படுகிறாய்” என்றும் சொன்னார்.

"ஆம், படிப்புக்காக"

"படிப்புக்காகவா? ஆனால் அதற்குப் பல தடைகளிருக்கிறதை நீ அறிவாயா?" என்று தமது இயல்பான அன்புள்ள முகத்தோடும். சிரிப்போடும் கனிந்து சொன்னார்.

"தடையை அறியேன்."

"அல்லது! சகுணாபாய் கேள்; இந்த விஷயத்தில் மிஷன் சகலத்தையும் என்னுடைய இஷ்டத்துக்கு விட்டிருக்கிறார்கள். ஆதலால் உன்னுடன் காரியத்தைத் தெளிவாகப் பேச வேண்டியது. நீ என்னுடைய சொந்தச் சகோதரியாயிருப்பாயானால், நீ போகும்படி நான் சிபாரிஸ் செய்யமாட்டேன்."

"ஏன்" என்றேன்; என் கண் நிறையக் கண்ணீர் நின்றது.

"பிரியமுள்ள பிள்ளையே. உன் மனதுக்குத் துக்கமுண்டாகப் பேசுவது என் மனதுக்கு வருத்தமாயிருக்கிறது. ஆனால் பின்னுக்குப் பிரயோசனப்படுவான் என்று நினைத்த ஒரு வாலிபன் இறந்துபோனதைப் பார்த்தேன். அவன் ஆச்சரியமானவன்தான்; ஆனால் அதிகப் படிப்பால் மாய்ந்தான். அவளை நிறுத்த முடியாமல்போயிற்று இப்பொழுது இன்னொருத்தி தன்னை வருந்தி மாய்த்துக்கொள்ள நான் இடங்கொடுக்கக்கூடாது. காரியத்தைத் திறந்து சொன்னால் அந்தக் குளிரைத் தாங்கிக்கொள்ளவும், படிப்பின் கஷ்டத்தைச் சுமக்கவும் உன்னால் கூடாது. நீ இந்தியாவிலிருந்துகொண்டே இன்னும் படிக்கலாம்."

இந்த வார்த்தைகள் என் கோரிக்கை முழுவதும் சாகும்படி தாக்கினது; நொறுங்கிப் போனேன் என்றுணர்ந்தேன்; கடைசியாக வேறு போக்கில்லை என்று கண்டு, கெஞ்சுவதில் ஆரம்பித்தேன். "இங்கிலாந்துக்குப் போகமாத்திரம் இடங்கொடுங்கள், அப்போது என்னால் படிக்கக்கூடுமென்றும். என் தேகம் பலமுள்ளதென்றும் அறிந்துகொள்வீர்கள்" என்றேன். அவர் சற்றுநேரம் என்னைப் பார்த்து. யோசனை பண்ணி, என் கெஞ்சுதலொன்றையும்பற்றிக் கவலையற்றவர் போல, தமது வழக்கமான பிரகாரம் தாராளத்தோடு "அப்போது உன் விருப்பமென்ன சகுணாபாய்? இந்தியாவிலே நீ இருந்து படிக்கும்படி நான் ஏற்பாடு செய்யட்டுமா, வேண்டாமா?" என்று கேட்டார்.

"நல்லது; இங்கிலாந்துக்குப் போவதற்கு வழியில்லை யானால்,"

“அதற்கு வழியில்லை; ஆனால் இவ்விடத்தில் உன் படிப்பை முயற்சிப்பதாலுண்டாகும் லாப நஷ்டங்களை நீ கவனித்தாயா? பலத்த தடைகளை வெல்லவும். தனிமையாய் ஜீவிக்கவும், அந்நியர் நடுவிலும், இடத்திலுமிருக்கவும் தைரியந் தானா?”

“ஆம், நான் ஆயத்தந்தான்,”

“பெண்கள், வைத்தியம் படிப்பதைப்பற்றி இங்கிலாந்தில் பலர் விரோதமாய்ப் பேசுகிறார்கள்; இவ்விடத்தில் அதைவிட அதிக விரோதமாகத்தான் உணருகிறார்கள். நீ சகிக்க வேண்டியது அதிகமுண்டு.”

“ஓ, அதைப்பற்றி அக்கறையில்லை; எதையும் சகித்துக் கொள்ளுவேன்.”

“சரிதான், அப்போது காரியம் முடிந்தது” என்று சொல்லிவிட்டு எழுந்து போனார். பின்னும் ஒரு மாசத்துக் குள்ளாக நானும் என் சகோதரரும், அ-என்னும் மிஷனெரியோடு புகைவண்டி ஸ்தானத்துக்கு வந்தோம். என்னை நூதன இடத்துக்குக் கொண்டுபோகும் வண்டி சீக்கிரத்தில் வர இருந்தது. அந்த நாட்களெல்லாம் அதிக செருக்கான எண்ணத் தால் சிக்குண்டிருந்தேன். நான் புறப்படுகிற நாள் சமீபிக்கச் சமீபிக்க, ஆவியில் உற்சாகமும், தீர்க்கமும் அதிகரித்தது. என்னுடைய படிப்பை இங்கிலாந்தில் பூரணப்படுத்தும்படி ஏற்பாடு செய்வதாக அ - மிஷனெரி வாக்குப்பண்ணியிருந்தார். நான் இருக்கிற உற்சாகத்தை அவர் பார்த்து, இரண்டு மூன்றுதடவை சிரித்துக்கொண்டார். புகைவண்டி வந்து சேர்ந்தது: ஒரு பையில் பணமும், பிரயாணச்சீட்டும் எனக்கு நீட்டப்பட்டது. கடைசியாக எனக்குச் சொன்ன போதனைகளும், எச்சரிப்புகளும், சொப்பனத்தில் சத்தங்கேட்கிறாற்போலத் தொனித்தது. ஏனெனில் நாம் இன்னும் கொஞ்சநேரத்தில் ஒண்டியாய் உட்கார்ந்திருக்க வேண்டுமே என்ற நினைவு எனக்குள் வந்தது.

இந்த விஸ்தாரமான அகன்ற லோகத்தில் தனித்திருப் போமே, எல்லாரும் நம்மை விட்டுப் பிரித்துவிடுவார்களே என்ற எண்ணம் இதற்குள்ளாக ஆட்கள் ஓடுகிறதும், சாடுகிறதும், வந்தது. இதற்குள்ளாக வண்டியிலேறுகிறதுமாயி ருந்தார்கள். என் கையை என் சகோதரர் கெட்டியாய்ப் பிடித்துக் கொண்டிருந்தார்கள். “இன்னின்ன ஸ்தானத்திலிருந்து எனக்குத் தந்தி பேசும்படி காவல் சேவகனுக்குத் திட்டஞ்

செய்திருக்கிறேன். போய் வா, கர்த்தர் உன்னை ஆசிர்வதிப் பாராக, சருணா” என்று வழிவிட்டனுப்பினார். புகைவண்டி விரைந்து ஓடிவிட்டது. இன்னொருதடவை நான் பார்த்துக் கொள்ள வேண்டுமென்று விருதாவாக எட்டிப்பார்த்தும் பிரயோசனப்படவில்லை. என் இருதயம் உடைந்தது; இப்படி தனித்துவிட்டோமே என்று நினைத்து முகத்தை மறைத்துக் கொண்டேன்,

நான் வெளியே எட்டிப் பார்த்தபோது, அஸ்தமிக்கும் குரியன் கண்ணெட்டும் அந்தத்தில் பொன்மயமாய்ப் பிரகாசிக்கிறதைப் பார்த்தேன். கறேல் என்று தோன்றின மலைத்திடர்களும். மரங்களுக்கூடே வளைந்து தெரிந்த ஆற்று வெள்ளத்தின் பளபளப்பும், அந்தி மயங்க மயங்க என் கண்ணுக்குத் தெரியாமல் மறைந்தது. ஆகாயத்தில் தோன்றின கடைசிப் பொன்னிறக்காட்சியும் அழிந்து விட்டது; அத்துடன் என் நம்பிக்கையும் என் தைரியமும் என்னிலிருந்து அகன்றது. ஆ! கர்த்தாவே! எனக்கு முன்னிருப்பதென்ன? படிப்பைப் பற்றியும், வேலையைப் பற்றியும் நான் பண்ணின தீர்மானங் களையெல்லாம் மாறி மாறி எண்ணினேன், நினைத்தேன், அத்தால் எனக்கு ஆறுதல் பிறக்கவில்லை. உலகமுழுவதும் நம்மை அவமதித்துவிட்டது.. இங்கே இப்போது தனித்தேன் என்றுணர்ந்தேன்,

ஜீவனின் மாறுதல்களை விளக்கும் காட்சிகளுக்குள் தனித்திருக்கிறதாக உணர்ந்தேன். நான் எவ்விடத்துக்குப் போகிறேன்? என்னத்துக்காகப் போகிறேன்? இப்படித் துணிந்துபோவதின் முடிவு என்னமாயிருக்கும்? என்ற நினைவு வந்தது. அது இருண்டு தனித்த நேரமாயிருந்தது. நான் எழுந்து நடந்து இருட்டை ஊடுருவினதும், கண்ணெட்டும் அந்தத்தில் வானத்தை முட்டுகிறதுபோலக் காணப்பட்டதுமான மலைகளையும், எப்பக்கங்களிலும் இரத்தினங்கள்போல ஆகாயத்திலிருந்து ஜொலித்து, தங்கள் வெளிச்சத்தைக் கக்கின நட்சத்திரங்களையும் பார்த்துக்கொண்டு காலம் போக்கினேன். மலைச்சிகரங்களுக்கு மேலே அந்தரத்தில் விளங்கின அந்தச் சுடர்கள், இங்கே வா என்று என்னைக் கைகாட்டி அழைக் கிறதுபோலிருந்தன. உடனே ஒருவித பூரண சந்தோஷம் என் மனதைத் தட்டி ஏவுகிறதுபோல. வீறாப்படைந்து என்னுடைய எல்லாம் பலத்தோடுங்கூடி,

"கிட்டினேன் தேவா! கிட்டினேன் உம்மை!" என்று பாடினேன் அந்த இராமுழுவதிலும், அவ்வாசகம் என் காதில் தொனித்துக் கொண்டிருந்தது. அது ஆழமான நூதன கருத்துகளடங்கியிருப்பதாக என் மனதில் பட்டது.

கிட்டினேன் தேவா கிட்டிவேன் உம்மை!

என்ற வாசகத்தைச் சொன்ன ஒவ்வொரு தடவையிலும் என் இருதயத்தில் அளவில்லாத பரவசமுண்டாயிற்று. நான் தனித்திருந்த அந்த இருட்டில் என் பக்கத்தில் ஒரு ஆள் இருப்பதுபோலுணர்ந்தேன். அது எனக்கு உற்சாகத்தையும், சந்தோஷத்தையும் உண்டாக்கினது.

இரண்டாம் நாள் கிழக்கு வெளுத்த சமயத்தில் நூதன காட்சிகள் வெளியாயின. நான் அறியாத பாஷை என் காதில் தொனித்தது; ஜனங்கள் அந்நியபாஷையில் பேசுகிறதும், சத்தமிடுகிறதுமாயிருந்தார்கள். என் நெஞ்சில் படபடப்பும், பயமும் வந்தது. புகைவண்டி ஒரு பெரிய இடத்துக்கு வந்துவிட்டதைக் காட்டும் பெரும் சத்தமும். கூக்குரலும், வண்டியின் ஈசலும் அதிகமாய்க் கேட்டது. தெருக்களில் அநேக ஆட்கள் நடப்பதையும் பிரமாண்டமான வீடுகள் தெரிவதையும் கண்டேன். நாம் முகமறிந்த ஒரு ஆள் அகப்படாதா என்று பார்த்தும் வீணாயிற்று. எல்லாம் நூதனமும் கலவரமுமாக இருந்தன. கடைசியாக வண்டியின் உறுமல்களும், ஈசல்களும் ஓய்ந்தன; வண்டியும் நின்றது. நான் பெருங்கூட்டமும் குழப்பமுமாயிருந்த ஸ்டேஷன் மேடையைக் கண்ணுற்று, அதைவிட இருந்தபடி வண்டியில் உட்கார்ந்திருப்பதுதான் உசிதம் என்றெண்ணினேன்; ஒருவேளை நாமிருக்கிறதை அறியாமல் வேறு எங்கேயாவது நம்மைக் கொண்டு போய் விட்டால் என்ன செய்யலாம்? என்ற நினைவு வந்தது. என்னைச் சந்திக்கும்படி ஏற்பாடு பண்ணியிருந்த புண்ணியவான் பேரையும் நான் மறந்துவிட்டேன். அநேகர் என்னை எட்டிப் பார்த்தார்கள். ஆனால் அதில் ஒருவர் கண் என்னைக் கவனித்துத் தேடுகிறதுபோலக் காணப்பட்டது. உறுதியையும் நம்பிக்கையையும் விளக்கும் ஒருவித சிரிப்பு முகத்தில் வெளிப்பட்டது. இந்த ஆளை நம்பலாம் என்ற நினைவு என்னை அறியாமலே எனக்குள் வந்தது. உடனே நான் "மிஷன் ஸ்தானம் தங்களுக்குத் தெரியுமா? அங்கே போகத் தயவுசெய்து எனக்கு வழி சொல்லக்கூடுமா? நான் ஒரு அந்நியப்பெண், நான்."

"இன்ன மிசி நீதானா?"

என்னுடைய பேருடன் 'மிசி' என்ற பதம் சேர்ந்து வழங்கப்பட்டது. என் காதுக்கு வித்தையாயிருந்தது; நான் என் தலையை ஆட்டிக்கொண்டு கலவரத்துடனிருந்தேன். அவரோ "நீ என்னுடன்கூட வரவேண்டியது" என்று சொன்னார். இந்தக் காத்திரமும் கரிசனையுமுள்ளவரைக் கண்டு, கவலையிலிருந்து நீங்கினேன். ஒரு கூட்டத்துக்குள்ளே தகப்பன் தன் பிள்ளையைக் கூட்டிப்போகும் வண்ணமாக அவர் என்னை நடத்திக் கொண்டு போனார். அவர் என்னுடைய பலவீனத்தை அறியவும் உணரவும் கூடியவர்போல என்மனதில் பட்டது. இந்தக் கூட்டத்துக்குள் நம்மை நடத்திக் கொண்டு போகிறவர் சாதாரணமான ஆள் அல்ல.

இவ்வளவு தைரியத்தையும் சந்தோஷத்தையும் நமக்குள் பிறப்பிக்கிறவர் சாமானியமானவரல்ல என்றெண்ணினேன். இவ்வளவு பூரண நம்பிக்கை இவர்பேரில் நமக்குத் திடீரென்று உண்டாகி விட்டதற்குக் காரணமென்னவென்று நான் யோசித்தும் விளங்கவில்லை. அவருடைய உள்ளத்தின் சுத்தக் கருத்தை வெளியிட்ட முகந்தானோ, அல்லது அவருடைய யோசனையுள்ள நடைதானோ, பொறுக்கினது போல, வல்லமையுடையதாய் அவர் பேசும் வார்த்தைகள்தானோ, என்னுடைய பலவீனமும், தனிமையும்தானோ எதில் அதின் வல்லமை இருந்ததென்பதை நான் அறியேன். அவரை யார் என்று கேட்க நான் மறுத்துவிட்டேன். "உனக்காக எல்லாம் ஒழுங்குபடுத்தப்பட்டிருக்கிறது. எல்லாம் ஆயத்தமாயிருக்கிறது; நீ ஒன்றும் கவலைப்படவேண்டாம் வந்து பார். இளைப்பாற வேண்டிய அலுவலைத்தவிர வேறு அலுவல் உனக்கில்லை" என்று அவர் சொன்னார்.

நாங்கள் வண்டியிலேறிப் போகும்போதுதான் அவரைக் கவனித்த அளவில், என்னைப்பற்றிய ஒரு திகைப்பு அவர் மனதிலிருப்பதுபோல முகத்தில் விளங்கினது. ஏன் அப்படிப் பார்க்கிறீர்கள் என்று கேட்டேன்; ''நான் முற்றிலும் வேறு மாதிரியான ஆளை எதிர்பார்த்திருந்தேன்'' என்று சொல்லி சற்றுச் சிரித்தமுகமாய் "இவ்வளவு நெடும்பயணத்தில் நீ தனிமையாய்வந்ததும், வைத்தியம்படிக்கயோசிப்பதுமெல்லாம் உள்ளதுதானா? எவ்வளவு தைரியங்கள் எல்லாம் உனக்கு வேண்டுமென்பதை அறிவாயா?" என்று சொன்னார்.

அப்படிச் சொன்னபோது அவருடைய முகமிருந்த ஜாடையைப் பார்த்தால் "எலும்பும் தோலுமாயிருக்கிற நீ,

என்னுடைய ஆதரவில்லாமல் இந்த மேடையிலிருந்து வெளியேற வகையில்லாத நீ, இவ்வளவு பேரெடுப்பான காரியத்துக்குத் துணிந்ததென்ன?" சொல்லுகிறது போலிருந்தது. உடனே நான் என்று ஒரு தகப்பனிடத்தில் பிள்ளை தன் மனதை வெளியிடத் துணிவதுபோலத் துணிந்து சொன்னேன். இவருடையதாபந்தத்தைமாத்திரம்நாம்சம்பாதித்துக்கொள்வது நிசமானால், தமது ஆயுள்பரியந்தம் நமக்குச் சிநேகிதராவார் என்று தீர்மானித்தேன். "நல்லதுதான் - உன்னுடைய நோக்கம் சிறந்ததுதான். என்றும் சொன்னார்.

அப்புறம் வைத்திய கல்விச்சாலையில் எப்படிச் சேரலாமென்பது தான் என் கவலையாயிருக்கிறதென்று என் சங்கடத்தைச் சொன்னபோது "அதையெல்லாம் நான் பார்த்துக் கொள்ளுவேன். நான் உன்னைக் கூட்டிக்கொண்டு போவேன். அதை எனக்கு விட்டுவிடு. கலங்காதே உனக்கு இஷ்டமான காலம்வரை நீ எங்களுடனிருக்கலாம்" என்று சொன்னார், நாங்கள் வீட்டுக்கு வந்தபோது, அநேக விநோதமான முகங்கள் என்னை வந்து பார்த்தன. அவர்கள் பேசின பாஷைகள் என் காதுக்குத்தாறுமாறான பாஷையாகக் கேட்டது. என் மனதில் பட்ட ஒரு காரியம் என்னவென்றால், அங்கிருந்த ஆட்களும் காட்சிகளுமெல்லாம்இயல்பானதாகவிளங்கினது.அவருடைய மனைவியாகிய, அன்பும், முகமலர்ச்சியும், பூரண சுகமுமுள்ளவளாயிருந்த அம்மாள், என் இடுப்பைக் கட்டிக்கொண்டு தன் சொந்தப் பிள்ளையைப்போல என்னை முத்தமிட்டாள். எனக்குக் கிடைத்த அன்பான வார்த்தைகளுக்கும், அனலான கரிசனைக்கும் நன்றியறிதலுள்ளவனாயிருந்தேன்; அவை யொன்றையும் நான் எதிர்பாராத படியால், என் மனதுக்கு அவை அதிகச் சந்தோஷத்தை உண்டாக்கின.

நான் அழைத்துக்கொண்டு போகப்பட்ட கல்விச்சாலை யானது, விஸ்தாரமான மாளிகையாகவும், எதிரொலி கேட்கத் தக்க உயர்ந்த சுவருள்ளதாயுமிருந்தது. அதின் தளம் கற்பாவப் பட்டு, அங்கிருந்து படித்த திரளான மாணாக்கரின் காலடிகளால் சப்தம் கேட்டுக்கொண்டேயிருக்கும். முகப்பிலிருந்த பெரிய சாலை அறையின் படிகளில் நான் ஏறும்போது, மணியின் சப்தம் கேட்டது. அங்கிருந்த உயர்ந்த அடுக்குப் பலகைகளில் பிரமாண்டமான புஸ்தகங்களையும், சாஸ்திர சம்பந்தமான காட்சிப்பொருள்களையும் காணவே நான் பயந்து போனேன்;

நான் என் தலையில் முக்காடிட்டு, சால்வையால் என்னை நன்றாகச் சுற்றிச் கட்டிக்கொண்டேன்.

ஏனெனில், அநேக கண்கள் என்னைப் பார்க்கிறதை அறிந்து கொண்டேன். நாங்கள் ஒரு அறையைக் கடந்து இன்னொரு அறைக்குப் போய்க்கொண்டிருக்கையில், மாணாக்கன்மார் மெதுவான சத்தங்களுடன், அடாயப்பா! "அந்தப்புரப் பெண்ணப்பா", "அசல் பிராமணத்தி" "ஆணைப் பாராப் பெண்ணப்பா" என்று சொல்லிக்கொண்டது என் காதில் விழுந்தது. கல்விச்சாலையின் தலைவராகிய, நரைத்த தலையுள்ள ஒரு பெரியவர், என்னை அன்புடன் கண்ணோக்கி வயசைக் கேட்டார். வகுப்பில் சொல்லப்படும் சாஸ்திரப் போதனைகளை நான் அறிந்து கொள்ளக்கூடுமா என்ற சந்தேகத்தால், என்னைச் சேர்த்துக் கொள்ளுமுன் பரீட்சித்துப் தீர்மானிப்பதாகச் சொல்லி, என்றாலும் அதுவரையும் நீ மற்றப் பெண் மாணாக்கர்களுடன் உட்கார்ந்து, சொல்லப்படும் போதனைகளைக் கேட்கலாம் என்று உத்தரவு செய்தார். என்னைநேராகவகுப்புக்குநடத்திஎன்கையில்பிரமாண்டமான சாஸ்திர புஸ்தகங்களையும் கொடுத்தார்கள்.

இப்படிப்பட்ட கூட்டத்தை நான் பார்ப்பேனென்று எண்ணவே இல்லை. படிக்கட்டுகளில், ஒருவர்பின்னொருவர் உயர்ந்து உட்கார்த்திருந்த இருநூறு முகங்களைக் கண்டேன். என்னைப் பார்க்கவே அவர்கள் அனைவரும், "கொய்யோ" என்று ஓலமிட்டார்கள். போதனாப் பண்டிதர் கையாட்டி அமைதலாயிருக்கும்படிச் சொன்னார். நான் அவருக்குப் பின்னிருந்த சில பெண் மாணாக்கருடன் உட்கார்ந்தேன். ரத்தம் அடங்கச் சரியாய்க் கால்மணிநேரம் சென்றது. அந்த தயாளமுள்ள பெரியவர் "தைரியத்தை விடாதே, சீக்கிரம் அவர்கள் பழகிப் போவார்கள். வண்டி உனக்காக வெளியே காத்திருக்கும்" என்று சொல்லிவிட்டு நடந்தார்.

காலம் விரைவாகக் கடந்தது. என்னைக் கூப்பிட வந்தவர் பேரில் எனக்குண்டான மதிப்பானது சிநேகமாயும், அச்சிநேகம் அன்பையும் நம்பிக்கையையும் பிறப்பிப்பதாயும் முற்றினது. என் சரித்திரம் முழுவதையும் நான் அந்தப் புண்ணிய வானுடைய காதிலே போட்டேன். ஒருநாள் கடலோரத்தில் காற்று பலமாய் வீசி, அலைகள் கரையில் விசையாய் அடித்தன; அன்று அவர் தம்முடைய சரித்திரத்தைச் சொல்லக் கேட்கவே, நடுநடுங்கினேன்; ஏனெனில் அவை என் மனதில் நன்றாகப் பதிந்தது.

அவருடைய வீடு, ஒரு ஆலயத்துச் சன்னிதியிலிருந்ததையும், அவர் தகப்பனார் விடாகண்டரான ஒரு பராக்கிரமர் என்பதையும், மூடபக்தியில் முற்றினவர் என்பதையும் சொப்பனத்தில் கண்டாற்போல் அறிந்துகொண்டேன். அவர் பையனாயிருந்தகாலத்தில் தன்னிஷ்டமுள்ள புத்திக்கார னென்றும், அத்திசையிலுள்ளவர்களால் பயபக்தியுடன் பூஜிக்கப்பட்ட தேவதையின்பேரில் இரகசியமான பற்றுள்ளவ ரென்றும் அறிந்தேன். தமது மார்க்கத்தைப்பற்றிய வைராக்கியமும், அனலும் அவரில் நிறைந்திருந்தது. அவர் அங்கிருந்த ஆயிரங்கால் மண்டபத்தின் தூண்களை எண்ணிக் கணக்கிட்டு, அதின் வரிசையின் அலங்காரத்தாலும், அதின் வழியாய்க் காணும் அழகிய காட்சியாலும், அங்குள்ள கூட கோபுரங்களின் அலங்காரங்களாலும் அசந்து, பரவசப்பட்டவர்போல வாய்விட்டு "மகத்துவ தேவதையே! நான் என்றென்றைக்கும் உனக்கு அடிமையாகி விடுகிறேன்; உன் திருமுக தரிசனம் மாத்திரம் எனக்குக் கிடைக்கட்டும். அத்தால் நான் சாகநேரிட்டாலும் பெரிதல்ல" என்று சொல்லுகிறதையும் கேட்டேன்.

அத்தேவதை தேர்வாகனமேறி துத்தியங்களோடும், மத்திரங்களோடும், கணக்கற்ற ஜனத்தின் ஆரவாரத்தோடும் தெருச்சுற்றி வரும்போது இந்த வாலிபனை எல்லாரிலும் முக்கியமானவனைப் போலக் காண்கிறேன். அப்பால் இவரை ஒரு கட்டடத்துக்குள்ளிருந்து, கண்தெரியாத ஒருவரின் திடமான போதனையைப் பக்தி வினயத்துடன் மற்ற அநேகருடன் கேட்டுக் கொண்டிருக்கிறதைக் காண்கிறேன். அதே அனல் அவருடைய கண்களில் வெளிப்பட்டது. அதே கர்வமும் ஊக்கமும் அவருடைய பார்வையில் விளங்கினது; என்றாலும், ஒருவித கலவரமும் முகத்தில் வெளிப்பட்டது. அவருடைய புஸ்தகங்களில் சில தன் சமீபத்திலும், சில தரையிலும், சில கையிலுமிருந்தது; படிப்பின் பேரில் ஆசைதூண்ட ஒரு வாலிபனைப் போலத் தோன்றினார்.

அது ஒரு பாடசாலையாயிருந்தது; வயதுமூத்த கபோதி உபாத்தியாயர் இயேசுவின் அன்பைக்குறித்துப் போதனை செய்தார். அவர் அந்த வாலிபரின் ஆழ்ந்த கவனத்தைத் தமக்கு மிஞ்சின ஒரு சத்துவத்தால் இழுத்துக்கொண்டிருந்தார். அவ்விருதரத்தாரும் ஒருவருக்கொருவர் சங்கிலியால் பின்னப்பட்டவர்கள்போல அந்நியோந்நியப்பட்டிருந்தார்கள். அவரு

டைய சத்து அவர்கள் ஒவ்வொருவரையும் தொட்டது. ஒருநாள் அரவங்கேளாத இரவில், தேவனுடைய சப்தம் அவர் காதுகளில் தொனித்து "நாசலோகத்திலிருந்து ஓடு-ஓடு வருங்கோபாக் கிளைக்குத் தப்பி ஓடிக்கொள். கட்டுகளனைத்தையும் அகற்றிவிடு. அவையனைத்தும் வஞ்சனையுள்ளவைகள், அவை உன்னை நரக பாதாளத்தில் இறக்கி விடும். இதுதான் சமயம், இதுதான் குறிக்கப்பட்ட காலம்" என்று பேசின சமயத் தில் நான் மறுபடியும் அந்த வாலிபனைக் கண்டேன்.

அது அவருடைய கலியாண நாளாயிருந்தது. மூன்று தடவை இந்தச் சத்தம் அவருடைய காதுகளில் தொனித்தது. அவர் எழுந்து, சங்கிலிகளை அறுத்துவிட்டு ஓட்டம்பிடித்தார். இதினால் அவருக்கு நேரிட்ட சங்கடங்கள் அதிகம். அவரில் நம்பிக்கை வைத்திருந்த தாயார் மனமுடைந்தாள். தகப்பனாரோ பைத்தியம் பிடித்தவர்போலானார். அவருடைய பிற்கால ஜீவியமானது, முகமலர்ச்சியுடன் ஒரே பார்வையால் எனக்கு வெளியிடப்பட்டது. தாம் தமது வீட்டையும், குடும்பத்தையும், சிநேகிதரையும், சுகத்தையும் எந்த எஜமானுக்காக வெறுத்து விட்டுவந்தாரோ, அவர்பேரில் பந்தமும், அவருக்கே காணிக்கை யுமாக இடையிடாத முயற்சியோடும், வைராக்கியத்தோடும் செலவிடப்பட்டதாயுமிருந்தது.

அவருடைய சரித்திரத்தின் சப்தம், ஓயாது இரைந்து மோதின கடலின் அலைகளுடன் கலந்து கேட்டது. நான் அவருடைய முகத்தைப்பார்த்து, அதிசயப்பட்டுக் கொண்டிருந்தேன். அவருடைய முகம் சாதுரியமாயிருந்தது. அவர் கடைசியாக இதெல்லாம் கர்த்தருடைய செயல். நான் அந்தியகாலம் வரையும் என் எஜமானைச் சேவிப்பேன்" என்று சொன்னபோது முன் போலவே அவருடைய கண்கள் ஞான அக்கினியால் அனல் கொண்டிருக்கிறதைப் பார்த்தேன் ஒருதடவை நான் அவர் முகத்தைக் கரிசனையுடன் பார்க்கையில், அவர் வாய்விட்டு "நீயும் என்னோடுகூடச் சேர்ந்து வேலைசெய்ய விரும்புகிறேன். இன்னும் செய்யவேண்டிய வேலை அதிகமிருக்கிறது. உன்படிப்புகளை நிறுத்திவிடுவாயா" என்று கேட்டார்.

"நல்லது, நான் உங்களுடன் வேலை செய்வேன் அந்நிய இடத்தில் உங்களுடனிருப்பதைப்பற்றி எனக்கு வருத்தமில்லை. என்னை நம்புங்கள், என்னை நேசியுங்கள், அதுமாத்திரம் போதும். நீங்கள் எனக்குத் தகப்பனாயிருப்பீர்கள். நான் உங்கள் மகளாயிருப்பேன்" என்று சொன்னேன்.

அவர் முகம் ஜோதிபோல் சந்தோஷத்தால் பிரகாசித்தது, "உன்னை முதலாவது கண்டவுடனே அதை நான் அறிந்து கொண்டேன்" என்றார்.

இந்த அந்நியோந்நியத்தின் அந்தரங்கங்கள் எவ்வளவு ஆச்சரியமாயிருக்கிறது. சிலர் நினைக்கிறபிரகாரம் இவ்வுலகத் திற்குரியவைகளெல்லாம் மாய்கையா? இப்பூலோகத்தில் நலமுள்ளவைகளில்லையா? அன்பு இல்லையா? மனங்கள் ஒன்றுக்கொன்று உணர்ந்து அநுதாபப் படுகிறதில்லையா? சிநேகம் என்பதின் வல்லமையை உணராத பலர் அதைப் பழிப்பதுபோல, அதில் நித்தியகாலத்து மகத்துவத்தின் சத்து வால் ஆளப்படாதவர்கள் சொல்லுவதுபோல, அது ஒரு வீண்பேர் மாத்திரமா?

ஒரு வருஷமாயிற்று. அது எப்படி கழிந்துவிட்டதென்று தெரியவில்லை. விடுதலைகாலம் சமீபித்தது; பிந்தின காலத்தில் நான் என் நாட்களை ஆத்திரத்தோடும், எனக்குள் எழும்பின பல மன எழுச்சிகளோடும் பின்னிட்டேன், பல வைத்திய சாலைகளைச் சந்திப்பதும், சாஸ்திரப் போதனைகள் கேட்பது மாயிருந்தேன்; பரீட்சைகளும் ஒன்றின்பின் ஒன்றாகத் தொடர்ந்தன; ஆகவே நமக்கு மூச்சுவிட நேரமில்லையே என்று சொல்லத்தக்கதாயிருந்தது. அநேக மாணாக்கர் மத்தியில் நின்று பதில் சொல்லும் வேலை அவ்வளவு இன்பமாயிருக் கவில்லை. இப்போது எல்லாம் முடிந்துவிட்டது. பரீட்சையின் லாபம் விளம்பரமானது.

என் வகுப்பில் நான் முதலாக நின்றேன் என்ற செய்தி எனக்கு ஆச்சரியத்தைக் கொடுத்தது. ஆனால் இதினிமித்தம் எடுத்த பிரயாசங்களொன்றையும் நான் கவனிக்கவில்லை. நான் என் பலத்தால் எல்லாம் படித்ததுடன் கல்விச்சாலையில் குறிக்கப்பட்ட பாடத்திற்கு மிஞ்சின சில பாடங்களையும் கற்றுவந்தேன். எல்லாம் முடிந்தபின், என் பலம் முற்றிலும் தளர்ந்து சோர்ந்துபோவேன். இதென்ன? நான் இனி கவைக்குதவாமல் தொலைந்துபோனேன் என்ற பயம் வந்தது. நான் ஆசித்த கல்வியைத் தொடர்ந்து படிக்க நம்மால் இயலாது என்று நினைத்து மனமுடைந்தேன்; அத்தோடு இன்னின்ன வேலைகளைச் செய்யலாம். இவ்வளவு சுயாதீனத்திலிருக்கலாம் என்று நினைத்த சொப்பன கியானங்களுக்கெல்லாம், போக் கென்ன? நான் அருக்களிப்பானேன். அப்புறம் ஒன்றையும்பற்றி நான் நினையாமல் என் சொந்த இடத்துக்குப் போகும்படித்

துரிதப்பட்டேன். இந்த விந்தையான காட்சிகள் நடுவிலிருப்பதை நாம் ஒழிந்து, சொந்த இடத்துக்கும் போய்விட்டால், இந்தப் பலவீனம் தொலைந்து மறுபடியும் பலமுள்ளவளாகலாம் என்று நினைத்தேன்.

மழைகாலத்தின் ஆரம்பமாயிருந்தது. நான் என் சகோதரி இருக்கும் இடத்திற்கு ஏறிப்போன புகைக்கப்பலானது. கடுத்த அலைகளால் ததும்பி அலம்பிற்று; ஆகாயமும் மழை மேகத்தால் மந்தாரப்பட்டிருந்தது. நான் என் சகோதரி பிரமிக்கத்தக்கதாக அவள் வீடுபோய்ச் சேர்ந்தேன். அவள் பேசாமல், வழக்கம்போல் நன் அடக்கமான சுபாவத்துடன் என்னைக் கட்டி அணைத்தாள். அந்த அன்பானது மாதாவின் அன்பைப்போல் அவ்வளவு கருணையும் உட்பாசமும் பொருந்தியதாயிருந்தது. நான் அவளுடைய தோளைப் பிடித்துக்கொண்டு, பட்ட கஷ்டங்களுக்குப் பலனைக் கண்டுகொண்டது போல ஆனந்தமடைந்தேன். அவள் என்னைக் கண்டவுடன் மிகவும் மனம் உருகினாள். அவள் கண்களில் கண்ணீர் ததும்பி நின்றது. அவள் என்னைப் பிடித்துக்கொண்டு, அம்மணி நீ வந்து சேர்ந்தது மெத்த சந்தோஷம் என்றாள்.

அவள் தொண்டை கம்மினதுபோலக் காணப்பட்டது. அவ்வளவு உருக்கத்தை இதற்குமுன் நான் அவனிடத்தில் கவனித்ததில்லை. நான் அவள் பக்கத்தில் உட்கார்த்தேன், அவள் கரமோ என் கழுத்தைக் கட்டிக்கொண்டிருந்தது. ஏதோ ஆழ்ந்து யோசிப்பதுபோலச் சற்றுநேரம் பேசாமலிருந்தாள். அப்பால் வாய்விட்டு "எல்லாச் சங்கதிகளையும்பற்றிக் கேள்விப் பட்டோம்; உன்னால் எங்களுக்குப் பெருமைதான்" என்று சொன்னாள். இந்த வார்த்தைகள் கொஞ்சமாயிருந்தாலும், அநேகபெரியகாரியங்களை என்மனதில்காட்டுகிறதாயிருந்தது. அவ்வளவு நல்வார்த்தைக்கு நான் பாத்திரமுள்ளவல்லவென்று நினைத்து, சிறு பிராயத்தில் நான் செய்ததுபோல அவளுடைய மடியில் படுத்துக் கொண்டேன். அந்த மணிநேரத்தை எவ்வளவு இன்பமாய்க் கழித்தேன் என்று விவரிக்க முடியாது.

நான் மறுபடியும் என் சொப்பனத்திலிருந்தேன். என் சகோதரி என் தலையைத் தட்டிக் கொடுத்தாள். என் கவனிப்பும் நினைவும் வரவரக் குறைந்தது. மனம் அமர்ந்து குளிர்ந்து விட்டது. அப்பால் சொப்பனலோகத்திலிருந்து என் காதில் ஒரு சப்தம் தொனித்தாற்போலக் கேட்டது. அந்த மெல்லிய குரல் என்னைக் குலுங்கப் பண்ணிற்று. என் கண்களைத் திறக்கப்

பயந்தேன்; ஏனெனில், இளைப்போடும் ஆச்சரியத்தோடும் நான் கேட்ட குரலானது, ஒரு விநோதமான சொப்பனத்தின் பாகமாயிருந்தது. நான் ஒரு அந்நியனுடன் ஒரு படவிலிருந்தேன். அவன் தன் சிந்தனையில் மூழ்கித் தன்னை மறந்தவனாய்த் தன்னுடைய கைகளால் முகத்தை மூடிக்கொண்டான். அந்தப் படவு ஆகாயத்துக்குச் சமீபமாகிவிட்டது. கடலின் அலைகளும், திரைகளும் அதிகப் பலமாய் அதில் மோதியடித்தன. தான் என் அபாயத்தை நினைத்தபோது திடீரென்று, அந்திநேரத்து அழகிய பிரகாசம் உண்டாகிறதுபோல, பாஷ்கார் படவுக்குள் குதித்து, தலை கவிழ்ந்திருக்கும் ஆளைச் சுட்டிக்காட்டி,

"சகுணா நீயும் இவரும் நெடுத்தூரம் கூடிப் பிரயாணம் செய்யப்போகிறீர்கள்'' என்றார். ஆனால் நான் எதையாவது பேசுகிறதற்குள், மற்றவர்களுடைய பேச்சுக்குரல் என் காதில் தொனித்தது. உடனே தான் திடுக்கென்று விழித்தேன், அந்நிமிஷம் ஒரு வாலிபன் என் சகோதரியின் ஆசனத்தண்டை நிற்கிறதைக் கண்டு திகைத்தேன். இவ்வண்ணம் உள்ளதும் இல்லாததும் கலந்திருந்த இந்தக் காட்சியால் நான் அலறிக் கூச்சலிட்டிருப்பேன், ஆனால் என் சகோதரியின் கரம் என்மேலிருந்தன. அவள் என்னைப் பார்த்து "என்ன? தூக்கமா? சொப்பனமா?" என்று கேட்டாள்.

இப்படிச் சிறுபிள்ளைத் தனமாயிருக்கையில் அகப்பட்டுக் கொண்டோமே என்று எனக்குண்டான வெட்கம் கொஞ்சமல்ல; அந்த வாலிபன் சிரித்தமுகமாய் என்னை ஏறிட்டுப் பார்த்துக்கொண்டிருந்தது என்னை ஊடுருவக் குத்தினது. இந்த நேரத்தில் எனக்குண்டான கலக்கத்தைப்போல ஒருகாலத்திலுமுண்டாகவில்லை, என்னைப்பற்றி எனக்கே எரிச்சலுண்டானது. ''உன் தூக்கம் தெளிந்துவிட்டது நிசமானால். இங்கிலாந்திலிருந்து புதிதாக வந்த ஸ்ரீ- உனக்கு அறிமுகப் படுத்துகிறேன். அந்த ஆளின் பேரே எனக்குப் பிரமிப்பையுண்டாக்கினது, அந்தப் பேர் நான் தங்கி, என்னைப் பராமரித்த அந்த மகானுபாவரின் பேரைப்போலவே இருந்தது. அவரை அந்த அந்திய நாட்டில் விட்டுப்போட்டு வந்தேன், அது, தமது வீட்டைவிட்டுப் நினைப்பூட்டுகிறது போலவு மிருந்தது.

ஆனால் அந்தக்காலத்தில் ஒரு எண்ணத்தையும் பிறப்பிக்கவில்லை. அந்தப் பெரியவர் தமது மகனை எப்போது காணலாமென்று ஆவலுடன் வாஞ்சித்து அவர் நெடுங்காலம்

தாமதித்திருப்பதைப்பற்றி பயப்பட்டதுமுண்டு. எல்லா வேலை யையும் முடித்துக்கொண்டு இவர் வருகிறாராக்கும்; அவருடைய மகன் இவர்தானாக்கும் என்று என் மனதுக்குள் நினைத்து, கூர்ந்து அவர் முகத்தைப் பார்த்தேன்; ஆனால் நான் விட்டுவந்த பெரியவரின் தீர்க்க முகச்சாயல் இவரில் விளங்கவில்லை. இங்கே உற்சாகமும், தேர்ச்சியும் விளங்கினதுடன், பெரியவரி டத்தில் விளங்காத துயரப்போங்கான ஒரு தோற்றமும் காணப் பட்டது. இந்த எல்லா நினைவுகளும் மின்னொளிபோல என் மனதில் கடந்துபோயின. அதேநேரத்தில் இவரை நமக்கு அறிமுகப்படுத்தியும் நாம் கைகொடுக்கவில்லையே என்று எண்ணி, விரைவாய் எழுந்தேன்; ஆனால் அவர் சிரித்துக் கொண்டு,

''பரவாயில்லை, நான் முந்தியே உன்னை அறிவேன்'' என்று சொன்னார். என் சகோதரி எங்களை எட்டிப்பார்த்து "உன் சிந்தை எங்கே போனது, சகோதரியே!" என்று கேட்டான்; பின்பு அந்த அந்திய ஆனைப் பார்த்து, ''அவளுக்கு மன்னிப்புக் கொடுக்கவேண்டியது; அவள் பிரயாசத்துடன் கல்வி கற்று பலவீனத்தோடு வந்து சேர்ந்திருக்கிறாள்,

அவளுடைய ஒழுக்கங்களையும் அதிகமாய் மறந்து விட்டாள்" என்றும் சொன்னாள். என் நாவுக்கு என்னை நேரிட்டிருக்கிறது? என் சகோதரியின் வார்த்தைகளை நான் கேட்டு, மிகவும் வெட்கப்பட்டேன்,

ஆ என்னை மூடிக்கொண்டு, ஒரு தாழ்ந்த நாற்காலியில் உட்கார்ந்திருப்பது எவ்வளவு வருத்தமாயிருந்தது. வேறு போக்குமில்லை; நான் கட்டாயத்துடன் அங்கிருந்து அவதிப்பட வேண்டியதிருந்தாலும், மெட்டுவிடாதபடி ஜாக்கிரதை யாயிருந்தேன். அந்த வாலிபனுடைய கண்களிலிருந்து புறப் பட்ட கூர்மையான பார்வையின் கருத்தென்ன? அப்போது என் மனதிலிருந்த கலக்கத்தையும், படபடப்பையும் அவர் பார்த் தாரா? அல்லது பாசத்தினாலே மாத்திரம் அப்படிப் பார்த்தாரா? நாங்கள் விநோதமாக அறிமுகமான விஷயமானது, ஒருவரையொருவர் அறியுமுன் சிநேகிதராக்கியிருந்தது.

என்னுடைய அத்தான் சிரித்த முகமும், மங்கள வாயுமாய் வந்து சேர்ந்தபோது, அந்த அந்நிய வாலிபன் அவர்களெல்லா ரோடும் அதிக தாராளமாய்ப் பேசிக் கொண்டிருந்தார். என் அத்தான் பூரண சந்தோஷமும், தமது ஆனந்தத்திலுமிருந்தார். அவர்கள்சம்பாஷணை மனதுக்கு மகிழ்ச்சியை உண்டாக்கினது. அந்த அந்தியர் அனல்மூண்டு புதிய கருத்துக்களையும், நூதன நினைவுகளையும் சரமாரியாய்ப் பொழிந்தார். நான் என்

பலவீனத்தை உதறிவிட்டு, எனக்கு விசேஷம் போல் தோன்றின சங்கதிகளையெல்லாம் கரிசனையுடன் கேட்டுக் கொண்டிருந்தேன். அந்த வாலிபனுடைய சம்பாஷணையனைத்தும் மனதை எழுப்பிவிட்டது. அவர் தமது சர்வகலாசாலையின் வரலாறுகளையும், இங்கிலாந்தில் எழும்பியிருக்கும் நூதனமான அபிப்பிராயங்களையும், புதிதாகப் பிரசுரமான பிரபந்தங்களையும், தாம் கண்டு பழகின பெரிய மனுஷாட்களையும்பற்றி விஸ்தாரமாகச் சொன்னபோது. எல்லாரும் ஆவலுடன் அவருடைய வாயைப் பார்த்துக் கொண்டிருந்தார்கள். என்னுடைய அத்தான் சாய்ந்து உட்கார்ந்திருந்தார்; ஆனால் அவருடைய பார்வையில் ஒரு கவனமும், உதட்டில் சிரிப்பும் வெளிப்பட்டது. அவருடைய வார்த்தைகளை இவர் அமிர்தம்போல உட்கொண்டார்; என் அத்தான் முகத்தில் வெளிப்பட்ட சந்தோஷமானது, இந்த அந்நியன் தனக்கு ஒரு பெருமைபோலும், அவர் தம்முடைய இளைய சகோதரன் போலும் எண்ணிக்கொண்டதாகத் தோன்றிற்று. அந்த வாலிபனுடைய ஜீவியம் முழுவதும் என் மனதின்முன் கடந்து போகிறது போலிருந்தது. அவர் போகிற இடத்துக்கெல்லாம், நானும் கூடவே போகிறது போலிருந்தது. அவ்வளவாய் வர்ணித்துச் சொன்னார். இப்படிப்பட்ட சிறந்த எண்ணங்களும், மகத்துவ நினைவுகளும் ஒரு வேளாவேளை எனக்குள் வந்துபோகிறதுண்டு. அச்சமயத்தில் என் மனதிலுண்டாகும் எழுப்புதல்களை என்ன சொல்ல. என்னுடைய சொந்த மன உணர்ச்சிகள் அவரில் பிரதிவிம்பிக்கிறதாகக் கண்டேன்; ஆனால் என் உணர்ச்சிகள் மட்டித்தனமாயும் கலவரப் பட்டதுமாயிருக்க, அவருடையவை தெளிவும், தேர்ச்சியும், குறிப்புள்ளதுமாயிருக்கிறதென்று கண்டு கொண்டேன். அன்று சாயந்தரம் வெகுநேரமட்டும் இப்படிப் பேசிக் கொண்டிருந்தோம். அவர் போகும்படி எங்களை வழியனுப்பின சமயத்தில், நான் அவருக்கு மெதுவான குரலுடன் "நன்றியறிதலாயிருக்கிறேன்" என்று சொன்னேன். அடுத்த நிமிஷம் முதல் நான் அதிக தைரியப்பட்டேன்.

நாங்கள் மறுபடியும் ஒருதரம் மலையிலிருந்த எங்கள் வீட்டுக்குப் போனோம். என் தேகசுகத்தில் அதிக மாறுதலுண்டானது. ஒரு வருஷம் கஷ்டப்பட்டுப் படித்து, சுகத்துக்காக வீட்டுக்குவந்த சகுணா போலத் தோன்றவில்லை. என் பலம் வரவரக் குன்றினது. பலப்படுகிற போங்கில் அல்ல,

பலவீனப்படுகிற ஸ்திதியிலிருந்தது. அந்த அந்நியர் சந்திக்க வந்தது என் ஜீவியத்தின் ஒரு விசேஷித்த காலமாயிற்று. அது உத்தமமும் மகத்துவமுமான ஒரு இருதயப்போங்கை எனக்குக் காட்டியதுடன், என்னுடைய குறைவையும், மனப் பலவீனத்தையும் எனக்குக் காட்டினது. இந்த ஜீவியம் அவ்வளவு திருப்தியுள்ளது போல எனக்குக் காணப்பட வில்லை. நான் என்னுடைய சத்துவத்தைக்கொண்டு பெரிய காரியங்களை யெல்லாம் முடித்துவிடலாம் என்றெண்ணி படிப்பில் என் மனதைச் செலுத்தியிருந்தேன்.

என்னுடைய பலவீனமோ உன்னால் தனிமையாய் ஒன்றும் செய்ய முடியாதென்று எனக்கு உணர்த்தினது. அந்த அந்நிய வாலிபன், அதிக மேன்மையும் உயர்வுமாய் ஜீவிக்கத் தக்க எண்ணங்களை என் மனதில் ஸ்திரப்படுத்தி, நான் நெடுங்காலம் யோசிக்கத்தக்க ஸ்திதியில் என்னை விட்டுப் பயணப்பட்டார். நான் எனக்கு இரவலாய்க் கொடுக்கப்பட்ட சில புஸ்தகங்களை வாசித்து அதை எழுதின ஆக்கியோன்களின் கருத்தைக் கண்டுபிடிக்கும்படிப் பிரயாசப்பட்டேன். என் நினைவெல்லாம் பிரயோசனமற்ற வீண் எண்ணங்களால் நோய்பட்டு, ஏதோவோர் இருண்ட பள்ளத்துக்குள் பிரவேசிக்கிறாற் போலிருந்தன. ஐந்து மாசங்களுக்குப்பின் அந்த அந்நியர் மறு படியும் வந்தார். என் சகோதரியும் அத்தானும் நூதன காட்சி பார்க்கும்படி அவரைக் கூட்டிக்கொண்டு, மலைநாட்டிலுள்ள எங்கள் சின்னவீட்டுக்கு வந்தார்கள்.

அவர் தமது உத்தியோகத்துக்குப் போகிற பாதையில், சிலநாள் எங்களுடனிருந்து போனார். அவர் திரும்பிவந்தது என் மனதுக்குச் சந்தோஷமாயிருந்தது. துக்கம்போல முன்க ண்ட அவருடைய பார்வை இப்போது, என்னை அன்புடன் நோக்குகிறதாக விளங்கிற்று, அந்த நினைவே எனக்கு ஒரு விதமான அதிர்ச்சியை உண்டாக்கினது. ஆனால் இப்படியிருப் பதையிட்டு என்னை நானே நொந்துகொண்டு, அவர் நமது பேரில் அன்பு வைக்கிறதினிமித்தம் நாமேன் இப்படி அதிர்ச்சியடைய வேண்டுமென்றுஎன்னைச்சமாதானப்படுத்திக் கொண்டேன். அன்றிரவு நான் வெகுநேரம் தனித்திருந்து, கண்ணீர் விட்டு, என்னை நானே உணர்ந்திக்கொண்டேன், இவ்வளவு சந்தோஷம் நமது மனதிலுண்டாக நமக்கென்ன நியாயமிருக்கிறது. அவர் ஒரு அந்நியர்தானே என்று எண்ணிக் கொண்டேன். நாம் என்னவிதமாக இந்தப் பலவீனத்தை

உதறிவிட்டு, நாம் செய்ய விரும்பும் வேலைகளைப் பலமுள்ள சரீரத்தோடும் ஆவியோடும் நிறைவேற்றி முடிக்கலாம் என்று எவ்வளவோ ஆசைப்பட்டேன்.

ஆம்,வேலை! வேலை செய்யவேண்டியதுதான் என் முழு விருப்பமாயிருந்தது. என் தகப்பனார் செய்யவந்த வேலை போலும், என் தமையனாராகிய பாஷ்கார் செய்ய நினைத்த வேலைபோலும், என் பிரிய சகோதரி விவாகமாகுமுன் செய்துவந்த வேலைபோலும் நான் வேலைசெய்ய ஆசித்தேன். இப்போதுண்டாகியிருக்கிற பலவீனத்தின் போங்கென்ன? இவ்வித எண்ணங்களெல்லாம் என்னை வருத்தப் படுத்தின. ஆனால் முதலாம் நாளில்தான் இப்படி மனதில் சங்கடப் பட்டேன், ஏனெனில் நான் சீக்கிரத்துக்குள் பொன்மய கியானத்துக்குள் பிரவேசித்தேன்.

என் மனதின் சங்கடங்கள் விலகின. விளங்காமலிருந்த விஷயங்களெல்லாம் என் மனதுக்குத் தெளிவிக்கப்பட்டன. புஸ்தகங்களையும் அதை எழுதினவர்களையும்பற்றிய வரலாறுகளைத் தெளிவாக அறிந்து, வரவர அந்த அந்நியருடன் அதிகமாய் இழுக்கப்பட்டேன்; என்றாலும் ஒருவித பயமும், நிச்சயமில்லாமையும் என்னைத் தொடர்ந்தே வந்தது, என் சகோதரியும் அத்தானும் பல பிரபந்தங்களை வாசித்துச் சந்தோஷமடைந்தார்கள். சாயங்காலங்களில் அதிகநேரம் அங்குமிங்கும் அலைவதிலும், சிரிப்பான சம்பாஷணைகளிலும் காலங்கழிந்தது; அடிக்கடி அக்கம்பக்கத்திலிருந்த அதிசய கண்காட்சிகளில் எங்கள் நேரம் செலவழிந்ததுமுண்டு. நான் அக்காலத்தில் கண்ட இன்பமான பலவித காட்சிகளனைத்தும், இன்றைக்கும் ஒன்றின்பின்னொன்றாக என் மனதைக் கடந்து போகிறதுபோலிருக்கிறது. நாங்கள் சில மணிநேரம் இன்பத் துடன் வாசித்து மூடின புஸ்தகங்களும், அப்பால் பேசின சம்பாஷணைகளும், மலைக்கப்பால் சூரியன் அடையப் போனதும், அச்சமயத்தில் விளங்கின மகத்துவமான செங் கதிர்களின் பிரகாசம் படர்செடிகளின்மேல் ஜொலித்ததும், வசந்தகாலத்தை மெதுவாக வெளியிட்ட அந்திநேரத்துப் பனிகலந்த மெல்லிய காற்றும் எல்லாம் இப்போது என் ஞாபகத் திலிருக்கிறது.

அந்த நாட்கள் எப்படிக் கழிந்ததென்று தெரியமாட்டாது. மலைமேடுகளில் ஒன்றித்து நிற்கும் மரங்களில் அந்திவெயிலின் அரியபிரகாசம் அடித்து அதின் இலைகளை பொன்மயரூபமாகத்

தெளிவித்தது. அதற்கப்பால் அழகிய ஆகாயவெளி தோன்றும்; தாழ்வான மலைமேடுகளெல்லாம் அதின் நிழலால் மூடப்பட்டு, அதின்மேல் கும்பல் கும்பலாய் வளர்ந்து புதராக விளங்கும் சுக்குநாறிப் புல்லும், குறிஞ்சிச்செடியுமெல்லாம் காற்றில் அசைந்து சலசலவென்று தொனிக்கும். என் அத்தான் சோம்பி நீண்ட நாற்காலியில் கால்நீட்டிச் சாய்ந்து படுத்திருப்பார்; என் சகோதரி பெண்கள் வாசிக்கக்கூடாததும், ஆண்கள் வாசிக்கிறது மான பிரபந்தங்களை வாசிப்பதைப்பற்றி எச்சரிக்கிறதும், புத்தி சொல்லுகிறதுமாயிருப்பாள். சிலதடவை அந்த அந்நியர் பேச்சுக்கு முதலாளியாகி, பரியாசப்போங்காக என்னைக் காலாகோலம் பிடித்த தலை, இவள் எண்ணமெல்லாம் வைக் கோல் பொறுக்குகிறதில் தான் திரிந்தலைகிறது. என்பார். இவ்வளவு ஏடாகூடமாக அவர் பேசினது என் மனதுக்கு அவ்வளவு சூடாகத் தோன்றவில்லை; நமதுபேரிலுள்ள இங்கிலாந்து தேசத்தின் இல்லற ஒழுக்கத்தை இவர் கற்றுக் கொண்டிருப்பதால் இப்படிப்பேசும்படி ஏவப்பட்டாரோவென்று தெரியாமல் சற்று அதிசயப்பட்டேன்.

ஒருநாள் நானும் பாஷ்காரும் ஏறின உச்சிமலையின் மேல், மேகம் கவிந்ததும், மலைகளொன்றும் தெரியாமல் முகில் மூடிக்கொண்டதும், நாங்கள் திரும்பிவரும் வழியில் கடுமழை பெய்து நாங்கள் சங்கடப் பட்டதும் என் மனதில் நன்றாய்ப் பதிந்திருக்கிறது. அன்றையதினம் நான் ஒரு பெரிய பாடத்தைப் படித்துக்கொண்டேன். என் எண்ணங்கள் அதிக ஆழத்தில் இறங்கிவிட்டன; நானும் அந்த அந்திய வாலிபனும் ஒன்றும் பேசாமல் நடந்துவந்தோம். எங்கள் சிநேகமானது முற்றினதால் நாங்கள்தாராளமாக எங்கள் எண்ணங்களை ஒருவருக்கொருவர் வெளியிட்டுக்கொண்டோம். ஒரு சகோதரன் கூட இருந்து நம்மை வழிநடத்துகிறதுபோல நான் எண்ணிக்கொண்டு, ஒரு காரியத்தையாவது அவருக்கு மறைக்காமல், அவர் வழிகாட்டுகிற பாதையின்படி நடப்பது போதுமென்று என்னை முற்றிலும் அவர் வசத்தில் ஒப்புவித்துச் சொப்பனங் காண் கிறவளைப் போலிருந்தேன்.

ஒரு நிமிஷத்துக்குமுன் பேசின வார்த்தை என் மனதை ஆழ்ந்த சிந்தையில் ஆழ்த்திவிட்டது. நான் அடிவைத்து நடந் ததை முதலாய் கவனிக்கவில்லை. இந்தப் புதுச்சிநேகிதனுடைய அகன்ற ஆத்தும தத்துவமும், உயர்ந்த மனோதத்துவங்களும், அளவில்லாத பாசமும் என் மனதுக்கு மட்டில்லாத அமை

தலையும் சமாதானத்தையும் கொடுத்தது. விருட்சஜாதி யனைத்தும் செழித்த தங்கள் இலைகளையும், கிளைகளையும் தாழ்த்தித் தங்களில் தங்கின பனிச்சொட்டுகளுடன் குளிர்ச்சி யையும், நிழலையும் தந்தன. அதின் வழியாய் நாங்கள் அம்மலையின் பாதைகளில் நடந்துவந்தோம். பள்ளத்தாக்கு களிலிருந்தெழும்பின ஈரிப்பான முகில்கள் திடீரென்று வந்து எங்களைக் கவிந்துகொண்டன; சிலதடவை அம்முகிலானது மெல்லிய மேகமாய் என் கன்னத்தில் வீசி விலகும், சிலதடவை காற்றால் அடிபட்டு அகலும். கரும்பாறைகளெல்லாம் மேகக்கசிவால் நனைந்து எண்ணெயால் வடிவதுபோல் தெரியும்.

அக்கம்பக்கத்திலிருந்த படர்செடிகளாலும், புதராலும், மலைகளில் வெள்ளிக்கம்பிகள் போலோடும் சிற்றோடைகள் மறைந்துவிட்டாலும், அதின் ஓட்டம் சலசலவென எப்பக்கத்திலும் கேட்கும். பட்சிஜாதிகள் அங்கங்கே கிளை களில் குதித்து, சிறகுதட்டிச் சந்தோஷத்துடன் கெக்கரிக்கும். அக்கெக்கரிப்பின் எதிரொலி இன்பமாய்க் கேட்கும். இவையனைத்தையும் நான் சொப்பனங் காண்கிறாற்போலக் கவனித்தேன்; ஏனெனில் என்னுடனிருந்த துணையாளியின் கூட்டுறவானது, அநேக நாட்களுக்குமுன் மரித்துப்போன என் சகோதரனுடைய ஞாபகத்தை என் மனதில் கொண்டுவந்தது. மேலும் என் ஜீவியத்தைப்பற்றிய நூதன அறிவையும் நான் பெற்றுக்கொண்டேன்; இந்த அறிவானது பல நூல்களை வாசித்ததாலும், நூதன ஆளுடன் சம்பாஷித்ததினாலும் உண்டானது.

நான் அதற்குமுன், ஒருகாலத்தில் வாசிக்கக்கூடாதென்று விலக்கப்பட்ட ஜியார்ஜ் எலியட் என்பவளின் பிரபந்தங்களை வாசித்திருந்தேன். அதில் தன்னயத்தைப்பற்றிய போதனை இருந்தது. என் வேலை விஷயமாக என்னில் தன்னயமிருக்க வில்லையா? நான் எனக்கென்று தீர்மானித்திருந்த பிந்திய காலமானது அதிக இன்பமும், லேசுமாயிருக்கவில்லையா? என் உணர்ச்சியையும் கருத்தையும் உற்சாகப்படுத்தி எழுப்பி விடத்தக்க அலங்கார காட்சியின் மத்தியிலும், இன்பமான ஆகாயத்தின் நடுவிலும் நாம் எப்போதும் ஜீவிக்க வேண்டுமென்று ஆசித்த விஷயத்தில் தன்னை ஒறுத்தல் எங்கேயிருக்கிறது. பட்டணங்களில் வசிப்பதை வெறுப்பதும், பெரிய காரியங்களைச் செய்வதுபோலச் சொப்பனங் காண்

பதும், வருத்தமான வேலைகளனைத்தையும் மற்றவர்கள் செய்யும்படி விட்டுவிடுவதுமெல்லாம் தன்னயமல்லவா? நான் சுயாதீனத்தையும், மனோவிர்த்தியுள்ள ஜீவியத்தையும் விரும்பினேன்; தன்னயமுள்ளவனும் ஒரு மிலேச்சனும் இதைவிட வேறெதை நினைப்பான்? அவன் நன்றாகச் சாப்பிடவும் அதன்பின் சுகமாய்த் தூங்கவுந்தான் பாடுபட்டு வேலை செய்கிறான். என்னைப் படிக்க விடாதபடித் தடுத்துவிட்ட வியாதியைப் புறக்கணித்துப் பேசி, இந்த உலகத்தில் நன்மையானதொன்றுமில்லை. என்றெண்ணிக்கொண்டேன்; இப்போதோ ஒரு பாரம் என்னைவிட்டு இறங்கினது போலத் தோன்றினாலும், உள்ளுக்குள் ஒரு ஆவலை விட்டுப்போனது. ஆ! என்னை வழிநடத்த ஒரு ஆளிருந்தால், நாம் வேறென்ன தப்பிதத்தைச் செய்யப்போகிறோமோ? என்றெல்லாம் நினைத்தேன்.

ஆனால் இயல்புக்கு விரோதமான இந்த மனக்கியானங்களெல்லாம் அதிகநேரம் நிலைத்திருக்கவில்லை. ஒருநாள் இவையெல்லாவற்றிலுமிருந்து நான் பலமாய் அசைக்கப்பட்டு, தெளிவடைந்தேன். நாங்கள் மகா கரிசனையுடன் பேசிக்கொண்டிருந்த ஒரு சம்பாஷணையில்தான் இந்தத் தெளிவு எனக்குண்டானது. அந்த நூதன வாலிபன் தமது சர்வகலாசாலையில் படித்த விவரங்களைச் சொல்லிக்கொண்டிருந்த ஒருநாள் அவர் சாமர்த்தியத்தோடும் கல்வித்திறமையோடும் பேசின வார்த்தைகளை நான் மகா கருத்துடன் கேட்டுக்கொண்டிருந்தேன். அவர் தமக்கு அதிக விசேஷமானவராயிருந்த ஒரு வித்துவானைப்பற்றிய வரலாறுகளைப் பேசினார். அவர் மகா பெரியவரும் தேறின கல்விமானுமாயிருந்தார்; இதென்ன பராக்கிரமரை வணங்கும் விக்கிரகாராதனை போலிருக்கிறதே என்று நான் எனக்குள் பயப்பட்டுக்கொண்டிருக்கையில் ஒரு அதிர்ச்சியுண்டானது. அந்த அதிர்ச்சி என் தலையைச் சுழற்றினது போலிருந்தது. அந்த நூதன அந்நியன் பிரஸ்தாபமாய்ப் பேசின பெரிய வித்துவான் கிறிஸ்துவைப்பற்றிய விசுவாசியாயிருக்கவில்லை. என்ன? கிறிஸ்துவின் தெய்வீகத்தை ஒப்புக்கொள்ளாமல் பிரஸ்தாபமானவராயிருக்கிறதா? இந்த விஷயத்தைப்பற்றி, தாம் அவ்வளவாக நினைக்கவில்லை என்பதினாலோ, அல்லது அவருடைய அபிப்பிராயத்துக்குத் தாமும் முற்றிலும் இணங்கினவர்போலவோ, அவ்வளவு கரிசனையில்லாதவர் போலக் காணப்பட்டார். உடனே எனக்கு மனச் சஞ்சலம் ஆரம்பித்தது.

கல்விவிருத்தியுள்ள இங்கிலாந்தில் இது நூதன அபிப் பிராயமாக இருக்கிறது; இதுதான் அந்த அந்நிய வாலிபனுடைய கருத்து, அந்தக் கல்விச்சாலை ஆசான்மார் பகிரங்கமாக கிறிஸ்துமார்க்கத்தைப் பழிப்பது மறுபடியும் என் ஞாபகத்தில் வந்தது. அநேக போதனைகளில், கிறிஸ்துமார்க்கமானது ஒரு கட்டுக்கதை என்று சொல்லப்பட்டதெல்லாம் என் மனதில் வந்தது. அச்சமயத்தில் இவையெல்லாம் ஞானிகளின் பைத்தியம் என்று சிரித்துக் கடத்திவிட்டேன். ஆனால் இப்போது, ஆ, இப்போது, அந்த விஷயம் என் மனதை இவ்வளவு வருத்தப்படுத்துவானேன்? இந்த அந்நியருடைய வார்த்தையால் என் மனதிலுண்டான கருத்துகளென்ன? நான் அமைதலுடன் என் அறைவீட்டிலிருந்து ஜெபித்தேன். கர்த்தர் அவருக்கு வெளிச்சத்தைக் காட்டி அவரை நடத்தும்படி மன்றாடினது ஏன்? நான் என் கைகள் இரண்டையும் இறுகப் பூட்டிக்கொண்டு ஜெபித்தபோது நட்சத்திரங்கள் நன்றாய்ப் பிரகாசித்தன. நான் புகைவண்டிப் பயணத்திலிருக்கும்போது கண்ட நக்ஷத்திரங்களே அன்றுமிருந்தன.

என் ஜீவியம் முழுவதும் எனக்குமுன் கடந்துபோகிறது போலிருந்தது. ஒரு வருஷம் நான் படித்ததையும், என்னை உற்சாகப்படுத்தித் தாங்கின கரத்தையும் நான் நினைவு கூர்ந்தேன்; என் தகப்பனாருடைய பக்தியுள்ள விசுவாசமும், வேலையும், பாஷ்காரின் சுருக்கமான சத்காலக்ஷேபமும். அந்தப் பட்சமுள்ள விருத்தர் தமது எஜமானுடைய ஊழியத்தில் காண்பித்த வைராக்கியமும், ஜாக்கிரதையும் எல்லாம் என் ஞாபகத்தில் வந்தது. என்னையும் எனக்குள் இப்படிப்பட்ட எண்ணங்களைப் பிறப்பித்தவர்களையும் ஏவிவிட்டதெல்லாம் ஒருவித குருட்டு பக்திதானா? கிறிஸ்து என்னப்பட்டவர் என்னைப்போல் ஆத்துமாவில் பலவித சங்கடங்களையும், தவறுதல்களையுமுடைய ஒரு மனுஷன் தானா? தம்மை நம்பினவர்களாய் ஜீவித்து மரித்துவிட்ட எத்தனையோ பெரிய மகாத்துமாக்களை அவர் என்னமாய்த் தாங்கி உதவிசெய்து வந்திருக்கிறார்?

அவர்களுடைய வல்லமைக்கும், எதிர்க்கக்கூடாத தைரியத்துக்கும், தெய்வீக முயற்சிக்கும் காரணமென்ன? அது கிறிஸ்துவின் கிரியை அல்லவா? அது கிறிஸ்துவின் வல்லமையல்லவா? மனிதனாக விளங்கின தேவனுடைய அன்பின் பூரணத்தாலும், கரிசனையின் நிறைவினாலுமல்லவா? ஆ! என்

பலவீனமான இருதயம் என்னை எவ்விடத்துக்கு வழிநடத் துகிறது? நான் கிறிஸ்துவின் மேலிருக்கும் என் பற்றுதலை விட்டுவிடவா? என்று எனக்குள் திடீரென்று ஒரு தியக்க முண்டாகி உயிர் போனதுபோல வந்தது.

கர்த்தாவே! இந்த அந்தியன் என் ஆத்துமாவைப் பார்க்கிலும் எனக்கு அருமையானவரா? ஏன் இருதயம் எவ்விடத்தில் அலைந்து திரிந்தது? அப்படியில்லையானால், அவர் சொன்ன நியாயங்கள் ஒருவகையாய்ச் சரியாயிருக் கலாமென்ற எண்ணம் எனக்குள் எப்படி வந்தது. அவருடைய மனம் மகத்துவமும், மேன்மையும் பொருந்தியதென்றும், எல்லா விஷயங்களிலும், தேவ செயல்களை உணருகிறதென்றும், நான் பல விஷயங்களைப்பற்றி விஸ்தாரமாக யோசிக்க ஏவுகிற தென்றும் எவ்விதமாய் நினைக்க நேரிட்டது. அப்படி நான் கிரகித்தால் அந்த யோசனை என்னவாய் முடியும்? அது என் தெய்வீக எஜமான் மேலிருக்கும் விசுவாசத்தை அசைத்து விடுமோ?

அவர் தேவன் அல்லவானால், பின்னை எப்படியிருந்தார்? அவர் எப்படி எனக்கு உதவி செய்வார்? எனக்குண்டான எண்ணங்கள் திருப்திப்பட வாஞ்சித்தது, என் மனதின் குழப்பத்தால் அவ்வெண்ணங்களை அகற்றிவிட என்னால் கூடாதுபோயிற்று. என் இருதயத்தின் கயிறுகள் அறுபட்டு, என் ஆத்துமாவானது சஞ்சலத்தால் நிறைந்துவிட்டது. ஒருவேளை மற்றவர்களுடைய அபிப்பிராயங்களெல்லாம் சத்தியமாயும் நம்முடைய விசுவாசம் குருட்டுத்தனமா யுமிருந்தாலோ? என்று நினைத்தேன். இப்படி நினைத்து உட்கார்ந்தேன். உட்கார்ந்து, நானே எனக்குள் நியாயம் பேசு வேனாக. ஆம், நாம் நியாயதோரணை செய்யக் கூடியமட்டும் பார்ப்போமாக.

நாம் பிரியத்துடன் பாதுகாக்கும் எண்ணங்களெல்லாம் அழிந்து போக நேரிட்டாலும் நேரிடட்டும் என்று நினைத்தேன். இவ்வித எண்ணங்களுடன் அழுகையும் வந்துவிட்டது. அதை அடக்க என்னால் முடியாமற்போயிற்று. "ஆ, என் கிறிஸ்துவே, உம்மைத் தள்ளிவிட்டு நான் எதைச் செய்யக்கூடும்" என்று சொல்லி அழுது, சகாயத்துக்காக ஜெபித்தேன். ஜன்னலண்டை உட்கார்ந்து என்மட்டில் தியான சிந்தையிலிருந்தேன். நக்ஷத்திரங்களின் பிரகாசம்மாத்திரமாயிருந்தது. எந்த வழியில் என் நியாயப்போங்கை நடத்தலாமென்று அறியாமலிருந்தேன்.

கடைசியாக என் மனதில் ஒரு ஒளி வீசினது போலிருந்தது. அது என் விண்ணப்பத்திற்குக் கிடைத்த மறுமொழி என்று நான் நினைத்துக்கொண்டேன். என் மனதின் கலவரமெல்லாம் என்னைவிட்டு அகன்றுவிட்டது. அமைதலும் சாவதானமும் உண்டாகி வழி திறக்கப்பட்டது போலக் காணப்பட்டது.

நான் எனக்குள்ளே, இப்பொழுது ஆராய்வேனாக. முதலாவது கிறிஸ்துவை விசுவாசித்து ஜீவிப்பதையும், அப்பால் அவரை விலக்கிவிட்டு ஜீவிப்பதையும்குறித்து விசாரித்து, ஏதாவது வித்தியாசமிருக்கிறதா அல்லவா என்று தீர்மானிப்பேனாக. நான் என்மட்டில் இந்தக் கேள்வியைப் பரிசோதித்து அப்பால் நடக்கிறதை அறிகிறேன். கிறிஸ்துவை வைத்து ஜீவிப்பதா? கிறிஸ்துவை விலக்கி ஜீவிப்பதா? கிறிஸ்து தேவனல்லவா? பின்னை அவர் எப்படியிருந்தார்? அப்போது என்மட்டில் அவரைப்பற்றிக் கவலையில்லை. அவர் ஒரு உத்தமர்தான். சன்மார்க்கமான விதிகளை ஏற்பாடு செய்து என்னைப்போலக் காலங்கழித்துவந்தார். அவர் அவ்விதிகளின் படி நடக்க முயன்று அப்படியே நடந்து வந்தார்.

தேவனை அடுத்து ஜீவித்தார். ஆனால் அவர் தேவனல்ல; அவரால் பாவியான எனக்கு. என் சுபாவத்தின்படியே பாவத்துக்கு இழுக்கப் பட்டுத் தாழ்வடைகிற எனக்கு என்ன லாபம்? என்னை தேவன் முகமாய் மேல்நோக்கி இழுக்கத்தக்க கரம் எங்கேயிருக்கிறது? தேவ பக்தியாய் ஜீவிக்கும்படி நிலை நிறுத்தக்கூடிய கை எங்கேயிருக்கிறது? அது கிறிஸ்துவால் இல்லையானால் வேறு யாரால்? திருஷ்டாந்தரங்கள் மாத்திரம் இதற்குப் போதாது. அது ஒரு ஆளாக, அதுவும். இவ்வுலகத் திலுள்ள ஆளாயல்ல: இவ்வுலகத்துக்கேற்ற ஆளாயிருந்து மனுமக்களின் ஆவிக்குரிய அவசியங்களை அறிந்தவரும், அவைகளைத் திருப்தி செய்கிறவருமாயிருக்க வேண்டும்.

கிறிஸ்துமார்க்கமான தேசங்களிலும், அநேக நூற்றாண்டுகளாக கிறிஸ்துமார்க்கத்தின் சொற்சக்தியுள்ள தேசங்களிலும் இதைப்பற்றிய எண்ணங்கள் எப்படியிருந்த போதிலும், நன்மையும் தீமையும் பரிசுத்தமும் படுதோஷமும் இன்னதென்று, தெளிவிக்கப்பட்டிருக்கிற இத்தேசத்தில், சன்மார்க்க விஷயமாயுண்டாகிற மாறுதல் அவ்வளவு கவனிக் கத்தக்க வண்ணமாயிருப்பதால், இது தேவசித்தத்தின் பிரகாரந் தான் நடந்திருக்கவேண்டியது. என்றாலும், ஒருதலை பட்சம் என்று சிலர் சொல்லும் வண்ணமாக நான் ஒன்றுக்கும்

இடங்கொடுக்கமாட்டேன். நானே இதைக் கிரகித்து எனக்குள் தீர்மானித்துக் கொள்ள என் மனதை ஊன்றிவிட்டேன். இவ் வுலகத்தில் உயர்ந்த பக்தியாய் ஜீவிக்கும்படி நான் ஆசைப் பட்டேன்.

இது கிறிஸ்துவின் உதவியால் கூடிய காரியமா? என் பாவங்கள் மன்னிக்கப்பட்டு, அவருடைய அளவுக்கு நான் பக்தி விசுவாசத்தில் உயர்த்தப்பட்டு, தேவனுடைய பிள்ளையும் பரலோக ராஜ்யத்துக்குச் சுதந்தரமாயுமாக்கப்பட்டு, அவரால் மீட்கப்பட்டுமிருக்கக்கூடியதா? அவ்வளவுதூரம் உயர்த்தப் பட்டு, கிறிஸ்துவின் மகிமை என்னில் பிரகாசிக்கவும், அவருடைய பிரசன்னம் என்னைத் தாங்கவும் இடமானால் என்னால் நிறைவேற்றக்கூடாத வேலைதான் என்னவிருக்கும்? நான்அவரைப்போலஜீவிக்கவும்,அவருடையஅடிச்சுவடிகளில் நடக்கவும் பிரயாசப்படுவதுடன், நான் தடுமாற அல்லது விழ நேரிட்டால் அவருடைய தேவ பலமானது என்னைத் தூக்கவும் நிலைநிறுத்தவும் அவருடைய தெய்வீக பலமானது என் பலவீனத்தை அகற்றி என்னைப் பூரணமாகப் பலப்படுத்தவும் கூடுமென்று உணருவேன். கிறிஸ்து ஒரு சாதாரண மனுஷன் மாத்திரமா?

அப்படியானால் என்ன வித்தியாசம்? என்னைப்போல் பாவக்கறைகளுள்ள சாதாரண மனுஷனாகிய அவர் என்னத்தை எனக்குச் செய்யக்கூடும்?

ஆ, கர்த்தாவே! எவ்வளவு மனக்கோட்டமான நினைவு. நான் சுவாசிக்கும்படிச் சுத்தமான ஆகாயமில்லையா? என்னைத் தாங்கி நடந்த ஒரு தேவப்பிரசன்னமில்லையா? என் ஆவியின் ஆவலைத் திருப்திப்படுத்த ஒரு வழியில்லையா? ஒரே தேவன்தானா, அவர்முன் நான் நிற்கவும், சுவாசிக்கவும், பிழைக்கவும் துணியக்கூடாதே. மகா பரிசுத்தமும், மகத்துவ முமான ஒரு தேவன் மாத்திரந்தானா? ஆ, என் ஊக்கமெல்லாம் நசுங்கிப்போயிற்று. இந்த எண்ணமானது எவ்வளவாக என் மனதை முறித்துக் கலக்கத்திலும் ஆயாசத்திலும் விட்டுவிட்டது! என் பாவநிலைமையிலிருந்து கரையேற வழியே இல்லை என்றும், நன்மை ஒருநாளும் செய்ய இயலாதென்றும் உணர்ந் தேன். முயற்சிப்பதிலும், பிரயாசப்படுவதிலும் லாபமென்ன? ஒரு லாபமுமில்லை. நான் இருக்கிற இடத்திலே இருந்து கொண்டு, நமக்குள்ள அளவின்படி இவ்வுலகத்தை நலமான தொன்றுமில்லை, ஜீவிப்பது தொல்லையாய்க் காணப்பட்டால் மரணமானது அந்தத் தொல்லையைத் தொலைத்து விடும்.

நம்பிக்கையா? நம்பிக்கையே இல்லை. நான் என்றென் றைக்கும் தொலைந்து போனேன். கிறிஸ்துவையல்லாமல் எனக்கொரு மோட்சமிருக்குமா? கிறிஸ்துவின் ஜீவியப்படி நடக்க என்னைப்போலொத்த மனுஷ ஜன்மத்தால் கூடிய காரியமா? இல்லை - இல்லை என்று தேவ தத்துவங்கள் ஏகமாய்க் கூவி அழுதது. ஒருவன் அவருடைய சன்மார்க்க விதிகளின்படி நடக்கவேண்டுமானால் அவருடைய தெய்வீ கத்தை அவன் ஒப்புக்கொள்ளவேண்டும். நீ மாத்திரம் கிறிஸ் துவை ஒப்புக்கொள்ளாதே, அப்போது உன்னுடைய தினகால ஜீவியத்தில் உன்னை நடத்துகிறதுக்கு ஆள் இல்லை; சன்மார்க்கமான நடக்கை விஷயத்தில் நீ அவருடைய நடத்து தலை ஒப்புக்கொண்டால் அவர் தமக்குப் பாத்திபப்படுத்திப் பேசுகிற சத்தியத்தையும் நீ ஒப்புக்கொள்ளக் கடமைப் பட்டவனாயிருக்கிறாய்; அதாவது அவர் தெய்வீக போதகரும் லோக இரட்சகருமாயிருக்கிறார் என்பதை அங்கிகரித்துக் கொள்ளவேண்டியது என்றெண்ணினேன்.

நான் என் கண்களைத் திறந்தபோது மலையின் சிகரங்களில் வெளிச்சம் தோன்றினது. என் இருதயம் சந்தோஷத்தால் நிறைந்தது. நான் விலையுயர்ந்த ஆணிமுத்தைக் கண்டுபிடித்துக்கொண்டேன். கிறிஸ்து என்னுடையவரானார், மறுபடியும் எனக்குச் சொந்தமானவரானார். நான் அவரைத் தேடிக்கொண்டிருந்தேன், அவரைக் கண்டுபிடித்துங் கொண் டேன், அவர் இதுமுதல் என்றென்றைக்கும் என்னுடைய வராயிருக்க வேண்டியவர், அந்த அந்நியருக்கும் அவர் சொந்தமானவராக வேண்டியது; அவரும் பார்க்கவேண்டும்.

அவர் இப்படி குருடனாய் எப்படியிருக்கக்கூடும்? என் மனம் படபடத்தது. என் நடைகள் தீவிரித்தன. அது நூதனமாய்க் கண்டு பிடிக்கப்பட்ட ஒரு விஷயம் போலிருந்தது. நான் தைரியங்கொண்டேன், இதுவிஷயத்தைப்பற்றி அவருடன் தர்க்கிப்பேன் என்று எனக்குள் சொல்லிக்கொண்டேன். என்னு டைய அவையடக்கமெல்லாம் அகன்று விட்டது. இதைப்பற்றிய அவருடைய மனப்போங்கென்ன என்று நான் அறியவேண்டிய ஒரு தெய்வீகப் பாத்திபம் எனக்கிருந்தது. நான் நேசித்தவரும், நேசிப்பவருமான ஆள் அவர் ஒருவர்தான். அவர் இதை அறியாவிட்டால், இந்த நேசத்தை நான் என் மனதிலிருந்து அழித்துப்போடுவேன்; அத்தால் என் இருதயம் உடைந்து போனாலும், பரவாயில்லை; ஏனெனில் எந்த உலக நேசமும், கிறிஸ்துவுக்கும் எனக்கும் மத்தியில் வந்து குறுக்கிடலாகாது.

காலையில் அவர் வரும்படி வெகுநேரம் காத்திருந்தேன். என் இருதயம் அழுதது; அவர் காண்பார், அவர் அறிவார், அவர் அவ்வளவு குருடனல்லவென்று சொல்லிக்கொண்டேன். என்னுடைய பொறிகள் துடித்தன. என் மனமும் சிந்தையும் எல்லாம் கூடி இந்த அந்நியரும் இச்சத்தியத்தை - கிறிஸ்துவே எல்லாவற்றிலும் எல்லாமுமாயிருக்கிறார் என்பதை அறிந்து கொள்ளவேண்டும் என்ற ஒரே தீர்மானத்திலிருந்தது. அதற்கப் பால் என்ன வந்தாலும் வரட்டும், பெரிய காரியமல்ல என்றெண் ணினேன். அதின்பின் நடந்த சம்பாஷணை என்ன?, வியாக்கி யானமென்ன? என்னிலும் உயர்ந்ததும், மேலானதுமாயிருந்த அந்தச் சுபாவத்தில் விளங்கின குறிப்புகளென்ன தெரியுமா? எவ்வளவு திரளான வெளிச்சம் என் மனதில் பிரகாசித்தது! அவர் மகா பதமையுடன் மெதுவாகச் சொல்வார்:-

"கிறிஸ்துவின் சொற்சக்தியும் போதனையும் அவருடைய தெய்வீகத்தைப்பற்றிச் சந்தேகிக்கிறவர்களையும், அவருடைய போதனைகளை அசட்டை செய்கிறவர்களையும் தொடமாட் டாதா? ஆம், ஜீவனை அளிக்கும் அவருடைய சத்துவமானது, தன்னை வெறுத்து, தேவகரத்தின் ஆதரவைத் தேடும் ஒவ்வொரு ஆத்துமாவாலும் உணர்ந்துகொள்ளப்படுகிறது. அப்படிப்பட்ட ஆட்கள் மற்றவர்களை விடத் தாழ்ந்தவர்களல்லவே" என்பது தான். இதையவர் பதறின உதடுகளுடன் சொன்னதால், தமது இருதயத்திலிருந்து பேசினதாக விளங்கிற்று. அப்போது சந்தோஷ வெள்ளத்தால் என் இருதயம் நிரம்பினது.

அம்மகிழ்ச்சியுடன், "நீர், கிறிஸ்துவின் வல்லமையை உமது ஆத்துமாவில் உணருகிறீர் அல்லவா, நீர் அவிசு வாசிகளில் ஒருவரல்லவே, கிறிஸ்து வேண்டியதில்லை என்று வீணாய்த் தங்கள் மட்டில் அவஸ்தைப்படுகிறவர்களுடன் சேர்ந்தவரல்லவே, அவருடைய முதற்றரமான உபதேசங்களை ஒப்புக்கொண்டு, அதின் பலத்தையும் சத்துவத்தையும் கொண்டு நடக்கப் பிரயாசப்படுகிறீர் அல்லவா?" என்று சொன்னேன்.

அது அவர் எங்களுடன் தங்கின கடைசி நாளாயிருந்தது. நாங்கள் செங்குத்தான ஒரு மலைச்சிகரத்தில் நின்று, தாழ்ந்திருந்த பள்ளத் தாக்கைப் பார்த்துக் கொண்டிருந்தோம், எங்களுக்கு முன்பாகப் பிரமாண்டமான பர்வதங்கள் தங்கள் தலைகளை நிமிர்த்தி நின்றன. அவைகளுக்கு மேலிருந்த மேகக்கூட்டத்தின் விளிம்புகளில் வெளிச்சம் பிரகாசித்தது. அந்தப் பிரகாசத்தை நான் கண்ணோக்கவே, ஒரு அபூர்வ

பரவசம் என ஆவிக்குள் உண்டானது. நான் அந்த ஜோதியைச் சுட்டிக்காட்டி,

"ஆ, அவ்வளவு உன்னதத்திற்கு தாம் எப்படிப் போகலாம். இவ்வளவு பிரகாசமாய் எப்படி நமது ஜீவியத்தை உயர்த்தலாம்" என்று சொன்னேன். நாங்கள் பார்த்த பள்ளத்தில் கார்மேகத்திரளும், மந்தாரமான முகிலுமிருந்ததால் அவை யனைத்தும், அந்தகாரப் பள்ளமாய் விளங்கினது. எங்களுடைய பாதத்தின்கீழ் விஸ்தாரமான ஒரு கெபியிருந்தது. அக்குகையின் பக்கமாய் கறேல் என்று விளங்கின மலைச்சிகரங்கள் எழும்பி, தங்கள் உச்சியில் மாத்திரம் கொஞ்சம் பிரகாசமுள்ளதாய் விளங்கின. இக்காட்சியானது அக்குகையின் விஸ்தாரத்தையும் ஆழத்தையும் அங்கிருந்த இருளையும் தெளிவாக வெளிப்படுத்து கிறதுபோலக் காணப்பட்டது. அக்காட்சிகளனைத்தையும் நான் கவனிக்கவே,

"அதோ, அந்த உன்னதத்தில் நானிருக்கும்படி விரும்புகிறேன்; இருந்தால், அதோ அந்த மேகலோகங் களுக்கப்பால் வெளிச்சம் தெரிகிறதே. அங்கேதான் நானிருக்க விரும்புகிறேன்; வேறு இடத்தில் அல்ல" என்று சொன்னேன். அப்போது ஒரு கரம் என்னைச் சூழ்ந்ததுபோலவும் உணர்ந் தேன். அத்தோடு,

"நாம் அங்கே இருக்கலாம். கர்த்தர் நமக்குத் துணை தந்து நமது ஜீவகாலத்தை நடத்துவதால்" என்று சொல்லும் சப்தம் கம்மினகுரலோடு என் காதில் விழுந்தது. ஒரு பலத்த மயக்கம் எனக்குண்டானது, என் ஜீவகாலம் என்முன் கடந்தது போலிருந்தது. காட்சிக்குப்பின் காட்சியும், இடத்துக்குப்பின் இடமும் மிதந்து, என் மனதின்முன் கடந்து விலகுகிறதுபோலக் காணப்பட்டது; நான் நின்ற ஸ்தானமும், என்னை ஸ்திரமாய்ப் பிடித்திருந்த கையுமாத்திரம் நிச்சயமானதாயிருந்தது. பலவித எண்ணங்களால் என் மனம் சக்கரம்போல் சுழன்றது; கடைசி யாக இப்போதுதான், என் கால் ஸ்திரமாக வைக்கப்பட்டிருப் பதுபோலத் தெரிந்தது; நித்திய மலைகளில் நிற்பதாக விளங்கினது. இப்போது பயமுற்றேன், வழிதப்பிவிடுவோம் என்ற அச்சம் அகன்றது. அந்தகாரம் வரட்டும்; இவ்வையகமே என் கண்ணைவிட்டு மறைந்துபோகட்டும்; அந்தகாரமும் இரவும் நம்மைப் பயப்படுத்தமாட்டாது. கிறிஸ்து நம்முடை யவர், தேவனும் நம்முடையவர். மோட்சமும் நம்முடையது, நம்முடைய ஜீவியமானது நிறைவும் சந்தோஷமுமான ஒரே

கீதம்போலிருக்கும் என்று சொன்னேன், சந்திரனானது ஆகாயத்தில் அசைவாடிக்கொண்டிருந்த மேகக் கூட்டங்களின் மத்தியில் உதித்தது. நாங்கள் எங்கள் பாதையைக் கண்டுபிடித்து, எங்கள் வீட்டுக்கு இறங்கிவந்தோம். கதவண்டை அவர் என் கையை இறுகப்பிடித்து ஒரு முத்தமிட்டார்; அது எங்கள் ஜீவியத்தின் போங்கை முத்திரையிடும் பரிசுத்த முத்தமா யிருந்தது. நான் என் கையை அவர் கையின்மேல் வைத்து, "இப்பொழுதும், இனிமேல் எப்பொழுதும் நான் உம்முடையவள்" என்றேன்.

☯ ☯ ☯

கிருபாபாய் சத்தியநாதன் - 1862 - 1894

கிருபாபாய் சத்தியநாதன் 1862இல் மும்பை சமஸ்தானத்தில் அகமது நகரில் பிறந்து 32 வருடங்களே உயிர் வாழ்ந்து 1894இல் இறந்து போனார். இந்த இடைப்பட்ட காலத்தில் தன்னுடைய சொந்தப் பகுதியான மேற்குத் தக்காணப் பகுதியை விட்டு மேல்படிப்பின் காரணமாகச் சென்னையிலும், கணவரின் வேலை நிமித்தம் காரணமாக உதகமண்டலம், கும்பகோணம், ராஜமகேந்திரம் ஆகிய ஊர்களிலும் வசிக்க வாய்ப்புப் பெற்றார். முதன் முதலில் கிறித்துவ மதத்தை அனுசரித்த பிராமண குடும்பங்களில் ஒன்றாகும் இவருடையது. மதமாற்றம் பெற்றபின் இரண்டாம் தலை முறையைச் சேர்ந்தவர். சிறு வயதில் தன் அண்ணனிடமும், பின் ஆங்கிலேய அமெரிக்கப் பெண்மணிகளிடம் கல்வி கற்று சென்னையில் முதல் தலைமுறை மருத்துவ மாணவியாகச் சேர்ந்து முதல் ஆண்டு முடிவில் அநேக விருதுகளைப் பெற்றவர். மோசமான உடல்நிலை காரணமாகப் படிப்பை இத்துடன் விட நேர்ந்தது. தான் சென்னையில் தங்கியிருந்த, சென்னையில் மதமாறிய பிரபலமான ரெவரெண்ட் சத்தியநாதன் மகன் சாமுவேல் சத்தியநாதனைத் திருமணம் செய்து கொண்டார். சாமுவேல் சத்தியநாதன் லண்டனில் கேம்பிரிஜ் பல்கலைக் கழகத்தில் படித்துவிட்டு கல்வித்துறையில் பணியாற்றி வந்தார். அவருடன் பல ஊர்களுக்குச் செல்ல நேரிட்ட கிருபாபாய் அவர்களின் அனுபவச்சாரமாக அவருடைய எழுத்துகள் வெளிப்படுகின்றன.

உதகையில் முதலில் தோடர்களின் வாழ்க்கை பற்றிய ஆங்கிலக் கட்டுரைகளைத் தொடர்ந்து பல கட்டுரைகளை அன்றைய இதழ்களில் வெளியிட்டார். சமூக வாழ்க்கையிலும், பெண்கள் கல்வியிலும், முக்கியமாக முஸ்லிம் பெண்கள் கல்வியிலும் மேம்பாடு செய்ய பாடுபட்டார். உடல்நலக் குறைவின் இடையேயும் கணவர் மற்ற நண்பர்கள் ஊக்கத்தின் பேரில் இரண்டு புதினங்களை ஆங்கிலத்தில் எழுதி முடித்தார். இவை சென்னைக் கிறித்துவக் கல்லூரி இதழில் தொடர்ந்து

வெளிவந்தன. பின் நூல்களாகவும் வெளியிடப்பட்டன. சகுணா, கமலா என்கிற இரண்டு நூல்களும் முறையே ஒரு மதம்மாறிய கிறித்துவப் பெண்ணின் கதையாகவும், இந்திய பிராமணப் பெண்ணின் கதையாகவும் சொல்லப்படுகின்றன. இந்த ஆங்கில நாவல்களுக்கு மிகுந்த வரவேற்பு இருந்தது. இதைத் தொடர்ந்து இந்த நாவல்கள் இந்திய, ஐரோப்பிய மொழிகளிலும் மொழியாக்கம் செய்யப்பட்டன என அறிகி றோம். வெளியான இரண்டு ஆண்டுகளுக்குள் தமிழ் நாட்டில் திருநெல்வேலியிலிருந்து தமிழில் மொழியாக்கம் செய்யப்பட்டு இந்நூல்கள் வெளிவந்தன. சுமார் நூறாண்டுகளுக்கு முற்பட்ட இந்திய சமூக மற்றும் பெண்கள் வரலாறைக் குறிக்கும் புதினங்கள் என்கிற அளவில் இந்நூல்களின் முக்கியம் இன்று அறியப்பட்டு, ஆங்கில நூல்களின் மறுபதிப்பு சமீபத்தில் வெளிவந்துள்ளன. அதேபோல் தமிழில் வெளிவந்த மொழி பெயர்ப்பின் மறுபதிப்புகள் சென்னை ஆவணக் காப்பகம் அனுமதியுடன் இப்போது வெளிவருகின்றன.